சிறிது வெளிச்சம்

எஸ். ராமகிருஷ்ணன்

தேசாந்திரி பதிப்பகம்

தேசாந்திரி பதிப்பக வெளியீடு: 61

சிறிது வெளிச்சம் கட்டுரைகள்
எஸ்.ராமகிருஷ்ணன்

இரண்டாம் பதிப்பு: மே 2024

தேசாந்திரி பதிப்பகம்,
டி-1, கங்கை அப்பார்ட்மெண்ட்,
110, 80 அடி ரோடு, சத்யா கார்டன்,
சாலிக்கிராமம், சென்னை 600 093,
தொலைபேசி: 044 23644947.
விலை: ரூ.450

Sirithu Velicham - Essays
S.Ramakrishnan ©

Second Edition: May 2024, Pages: 424
Size: Demy 1x8, Paper: 18.6 kg maplitho

Published by :
Desanthiri Pathippagam
D-1, Gangai Apartments,
110, 80-Feet Road, Satya Garden, Saligramam,
Chennai - 600 093, Ph: 044 2364 4947
Email : desanthiripathippagam@gmail.com
www.desanthiri.com

ISBN: 978-93-87484-59-7
Wrapper Design: Manikandan
Book Design: Guru
Printed by: Ramani Print Solution, Chennai.

Price: Rs.450

எஸ். ராமகிருஷ்ணன்

எஸ். ராமகிருஷ்ணன், விருதுநகர் மாவட்டம் மல்லாங்கிணறு கிராமத்தில் 1966இல் பிறந்தார். முழுநேர எழுத்தாளரான இவர் தற்போது சென்னையில் வசிக்கிறார்.

சிறுகதைத் தொகுப்புகள்: எஸ். ராமகிருஷ்ணன் கதைகள், நடந்து செல்லும் நீருற்று, பதினெட்டாம் நூற்றாண்டின் மழை, அப்போதும் கடல் பார்த்துக்கொண்டிருந்தது, நகுலன் வீட்டில் யாருமில்லை, புத்தனாவது சுலபம், வெளியில் ஒருவன், காட்டின் உருவம், தாவரங்களின் உரையாடல், வெயிலைக் கொண்டு வாருங்கள், பால்ய நதி, மழைமான், குதிரைகள் பேச மறுக்கின்றன. காந்தியோடு பேசுவேன், நீரிலும் நடக்கலாம், என்ன சொல்கிறாய் சுடரே.

நாவல்கள்: உப பாண்டவம், நெடுங்குருதி, உறுபசி, யாமம், துயில், நிமித்தம், சஞ்சாரம், இடக்கை, பதின்.

கட்டுரைத் தொகுப்புகள்: விழித்திருப்பவனின் இரவு, இலைகளை வியக்கும் மரம், என்றார் போர்ஹே, கதாவிலாசம், தேசாந்திரி, கேள்விக்குறி, துணையெழுத்து, ஆதலினால், வாக்கியங்களின் சாலை, சித்திரங்களின் விசித்திரங்கள், நம் காலத்து நாவல்கள், காற்றில் யாரோ நடக்கிறார்கள், கோடுகள் இல்லாத வரைபடம், மலைகள் சப்தமிடுவதில்லை, வாசகபர்வம், சிறிது வெளிச்சம், காண் என்றது இயற்கை, செகாவின் மீது பனி பெய்கிறது, குறத்தி முடுக்கின் கனவுகள், என்றும் சுஜாதா, கலிலியோ மண்டியிடவில்லை, சாப்ளினுடன் பேசுங்கள், கூழாங்கற்கள் பாடுகின்றன, எனதருமை டால்ஸ்டாய், ரயிலேறிய கிராமம், பிகாசோவின் கோடுகள், இலக்கற்ற பயணி, செகாவ் வாழ்கிறார், ஆயிரம் வண்ணங்கள்.

திரைப்பட நூல்கள்: பதேர் பாஞ்சாலி—நிதர்சனத்தின் பதிவுகள், அயல் சினிமா, உலக சினிமா, பேசத்தெரிந்த

நிழல்கள், இருள் இனிது ஒளி இனிது, குற்றத்தின் கண்கள் பறவைக் கோணம், சாமுராய்கள் காத்திருக்கிறார்கள்.

குழந்தைகள் நூல்கள்: கால் முளைத்த கதைகள், ஏழு தலைநகரம், கிறுகிறு வானம், லாலிபாலே, நீளநாக்கு, தலையில்லாத பையன், எனக்கு ஏன் கனவு வருது, காசுகள்ளன், பம்பழாபம், சிரிக்கும் வகுப்பறை, அக்கடா.

உலக இலக்கியப் பேருரைகள்: ஆயிரத்தொரு அரேபிய இரவுகள், ஹோமரின் இலியட், ஷேக்ஸ்பியரின் மெக்பத், ஹெமிங்வேயின் கடலும் கிழவனும், தஸ்தாயெவ்ஸ்கியின் குற்றமும் தண்டனையும், லியோ டால்ஸ்டாயின் அன்னா கரீனினா, பாஷோவின் ஜென் கவிதைகள்.

வரலாறு: எனது இந்தியா, மறைக்கப்பட்ட இந்தியா.

நாடகத் தொகுப்பு: அரவான், சிந்துபாத்தின் மனைவி, சூரியனைச் சுற்றும் பூமி.

நேர்காணல் தொகுப்பு: எப்போதுமிருக்கும் கதை, பேசிக்கடந்த தூரம்.

மொழிபெயர்ப்புகள்: நம்பிக்கையின் பரிமாணங்கள், ஆலீஸின் அற்புத உலகம், பயணப்படாத பாதைகள்.

தொகை நூல்: அதே இரவு அதே வரிகள் (அட்சரம் இதழ்களின் தொகுப்பு), வானெங்கும் பறவைகள்.

ஆங்கிலத்தில் வெளிவந்துள்ள நூல்கள்: Nothing but water, Whirling swirling sky.

இணையதளம்: www.sramakrishnan.com

மின்னஞ்சல்: writerramki@gmail.com

முன்னுரை

குடும்பம், அலுவலகம், நண்பர்கள் என்ற நாம் கொள்ளும் உறவுகள் தான் நமது உணர்வுகளுக்கு வேண்டிய பலத்தை அளிக்கின்றன. வாழ்வின் ஊடாக நாம் சந்திக்கும் பல மனிதர்களின் குணங்களையும், உணர்வுகளையும் அடிப்படையாக வைத்து நான் பெற்ற அனுபவங்களைப் பகிர்ந்து தந்துள்ளேன்.

இந்த மனிதர்களை நீங்கள் உங்கள் வாழ்க்கையின் ஊடாகவும் எதிர்கொண்டிருக்கலாம். பௌர்ணமி நிலவைப் போல மொத்த உலகிற்கும் அன்பை வெளிப்படுத்த நம்மால் முடியாமல் போயிருக்கக் கூடும் ஆனால் சிறிய மின்மினிப்பூச்சி போலச் சிறிது வெளிச்சத்தைத் தந்து உலகின் இருட்டை அகற்றிவிட முடியும் தானே

விகடனில் தொடராக வெளிவந்து வாசகர்களின் மிகுந்த வரவேற்பு பெற்ற இக்கட்டுரைகள் சினிமா, இலக்கியம் வாழ்க்கை என்று மூன்று தளங்களையும் இடைவெட்டிச் செல்கிறது.

இந்தக்கட்டுரைளின் வழியே வெளிப்படும் அனுபவங்கள் ஒரு தளத்திலும் அதன் ஊடே மறைமுகமாக உணர்த்தப்படும் விஷயங்கள் மறுபுறத்திலுமான இருக்கின்றன. பொற்கொல்லன் நெருப்பில் தன் ஆயுதங்களைச் சூடாக்கி தங்கவேலை செய்வதைப் போன்று வாழ்வின் சூடு பறக்க எழுதப்பட்ட அனுபவங்கள் இக்கட்டுரைகள்

என்னை வழிநடத்தும் ஆசான் எஸ்.ஏ.பெருமாள். கவிஞர் தேவதச்சன், அவரது என்னையும் எழுத்தையும் நேசிக்கும் மனைவி சந்திரபிரபா, பிள்ளைகள் ஹரிபிரசாத், ஆகாஷ், ஆகியோருக்கு மனம் நிரம்பிய நன்றிகள்.

சிறிது வெளிச்சம் புதிய பதிப்பை வெளியிடும் தேசாந்திரி பதிப்பகத்திற்கு எனது மனம் நிறைந்த நன்றி.

மிக்க அன்புடன்
எஸ்.ராமகிருஷ்ணன்
16.4.2019

உள்ளே...

ஒரு புதிய பயணம்!

1.	வாசனையாக மாறுங்கள்	11
2.	யாரோ எழுதிய கடிதம்!	18
3.	கதையின் வேர்கள்!	26
4.	சாலைச் சோகம்	34
5.	வால் இல்லாத நாய்!	41
6.	மூடிய காதுகள்!	49
7.	முறிந்த கேள்விகள்	57
8.	நினைவாகும் புகைப்படம்	66
9.	அழைக்கும் கண்கள்	74
10.	மூன்று கரையுள்ள ஆறு	82
11.	உங்கள் இளமைக்கு ஒரு சவால்!	91
12.	உங்கள் வீட்டின் இதயத்துடிப்பைக் கேட்டதுண்டா?	98
13.	உலகின் முதல் ரகசியம் எது?	104
14.	சங்க காலத்தில் கூல்டிரிங்ஸ்!	111
15.	வாருங்கள்... தேவதூதன் ஆகலாம்!	118
16.	உடைந்த புத்தர் சிரித்தார்!	125
17.	நீங்கள் ஆபீஸரா? உங்களைத்தான்...	132
18.	தனியா இருந்தா என்ன தப்பு?	139
19.	சாவைச் சுமந்த பயணம்!	146

20.	பல்லின்னா பயப்படுவீங்களா?	153
21.	கற்களை வாசித்திருக்கிறீர்களா?	160
22.	ஏன் இந்த இலவச புத்தி?	166
23.	எதற்காக இந்த முள்வேலி?	173
24.	செவ்வாய்க்கிழமைகள் சொல்லும் சேதி என்ன?	180
25.	வீட்டுக்காரம்மாவைச் சமாளிப்பது எப்படி?	187
26.	புல்லின் நிழலில் இளைப்பாறுங்கள்!	194
27.	ஓட்டகத்தின் கண்ணீர்!	201
28.	இளைஞர்களை நம்பலாமா?	207
29.	நிரம்பி வழியும் பாசாங்குகள்!	215
30.	பெண்ணின் உயரம் ஏன் துயரம்?	222
31.	வெளிநாட்டுக்காரர்கள் அறிவுஜீவிகளா?	229
32.	எம்.ஜி.ஆரைப் பார்க்கணும்!	236
33.	பெற்றால்தான் பிள்ளையா?	243
34.	சொல்லின்றி அமையா உலகு!	250
35.	அடிமனதில் அமிழ்ந்த ஆசை!	257
36.	திறமையே அதிர்ஷ்டம்!	264
37.	நீங்கள் அன்பளித்தது எப்போது?	271
38.	உங்களை இயக்கும் ஒரே சக்தி?!	278
39.	உடைகள் பேசும் உண்மை!	285
40.	கசப்புச் சுவர்!	292
41.	உங்களைப் பூட்டிக்கொள்ளாதீர்கள்!	299

42.	அமைதியை ருசித்திருக்கிறீர்களா?	*306*
43.	திருடன் ஏன் திருடுகிறான்?	*314*
44.	ரயில் என்றொரு நண்பன்...	*321*
45.	எப்படிக் கடந்து செல்வது?	*328*
46.	பறவைகள், மனிதர்களை நம்புவதில்லை!	*335*
47.	எனது மேஜை எந்தக் காடு?	*342*
48.	அறியாத வயசு!	*349*
49.	கல்விக் கடைகள்!	*356*
50.	கோபம் கொல்லாதே!	*363*
51.	"ஒவ்வொரு புத்தகமும் ஒரு பறவை!"	*370*
52.	தேசம் விட்டு தேசம் சென்று...	*377*
53.	அந்தக் கடவுளுக்கு இது தெரியுமா?	*383*
54.	அறிவைத் திருடுவது... அசிங்கம்!	*389*
55.	பலூனுக்குள் இருப்பது காற்றல்ல!	*396*
56.	நோய் தீர்க்கும் சொற்கள்!	*403*
57.	காடுதான் எங்களின் தாய்!	*410*
58.	கைகள் இரண்டால்...	*417*

1

வாசனையாக மாறுங்கள்

திடீரென நீங்கள் ஒரு வாசனையாக மாற வேண்டும் என்று சொன்னால், என்ன வாசனையைத் தேர்வு செய்வீர்கள்? நிறம் என்று கேட்டால் கூடச் சட்டென ஒரு நிறத்தைச் சொல்லிவிடுவோம். யாராக மாற விருப்பம் என்றால் எளிதாகச் சொல்லிவிடலாம். ஆனால், ஒரு வாசனையாக மாற விருப்பம் என்றால், என்ன வாசனையைத் தேர்வு செய்வது? எது நம் மனதின் நீங்காத வாசனை?

'எலினார் அபோட்' என்ற அமெரிக்கப் பெண் எழுத்தாளர், இதை வைத்து ஒரு சிறுகதை எழுதியிருக்கிறார். அந்தக் கதையில் இரண்டு குழந்தைகள் சாலையில் போகிற வருகிறவர்களை நிறுத்தி, "நீங்கள் என்ன வாசனையாக மாற விரும்புகிறீர்கள்?" என்று கேட்கிறார்கள். "இது என்ன அசட்டுத்தனமான கேள்வி?" என்று ஒருவர் எரிச்சல் படுகிறார்.

மற்றவரோ, "எனக்கு இதற்கெல்லாம் நேரமில்லை" என்று ஒதுங்கிப் போகிறார்.

ஒரு நடுத்தர வயதுப் பெண், அவர்கள் கேள்வியைக் கண்டு ஆச்சர்யமடைகிறாள். உடனே, பதில் சொல்ல முடியாமல் யோசிக்கிறாள். குழந்தைகள் அவள் பின்னாடியே நடக்கிறார்கள்.

முடிவில் அந்தப் பெண், "எனக்கு உலகிலேயே மிகவும்

பிடித்தமான வாசனை, விளையாட்டு வீரன் காலில் அணிந்துள்ள கால் உறையிலுள்ள வியர்வையின் வாசம். அது எவ்வளவு அற்புதமானது தெரியுமா? விளையாட்டு வீரன் தன்னை மறந்து விளையாடுகிறான். கால்கள்தான் அவனது பலம். ஓடி ஓடி அந்தக் கால்கள் மைதானத்தை எத்தனையோ வழிகளில் கடக்கின்றன. வியர்வை அவன் காலணியை நனைக்கிறது. அந்தக் காலுறையில் ஒரு தனித்துவமான மணம் இருக்கிறது. அதை விளையாட்டு வீரன்கூடக் கவனிப்பதில்லை. என் மகன் ஓர் ஓட்டப்பந்தய வீரன். அவனது காலுறைகளில் அந்த வாசனை இருப்பதை அறிந்திருக்கிறேன். அதுதான் நான் மாற விரும்பும் வாசனை!" என்கிறாள்.

உண்மையில் நாம் ரோஜா, முல்லை என்று வாசனைப் பூக்களில் துவங்கி, உலகின் அரிதான வாசனைத் திரவியம் வரை பயன்படுத்துகிறோம். எல்லா வாசனைகளும் அவற்றை நுகரும் நிமிடங்களில் மட்டுமே மனதில் தங்குகின்றன. பிறகு, தாமே கரைந்து போய் விடுகின்றன. எந்த வாசனை நம் மனதின் அடியாழத்தில் எப்போதும் இருக்கிறது?

வாசனைகளுக்குத் தனியே பெயர்கள் இல்லை. நன்றாக இருக்கிறது... நன்றாக இல்லை என்று இரண்டே பிரிவுகள். எதிலிருந்து பிறக்கிறதோ, அதன் பெயரே வாசனைக்கு வந்துவிடுகிறது. வாசனையை 'நாற்றம்' என்று சொல்கிறாள் ஆண்டாள். இன்று 'நாற்றம்' என்ற சொல் வாசனைக்கு நேர் எதிரான அர்த்தம் கொண்டுவிட்டது.

பெயரில்லாத சில வாசனைகள் மனதில் புகையெனக் கடந்து செல்கின்றன. பக்கத்து வீட்டில் உணவு தயாரிக்கும்போது, என்ன உணவு அது என்று தெரியாமல் கசிந்து வரும் வாசனை... பேருந்தின் முன் இருக்கையில் அமர்ந்த பெண்ணின் கூந்தல் சரிந்து பின்னால் விழுந்து அதிலிருந்து வெளிப்படும் சீயக்காயோ, ஷாம்புவோ என அறிய முடியாத சுகந்தம்... பிறந்தக் குழந்தையை உச்சி முகரும்போது, அதன் உடலில் பரவியுள்ள மணம்.

சாவு வீட்டின் வாசலில் நின்றாலும், முகத்தில் அடிக்கும் ஒரு மணம். மழை தூறத் துவங்கியதும் மண் புரளும் வாசம். அழுக்குத் துணியில் கிடந்த சில்லறைகளில் ஒட்டிக்கொண்டு

இருக்கும் மணம். இருள் பாதையைக் கடக்கும்போது புதரில் நெளியும் பாம்பின் வாசனை. டீக்கடையில் வடிகட்டியிலிருந்து சக்கையாகித் தூக்கி எறியப்பட்ட தேயிலைத் தூளின் வாசனை. ரஷ்யப் புத்தகங்களுக்கு மட்டுமே உள்ள காகித வாசனை. இன்னும்... அப்பாவின் வாசனை, மனைவியின் வாசனை, குழந்தைகளின் வாசனை, காதலியின் வாசனை, வெறுப்பின் வாசனை என எத்தனையோ வாசனைகள்!

சொற்களுக்கும் வாசனை இருக்கிறது. அது எப்போதோ, யார் கவிதையிலோ, அரிதாக மனம் நழுவும் தருணங்களில் உணரப்படுகிறது. ஆனால், நெடுநாள் அந்த மணம் நினைவில் இருக்கிறது.

'**தி** பெர்ஃப்யூம்' என்ற ஹாலிவுட் படத்தைப் பார்த்திருக்கிறீர்களா? அது "பேட்ரிக் சஸ்கின்ட்" என்கிற ஜெர்மன் எழுத்தாளரின் நாவல். இந்தப் படத்தை இயக்கியவர் 'ரன் லோலா ரன்' படத்தை இயக்கிய டாம் டிவிக்கர்.

தன் உடலில் வாசனைச் சுரப்பிகளே இல்லாத மனிதன். அதனால் அவனுக்கு வாசனையை நுட்பமாக உணரும் புலன் இருக்கிறது. ஒரு நாள், அவன் அதுவரை அறியாத வாசனை ஒன்றைப் பின்தொடர்ந்து செல்கிறான். அந்த வாசனை எங்கிருந்து வருகிறது என்பதை அறிய ஆவல் கொள்கிறான். அது ஒரு பெண்ணின் வாசனை.

அந்த வாசனையைத் தனதாக்கிக்கொள்வதற்காக அவளைக் கொலை செய்துவிடுகிறான். ஆனால், வாசனை மறையத் துவங்குகிறது. அதைக் காப்பாற்றித் தன்னுடன் வைத்துக் கொள்ளப் போராடுகிறான். இயலாதபோது அவனது மனம் மூர்க்கமடைகிறது. மனித உடலில் உள்ள தோலை உரித்து, அதிலிருந்து மகத்தான வாசனைத் திரவியம் ஒன்றைத் தயாரிக்க முயற்சித்து, வீழ்ச்சி அடைகிறான். படத்தில், வாசனை என்பது மனிதர்களின் தனித்துவமிக்க அடையாளங்களில் ஒன்றாகக் கருதப்படுகிறது. வாசனையை இழப்பதும், வாசனையை அடைவதும் வெறும் புலன் கிளர்ச்சி மட்டுமல்ல. மாறாக, அது ஓர் அடையாளத்தைப் பெறுவது அல்லது அடையாளத்தை உருவாக்குவது என்பதாகிறது.

ஆழமான மனவேதனையைத் தருவது, அடையாளமற்ற

தன்மை, இவைதான் வாசனையை நாடுவதற்கான காரணங்கள் என பேட்ரிக் சஸ்கின்ட் தனது நாவலில் விவரிக்கிறார். இந்தப் படத்தின் தனிச்சிறப்பு, படம் பார்ப்பவர்கள் திரையில் ஒளிரும் காட்சிகளின் வழியே வாசனையை நுகர்வது போன்ற மனநுட்பம் கொள்கிறார்கள் என்பதே!

எனது 'யாமம்' நாவலும் வாசனையைப் பற்றியதே! நான் வாசனை என்று குறிப்பிடுவது, இரவை. நான் அறிந்தவரை உலகில் எப்போதும் மாறாத பரிமளத்துடன் இருக்கக்கூடிய ஒரே வாசனைத் திரவியம் இரவு மட்டுமே!

பகலைப் பற்றி நமக்கு விஸ்தாரமாகத் தெரியும். ஆனால், இரவைப் பற்றிய குறிப்புகள் அதிகம் தெரியாது. பரபரப்பான சென்னையில் அண்ணாசாலையில் ஒரு நாள் இரவு மூன்று மணியளவில் தேநீர் குடிக்க கடை தேடி நடந்து கொண்டிருந்தேன். ஓர் எலி, சாலையின் நடுவில் நின்றபடியே யாரோ சாப்பிட்டு போட்ட மீன் துண்டைத் தின்றுகொண்டு இருந்தது. நிமிடத்துக்கு ஒருமுறை தலையைத் திருப்பிப் பார்த்துக்கொள்வதும், பிறகு வாலை ஆட்டியபடியே மிச்சம் இருந்த மீனைக் கொறித்துத் தின்பதுமாக இருந்தது. பகலில் ஒருபோதும் இந்தக் காட்சி சாத்தியமானதே அல்ல.

பகல் – உலகின் பேரியக்கம். இரவு – அலை அடங்கிய கடல். அதன் உள்ளே எண்ணிக்கையற்ற இயக்கங்கள் உள்ளன. ஆனால், அவை நம் கண்ணில் தென்படுவதில்லை. இரவின் வாசனை ஒவ்வொரு நகரிலும் ஒருவிதமாக உள்ளது. ஒவ்வொரு நாளும் ஓர் அடர்த்தியும் நறுமணமும் கொண்டு இருக்கிறது.

'யாமம்' நாவலுக்காக ரோஜாப்பூவில் இருந்து 'அத்தர்' தயாரிக்கும் தொழிலில் உள்ளவர்களைக் காண்பதற்காக ஒரு முறை அலிகார் சென்றிருந்தேன். அழிந்துவரும் தொழில்களில் ஒன்று அத்தர் தயாரிப்பது. சூஃபி மரபில் நித்யமான கடவுளின் அடையாளம், ரோஜா. கடவுளை அடைவதற்கான வழியாகவே வாசனையைக் கருதுகிறார்கள். நூற்றாண்டு காலமாக வாசனைத் தைலம் தயாரிப்பவர்கள் அவர்கள். ரோஜாவின் இதழ்களைப் பிய்த்து, அதைக் கலனில் இட்டுக் கொதிக்க வைத்து, நாலைந்து நிலைகளில் வடித்து எடுத்து,

அதிலிருந்து பரிமளத் தைலம் தயாரிக்கிறார்கள்.

அவர்களோடு பேசிக்கொண்டு இருந்தபோது, அங்கிருந்த வயதானவர் சொன்னார், "இந்த வாசனை எல்லாம் நாம் உருவாக்கியவை. அரை மணி நேரமோ, அரை நாளோ, ஒரு நாளோ, இந்த வாசனை இருக்கக்கூடும். ஆனால், மனிதர்களிடம் எப்போதும் மாறாத வாசனை ஒன்று இருக்கிறது. அதற்கு நாம் முக்கியத்துவம் தருவதில்லை.

மனிதர்களின் தீராத வாசனையின் பெயர் சிரிப்பு. குழந்தைகளின் சிரிப்பைப் பார்த்திருக்கிறீர்களா? காரணம் இல்லாத சிரிப்பு அது. குழந்தைக்கு நினைவுகள் இல்லை. அது சிரிப்பை மட்டுமே தன் சந்தோஷத்தின் வெளிப்பாடாகக் கொண்டிருக்கிறது.

குழந்தைகள் சிரிக்கும்போது நமக்கு ஏற்படும் சந்தோஷம் அளவில்லாதது. அப்படியான சிரிப்பு, வளர வளரத் தேய்ந்து விடுகிறது. காரணம் இல்லாமல் சிரிக்கக்கூடாது என்று பழக்கி விடுகிறோம். பொது இடங்களில் வாய் விட்டுச் சிரிப்பவர்களைக் காண முடிவதில்லை. காசு கொடுத்துச் சிரிப்பை வாங்க வேண்டியதாகி உள்ளது.

பல நேரங்களில், சிரிப்பதற்காக இடம் தேடி, ஆள் தேடி அலைகிறோம். நடுத்தர வயதில் சிரிப்பை முழுமையாகக் கைவிட்டுவிடுகிறோம். தீர்க்க முடியாத நோய்களில் ஒன்று, சிரிப்பை இழப்பது. அதை நாம் உணர்வதே இல்லை. ஞானிகளும் குழந்தைகளும் சிரிப்பதற்குக் காரணத்தை நாடுவதில்லை. பனி உருகுவதுபோல சிரிப்பு அவர்களின் மனதின் இயல்பாக வெளிப்படுகிறது.

சிரிப்புக்கு ஒரு வாசனை இருக்கிறது. அதை நுட்பமாக உணர்ந்தவர்கள் அறிந்திருக்கிறார்கள். நாங்கள் வாசனைத் தைலங்களைத் தயாரிக்கும் நாட்களில் மனதில் தீய எண்ணங்களும் குரோதங்களும் கொண்டிருந்தால் அது வாசனையில் மாற்றத்தை உண்டாக்கிவிடும். என் அனுபவத்தில் பலமுறை அப்படி நடந்திருக்கிறது. ஆகவே, மனச் சாந்தம் இல்லாதவன் வாசனையை நெருங்கிச் செல்ல முடியாது" என்றார்.

"ரோஜாவில் இருந்து இத்தனை அற்புதமான வாசனைத் திரவியத்தை உருவாக்குகிறீர்களே... உங்களுக்குப் பிடித்த வாசனை எது?" என்று கேட்டேன்.

அவர் ஒரு நிமிடம்கூட யோசிக்காமல், "களிமண்ணின் வாசனை; அந்த வாசனையைப் பற்றி நினைத்தவுடன், அதன் பிசுபிசுப்பு நினைவுக்கு வரும்" என்றார். மேலும், "சிறு வயதில் கையில் களிமண்ணை உருட்டி விளையாடிக் கொண்டிருப்பேன். அதைக் கண்டதும் அம்மா என்னைத் திட்டுவாள். களிமண்ணைத் தூக்கி வீசிவிட்டு ஓடுவேன். நீண்ட நேரத்துக்குப் பிறகும் கையை முகர்ந்து பார்த்தால், அதே வாசனை வரும். இப்போது என்னுடைய வயது 72. இது நடந்தது என் 12-ஆவது வயதில். ஆனால், இன்றும் உள்ளங்கையில் களிமண்ணின் வாசனை அடிப்பதாகவே உணர்கிறேன்" என்றார்.

வாசனை மூக்கின் வழியே நுகரப்படுகிறது. ஆனால், மனம்தான் அதை உணர்கிறது. மனது, எப்போதும் ஏதோ ஒரு வாசனைக்கு ஏங்குகிறது; காத்திருக்கிறது; அறிந்தவுடன் குதூகலம் கொள்கிறது; வாசனை மறைவதைக் கண்டு வருத்தப்படுகிறது. ஒரு வகையில் வாசனைதான் வாழ்வின் ஆதார இச்சை.

அதனால்தானோ என்னவோ, மனிதனின் பிறப்பே ஒரு வாசனை என்று சொல்கிறார்கள் நமது மூதாதையர்கள்!

தமிழ் வரலாற்று ஆசிரியர் இவர் ஒருவரே!

ப. சிவனடி எழுதி 14 தொகுதிகளாக 1987 முதல் 1999 வரை வெளியாகி உள்ள 'இந்தியச் சரித்திரக் களஞ்சியம்', மிக முக்கியமான தமிழ் நூலாகும். 18-ஆம் நூற்றாண்டின் துவக்கம் முதல் ஒவ்வொரு 10 ஆண்டுக் காலத்தையும் தனியே எடுத்துக்கொண்டு, அந்தக் காலகட்டத்தில் உலகெங்கும் பல துறைகளில் நடைபெற்ற முக்கியச் சம்பவங்கள், மாற்றங்கள், கண்டுபிடிப்புகள் இவற்றோடு இந்தியச் சரித்திரத்தை

இணைத்து உருவாக்கப்பட்டுள்ள இந்த நூல், சமகால வரலாற்றுப் புத்தகங்களில் முக்கியமானது. நான் அறிந்தவரை இந்திய வரலாற்றைப் பற்றி 7,000 பக்கங்கள் எழுதியுள்ள தமிழ் வரலாற்று ஆசிரியர் இவர் ஒருவரே!

சிவனடி, விருதுநகரைச் சேர்ந்தவர்; எட்டாம் வகுப்பு வரை படித்திருக்கிறார். அதாவது, அந்தக் காலத்து நாலாவது ஃபாரம், அத்தோடு படிப்பு நின்றுபோனது. இரண்டாம் உலகப்போரின் நாட்களில் இந்தியக் கடற்படையில் சேர்ந்து சில ஆண்டுகள் பணியாற்றியிருக்கிறார். அதன்பிறகு, சென்னை திரும்பி ஒரு பதிப்பகத்தில் பிழை திருத்துபவராக வேலை செய்தார். சில காலம் ஒரு செய்தி நிறுவனத்துக்கு மொழிபெயர்ப்பாளராகவும் பணியாற்றி இருக்கிறார்.

இந்தியச் சரித்திரக் களஞ்சியத்தின் முதல் தொகுதியை வெளியிட்டபோது, அவரது வயது 60. 30 தொகுதிகளாக 1700–இல் இருந்து 2000 வரையான இந்தியாவின் வரலாற்றை எழுத வேண்டும் என்பதே அவரது கனவு. ஆனால், 1831 முதல் 1840 வரையான காலகட்டத்தைப் பற்றிய 14–ஆவது தொகுதியை வெளியிட்டதோடு மரணம் அடைந்தார். அவரது கனவு பாதியிலேயே பட்டுப்போனது. இதில் ஒரே ஒரு தொகுதி மட்டுமே மறுபதிப்பு வந்திருக்கிறது. மற்ற 13 தொகுதிகளும் முதல் பதிப்போடு நின்றுவிட்டன.

7,000 பக்கங்கள் எழுதிய சிவனடி, தனது புகைப்படத்தைக் கூட எங்கும் வெளியிட்டுக்கொண்டது கிடையாது; தன்னை எதிலும் முன்னிறுத்திக் கொண்டதும் கிடையாது!

2

யாரோ எழுதிய கடிதம்!

சில மாதங்களுக்கு முன்பாக, பழைய புத்தகக்கடை ஒன்றில் கொத்தமங்கலம் சுப்புவின் நாவல் ஒன்றை வாங்கினேன். அந்த நாவலின் உள்ளே ஒரு பழுப்புக் காகிதம் இரண்டாக மடித்து வைக்கப்பட்டு இருந்தது. சென்னையில் உள்ள பையனுக்கு, அவனுடைய அம்மா எழுதிய கடிதம். பையன் காசநோயால் பாதிக்கப்பட்டுப் பொதுமருத்துவமனையில் கிடக்கிறான். அம்மாவால் கிராமத்தைவிட்டு வரமுடியவில்லை. கையில் காசு இல்லாத நிலை.

இதை எப்படிச் சொல்வது என்று புரியாமல் அவனுக்காக தான் பிரார்த்தனை செய்வதாக மருகி மருகி எழுதியிருந்தார். யாரோ, அந்த அம்மாவுக்காக எழுதித் தந்த கடிதமாக இருக்கக்கூடும். அடித்தல் திருத்தல்களும் பிழைகளுமான அந்தக் கடிதம், ஒரு தாயின் அகத் தவிப்பை நெருக்கமாக வெளிப்படுத்தியது.

அதைப் படித்தபோது மனம் துவண்டுபோனது. எந்த வருடம் எழுதியது என்று பார்த்தேன்... 1972, நவம்பர் 16 என்று இருந்தது. நோயைவிடக் கொடியது தனிமை. நோயுற்ற நேரங்களில்தான் மனது அடுத்தவர்களின் மீதான தனது உறவை மறுபரிசீலனை செய்து கொள்கிறது, ஏங்குகிறது.

அந்தப் பையன் யார்? அவன் அம்மா எந்த ஊரைச் சேர்ந்தவர்? அவர்கள் பிரச்னை தீர்ந்துபோனதா? எதுவும் தெரியவில்லை. ஆனால், இத்தனை வருடங்களுக்குப் பிறகு படிக்கும்போதும் அந்தக் கடிதம் அப்படியே ஈரத்துடன் இருக்கிறது..

இரவெல்லாம், முகம் அறியாத அந்தப் பையனையும் அம்மாவையும் பற்றியே நினைத்துக் கொண்டிருந்தேன். சிலநேரம் அந்தப் பையனாக என்னையே பொருத்திப் பார்த்துக்கொண்டேன். இப்படி நானே இலக்கற்ற என் பயணத்தில் யாருமற்று நோயில் கிடந்திருக்கிறேன். எவரிடமிருந்தும் ஒரு கடிதம்கூட வந்ததில்லை. நானும் இந்நாள் வரை ஒரு கடிதம்கூட அம்மாவுக்கு எழுதியதில்லை. யாரை நமக்கு மிகவும் பிடித்திருக்கிறதோ, அவர்களுக்கு நாம் ஒரு கடிதம்கூட எழுதமாட்டோம் என்பதுதான் உண்மையா?

நம் ஒவ்வொருவர் மனதிலும், எழுத நினைத்து எழுதப்படாமலே போன கடிதங்கள் இருக்கின்றன. அது போலவே, எழுதி அனுப்பப்படாத கடிதங்களும் ஒன்றிரண்டாவது நிச்சயம் இருக்கக்கூடும். தனிமைதான் எழுதத் தூண்டும் முதல் உந்துதல்.

இது செல்போன்களின் காலம். அலைபேசியின் வருகை, நாம் எங்கே சென்றாலும் நம்மைத் தொடர்பு எல்லைக்குள்ளேயே வைத்திருக்கிறது. மின்னஞ்சல்களும் குறுஞ்செய்திகளும் வளர்ந்துவிட்ட சூழலில், உலகம் உள்ளங்கைக்குள் சுருங்கி இருக்கிறது. ஒருவகையில் இது சந்தோஷம்தான். இன்னொரு வகையில் இந்த மிதமிஞ்சிய செய்திகள், தகவல்களால் சலிப்பாக இருக்கிறது.

“நேரடிப் பேச்சில் சொல்ல முடியாததை, எழுத்தில் சொல்ல முடியும். எழுத்து, மௌனமும் வலிமையும் கொண்டது. அதை முழுமையாக நாம் உணரவே இல்லை. பேச்சு மிகையானவுடன் எழுத்து சுருங்கிவிட்டது. இன்றுள்ள சூழலில் எதைச் சொல்வதாக இருந்தாலும் ஒரு வரி அல்லது இரண்டு வரி குறுஞ்செய்திகள் அளவே போதுமானதாக இருக்கிறது. அதிலும் யாரோ எழுதி பரிமாற்றம் செய்யப்படும் குறுஞ்செய்தி நகல்களே அதிகம்.

உறவுகள் சுருங்கிவிட்ட சூழலில், கடிதம் அவசியமற்ற வடிவமாகவே பலருக்கும் தோன்றுகிறது. கடைசியாக, ஒரு கடிதத்தை யாருக்கு எழுதினோம்? எப்போது எழுதினோம்? என்று, ஒரு நிமிடம் கண்மூடி யோசித்துப் பாருங்கள்.

கடிதம் என்பது வெறும் பரிமாற்றம் மட்டுமல்ல. அது, நாம் இன்னொருவரை நேசிக்கிறோம் என்பதன் சாட்சி. ஒருவகையில், கடிதம் நம் மனதின் குரல். நேரில் சொல்ல முடியாத தவிப்பைக் கடிதம் சொல்லிவிடும். கண்ணீர்க் கறை படிந்த கடிதங்களும், பிரிவின் அழியாத மணமுள்ள கடிதங்கள், தற்கொலை செய்துகொண்டவனின் கடிதங்கள், முதல் காதலைச் சொன்ன கடிதங்கள்... என ஏதேதோ கடிதங்களை நான் வாசித்திருக்கிறேன்.

"நோபல் பரிசு பெற்ற இந்திய மகாகவியான ரவீந்திரநாத் தாகூர், கடிதம் பற்றி ஒரு சிறுகதை எழுதி இருக்கிறார். 50 வருடங்களுக்கு முன்பு வெளியான கதை அது. கதையின் தலைப்பு, 'மனைவியின் கடிதம்'. தாகூர் சிறந்த கவிஞர் மட்டுமல்ல; சிறந்த சிறுகதை ஆசிரியரும்கூட என்பதற்கு இந்தக் கதையே உதாரணம்.

கதை, 'மிருணாள்' என்ற பெண் முதன் முறையாகத் தன் கணவனுக்கு எழுதிய கடித வடிவில் உள்ளது. மிருணாள் திருமணமாகி 15 வருடங்களாகப் புனித யாத்திரை போக விரும்புகிறாள். கணவனோ தனக்கு லீவு கிடைக்காது என்று பொய்க் காரணம் சொல்லி, பலமுறை மறுத்துவிடுகிறான். முடிவில், ஒரு நாள் அவளாகத் தனியே பூரி ஜெகந்நாத் கோவிலுக்குப் பயணம் மேற்கொள்கிறாள்.

அந்தப் பயணம், இத்தனை ஆண்டுகாலம் வீட்டில் சமையல் அறைக்குள் அடைபட்டுக்கிடந்த அவளது ஏக்கம் மற்றும் மன வேதனைகளுக்கு மாற்றாக அமைகிறது. தன்னை மறுபரிசீலனை செய்துகொள்ளத் துவங்குகிறாள். கணவனுக்காகத் தன்னை அர்ப்பணம் செய்து கொண்டு வாழ்ந்ததாக, தான் நம்பியது எவ்வளவு போலியான வாழ்க்கை என்பதைக் கண்டுகொள்கிறாள். அவளது நினைவுகள் புரள்கின்றன.

ஒரே வீட்டில் வாழ்ந்து கொண்டு, ஒரே படுக்கையைப் பகிர்ந்துகொண்டபோதும் மனைவியின் குரல் பெரும்பாலும் கணவன் காதில் விழுவதே இல்லை. ஒரு பெண், சமையல் தவிர்த்து வேறு எதைப் பற்றி பேசினாலும் அது வீண் வேலை என்று நினைக்கும் பொதுவான புத்தியே பெரும்பாலான கணவர்களுக்கு இருக்கிறது. அதனால், தன் மனதை உறுத்திய அத்தனை விஷயங்களையும் அவள் ஒரு கடிதமாகக் கொட்டித் தீர்க்கிறாள். குடும்பம், ஒரு பெண்ணுக்கு எவ்வளவு வன்முறையை உருவாக்குகிறது என்பதற்கு சாட்சி இந்தக் கதை.

கிராமத்தில் பிறந்து வளர்ந்த மிருணாளை இரண்டாவது மனைவியாகப் பெண் கேட்டு வருகிறார்கள். அப்போது அவளுக்கு வயது 12. முதல் மனைவி அழகாக அமைய வில்லை என்பதால், அழகான பெண்ணைத் தேடி கிராமத்துக்கு வந்து மிருணாளைத் திருமணம் செய்கிறார்கள். 'வங்காளத்தில் காலரா நோயும், இளம் பெண்களும்தான் தேடி அலையாமல் எளிதாகக் கிடைக்கக் கூடியது' என்று தாகூர் கோபத்துடன் சுட்டிக்காட்டுகிறார். மிருணாள் சுயமாக யோசிக்கக்கூடியவள். அது, அவள் அம்மாவுக்குக்கூடப் பிடிப்பதில்லை. 'புத்திசாலித்தனம் பெண்களுக்குத் தீராதப் பிரச்னையை உண்டுபண்ணும்!' என்று திட்டுகிறாள்.

அழகியைத் திருமணம் செய்து கொண்ட கணவன், சில நாட்களிலே அவளை ஒரு வேலைக்காரி போல நடத்துகிறான். எந்த அழகுக்காக அவளை யாவரும் புகழ்கிறார்களோ, அந்த அழகை அவள் கணவன்கூட ஏறிட்டுப் பார்க்க மறுக்கிறான். அவள் கூந்தலைக்கூட முடிச்சுபோடவிடாமல் திட்டுகிறான். அவளுக்கு, கணவன் வீட்டில் இருந்த இரண்டு பசு மாடுகள் மட்டுமே துணை. அந்தப் பசுக்களிடம் தன் சுக துக்கங்களைப் பகிர்ந்து கொள்கிறாள்.

மாடுகளுடன் பேசக்கூடிய முட்டாள் என்று அவளை ஆண்கள் ஏளனம் செய்கிறார்கள். மிருணாள் கர்ப்பிணியாகிறாள். சுகாதாரமற்ற இருட்டு அறையில் அவளது பிரசவம் நடக்கிறது. முறையான வைத்தியம் இல்லை.

பெண் குழந்தை பிறக்கிறது. ஆனால், சில நாளிலே அது இறந்துவிடுகிறது. பிரசவ அறையில் மரணம் வந்து நின்று

அவளையும் அழைக்கிறது. நோயும் மரணமும் பெண்களை நெருங்கி வரும்போது, அதைத் தடுக்க எவருக்கும் விருப்பம் இருப்பதில்லை என்பதை அறிந்துகொள்கிறாள். எமனுக்கும் பெண் உயிர் அற்பம் என்று தோன்றியதோ என்னவோ அவளை விட்டுவிடுகிறான்.

தனிமையும் துக்கமும் அவளை வாட்டுகிறது. அந்த வலியை அவள் கவிதையாக எழுதுகிறாள். அவளுக்கு அப்படியொரு படைப்பாற்றல் இருக்கிறது என்பதை எவரும் அறியவே இல்லை. தான் கவிதை எழுதுவதாகச் சொன்னால், அதையும் கேலி செய்து திட்டுவார்கள் என்று மறைத்துவிடுகிறாள்.

திருமணம், அவளது வாழ்க்கையில் 20 வயதுக்குள்ளாகவே சலிப்பை ஏற்படுத்திவிடுகிறது. தான் ஒரு படுக்கையறைப் பதுமை என்பதை முற்றாக உணர்கிறாள். ஒரு நாள் அந்த வீட்டுக்கு முதல் மனைவியின் தங்கை பிந்து அடைக்கலமாக வந்து சேர்கிறாள். அவளை மிருணாளுக்குப் பிடித்துவிடுகிறது. அவளுடன் நட்பாகப் பழகுகிறாள். அந்தப் பெண் மிருணாளை சீவிச் சிங்காரித்து அலங்காரம் செய்து, அவள் முகத்தை அருகில் வைத்துப் பார்த்தபடியே “அக்கா! உன் முகம் எவ்வளவு அழகாக இருக்கிறது..! யாராவது இப்படி அருகில் வைத்து ரசித்திருக்கிறார்களா?” என்று கேட்கிறாள். மிருணாளுக்கு அழுகையாக வருகிறது.

குடும்பச் சுமை என்ற பெயரில் அவளது சிறு சிறு சந்தோஷங்கள் கூடப் பறிக்கப்படுகின்றன. பிந்துவை ஒரு பைத்தியக்கார மாப்பிள்ளைக்குக் கட்டித் தருகிறார்கள். அவள் மிருணாள் எதிரிலேயே தற்கொலை செய்து கொண்டு இறந்துவிடுகிறாள். வீட்டின் நெருக்கடி மிருணாளை மூச்சுத் திணறச் செய்கிறது.

முடிவில், ஒரு நாள் தனியே பயணம் செய்து வெளியேறிய மிருணாள், பூரிக்கு வந்தவுடன் ‘இனிமேல் கணவனைத் தேடி வீட்டுக்குப் போகமாட்டேன்’ என்று முடிவு செய்கிறாள். தனித்து வாழ்வது, ஆண்களைப் போலவே பெண்களுக்கும் விருப்பம் சார்ந்தது என்பதில் உறுதியாக இருக்கிறாள். கணவனுக்கு அதைத் தெரியப்படுத்தி, ‘வாழ்க்கைக்குப் பயந்து நான் ஒருபோதும் தற்கொலை செய்யமாட்டேன், வாழ்ந்து

காட்டுகிறேன் பாருங்கள்!' எனக் கடிதம் எழுதுகிறாள். கடிதத்தின் முடிவில் 'உங்கள் கீழ்ப்படியாத மிருணாள்' என்று முடிக்கிறாள்.

இன்றைக்கும் தன் கணவனுக்கு ஒரு கடிதம்கூட எழுதாத மனைவிகள் எத்தனையோ பேர் இருக்கிறார்கள். ஆனால், அவர்கள் மனதில் கடிதம் கடிதமாக எழுதினாலும் தீராத வலி இருக்கிறது. 'உதிரிப்பூக்கள்' திரைப்படத்தில் ஒரு காட்சி உள்ளது. கோபக்கார விஜயன், வீட்டிலிருந்து வெளியே செல்வார். அதற்காகவே காத்திருந்த அவர் மனைவியின் தங்கை ஓடி வந்து, 'மாமா போயாச்சா?' என்றபடியே உரிமையுடன் அக்கா வீட்டில் நின்றபடியே சாப்பிடுவாள்; பேசிச் சிரிப்பாள்.

பெரும்பான்மை வீடுகளில் ஆண்கள் வெளியே சென்றபிறகுதான், வீடு இயல்பான நிலைக்கு வரும்; சந்தோஷம் கொள்ளும். சிரிப்பும் உற்சாகமும் தாண்டவமாடும். வீட்டின் தலைவன்' என்ற ஆணின் செருப்புச் சத்தம் கேட்டவுடன், வீடு கல்லறை போல இறுகி மௌனமாகிவிடும். அவன் இல்லாதபோது வீடு எவ்வளவு நெகிழ்வாக, இயல்பாக உள்ளது என்பதை அவன் ஒருபோதும் அறிவதுமில்லை; அறிய ஆர்வம் கொள்வதுமில்லை.

அடுத்தவரைப் பற்றி அக்கறைப்படுகிறவர்களால் மட்டுமே கடிதம் எழுத முடியும். 'குப்பைகளின் கவிஞன்' (Poet of The Wastes) என்ற இரானியத் திரைப்படத்தை இரண்டு வருடங்களுக்கு முன்பாகப் பார்த்தேன். அதை இயக்கியவர் முகமது அஹ்மாதி. அடுக்குமாடிக் குடியிருப்பு ஒன்றில் குப்பை பொறுக்க வரும் ஓர் இளைஞனைப் பற்றியது. அந்த வேலைக்குக்கூட நேர்முகத் தேர்வு நடக்கிறது. அதில் அவன் தேர்ச்சி அடைகிறான்.

ஒரு நாள், குப்பைத் தொட்டியில் கடிதம் ஒன்று கிழிந்து கிடப்பதைக் கண்டு, அதை எடுத்து ஒட்டவைத்துப் படிக்கிறான். அது, ஒரு பெண் தன் அண்ணனுக்கு எழுதியது. அவள் தன் கஷ்டங்களை மனம்விட்டு எழுதியிருக்கிறாள்.

அண்ணனோ அதைப் படிக்காமலேயே கிழித்துப் போட்டு விடுகிறான். குப்பை பொறுக்குகிறவன் அந்தப் பெண்ணின் துயரங்களை நினைத்து வருத்தப்படுகிறான். அதேபோன்ற கடிதம் அடிக்கடி வருகிறது. அண்ணன் கிழித்துக் கிழித்துப் போடுகிறான். முகம் அறியாத பெண்ணைச் சமாதானப்படுத்த அந்த முகவரிக்குத் தானே கடிதம் எழுதுகிறான் குப்பை பொறுக்குபவன். அது, அந்தப் பெண்ணை ஆறுதல் படுத்துகிறது. முடிவில் அந்தப் பெண்ணுக்காகத் தன் சேமிப்புப் பணம் முழுவதையும் அனுப்பி வைக்கிறான். அவள் ஒரு நாள் நேரில் காண வரும் போது, தன் அடையாளத்தை மறைத்துக்கொண்டு அவளைப் பார்க்காமலே கடந்து போய்விடுகிறான் குப்பை பொறுக்குபவன்.

பிறர் துயரைப் பகிர்ந்துகொள்ள, பணம்–காசு தர வேண்டும் என்பதில்லை. ஒரு கடிதம் போதும் என்பதையே இந்த இரானியப் படம் விளக்குகிறது. சொற்கள், கவிதையிலும் காதல் கடிதங்களிலும் மட்டுமே எப்போதும் பசுமையோடு இருக்கின்றன என்பார்கள். தபால் அட்டையோ, மின்னஞ்சலோ எதுவாயினும் உங்கள் அக்கறைகளை அடுத்தவருடன் பகிர்ந்துகொள்ளுங்கள்.

மனிதர்களின் கண்டுபிடிப்பில் மகத்தானது சொற்கள். அது தானியத்தைப் போன்றது. விளைநிலத்தில் விதைக்கப்படும் போது வளர்ந்து செழிப்பதோடு, இன்னொரு விதையாகவும் மாறுகிறது. சொல்லை விதையாக்குவதும் வீணாக்குவதும் நம் கையில்தான் இருக்கிறது!

வாசம் இல்லா வார்த்தைகள்!

மும்பையில் உள்ள தலைமைத் தபால் அலுவலகத்தின் வாசலில் கடந்த 25 வருடங்களாகக் கடிதம் எழுதித் தரும் வேலை செய்து வருகிறார் ஜி.பி.சாவந்த். எழுதப் படிக்கத் தெரியாத கூலிகள், அடித்தட்டு மக்கள், திருடர்கள், வீட்டைவிட்டு ஓடிவந்தவர்களுக்கு தான் கடிதம் எழுதித் தருவதாகச் சொல்லும் சாவந்த், இதுவரை 10 ஆயிரத்துக்கும் மேற்பட்டக் கடிதங்களை எழுதியிருக்கிறார்.

தன்னைத் தேடி வந்து கடிதம் எழுதச் சொல்பவர்களிடம், எந்தப் பணமும் வசூலிப்பதில்லை. கடிதம் எழுதித் தருவதை ஒரு சேவையாகச் செய்து வந்திருக்கிறார்.

"கடிதம் எழுதச் சொல்லும்போது, பலரும் தம் கஷ்டங்களைச் சொல்லி கண்ணீர்விட்டு அழுதிருக் கிறார்கள். அவர்கள் சொல்லிய விஷயங்களை என் மனதில் ரகசியமாகப் புதைத்து வைத்திருக்கிறேன் அதை ஒருபோதும் எவரிடமும் நான் சொல்வதில்லை" என்கிறார் சாவந்த்,

"மேலும் காதலர்களுக்கும் அரசியல்வாதிகளுக்கும் மட்டும் நான் ஒருபோதும் கடிதம் எழுதித் தருவதில்லை. காரணம், அவர்கள் சொல்வதை நம்பமுடியாது. எந்த நிமிடமும் மாறிவிடுவார்கள். அதுதான் பிரச்சனை" என்கிறார்.

"கடைசியாக, எப்போது யாருக்குக் கடிதம் எழுதித் தந்தீர்கள்?" என்ற கேள்விக்கு, "இரண்டு வருடங்கள் ஆகின்றன. எவரும் என்னிடம் கடிதம் எழுதித் தரும்படி கேட்டு வரவே இல்லை. என் பிள்ளைகள்கூட இன்று படித்து வெளியூர்களில் வேலை செய்கிறார்கள். அவர்களோடு நானே செல்போனில்தான் பேசுகிறேன்.

கடிதம் எழுதித் தருவது இன்று தேவையற்றதாகிவிட்டது. ஒருவகையில் இது சந்தோஷமான வளர்ச்சி. ஆனால், இன்றுள்ள தலைமுறை, கடிதத்துக்காக நாள் கணக்கில் காத்திருந்து படித்த சந்தோஷத்தை அறியவே இல்லை. தபால் பைக்குள் வெறும் கடிதங்கள் மட்டுமே இருப்பதில்லை. நம்பிக்கைகள், ஏக்கங்கள், கவலை, அக்கறை, பெருமூச்சு, கோபம், ஏமாற்றம் யாவும் கொப்பளித்துக்கொண்டு இருக்கிறது. நாம் தவறவிட்டது கடிதங்களை மட்டுமல்ல; மனித நம்பிக்கைகளையும்தான்!" என்கிறார் சாவந்த்.

3

கதையின் வேர்கள்!

மரங்கள், பூமியின் வெகு ஆழத்தினுள் வேர்விட்டு இருப்பவை. சலனம் இல்லாமல் தோன்றும் மரத்தின் தோற்றத்தைத் தாண்டி, அது பூமியை தன் அடர்ந்த வேர்களால் இறுகப் பற்றிக்கொண்டு, வேட்டையில் ஓடும் மிருகம் போல வேர்களைப் பூமி எங்கும் பரவவிட்டு, பாறைகளை உடைத்துத் தன் இருப்புக்கான தண்ணீரைத் தேடிக்கொள்கிறது. மரமாக வாழ்வதும் ஒரு போராட்டமே!

மரங்கள் மட்டுமல்ல; கதைகளும் வேர் கொண்டவையே. சிறு வயதில் கேட்ட கதைகள், இன்றும் மனதின் அடி ஆழத்தில் வேர் ஊன்றித் தன் இருப்பைத் தக்கவைத்துக் கொண்டிருக்கின்றன. யோசிக்கையில், கதைகள் அசைகின்றன; எழுந்து வருகின்றன.

கதை, பாதரசத்தைப் போல கையால் தொட முடியாத வசீகரமான இயக்கம். வாழ்வின் காயங்களும் சந்தோஷங்களுமே கதைகள் ஆகின்றன. கதைகள், நம் உடலில் உள்ள வடுவைப்போல நம் கூடவே இருக்கக்கூடியது. தேவைப்படும்போது மட்டுமே வெளிக்காட்டப்படுகிறது.

என் பள்ளி நாட்களில் நீதிபோதனை வகுப்பில் ஒரு கதையைக் கேட்டேன். ஒரு கப்பல் மாலுமியைப் பற்றியது அது. அவன் வருடத்தில் பாதி நாட்களை கடலில் கழிக்கிறான். அவன்

மனைவியும் குழந்தைகளும் தொலைதூர நகரம் ஒன்றில் வசிக்கிறார்கள். அவன் கடலில் மிதந்தபோதும் அவர்களைப் பற்றியே நினைத்துக்கொண்டு இருப்பான். நகரில் வசித்த அவர்களோ, அவன் வீடு திரும்பும் நாளில் மட்டுமே அவனை நினைப்பார்கள். அதுவும் அவன் கொண்டுவரும் பரிசுப் பொருட்களுக்காக.

அவனது கப்பல், ஒவ்வொரு தேசமாகச் செல்லும்போதெல்லாம் தன் மனைவிக்காக ஏதாவது பரிசுப் பொருள் வாங்கி அனுப்பி வைப்பான். அப்படி ஒருமுறை ஆப்பிரிக்காவுக்குச் செல்லும்போது தனிமையில் இருக்கும் தன் மனைவிக்குத் துணையாக, அழகான நீல நிறக் கிளி ஒன்றை வாங்கி அனுப்பி வைத்தான். அது பேசும் கிளி. இனிமையாகப் பாடவும் செய்யும். பலமுறை தனக்கு ஆப்பிரிக்கக் கிளி பிடிக்கும் என்று அவன் மனைவி சொல்லியிருந்ததால், தன் பரிசைக் கண்டு அவள் மிகவும் மகிழ்ச்சி அடைவாள் என்று நினைத்தான்.

ஆறு மாதங்களுக்குப் பிறகு ஊர் திரும்பினான். வீடு அவனை வரவேற்றது. தான் அனுப்பி வைத்த கிளி எங்கே என்று தேடினான். கிளியைக் காணவில்லை. மனைவியிடம் மிகுந்த ஆசையுடன், "நான் அனுப்பி வைத்த பேசும் கிளி எப்படி இருந்தது..?" என்று கேட்டான். அவள் புன்சிரிப்புடன் "மிகவும் சுவையாக இருந்தது" என்று பதில் சொன்னாள். ஆம் நண்பர்களே... அவள் அதைச் சமைத்துச் சாப்பிட்டுவிட்டாள்!

இந்தக் கதை எனக்குள் ஆழமாகப் பதிந்துபோயிருக்கிறது. மனிதர்கள் ஒன்றை விரும்புவது, நேசிப்பதற்காக மட்டுமல்ல; உணவாக்கிக்கொள்வதற்காகவும் இருக்கக்கூடும் என்பது அதிர்ச்சியான உண்மை. வீட்டில் முயல் வளர்ப்பது, முயல் மேல் உள்ள அக்கறையால் மட்டுமே அல்ல; அது சுவையான உணவு என்பதாலும்!

அழகான வெண்புறா, 'சமாதானச் சின்னம்' என்று மனது உவகை கொள்ளும்போது, அதன் இறைச்சி எவ்வளவு சுவையாக இருக்கும் என்று அருகில் உள்ள மனிதன் நாவைச் சுழற்றுகிறான். இயற்கை எவ்வளவு வலியதோ, அதே அளவு மனிதனும் வலியவன்.

எஸ். ராமகிருஷ்ணன்

மனிதன் கையில் கல் ஆயுதம் இல்லை. இன்றைக்கு வேட்டைக்குச் செல்லவில்லை. மாறாக, கொல்லப்பட வேண்டியதைத் தானே வளர்த்துக் கொல்வது என்ற அன்புடன் இருக்கிறான்.

நாகரிகம், மனிதனின் நாக்கைக் கட்டுப்படுத்தவில்லை. மாறாக, ஓநாயின் நாக்கைப் போல சதா துடிக்க வைத்துக்கொண்டே இருக்கிறது. தேவைப்பட்டால் எதையும் மனிதனால் சாப்பிட முடியும் என்பதே நிஜம். சாப்ளின் படம் ஒன்றில், பசியோடு உள்ளவனுக்கு சக மனிதன் கோழி போலத் தோன்றுவான். அடுத்த மனிதனை அடித்துச் சாப்பிடத் துரத்துவான். அது வெறும் கற்பனையோ, வேடிக்கையோ அல்ல; எதிர்கால உண்மை.

மனிதனின் கண்களில் பசி தென்படுவதை உற்றுப் பார்த்திருக்கிறீர்களா? அந்தக் கண்கள் நெருப்பின் தழல்போல் அசைந்துகொண்டே இருக்கின்றன. அதன் உக்கிரம் கொப்பளிக்கக் கூடியது. மாறாக, உணவுக்குப் பின்பான மனிதனின் கண்கள், கண்ணாடித் தொட்டிக்குள் நீந்தும் மீன்களைப் போல எத்தனை சாவகாசம், சாந்தம் கொள்கின்றன.

பசி, வயிற்றில் தோன்றக்கூடும். ஆனால், முகத்தில்தான் அது பிரதிபலிக்கிறது. பசி, மனிதனின் தீராத போராட்டம். ஒவ்வொரு வேளையும் பசியைக் கடந்து செல்ல மனிதன் கொள்ளும் எத்தனிப்பு கடுமையானது. அதிநவீன உலகை நோக்கி மனிதனின் கால்கள் முன்னோக்கிச் செல்லும்போது, பசித்த வயிறு அவனைப் பல நூற்றாண்டு காலம் பின்னோக்கி இழுத்துக்கொண்டு போகிறது. உணவு மேஜையில் மனிதன் பெரிதும் மிருக இச்சையே கொண்டிருக்கிறான்.

பசித்த புலிகூட இரவில் வேட்டையாடுவது இல்லை. ஆனால், மனிதர்கள் உறங்கும் நேரம் தவிர, வேறு எப்போதும் சாப்பிடத் தயாராகவே இருக்கிறார்கள். 'நாய் கவ்விச் செல்லும் எலும்புத்துண்டை கண்டால்கூட பொறாமைப்படக்கூடியவர்கள் மனிதர்கள்' என்று ஆன்டன் செகாவ் தன் கதை ஒன்றில் குறிப்பிடுகிறார். மறுக்க முடியாத நிஜம்.

ஐ.ஆர்.த்ராப், பிரிட்டனைச் சேர்ந்த எழுத்தாளர். மூளை ரத்தக்கசிவு நோய் காரணமாகத் தன் சாவை நோக்கிச் செல்லத் தொடங்கியவருக்கு, மீதம் இருக்கும் வாழ்க்கையை அர்த்தம் உள்ளதாக்கிக்கொள்ள வேண்டும் என்ற எண்ணம் உருவானது. கதைகள், கவிதைகள் என்று தேடி வாசிக்க ஆரம்பித்தார். தன் படைப்பாற்றலையும் வெளிப்படுத்தத் துவங்கினார். தொடர்ந்த சிகிச்சையின் காரணமாக நோயிலிருந்து தப்பிய போது, அவர் மனதில் தன்னை இலக்கியம், எழுத்து தந்த நம்பிக்கையே காப்பாற்றியது என்ற எண்ணம் உருவானது.

அவர் 'சைவக் காலணிகள்' என்ற ஒரு சிறுகதையை எழுதி யிருக்கிறார். அதிவேகமான வாழ்க்கை கொண்ட ஒரு நகரில், செருப்பு தைக்கும் தொழிலாளி ஒருவன் இருந்தான். அவன் மற்றவர்களைப் போல தோலில் காலணிகள் செய்யாமல், இயற்கையாகக் கிடைக்கும் வைக்கோல், மரக்கட்டைகளில் இருந்து காலணிகள் செய்பவன். நகரமே விதவிதமான தோல் காலணிகளை அணிந்து அழகு பார்க்கும் நாளில், அவன் மட்டும் சைவக் காலணிகள் செய்பவனாக இருந்தான். 'மிருகங்களைக் கொன்று அதன் தோலில் இருந்து காலணி தைப்பது தவறானது' என்ற எண்ணம் அவனுக்குள் ஆழப் பதிவாகியிருந்தது. ஆகவே, 'ஒருபோதும் தோலில் காலணிகள் செய்யமாட்டேன்' என்று அவன் உறுதியாக இருந்தான்.

அவன் மிகுந்த கற்பனையும் அறிவு நுட்பமும் கொண்ட தொழிலாளி. ஆகவே, அவனால் வைக்கோலில் இருந்தும், பனை ஓலைகளைக் கொண்டும் விதவிதமான காலணிகள் செய்ய முடிந்தது. அவன் தாமரை இலைகளைக் கொண்டு சிறுவர்களுக்காகக் காலணி தயாரித்தான். அதை ஒரு நாள் அணிந்துவிட்டு தூக்கிப் போட்டுவிடலாம் என்று உற்சாகத்துடன் சொன்னான். ஆனாலும் அவனைத் தேடி யாரும் வரவே இல்லை. அவன் செய்த செருப்புகளில் ஒன்று கூட விற்கவில்லை.

"சோர்வடையாமல், தன்னைத் தேடி யாராவது நிச்சயம் வருவார்கள் என்று தொடர்ந்து சைவக் காலணிகள் செய்து வந்தான். இது, அவன் மனைவிக்குப் பிடிக்கவில்லை. அவள், மற்ற பெண்களைப் போல அழகான தோல்

காலணிகள் அணிய விரும்பினாள். அத்துடன் 'வருமானம் இல்லாதவனோடு எப்படி வாழ்வது..?' என்று எரிச்சல் அடைந்தாள். செருப்பு தைக்கும் அவனோ தன் கொள்கையில் உறுதியாக இருந்தான்.

ஒருநாள் அவன் மனைவி, அவனை விட்டு விலகி அருகில் உள்ள இறைச்சிக் கடைக்காரனுடன் சேர்ந்து வாழப் போவதாகச் சொல்லி, அவன் தந்த அழகான தோல் செருப்பைக் காட்டுகிறாள். "நிச்சயம் எனக்கு ஓர் எதிர்காலம் இருக்கிறது, நம்பு" என்று தன் மனைவியிடம் கெஞ்சுகிறான். அவள் கண்டுகொள்ளாமல் அவனைப் புறந்தள்ளிச் செல்கிறாள்.

யாரும் இல்லாமல் தனிமையில் தினமும் அவன் சைவக் காலணிகள் செய்து வந்தான். ஓர் இரவு அவன் செருப்புக் கடைக்கு ஒரு கார் வந்து நின்றது. பணக்காரப் பெண் இறங்கி, கடையில் உள்ள செருப்புகளை வேடிக்கை பார்க்கத் துவங்கினாள். "என்னிடம் தோல் செருப்பு எதுவுமில்லை" என்று அவன் தயக்கத்துடன் சொன்னான். அவள், "எனக்குத் தோல் செருப்பு அவசியமில்லை" என்றபடியே தன் காலைக் காட்டினாள். அவள் மரத்தால் ஆன செயற்கைக் கால் அணிந்திருந்தாள்.

பிறகு, பெருமூச்சுடன் "இவ்வளவு பெரிய நகரத்தில் நீ ஒருவன் மட்டுமே மரத்தில் காலணி செய்யத் தெரிந்தவன். என் செயற்கைக் கால் பழுதாகிவிட்டது. சரிசெய்து தர முடியுமா?" என்று கேட்டாள்.

அவன் உற்சாகத்துடன் மரக் காலைச் சீர்செய்து கொடுத்தான். அவன் திறமையைக் கண்டு மகிழ்ந்து போன அவள், "என்னைப்போல கால்கள் இழந்துபோன எத்தனையோ பேர், உன்னைப்போல மரத்தில் காலணி செய்யத் தெரிந்தவன் கிடைக்காமல் சிரமப்படுகிறோம்! நீ மிகத் திறமையானவன். என்னிடம் உள்ள பணம் முழுவதையும் செலவழித்து செயற்கைக் கால்களைத் தயாரிப்போம். தேவைப்படுபவர்களுக்கு உதவி செய்வோம்" என்று கூறி, அவனை அழைத்துச் சென்றாள் என முடிகிறது கதை.

இது படித்துக் கடந்து செல்ல வேண்டிய ஒரு கதை அல்ல. நம் கவனம்கொள்ள மறந்ததை நினைவூட்டும் கதை. ஒரு நிமிடம் யோசனை செய்து பாருங்கள். சென்னை போன்ற பெருநகரில் எவ்வளவு செருப்புக் கடைகள்! எத்தனை விதமான செருப்பு வகைகள். எவ்வளவு ஆயிரம் விலை. ஆனால், உடற்குறைபாடு உள்ளவர்களுக்கான செருப்புக் கடைகள், செயற்கை உறுப்புகள் விற்பனை செய்பவர்கள் நம் கண்ணில் படுவதே இல்லை. சேவையாகச் செய்து வருபவர்களைக்கூட மக்கள் கவனத்தில் கொள்வதே இல்லை. கால் ஊனம் கொண்ட ஒருவர், தனக்கான காலணியை வாங்குவதற்கு நேரிடும் அவலம் சொல்லில் விளக்க முடியாதது.

சாப்பிடவும், சுகிக்கவும் என சுய லாபங்களுக்கு மட்டுமானதல்ல வாழ்க்கை. அதை அர்த்தப்படுத்திக்கொள்வது நம் கையில்தான் இருக்கிறது.

மூன்று வருடங்களுக்கு முன்பாக ஹாலிவுட்டில் வெளியான 'The Fall' என்ற படத்தைப் பார்த்தேன். அதை இயக்கியவர் நர்ஸிம் சிங் என்ற இந்தியர். மேஜிக்கல் ரியலிசம் எனப்படும் மாயக் கதை சொல்லல் முறையில் உருவாக்கப்பட்ட படம். படத்தின் ஒளிப்பதிவும் இசையும் மிக அற்புதமானது.

'ராய் வாக்கர்' என்ற சண்டைப் பயிற்சிக் கலைஞன், தன் காதலியை வசீகரப்படுத்த ஒரு சண்டைப் பயிற்சியில் ஈடுபடும் போது காயமடைந்து மருத்துவமனையில் அனுமதிக்கப் படுகிறான். அதே மருத்துவமனையில் கைமுறிவு சிகிச்சைக்காக வந்து சேர்கிறாள் 'அலெக்ஸாண்ட்ரியா' என்ற சிறுமி. அவள் கதை கேட்பதில் ஆர்வம் கொண்டவள். மருத்துவமனையைச் சுற்றி திரியும் அவளுக்கு, ராய் வாக்கருடன் நட்பு உருவாகிறது. ராய் வாக்கர் தன் வாழ்க்கையை ஒரு சாகசக் கதைபோலச் சொல்கிறான். அவன் சொல்லும் கதையும் மருத்துவமனை நாட்களும் மாறி மாறி வருகின்றன. இரண்டு தளங்களில் ஒரே நேரத்தில் படம் செல்கிறது.

கதை கேட்கும் சிறுமி, தானே ஒரு பாத்திரமாகி விடுகிறாள். தற்கொலை செய்துகொள்ள முயலும் ராய் வாக்கருக்கு, கதை சொல்வது மட்டுமே ஆறுதல் தருவதாக உள்ளது.

எஸ். ராமகிருஷ்ணன்

முடிவில்லாத அந்தக் கதையின் வழியே சிறுமி சிகிச்சை முடிந்து வெளியே செல்கிறாள். கதைகளில் வரும் சாகசக் காரனைப் போலவே அவள் மனதில் பதிந்து போகிறான் ராய் வாக்கர். அவனைப் பற்றிய கதைகளை அவள் சொல்லவும் நம்பவும் துவங்குவதோடு, படம் நிறைவு பெறுகிறது.

படத்தில், 'டார்வின்' என்கிற சிந்திக்கத் தெரிந்த குரங்கு இடம் பெறுகிறது. இது மனிதர்களின் செயல்களைத் தொடர்ந்து கேலி செய்கிறது. 'நம் வாழ்க்கை, நம் கதைகளின் வழியேதான் நம்பிக்கைகளைப் பெறுகிறது' எனும் நர்ஸிம் சிங், மகாபாரதம் போன்ற இந்தியக் கதை சொல்லும் முறையை ஹாலிவுட்டுக்கு அறிமுகம் செய்திருக்கிறார். காட்சிப்படுத்துதல் மற்றும் கதை சொல்லும் விதத்தில் இந்தப் படம் ஒரு முன்னோடி.

நர்ஸிம் சிங் அமெரிக்க விளம்பரப் பட உலகில் கொடி கட்டிப் பறக்கும் இந்தியர். கோக்,நைக் போன்ற முக்கிய நிறுவனங் களுக்கான விளம்பரங்களைத் தயாரிப்பவர். இந்தப் படத்தில் டாலி, எஷர் போன்ற உலகப் புகழ்பெற்ற ஓவியர்களின் பாதிப்பு உள்ளது. கதை கேட்பதும் சொல்வதும் வயது வேறுபாடற்ற செயல் என்பதை இந்தப் படம் நிரூபணம் செய்கிறது.

பால்ய வயதிலிருந்து நம் மனதில் புதையுண்டுபோன கதைகளை மீட்டு எடுக்கவும், மறுபடியும் கதை சொல்லவும் வேண்டிய அவசியம் இன்று அதிகம் உள்ளது. கதை தெரியாதவர்களே உலகில் இல்லை. கதைகளுக்கு கை, கால் இல்லாமல் இருக்கலாம். ஆனால், இதயம் இருக்கிறது. அது துடித்துக்கொண்டு இருக்கிறது. விருப்பமிருந்தால், நீங்களும் அதைக் கேட்கலாம்... உணரலாம்!

பெரிய எழுத்துப் புத்தகங்கள்!

தமிழ்ப் பதிப்புத் துறையில் முக்கியமான சிறப்பு என்று பெரிய எழுத்துப் புத்தகங்களைச் சொல்வேன். இதில் முன்னோடி பதிப்பகம் ரத்னநாயக்கர் அண்ட் சன்ஸ். தமிழக நாட்டுப்புறக் கதைகள், பாடல்கள், மகாபாரதக் கதைகள் போன்றவற்றைப் பெரிய எழுத்துப் புத்தகங்களாக வெளியிட்டு இருக்கிறார்கள்.

மதுரைவீரன் கதை, அல்லி அரசாணி மாலை, பவளக்கொடி, விக்கிரமாதித்தன் கதை, கோவலன் கதை... என்று இவர்கள் வெளியிட்ட முக்கியமான பெரிய எழுத்துப் பிரதிகள் மக்களிடம் மிகுந்த வரவேற்பைப் பெற்றன. குழந்தைகளும் வயதானவர்களும் படிப்பதற்குப் பெரிய எழுத்தில் அச்சிடப்படுவது அவசியம். அதை அறிந்து செயல்படுத்தியவர்கள் இவர்களே!

சித்திரங்களுடன் பதிப்பிக்கப்பட்ட புத்தகங்கள் அற்புதமான கதை சொல்லும் முறையுடன் இருந்தன. இதில் உள்ள சித்திரங்கள், நுட்பமும் கலைத்திறனும் மிக்கவை. இன்று அச்சுத்தொழில் இவ்வளவு நவீனமாக வளர்ந்துவிட்டபோதிலும், பெரிய எழுத்துப் புத்தகங்கள் போல எதையும் நாம் உருவாக்கவே இல்லை. பெரிய எழுத்துப் புத்தகங்கள் இன்று கவனிப்பாரற்றுப் போய்விட்டன. பெரும்பான்மைப் பிரதிகள் மறுபதிப்பு செய்யாமலேயே அழிந்துவிட்டன.

'1001 அரேபிய இரவுகள்' போன்ற உலகப் புகழ்பெற்ற கதைத் தொகுதியைக்கூட பெரிய எழுத்துப் புத்தகமாக ரத்னநாயக்கர் அண்ட் சன்ஸ் வெளியிட்டு இருக்கிறது. கப்பல் சாஸ்திரம், சாமுத்திரிகா லட்சணம், தச்சு சாஸ்திரம் போன்றவையும் பெரிய எழுத்துப் புத்தகங்களாக வந்திருக்கின்றன. இந்த மரபுக்கு இன்று தொடர்ச்சி இல்லை.

சென்னைக்கு ஐகோர்ட் வந்ததைப் பற்றிய 'ஐகோர்ட் அலங்காரச் சிந்து', துளசிங்க முதலியார் அச்சகத்தில் சூளைமேட்டில் 1904–இல் அச்சிடப்பட்டு இருக்கிறது. பெரிய எழுத்துப் புத்தகங்கள் மதுரை, காஞ்சிபுரம், தஞ்சை போன்ற நகரங்களிலும் அச்சிடப்பட்டு இருக்கின்றன.

கவனிப்பாரற்றுப்போன இந்தப் பெரிய எழுத்துக் கதைகளை மீட்டு எடுத்து, புத்துருவாக்கம் செய்ய வேண்டியது பதிப்புலகின் அவசியமான செயலாகும்!

4
சாலைச் சோகம்

நண்பன் ஒருவன், பழைய ஸ்கூட்டி ஒன்றை விலைக்கு வாங்க எண்ணினான். சரியான முகவரியைக் கண்டுபிடிக்க முடியாமல் சிரமப்பட்டதால், உதவிக்கு என்னை அழைத்தான்; நானும் சென்றிருந்தேன். அந்த வீட்டில், தூசி படிந்து கவனிப்பாரற்றுக் கிடந்தது ரோஸ் நிற ஸ்கூட்டி ஒன்று. அருகில் சென்று பார்த்தபோது, வாங்கி சில மாதங்களே ஆகியிருந்தது.

நண்பன், "என்ன விலை?" என்று கேட்டான்.

மெலிந்த தோற்றமுடைய அந்த வீட்டு மனிதர், "ஐயாயிரம் குடுத்துட்டு எடுத்துட்டுப் போங்க!" என்றார்.

"இவ்வளவு மலிவான விலைக்கு ஏன் அதை விற்கிறீர்கள்?" என்று கேட்டபோது, "இதை வாங்கிக் குடுத்து என் மகளைப் பறிகுடுத்துட்டேன் சார்! பத்தொன்பது வயசான என் பொண்ணு காலேஜ் படிக்கப் போனப்ப டேங்கர் லாரி அடிச்சு செத்துட்டா! நல்லா படிப்பா சார்; பாட்டெல்லாம்கூட அற்புதமா பாடுவா. அவள் கரெக்டா தான் போனா. ரெண்டே நிமிஷத்துல லாரியில் அடிபட்டு தலை நசுங்கி செத்துப்போயிட்டா. கேஸ் நடக்குது. இந்த வண்டியை அப்படியே மயானத்தில் கொண்டுபோய் வெச்சுக் கொளுத்திடலாம்னுகூட நினைச்சேன். என்ன பிரயோசனம்?

நானே கார் எல்லாம் விட்டுட்டு இப்போ டவுன் பஸ்லதான் போறேன். ரோட்டைக் கடக்கப் பயமா இருக்கு. என் பொண்டாட்டி, வீட்ல இருந்து வெளியே வர்றதே இல்லை. நீங்களாவது இதைப் பத்திரமா ஓட்டுங்க. என் பொண்ணு அநியாயமாச் செத்துப்போயிட்டா. யாரைத் தப்பு சொல்றதுனு தெரியலை" என, தன் அடங்காத துக்கத்தை வெளிப்படுத்தினார்.

அந்த ஸ்கூட்டியை விலை கொடுத்து வாங்க மனதின்றி நண்பன் ஒடிந்துபோய் நின்றான். நான் ஒருபோதும் முகம் பார்த்தறியாத அந்த மாணவியின் சாவுச் செய்தி என்னை கலக்கமடையச் செய்தது.

என்ன தவறு செய்தாள் அந்த மாணவி? ஏன் அதை விபத்து என்று நாம் ஒரு செய்தியாகக் கடந்து போகிறோம்? பெண்ணை இழந்த குடும்பம் கொள்ளும் இந்த வலி, ஏன் யாரோ ஒருவரின் துயரமாகக் கைவிடப்படுகிறது?

ஒவ்வொரு நாளும் தினசரியைப் புரட்டும்போது, சாலை விபத்துகளில் பலியானவர்களைப் பற்றிய செய்திகள் கண்ணை உறுத்துகின்றன. எத்தனை மனிதர்கள்..! எவ்வளவு உயிரிழப்புகள்!! இவற்றைச் செய்திகளாக மட்டும் படித்து எப்படிக் கடந்து போவது? ஏன் நாம் விழிப்ணர்வு இல்லாமல் இருக்கிறோம்?

"கோயிலுக்குச் செல்லும் அம்மாவை தன் பைக்கில் அமரவைத்து அழைத்துப் போகிறான் மகன். எங்கிருந்தோ வந்த லாரி அந்த பைக்கில் மோத, பின்னால் அமர்ந்திருந்த அம்மா அந்த இடத்திலேயே நசுங்கிச் சாகிறாள். பையனுக்குச் சிறிய காயம் மட்டுமே! சாலையில் படிந்த ரத்தத்தைத் தன் கையில் தடவி, 'அம்மா, அம்மா...' என்று அலறுகிறான் பையன். என்ன கொடுமை இது? அதை விபத்து என்று வேடிக்கை பார்த்துக் கடக்கிறார்கள் மக்கள்.

"வேலை விட்டு வீட்டில் இருக்கும் கைக்குழந்தையைக் காண, புறநகர் சாலையில் பைக்கில் செல்கிறார்கள் ஒரு கணவனும் மனைவியும். பிரேக் இல்லாத வேன் மோதி அதே இடத்தில் சாவு. வீட்டில் ஒன்றரை வயதுக் குழந்தை

பெற்றவர்களின் இறப்பை அறிந்துகொள்ள முடியாமல் கரைந்து கொண்டு இருக்கிறது. துணைக்கு இருக்கும் கிழவி மாரில் அடித்துக்கொண்டு அழுகிறாள். சாலையைக் கடந்து மருந்துக்கடை நோக்கிச் செல்கிறார் ஒரு முதியவர். வேகமாக வந்த வாகனம் மோதி, அதே இடத்தில் சாகிறார். அவரது மருந்துச் சீட்டு காற்றில் பறக்கிறது. நோயிலிருந்து தன்னைப் பல ஆண்டுகள் காத்துக் கொள்ளத் தெரிந்தவரை, ஒரு நிமிடத்தில் சாலை பலிவாங்கி விட்டது.

இப்படி, திருமணத்துக்காகச் சென்றவர்கள், விடுமுறை கழிக்க வந்தவர்கள், வீடு திரும்பியவர்கள், யாத்திரை சென்ற குடும்பம்... என்று எத்தனை எத்தனை மனிதர்கள் சாலை விபத்தில் மரணம் அடைந்திருக்கிறார்கள். வயது வேறுபாடின்றி, விபத்தில் பலியாகிறவர்களின் எண்ணிக்கை அதிகமாகிக்கொண்டே இருக்கிறது.

சாலையில் என்ன பிரச்னை? வாகன நெரிசல் என்பது கண்கூடான காரணம். மற்றொன்று, அவசரம். இந்த இரண்டுடன் மிதமிஞ்சிய சாலை ஆக்கிரமிப்புகள், போதை, முறையற்ற வாகன ஓட்டும் உரிமம், சாலை விதிகளைப் பற்றிய முற்றிலுமான அலட்சியம், அதை முறைப்படுத்தவே முடியாத சாலைக் காவலர்கள். இப்படி அலட்சியமும் அக்கறையின்மையும் ஒன்று சேர, நமது சாலைகள் உயிர் குடிக்கும் எமன்களாக மாறிவிட்டன.

மனித உயிர் இவ்வளவு அற்பமானதா என்ன? விபத்தில் செத்துக்கிடக்கும் மனிதன் எத்தனை கனவுகளுடன் சென்றிருப்பான்! எவ்வளவு நம்பிக்கையுடன் வாழ்க்கையை இறுக அணைத்துப் பற்றியிருப்பான்! எதற்காக அவன் உயிரிழக்க வேண்டும்? எதிர்பாராமல் நடப்பதன் பெயர்தான் விபத்து. ஆனால், இன்று நடப்பதோ சாலைப் பலிகள்.

ஒரு பக்கம் வாகன விபத்துகள் தரும் அச்சம். மறுபக்கம் காயம்பட்டவர்களின் குருதியை உறிஞ்சிக் குடித்துப் பணம் பிடுங்கும் கோர வைத்தியம். பயணம் தரும் சந்தோஷம் பறிபோய், பாதுகாப்பாக வீடு போய்ச் சேர்ந்தால் போதும் என்ற பதைபதைப்பே மேலோங்கி நிற்கிறது.

'எட்வினா ஓ ப்ரேன்' என்ற ஐரிஷ் பெண் எழுத்தாளர் ஒரு கதை எழுதியிருக்கிறார். கதையின் தலைப்பு, 'ஒரே நம்பிக்கை'. ஆறு பெண் குழந்தைகளுக்குத் தந்தையான ஒரு மெக்கானிக், சாலை விபத்தில் இறந்துவிடுகிறான். அந்தக் குடும்பம் எந்த இழப்பீடும் கிடைக்காமல் தெருவில் நிற்கிறது. பெண்பிள்ளைகளை வைத்துக்கொண்டு என்ன செய்வது என்று புரியாமல், மெக்கானிக்கின் மனைவி சாரா, வீட்டு வேலைகள் செய்கிறாள். துணிக்குப் பூவேலை செய்து விற்கிறாள். ஓய்வே இல்லாமல் ஓடி ஓடி வேலை செய்கிறாள்.

ஒவ்வொரு திங்கட்கிழமையும் சாரா தன் பிள்ளைகளுடன் உள்ளூர் வங்கிக்குச் செல்வாள். வங்கியின் வரவேற்பு அறையில் பிள்ளைகளை உட்கார வைத்துவிட்டு, அவள் தனியே உள்ளே செல்வாள். சில நிமிடங்களில் தனக்குத் தேவையான பணத்தை எடுத்துக்கொண்டதாகச் சொல்லி பிள்ளைகளை வெளியே அழைத்துச் செல்வாள். இப்படிப் பல வருடங்கள். பிள்ளைகள் வளர்ந்து பெரியவர்கள் ஆகிறார்கள்.

ஒரு நாள், அந்த வீட்டின் மூத்த மகள் தன் அப்பாவின் சாவையும் அதில் இருந்து தன் அம்மா தங்களை எப்படி வளர்த்தாள்? என்பதையும் ஒரு கதைபோல் எழுதி, பிரபலமான இதழ் ஒன்றுக்கு அனுப்பி வைக்கிறாள். அது பிரசுரமாகிறது. அந்தக் கதைக்கு 50 டாலர் பணம் கிடைக்கிறது.

அது, தன் முதல் சம்பாத்தியம் என்று சொல்லி, அம்மாவிடம் தனக்கென ஒரு வங்கிக் கணக்கைத் துவக்கச் சொல்கிறாள் மகள். தாய், மகள் இருவரும் வங்கிக்குப் போகிறார்கள். உள்ளே போன அம்மா மிகுந்த தயக்கத்துடன் மகளிடம் சொல்கிறாள், "எனக்கு இந்த வங்கியில் ஒருபோதும் கணக்கு இருந்ததில்லை. அம்மாவிடம் பணமில்லை என்று நீங்கள் நினைக்கக்கூடாது என்பதற்காக அடிக்கடி இந்த வங்கிக்கு உங்களை அழைத்து வருவேன். உங்களை வெளியே நிறுத்திவிட்டுத் தனியே உள்ளே சென்று வருவேன். அது உங்களிடம் நம்பிக்கை ஏற்படுத்துவதற்கான நாடகம். அதை நிஜம் என்று நீங்கள் நம்பினீர்கள். கையில் காசு இல்லாமல் கஷ்டப்படும்போது, அதை நினைத்து நீங்கள்

பயந்துவிடக்கூடாது என்பதற்காக அப்படிச் செய்தேன். ஏதாவது ஒரு நம்பிக்கையைப் பற்றிக்கொண்டுதான் வாழ்க்கை செல்கிறது. படிப்பறிவு இல்லாத எனக்குத் தெரிந்த ஒரு நம்பிக்கை இதுதான். இன்று நீ எழுத்தாளராகி, ஒரு வங்கிக் கணக்கைத் துவக்கப் போகிறாய். சந்தோஷமாக இருக்கிறது" என்று வாய்விட்டு அழுதாள்.

அனைவரின் குடும்பமும் இப்படி ஏதோ ஒரு நம்பிக்கையை பற்றிக்கொண்டுதான் துளிர்த்து வருகிறது. கஷ்டத்தைவிடவும் அதை மூடி மறைப்பதுதான் பெருந்துயரம். அவமதிப்பு, வெறுப்பு என எத்தனையோ வலிகளைத் தாங்கிக்கொண்டு, வாழ்க்கையின் மீதான பற்றுடன் இருக்கிறார்கள் மனிதர்கள். சாலை விபத்து, இவை யாவற்றையும் ஒரே நிமிடத்தில் அபத்தமாக்கிவிடுகிறது.

வாழ்க்கை, அர்த்தம் மிகுந்தது. ஒவ்வொருவர் வாழ்க்கைக்கும் ஒரு காரணமும் அவசியமும் இருக்கிறது. அதை அறிந்து கொள்வதும் அறியாமல் கடப்பதும் அவரவர் தேடுதல் தொடர்பானது. ஆனால், எந்த மனிதனும் தேவையற்றவன் இல்லை; எந்த வாழ்க்கையும் பயனற்றதும் இல்லை.

தன் வாழ்க்கைக்கு என்ன பயன் இருந்திருக்கிறது என்பதை மனிதர்கள் திரும்பிப் பார்ப்பதில்லை. அப்படித் திரும்பிப் பார்த்தால் என்ன நடக்கும் என்பதை மிக அழகாகச் சொல்கிறது, 'It's a Wonderful Life' என்ற பிராங் காப்ராவின் படம்.

1946-இல் வெளியான இது, உலகின் சிறந்த 10 படங்களில் ஒன்று. வாழ்க்கையின் மீது நம்பிக்கை ஏற்படுத்தும் அரிய திரைப்படம். பிலிப்வாரன் டோர்ன் என்ற எழுத்தாளரின் சிறுகதையை பிராங் காப்ரா படமாக்கினார். 'ஜார்ஜ் பெய்லி' என்கிற பிசினஸ்மேன் வேடத்தில் ஜேம்ஸ் ஸ்டூவர்ட் நடித்திருந்தார்.

கடன் சுமை தாங்க முடியாமல் தற்கொலை செய்ய பிசினஸ்மேன் ஜார்ஜ் முடிவு செய்து, ஆற்றுப் பாலம் ஒன்றின்மேல் ஏறி நிற்கிறான். இதை வானுலகில் உள்ள தேவதைகளில் இரண்டு வேடிக்கை பார்க்கின்றன. 'மனிதர்கள் ஏன் இப்படி வாழ்க்கையைப் புரிந்து கொள்ளாமல் சாக

முடிவு எடுக்கிறார்கள்' என்று அனுதாபம் கொள்கின்றன. பிறகு, வானுலகிலிருந்து ஒரு தேவதை வந்து ஜார்ஜைக் காப்பாற்றுகிறது.

ஜார்ஜ், "நான் உயிர்வாழ்வதில் அர்த்தமே இல்லை. என்னால் யாருக்கும் பயன் இல்லை. எல்லோருக்கும் நான் தேவையற்றவன்" என்று புலம்புகிறான்.

"இல்லை... உன் வாழ்க்கைக்கு அர்த்தம் இருக்கிறது" என்கிறது தேவதை.

அவன் நம்ப மறுத்து, "நான் பிறக்காமலே போயிருக்கலாம்" என்கிறான்.

"சரி... உன் விருப்பப்படியே நீ பிறக்காமல் இருந்தால், உன் வீடு, மனைவி என்னவாகி இருப்பார்கள் என்பதை நீ இப்போது பார்ப்பாய்" என்று தேவதை ஒரு வரம் தருகிறது.

ஜார்ஜ், தான் இல்லாத உலகைக் காணத் துவங்குகிறான். அவன் பிறக்காமல் போயிருந்தால், அவனால் காப்பாற்றப்பட்ட தம்பி, பனி ஆற்றில் மாட்டிச் செத்துப்போயிருப்பான் என்பது அவனுக்குப் புரிகிறது. வீட்டில், தன் பள்ளியில், தன் நண்பர்களிடம் தான் எவ்வளவு நெருக்கமும் அன்பும் செலுத்தினோம், எத்தனை பேருடன் தன் உறவு அர்த்த முள்ளதாக இருந்திருக்கிறது என்பதை உணர்கிறான்.

அவன் மனைவி வேறு ஓர் ஆளைத் திருமணம் செய்து வறுமையில் வாடி, தெருவில் பிச்சை எடுக்கும் நிலைக்குத் தள்ளப்பட்டிருப்பதைக் காண்கிறான். தன் ஒவ்வொரு செயலும் யாரோ ஒருவருக்குப் பயன்பட்டிருக்கிறது, அர்த்தம் நிறைந்திருக்கிறது என்பதை உணர்கிறான். இப்போது, கிறிஸ்துமஸ் கொண்டாடும்படியாக அவனை அவனது வீட்டுக்குத் திரும்பி அழைத்துச் செல்கிறது தேவதை.

மனித வாழ்க்கை கிடைத்தற்கரிய சந்தர்ப்பம். அதைச் சிறப்பாக்கிக்கொள்வது நம் கையில்தான் இருக்கிறது என்பது ஜார்ஜுக்குப் புரிகிறது. தன் குடும்பம், நண்பர்கள், அறியாதவர்கள்... என யாவர் மீதும் அன்பு பீறிடுகிறது. வாழ்க்கையை ஜார்ஜ் நேசிக்கத் துவங்குகிறான்.

இப்படி ஒவ்வொரு மனிதனுக்குள்ளும் சிறுகச் சிறுக நம்பிக்கைகளும் கனவுகளும் கலந்து உருவான வாழ்க்கையை, எந்த முகாந்திரமும் இன்றி நமது அலட்சியமும் அவசரமும் ஒரு வாகன விபத்தாக உருமாறி அழித்துவிடுகிறது.

உடனடித் தேவை, கடுமையான சட்டங்கள்; அதைக் கடைப்பிடிக்க வேண்டிய பொது மக்களின் மனம். இந்த இரண்டையும் கைவிட்டு சந்தை நெரிசல் போல சாலை இருப்பதுதான் நிஜம். அதுதான் விபத்தைவிடவும் மிகுந்த வலி தருகிறது!

ரத்தம் தர தயாரா?

விபத்தில் காயம்பட்டவர்களுக்கு உடனடித் தேவை, ரத்தம், ரத்த தானம் என்பது மிக அரிய சேவை. ரத்த தானத்தில் உலகிலேயே முதல் இடத்தில் இருப்பவர் ஹாவேர்ட் பி.ட்ரூ (Howard P.Drew). அமெரிக்காவைச் சேர்ந்த இவர், இதுவரை 106 லிட்டர் ரத்தம் தந்திருக்கிறார். ராணுவ வீரரான இவர், இரண்டாவது உலக யுத்தத்தின்போது காயம் அடைந்த சிப்பாய்க்கு முதன்முறையாக ரத்தம் தந்தார். தமிழகமும் ரத்த தானம் தருவதில் அரிய சாதனை செய்திருக்கிறது. பிப்ரவரி 2009-இல் திருச்சி பாரதிதாசன் பல்கலைக்கழகம் ஒரே நாளில் 50 ரத்த தான முகாம்களின் மூலம் 13,264 யூனிட் ரத்தம் தானமாக வழங்கி கின்னஸ் சாதனை செய்திருக்கிறது. இந்த முகாமில் 30 ஆயிரத்துக்கும் மேற்பட்ட மாணவர்கள் ரத்த தானம் செய்திருக் கிறார்கள்.

இணையத்தில் எத்தனையோ பேர் வலைப்பக்கம் வைத்திருக்கிறார்கள். அவர்கள், என்ன வகை ரத்தம் கொண்டவர்கள், தாங்கள் ரத்தம் தர தயாரா? என்பதை யாவரும் அறியும்படி போட்டு வைக்கலாம். அதுபோலவே ரத்தம் தருபவர்கள் பட்டியலை தமிழ் இணையத்தளங்கள் அல்லது வலைப்பக்கம் சேவையாக வெளியிடலாம். காரணம், Blood is liquid love, give it to others என்பதே!

5

வால் இல்லாத நாய்!

மராத்தியில் புகழ்பெற்ற எழுத்தாளரான மிருணாள் பாண்டே 'பெட்டை நாய்' என்று ஒரு சிறுகதை எழுதி யிருக்கிறார். கதை மும்பையில் உள்ள அடுக்குமாடி வீடு ஒன்றில் துவங்குகிறது. தனது பிள்ளைகளை அமெரிக்கா அனுப்பிவிட்டு, தாத்தாவும் பாட்டியும் மட்டும் அடுக்குமாடிக் குடியிருப்பில் வாழ்கிறார்கள். உதவிக்கு ஒரு வேலைக்காரப் பெண் இருக்கிறாள்.

தாத்தாவும் பாட்டியும் நாள் முழுவதும் டி.வி. பார்ப்பார்கள். ஆங்கில தினசரியை வரி விடாமல் படிப்பார்கள். அவ்வப்போது அமெரிக்காவில் வாழும் பிள்ளைகளுடன் போனில் பேசுவார்கள். ஒரு நாள், வேலைக்காரம்மா வீட்டைத் துடைத்துக்கொண்டு இருக்கும்போது, தாத்தா அன்றைய செய்தித்தாளில் வந்துள்ள ஒரு செய்தியைப் பற்றி அவளிடம் விசாரிக்கிறார்.

அதாவது, அந்த வேலைக்காரம்மா வசிக்கும் பகுதியில் ஒரு நாய்க்கும் 12 வயது சிறுமிக்கும் திருமணம் செய்துவைக்கப்பட்டு இருக்கிறது என்று புகைப்படத்துடன் செய்தி வெளியாகி உள்ளது. இது என்ன முட்டாள்தனம் என்று புரியாமல், "உனக்கு இந்தத் திருமணம் பற்றித் தெரியுமா?" என்று தாத்தா கேட்கிறார்.

"நான் போயிருந்தேன். நல்ல கூட்டம்" என்றபடியே வேலை செய்கிறாள் அவள்.

தாத்தாவுக்கு ஆத்திரம். முட்டாள் ஜனங்களாக இருக்கிறார்களே என்று, "2 வயது சிறுமிக்குத் திருமணம் செய்வது சட்டப்படி தவறு. உங்கள் மீது காவல்துறை நடவடிக்கை எடுக்க முடியும், தெரியுமா?" என்கிறார்.

உடனே வேலைக்காரம்மா, "மனிதர்களுடன் கல்யாணம் செய்வதற்குத்தான் வயதுக் கட்டுப்பாடு உள்ளது. நாய்களுடன் திருமணம் செய்வதற்கு இல்லை. ஒருவேளை காவல்துறை விசாரிக்க நினைத்தால், நாயை எப்படி விசாரிப்பார்கள்?" என்று கேலியாகக் கேட்கிறாள்.

"படிப்பறிவு இல்லாதவர்கள் என்பதால்தான் இப்படி நடந்து கொள்கிறீர்கள்" என்று கத்துகிறார் தாத்தா.

"இதில் என்ன தவறு இருக்கிறது?" என்று இயல்பாகக் கேட்கிறாள்.

தாத்தா, "இதை எதிர்த்து நான் பொதுநல வழக்குத் தொடரப் போகிறேன்" என்றார்.

'எதற்காக இந்தக் கிழவர் இவ்வளவு ஆவேசப்படுகிறார்' என்று நினைத்தவாறே, "ஒரு பொண்ணுக்கு நாயைக் கல்யாணம் செய்து வைப்பதால் நிறைய நன்மைகள் இருக்கின்றன. ஒன்று, அந்த நாய் ஒருபோதும் குடித்துவிட்டு வந்து அவளைப் போட்டு அடிக்காது. மற்றது, அந்த நாய் போட்டதைச் சாப்பிட்டுவிட்டுப் படுத்துக் கிடக்கும். 'அதைச் சமைத்துத் தா... இதைச் சமைத்துத் தா' என்று இம்சை செய்யாது. கார், பைக், தங்கச்சங்கிலி என்று வரதட்சணை எதுவும் கேட்காது.

சராசரி ஆம்பளைபோல் திருமணமான சில நாட்களுக்கு 'கண்ணே மணியே...' என்று கொஞ்சிக் குலாவி, அடுத்த வாரத்தில் 'தண்டம், முட்டாள், தடிமாடு' என்று திட்டாது. என்றைக்கும் நன்றியோடு வாலை ஆட்டிக் கொண்டிருக்கும். இவை யாவையும்விட ராத்திரி ஆனதும் 'என்னுடன் படுத்துக்கொள்!' என்று அவளது உடல் சிரமங்களைப் பற்றிக் கவலைப்படாமல், தன் இச்சைக்கு அவளை வற்புறுத்தாது.

இதைவிட வேறு நல்ல புருஷன் யார் கிடைப்பார்கள்" என்று கூறியபடி தன் வேலையைத் தொடர்ந்தாள் வேலைக்காரம்மா என்று அந்தக் கதை முடிகிறது.

இந்தியச் சமூகம், ஒரு பெண்ணை தாயாக, தெய்வமாக, மகா சக்தியாக வழிபட்டது என்ற புனித பிம்பங்களின் மீது, சாட்டை அடிபோல் விழுகிறது இந்தக் கதை. வாசிக்கும் ஒவ்வொரு ஆணின் மீதும் இந்தச் சாட்டையடி விழுகிறது. இப்படிப் பெண்களை நடத்தும் ஒரு சமூகத்தில் ஆணாக இருப்பதன் குற்ற உணர்வு பீறிடுகிறது. மிருணாள் பாண்டேயின் கதை, 'திருமணம்' என்ற பெயரில் பெண்கள் காலங்காலமாக அடைந்துவரும் காயங்கள், வலிகளைக் குரலை உயர்த்தாமல் முகத்தில் அறைவதுபோலச் சொல்கிறது.

இந்தக் கதை வெறும் கற்பனை அல்ல; நம்மைச் சுற்றி நடக்கும் அன்றாட நிகழ்வுகள், இந்தக் கதையை நிஜம் என்று உறுதிப்படுத்துகின்றன.

கிராமங்களில், மழை இல்லாத நாட்களில் தவளைகளுக்குத் திருமணம் செய்து வைப்பதுண்டு. கழுதைக் கல்யாணம் நடப்பதைக்கூட அருகில் இருந்து பார்த்திருக்கிறேன். அவை 'கிராமத்துச் சடங்குகள்' என்று நம்பப்படுகின்றன. ஆனால், நாயைத் திருமணம் செய்த மனிதரையும், ஐந்து வயதுச் சிறுமியை ஒரு நாய்க்குத் திருமணம் செய்து வைத்தார்கள் என்ற செய்தியையும் நாளிதழில் வாசித்தபோது அடைந்த திகைப்பும் குழப்பமும் இன்றுவரை பிடிபடாமலேதான் உள்ளது.

ஜாம்ஷெட்பூரில், 'சோனி' என்ற மாணவிக்கு ஒரே ஒரு எத்துப்பல் முளைத்திருக்கிறது. இந்தப் பல் பெரிதாக வளரவே அவளது பெற்றோர், பெண்களுக்கு நீண்ட எத்துப்பல் முளைப்பது துரதிருஷ்டம். அது அசுரத்தனத்தின் அடையாளம். ரத்தக்காட்டேரியாக பெண் மாறிவிடுவாள். ஆகவே, அவளை ஒரு நாய்க்குத் திருமணம் செய்து வைத்து, அந்தப் பல்லைப் பிடுங்கி எடுத்துவிட வேண்டும் என்று முடிவு செய்தனர். உடனே, ஊர் கூடி விருந்து வைத்து அவளை நாய்க்குத் திருமணம் செய்து வைத்திருக்கிறார்கள். இந்தக் கல்யாணத்தில் மக்கள் கலந்து கொண்டு, விருந்து சாப்பிட்டுவிட்டு, வாழ்த்தியும் சென்றுள்ளார்கள்.

இதன் மறுபக்கம் போல, 'செல்வகுமார்' என்கிற ஒரு குறும்புக்கார இளைஞன், பாலுறவு கொண்டிருந்த நாய்களை தன் சின்ன வயதில் கல்லைவிட்டு எறிந்து காயப்படுத்தியதில், ஒரு நாய் செத்துப்போய்விட்டது. அந்தக் காரணத்தால்தான் தனது காது செவிடாகிவிட்டது என்று நம்பி, சாபத்திலிருந்து மீண்டுவர நாயைத் திருமணம் செய்து கொண்டிருக்கிறார். 'பகுத்தறிவும் படிப்பறிவும் மேம்பட்டது' என்று நாம் பெருமையாகச் சொல்லிக்கொள்ளும் தமிழ்நாட்டில்தான் இந்த விசித்திரத் திருமணம் நடைபெற்று இருக்கிறது.

இதைவிடப் பெரிய அபத்த நாடகம், சென்ற ஆண்டு டெல்லியில் நடைபெற்றது. தேர்ந்தெடுக்கப்பட்ட 100 நாய்களுக்கு ஒரே இடத்தில் திருமணங்கள் செய்துவைக்கப்பட்டன. அந்தத் திருமணத்தை நடத்தியவர் நாய் வளர்ப்பதில் பிரசித்தி பெற்ற ஒரு பணக்காரர். அவருக்குத் தனது நாய்களுக்குப் பொருத்தமான துணையைத் தேர்வு செய்ய வேண்டும் என்ற விருப்பம் உருவானது. அதை நிறைவேற்றிக்கொள்ள, தனக்குத் தெரிந்தவர்களிடம் உள்ள நாய்களை எல்லாம் தேர்வுசெய்து 'அரேஞ்ச்டு மேரேஜ்' செய்து வைத்திருக்கிறார்.

நாய்கள்கூட தங்கள் விருப்பம்போலத் தங்களது துணைகளைத் தேடிக்கொள்வதை நாம் அனுமதிக்கமாட்டோம் என்பதைத் தான் இந்த நிகழ்வு வெளிக்காட்டுகிறதா? இவை வேடிக்கைச் சடங்குகள் அல்ல; மாறாக, நாம் எவ்வளவு பழமையில், அர்த்தமற்ற மூடத்தனத்தில் வாழ்ந்து கொண்டிருக்கிறோம் என்பதையே வெளிச்சமிட்டுக் காட்டுகின்றன.

'திருமணம்' என்ற நூற்றாண்டுகால நடைமுறை, பாலுறவுக்கான துணை சேர்க்க மட்டும்தானா? திருமண முறிவுகளுக்கு ஆண் மட்டுமே காரணம் அல்ல; பெண்களும் காரணமாக இருக்கக்கூடும். பெரும்பான்மை திருமணங்கள், வணிக ஒப்பந்தங்கள் போலவே நடக்கின்றன. உறவைவிடப் பணம் பிரதானமாகிவிட்டது.

எளிய மனிதர்களின் திருமணங்களில், சிறு சண்டைகளும் சச்சரவுகளும் வந்தபோதும் குடும்பம் பிரிவதில்லை. ஆனால், வசதியான திருமணங்கள் எளிய காரணம்கூட இல்லாமல் பிரிந்துவிடுகின்றன என்பதே நிஜம்.

எல்லாத் திருமணங்களும் சந்தோஷமாகவே தன் வாழ்க்கைப் பயணத்தைத் துவக்குகின்றன. ஆனால், இன்று உள்ள விவாகரத்து வழக்குகளைக் காணும்போது பெரும்பான்மை யான பயணங்கள் துவங்கிய இடத்திலேயே முறிந்துவிடுவதை அறிய முடிகிறது. இதற்கு முக்கியக் காரணம், புரிந்துகொள்ளுதல், விட்டுக்கொடுத்தல், அன்பைப் பகிர்ந்துகொள்ளுதல் என்ற இந்த மூன்றும் இல்லாத சூழல்தான்.

பெண்களுக்குத் திருமணம் ஏற்படுத்தும் மௌனம் புரிந்துகொள்ள முடியாதது. அது ஒரு நீரூற்றைப் போல அவர்களுக்குள் கடந்த காலத்தின் நினைவுகளைப் பீறிட்டுக்கொண்டே இருக்கிறது. 'அமைதி, எப்போதும் புன்னகையில்தான் வேர்விட்டு இருக்கும்' என்பார்கள். ஆனால் இன்று, திருமணம் ஆனதும் பெண்களிடம் இருந்து இயல்பான சிரிப்பு மறைந்துபோகத் துவங்குகிறது. அக நெருக்கடி முகத்தில் உறைந்துவிடுகிறது. சிரிப்பதற்குக் காரணம் தேவைப்படுகிறது என்பதே நமது அக வீழ்ச்சியின் அடையாளம்தானே!

சிரிப்பை மறந்த பெண்களை எனது பயணங்களில், (ரயிலில், பேருந்தில், சாலை ஓரங்களில்) அலுவலகங்களில் காண்கிறேன். தன்னை மீறி அவர்கள் சிரிக்கும் தருணங்கள் அரிதானவை. ஏதேதோ யோசனைகள், கவலைகள், விளக்க முடியாத திகைப்பு போன்றவை படிந்த பெண் முகங்களையே பொதுவெளியில் அதிகம் காண முடிகிறது. காலில் அப்பிய ஈரக் களிமண்ணைப் போல, மனவேதனைகளோடுதான் பெண் தன் வாழ்வினை முன்னெடுத்துப் போகிறாள்.

அப்படி ஒரு பெண்ணைப் பற்றியே 'தி கலர் பர்ப்பிள்' என்ற ஹாலிவுட் திரைப்படம் விவரிக்கிறது. மிக அற்புதமான படம். பத்துக்கும் மேற்பட்ட முறை அதைப் பார்த்திருக்கிறேன். ஆலீஸ் வாக்கரின் நாவலை ஸ்பீல்பெர்க் படமாக்கி உள்ளார். சுறா மீன்களையும், வேற்றுக் கிரகவாசிகளையும், டைனோசர்களையும் கொண்ட சாகசப் படங்களை இயக்கி, பெரும் வெற்றிபெற்ற ஸ்பீல்பெர்க் கூட, சினிமா வெறும் வணிகம் மட்டுமல்ல என்பதை உணர்ந்து இயக்கிய இரண்டு படங்களில் ஒன்றுதான் 'The Color Purple'; மற்றது 'Schindler's List'.

‘தி கலர் பர்ப்பிள்’ படத்தில், சிலி ஜான்சன் என்ற முக்கிய வேடத்தில் வூப்பி கோல்ட்பெர்க் நடித்திருக்கிறார். 1900–களின் துவக்கத்தில் அமெரிக்காவில் வாழும் கறுப்பினப் பெண்ணின் வாழ்வை விவரிக்கும் இந்தப் படம், ஒரு பெண்ணின் 30 ஆண்டுகாலக் குடும்பப் போராட்டத்தை மிகத் தெளிவாக விவரிக்கிறது.

தனது 14–ஆவது வயதில் கர்ப்பிணி ஆகிறாள் சிலி. அதற்குக் காரணம் அவளது அப்பா. வளர்ப்புத் தந்தையே மகளைக் கெடுத்துக் கர்ப்பிணி ஆக்கிவிடுகிறார். அவளுக்கு என்ன செய்வது? யாரிடம் சொல்லி அழுவது? என்று புரியவில்லை. குழந்தையைப் பெற்று எடுக்கிறாள். அதை அவளது அப்பா பிடுங்கிச் சென்றுவிடுகிறார். ‘இந்த விஷயம் பற்றி யாரிடமும் நீ சொல்லக்கூடாது’ என்று மிரட்டி, மனைவியை இழந்த ஆல்பர்ட் ஜான்சன் என்பவருக்கு சிலியைத் திருமணம் முடித்து வைக்கிறார்.

ஜான்சன் அவளை ஓர் அடிமைபோல நடத்துகிறான். அவனுக்குச் சிலியின் தங்கை நட்டி மீது கண். ஒவ்வொரு நாளும் குடிவெறி அதிகமாகி அவன் சிலியைப் பாலியல் வன்புணர்ச்சி கொள்கிறான். நட்டி, அக்காவின் கஷ்டங்களைக் கண்டு அவளுக்கு உதவி செய்ய முயற்சிசெய்கிறாள். படிக்கக் கற்றுத் தருகிறாள். ஆனால், அந்தக் குடும்பத்தின் வீழ்ச்சியை அவளால் தடுக்க இயலவில்லை.

இந்த நிலையில், பாடகியான தன் பழைய காதலியை அந்த வீட்டுக்கு அழைத்து வருகிறான் ஜான்சன். அந்தப் பெண்ணுக்கும் சிலிக்கும் இடையே ஒரு பெயர் இல்லாத உறவு ஏற்படுகிறது. இருவரும், ஒடுக்கப்பட்ட பெண்கள் என் பதைப் புரிந்துகொள்கிறார்கள்.

நட்டி, குடும்பத்தைப் பிரிந்து கிறிஸ்தவ மிஷனரிகளோடு போகிறாள். இதற்கிடையில் சிலியின் பிள்ளைகள் அவளிடம் இருந்து பிரிக்கப்படுகிறார்கள். கணவன், அவளைக் கொடுமைப் படுத்துகிறான். அவள், துயரத்தை மட்டுமே வாழ்வாகக் கொள்கிறாள். முடிவில், சிலியிடம் தான் மிக மோசமான மனிதனாக நடந்திருக்கிறேன் என்று உணர்ந்த ஜான்சன், தன் சேமிப்புப் பணம் முழுவதையும் செலவழித்து, அவளின் பிரிந்துபோன குழந்தைகளையும் தங்கையையும்

அவளோடு ஒன்று சேர்க்கிறான். படம் முழுவதும் சிலி ஒரு விலங்கைப் போலவே நடத்தப்படுகிறாள். ஒரு பெண், வெறி பிடித்த நாயைத் திருமணம் செய்துகொண்டு இருப்பது போலத்தான் இருக்கிறது.

பனியில் வாழும் பென்குவின், தன் இணையைத் தேர்வு செய்வதற்குக் காதலுடன் தேடுகிறது; கண்டு கொள்கிறது. தேடிச் சேர்ந்த பிறகு ஒருபோதும் வேறு ஒரு பென்குவினை நாடுவதே இல்லை. சில வேளைகளில் பெண் துணை இறந்துவிட்டால், பென்குவின் அந்த ஏக்கத்துடன் அதே இடத்தைச் சுற்றிச் சுற்றி வருகிறது. வேறு எந்தப் பென்குவினையும் திரும்பிக்கூடப் பார்க்க மறுக்கிறது.

இணை சேரும் மிருகங்கள் கூடத் தங்களுக்குள் விளக்க முடியாத அன்புடன் இருக்கின்றன. படித்த, நவநாகரிகம் கொண்ட மனிதன் மட்டுமே திருமண விஷயத்தில் வால் இல்லாத நாயை நினைவுபடுத்துகிறான். அதுதான் கவலை தருகிறது!

பொது அக்கறைக்கு வயது தடையல்ல!

தண்ணீரைக் காப்பாற்ற வேண்டி, கனடாவில் 60 வயதைக் கடந்த பெண் 17 ஆயிரம் கி.மீ. தூரம் தொடர்ந்து நடைபயணம் மேற்கொண்டு இருக்கிறார். அவரது பெயர் ஜோசஃபின் மண்டா மின். கனடாவின் பூர்வகுடி மக்களில் ஒரு பிரிவான அசினாபியைச் சேர்ந்தவர். கனடாவுக்கும் அமெரிக்காவுக்கும் இடையில் உள்ள 'தி கிரேட்டர் லேக்', உலகின் மிகப் பெரிய ஏரிகளில் ஒன்று. சமீபத்திய வருடங்களில் இந்த ஏரி தொழிற்சாலைகள் மற்றும் சுற்றுச்சூழல் சீர்கேடுகள் காரணமாக அழிந்து வருகிறது. இதன் கரைகளில் நிறைய பூர்வகுடி மக்கள் வாழ்கிறார்கள்.

இந்த ஏரித் தண்ணீரை, 30 மில்லியன் மக்களுக்கும் அதிகமாகப் பயன்படுத்துகிறார்கள். ஆனாலும், இதை முறையாகப் பராமரிக்கவில்லை என்று உணர்ந்த ஜோசஃபின், ஏரியை மீட்கவும் தண்ணீரைப் பாதுகாக்கவும் தனது தோழிகளான இரண்டு

பாட்டிகளுடன் ஒரு நடைபயணத்தை மேற்கொண்டு இருக்கிறார். கால்வாசி கனடாவையும் கால்வாசி அமெரிக்காவையும் சுற்றிவரும் நெடும் பயணம் அது.

அறிவாளிகள் செய்ய மறந்ததை, எளிய மக்கள் செயலால் மாற்றிக்காட்டி இருக்கிறார்கள். தண்ணீருக்கான தனது நடைபயணமும் அப்படிப்பட்டதே என்று சொல்லும் ஜோசஃபின், தினமும் காலை 3 மணிக்கு எழுந்து நடக்கத் துவங்குகிறார். 6 ஆண்டுகளில் இதுவரை 17 ஆயிரம் கி.மீ. நடந்திருக்கிறார்.

தண்ணீருக்கான இந்த நெடும்பயணம், இன்று அரசின் கவனத்தையும் மக்களின் அக்கறையையும் பெற்றிருக்கிறது. வயதான காலத்தில் வீட்டுக்குள்ளே முடங்கிக் கிடக்க நினைக்கும் மனப்போக்கே இன்று பெரும்பாலோரிடம் உள்ளது. ஆனால், 'பொது அக்கறைக்கு வயது தடையல்ல!' என்று ஜோசஃபின் கையில் ஒரு வாளித் தண்ணீருடன் மனவலிமையோடு நடந்துகொண்டே இருக்கிறார். அவரது கால்கள் உருவாக்கிய பாதை, தண்ணீருக்கான புதிய விழிப்புணர்வை உலகெங்கும் உருவாக்கி வருகிறது!

6

மூழ்கிய காதுகள்!

ஒருமுறை, அஸ்ஸாமில் உள்ள 'பெல்டோலா' என்ற இடத்தில் பள்ளி ஆசிரியராக வேலை செய்யும் நண்பனின் அழைப்பை ஏற்று அங்கு சென்றிருந்தேன். நண்பன் தங்குவதற்குப் பள்ளியே வீடு தந்திருந்தது. தலைமை ஆசிரியர் ஓர் அஸ்ஸாமி. அவரது வீடு அருகில் இருந்தது. பெரிய கூட்டுக்குடும்பம்.

ஒரு ஞாயிற்றுக்கிழமை மாலையில் தேநீர் விருந்துக்கு என்னைத் தலைமை ஆசிரியர் அழைத்தார். நானும் நண்பனும் சென்றிருந்தோம். தலைமை ஆசிரியர் வீட்டில் அவரது மூன்று மகன்கள், மூத்த மகள், மருமகள்கள், பேரன், பேத்தி, அம்மா என எல்லோரும் வட்டமாக உட்கார்ந்திருந்தார்கள். ஏதோ வீட்டு விசேஷம் நடக்கிறதோ எனும்படியாக இருந்தது. எங்களைப் பார்த்தவுடன் தலைமை ஆசிரியர் சந்தோஷத்துடன் "நீங்களும் சேர்ந்து உட்கார்ந்து வேடிக்கை பாருங்கள். இன்றைக்குக் குடும்ப சபை கூடியிருக்கிறது" என்றார்.

'இதில் வேடிக்கை பார்க்க என்ன இருக்கிறது' என்று எண்ணிய படி, நான் அவர்களையே பார்த்துக் கொண்டிருந்தேன். தலைமை ஆசிரியரின் மூத்த மகள் பெரிய உண்டியல்போல் இருந்த மரப்பெட்டி ஒன்றை எடுத்துவந்து, அந்த சபையின் நடுவில் வைத்தாள். தலைமை ஆசிரியர் "யார் முதலில்

எடுக்கப்போவது?" என்று அங்கு இருந்தவர்களைக் கேட்டார். அந்த வீட்டின் சின்ன மருமகள் முதலில் எடுக்கட்டும் என்று யாவரும் முடிவு செய்து, அந்தப் பெட்டியை அவள் முன்பாகக் காட்டினார்கள்.

அவள் கையை விட்டு உள்ளிருந்து காகிதச் சுருள் ஒன்றை எடுத்தாள். "படிம்மா" என்று தலைமை ஆசிரியர் சொன்னார். அது அஸ்ஸாமில் எழுதப்பட்டு இருந்தது. அந்தப் பெண் நிறுத்தி நிறுத்திப் படித்தாள். அதைப் படிக்கப் படிக்க அவளது முகம் மாறிக்கொண்டே வந்தது. நான் நண்பனிடம், "என்ன அது?" என்று கேட்டேன். அவனும் "புரியவில்லை" என்றான்.

தலைமை ஆசிரியரோ, "இது எங்கள் வீட்டின் புகார்ப் பெட்டி. ஒருவர் மீது மற்றவருக்கு உள்ள கோபத்தை, தவறுகளைச் சுட்டிக்காட்டுவதற்காக வைத்திருக்கிறோம். மாதத்தின் கடைசி ஞாயிறு மாலை நாங்கள் ஒன்றுகூடி இந்தப் பெட்டியைத் திறப்போம். இதில் யார் யாரையும் பற்றி மனதில் உள்ள குறைகளை, கோபத்தை எழுதிப் போடலாம். அது புகாராகவோ, பாராட்டாகவோ எதுவாகவும் இருக்கலாம். எழுதுபவர் தனது பெயரோடு எழுதிப் போட வேண்டும். அப்படி எழுதியது வாசிக்கப்படும். சம்பந்தப்பட்டவர் அதற்குத் தகுந்த பதில் தர வேண்டும். தவறாக இருந்தால் மன்னிப்பு கேட்க வேண்டும். மாற்றிக்கொள்ள வேண்டிய பழக்கமாக இருந்தால், மாற்றிக்கொள்ள வேண்டும்" என்றார்.

நல்ல நடைமுறையாக இருக்கிறதே என்று உற்சாகத்துடன் அதை வேடிக்கை பார்க்க ஆரம்பித்தேன். அந்த மருமகள் எடுத்து வாசித்த புகார் அவளைப் பற்றித் தலைமை ஆசிரியர் எழுதியிருந்தது. அதனால்தான் அவள் முகம் மாறி இருந்தது.

அவள் இரண்டு நாட்களுக்கு முன்பு, தன் பிள்ளைகளில் ஒன்றைக் கோபத்தில் அடித்துவிட்டு மோசமான வசையால் திட்டியிருக்கிறாள். 'அவளது குழந்தைதான் என்றாலும், அடித்தது தவறு. அதைவிடவும் மோசமான சொல்லால் பிள்ளைகளைத் திட்டுவது மன்னிக்க முடியாதது' என்று தலைமை ஆசிரியர் புகார் எழுதி இருந்தார். அந்தப் பெண்,

"இது கோபத்தில் ஏற்பட்ட தவறு; இனிமேல் அப்படி நடந்து கொள்ளமாட்டேன்" என்று மன்னிப்புக் கேட்டாள்.

இப்படி வீட்டில் உள்ளவர்களின் நிறை – குறைகளை ஒவ்வொருவரும் ஒன்றை எடுத்துப் படிப்பதாக இரண்டு மணி நேரம் படிக்கப்பட்டன. இதில் தலைமை ஆசிரியரின் தவறுகளும் சுட்டிக்காட்டப்பட்டன. அவரும் மன்னிப்பு கேட்டுக்கொண்டார். சபை முடியும்போது யார் மீது யாருக்கும் எந்தவிதமான உள்ளார்ந்த கோபங்களும் இல்லாமல் தீர்ந்து போனது போலிருந்தது. அனைவரும் ஒன்றாக அமர்ந்து, தேநீர் அருந்தினார்கள். முடிவில் ஒருவருக்கு ஒருவர் நன்றி சொல்லிக் கொண்டு, அவரவர் வேலையைப் பார்க்கச் சென்றார்கள்.

என்னால் நம்ப முடியவில்லை. "எப்படி இப்படி ஓர் எளிய வழியைக் கண்டுபிடித்தீர்கள்?" என்று கேட்டேன்.

அவர் சிரித்தபடியே, "நாங்கள் கிராமவாசிகள். மனதில் எதையும் ஒளித்துவைக்கத் தெரியாது. அதேநேரம் ஒவ்வொரு நாளும் அடுத்தவரை பற்றிய புகார்களைச் சொல்லிக் கொண்டே இருந்தாலும் எரிச்சல் வந்துவிடும். எனது தாத்தா காலத்திலிருந்து இப்படியான நடைமுறை வீட்டில் இருந்து வருகிறது. இந்தப் புகார்ப் பெட்டிக்குப் பெயர் 'மனக்குடுவை'. மனதில் உள்ளதைப் போட்டு வைக்கும் உண்டியல்.

இந்த நடைமுறையால் ஒருவர் மீது மற்றவர் புரளி பேசுவது, கோள் சொல்வது தவிர்க்கப்படுகிறது. அதுபோலத் தவறுகள் உடனடியாகத் திருத்திக்கொள்ளப்படுகின்றன. ஒவ்வொருவருக்கும் தன்னைப் பற்றி வீட்டில் உள்ள மற்றவர்கள் என்ன நினைக்கிறார்கள் என்று தெரிந்துகொள்ள உதவியாக இருக்கிறது. ஆகவே, இதைத் தவறாமல் செய்து வருகிறோம். நாங்கள் 21 பேர் ஒரே வீட்டில் ஒன்றாகச் சச்சரவுகள் இன்றிச் சந்தோஷமாக வாழ முடிவதற்கு இதுதான் முக்கியக் காரணம்" என்றார்.

புத்தகங்கள் கற்றுத் தரும் நீதிபோதனைகளைவிட, எளிய மனிதர்களின் நடைமுறைச் சாத்தியங்கள் வாழ்வினை மேம்படுத்த உதவுகின்றன என்பதையே இது காட்டுகிறது. நம் ஒவ்வொருவர் வீட்டிலும் இது போன்ற ஒரு மனக்குடுவை தேவையாக இருக்கிறது.

தபால் நிலையம், மின்சார அலுவலகம், ரயில்வே என்று பல பொது இடங்களில் புகார்ப் பெட்டிகள் இருப்பதைப் பார்த்திருக்கிறேன். ஒருமுறைகூட இந்தப் பெட்டியில் என்ன புகார்கள் எழுதப்பட்டு இருக்கின்றன, அதற்கு என்ன நடவடிக்கை எடுத்தார்கள் என்று எங்கேயும் குறிப்பிட்டோ, அறிவிப்பு வெளியிட்டோ நான் பார்த்ததே இல்லை.

நமது புகார்ப் பெட்டிகள் பெரும்பாலும் வெறும் கண்துடைப்பு. உங்களுக்கு விருப்பம் இருந்தால் அதில் புகார்களை எழுதிப் போடலாம். ஆனால், பதிலை எதிர்பார்ப்பது முட்டாள்தனம். 'பல புகார்ப் பெட்டிகள் செயல்படவே இல்லை..!' என்ற புகாரைக் கூட இன்னொரு பெட்டியில்தான் போட வேண்டியிருக்கிறது என்பதுதான் நமது துரதிருஷ்டம்.

புகார் தெரிவிக்க வேண்டிய தொலைபேசி எண்கள் பெரும்பாலும் வேலை செய்வதில்லை. வேலை செய்தால், பதில் சொல்ல ஆள் இல்லை. ஒருவேளை புகார் பதிவு செய்யப்பட்டாலும், குறைகளைச் சரிசெய்ய நீங்கள் எத்தனை நாள் காத்திருக்க வேண்டும் என்று எந்த உத்தரவாதமும் இல்லை. சிறுவணிகத்தில் துவங்கி பெரிய அரசு நிறுவனம் வரை, பயனாளர்களை ஏமாந்த முட்டாள்களாகவே நடத்துகின்றன. அதற்கான எதிர்ப்பு, விழிப்புணர்வு நம்மிடம் அறவே இல்லை.

புகழ்பெற்ற ரஷ்ய எழுத்தாளர் ஆன்டன் செகாவ், 'புத்திரச்சோகம்' என்று ஒரு சிறுகதை எழுதியிருக்கிறார். 'ஐயனோவ்' என்ற குதிரை வண்டிக்காரனைப் பற்றியது அந்தக் கதை.

ஒரு நாள் குதிரை வண்டிக்காரனின் மகன், கடுமையான காய்ச்சலின் காரணமாக இறந்துவிடுகிறான். தன் மகன் இறந்த துக்கத்தில் உள்ள ஐயனோவ், அதைப் பற்றி யாரிடமாவது சொல்ல வேண்டும் என்று ஆசைப்படுகிறான். அவனது குதிரை வண்டியில் ஒரு வியாபாரி ஏறுகிறான். அவனிடம் ஐயனோவ், "ஐயா, இன்று என் மகன் இறந்துவிட்டான்..." என்று துக்கத்தோடு சொல்லத் துவங்குகிறான். அந்த வியாபாரி எரிச்சலுடன், "உன் கதை

எனக்கு எதற்கு? பாதையைப் பார்த்து ஓட்டு!" என்று வாயை அடைத்துவிடுகிறான். புத்திரச்சோகத்துடன் அவன் வண்டியை ஓட்டுகிறான்.

அடுத்து, ஒரு ராணுவ வீரன் அவனது வண்டியில் ஏறுகிறான். அவனிடமும் "ஐயா, என் மகன் இறந்துவிட்டான்..!" என்று சொல்லி ஐயனோவ் விம்ம ஆரம்பித்தவுடன், ராணுவ வீரன் "அதெல்லாம் இருக்கட்டும்... நகரில் எங்கே நாட்டியம் நடக்கிறது? எங்கே அழகான பெண்கள் இருக்கிறார்கள்?" என்று தன் விருப்பங்களைப் பேச ஆரம்பித்துவிடுகிறான். அவனிடமும் துக்கத்தைப் பகிர்ந்துகொள்ள முடியவில்லை.

இப்படி நாள் முழுவதும் தன் வண்டியில் ஏறும் ஒவ்வொரு வரிடமும், நோயால் தன் மகன் இறந்துபோனதைப் பற்றிச் சொல்ல விரும்புகிறான். ஓர் ஆள் கூட அவனது சோகத்தைக் கேட்கத் தயாராக இல்லை.

முடிவில், இரவில் அவன் வீடு திரும்பி தன் மனவேதனைகளை யாரிடம் கொட்டுவது என்று தெரியாமல் தன் குதிரையைக் கட்டி அணைத்துக்கொண்டு, "கண்ணே, இன்று என் மகன் இறந்துவிட்டான். அவனை என்னால் காப்பாற்ற முடியவில்லை. நோயில் விழுந்து அவதிப்பட்டு இறந்து விட்டான்" என்று கதறிக் கதறி அழுதபடியே, தன் சோகத்தைக் குதிரையிடம் சொல்கிறான்.

குதிரை, அவன் சொல்வதை எல்லாம் கேட்டுக்கொள்வதுபோல வாயை அசைத்து அசை போடுகிறது; தலையை ஆட்டிக் கொள்கிறது. அடுத்தவர் துயரத்தைக் கேட்க யாரும் இல்லை என்ற அவலத்தைத் தாள முடியாமல், அவன் குதிரையிடம் தன் வலியைச் சொல்லி அழுகிறான் என்று கதை முடிகிறது.

இந்தக் கதை என்றோ நூற்றாண்டின் முன்பு ரஷ்யாவில் நடந்த நிகழ்ச்சி அல்ல. ஒவ்வொரு நாளும் நம்மைச் சுற்றி நடப்பதும் இதுதானே! நான் பேசுவதை மற்றவர்கள் காது கொடுத்துக் கேட்க வேண்டும்; ஆனால், எவர் பேசுவதையும் நாம் காது கொடுத்துக் கேட்கவேமாட்டோம் என்பதுதான் பொது இயல்பாக மாறி இருக்கிறது. ஏனோ இன்று பேச்சு ஒருவழிப் பாதையாக ஆகிவிட்டது.

எஸ். ராமகிருஷ்ணன்

*1961–ஆ*ம் ஆண்டு ஹாலிவுட்டில் வெளியான 'Judgement at Nuremberg' என்ற படம், மனித மனச்சாட்சியை உலுக்கிக் கேள்வி கேட்கும் உயர்ந்த திரைப்படங்களில் ஒன்று. ஸ்டான்லி கிராமர் இயக்கி, ஸ்பென்சர் ட்ரேசி நடித்தது. இரண்டு ஆஸ்கர் விருதுகள் பெற்றது.

இரண்டாம் உலகப்போரின்போது, ஹிட்லர் லட்சக்கணக்கான யூதர்களைக் கொன்று குவித்தான். யுத்த முடிவில் ஹிட்லர் இறந்து போகிறான். ஆனால், இந்தக் குற்றங்களுக்கு யார் பொறுப்பு ஏற்பது? யாரைக் குற்றவாளி என்று விசாரணை செய்வது? என்று கேள்வி எழுந்தது. எந்த அதிகாரிகள், மந்திரிகள், நீதிபதிகள் ஹிட்லரின் உத்தரவுகளைச் செயல் படுத்தினார்களோ, அவர்களைக் குற்றவாளிகளாக அறிவித்து, அவர்கள் மீது நீதி விசாரணை நடைபெற வேண்டும் என்று உத்தரவு இடப்பட்டு, ஜெர்மனியில் உள்ள 'நூரெம்பெர்க்' என்ற இடத்தில் பொது விசாரணை நடந்தது.

அந்தச் சம்பவமே 'நூரெம்பெர்க் விசாரணை' என்ற படத்தின் மையம். நீதிமன்ற விசாரணையை மையமாகக் கொண்ட படங்களில், 3 திரைப்படங்கள் மிகச் சிறப்பானவை. ஒன்று, Judgement at Nuremberg; இரண்டு, புலிட்சர் பரிசு பெற்ற நாவலின் திரைவடிவமான To Kill a Mocking Bird; மூன்றாவது, 12 Angry Men.

அமெரிக்க நீதித் துறையின் சார்பில், நூரெம்பெர்க் விசாரணைக்குத் தலைமை ஏற்கிறார் நீதியரசர் டான் ஹோவர்ட். இவர் விசாரிக்கப் போகும் குற்றவாளிகள், யூதப் படுகொலைச் சம்பவங்களுக்கு உத்தரவு தந்த அவரைப் போன்ற நீதிபதிகள். அதில் ஒருவர் சட்ட நூல்களை எழுதி உலகப் புகழ்பெற்ற எர்னெஸ்ட் ஜேனிங். இன்று குற்றவாளிக் கூண்டில் நிற்கிறார். இந்த விசாரணையை ஹோவர்ட் எப்படி நடத்துகிறார் என்பதை, துப்பறியும் படங்களைப் போல நாற்காலியின் நுனியில் படம் பார்ப்பவரை உட்காரச் செய்வதே இந்தப் படத்தின் தனிச்சிறப்பு.

நீதி விசாரணையின் முடிவில், நாஜி படுகொலைக்கு ஹிட்லர் மட்டுமே குற்றவாளி அல்ல. அவரைக் கொண்டாடிய பொதுமக்களும், அவரால் ஆதாயம் பெற்ற அதிகாரிகளும், அவரைப் பற்றிய உயர்வான பிம்பத்தை உருவாக்கிய

ஊடகங்களும், ஹிட்லரை ஆதர்சப் புருஷனாக வழிபட்ட தேசங்களும், ஹிட்லருக்குப் பொருள் உதவி செய்த தொழிலதிபர்களும்கூட குற்றவாளிகளே! அதிகாரிகள், நீதிபதிகள் உயிர் பயத்தில் அப்படி நடந்துகொண்டாலும், தங்கள் மனச்சாட்சிக்கு விரோதமாகச் செயல்பட்டது தவறே என்று தீர்ப்பளிக்கிறார்.

படம் முழுவதும் அரசின் குற்றங்களுக்கு அதிகாரிகள் விசாரிக்கப்படவும் தண்டிக்கப்படவும் வேண்டுமா?,அரசின் குற்றங்கள் எப்படி மறைக்கப்படுகின்றன? என்று ஆழமாக விவாதிக்கப்படுகிறது. ஒவ்வொருவரும் அவசியம் காண வேண்டிய படம் இது.

குடும்பம் என்பது, சேர்ந்து சாப்பிடுவது, சேர்ந்து உறங்குவதற்கான இடம் மட்டும் அல்ல, சேர்ந்து வாழ்வதற்கான வெளியும்கூட. ஆணும் பெண்ணும் சேர்ந்து வாழ்வதற்கு, புரிந்து கொள்ளும் மனதும் தன்னைத் திருத்திக்கொள்ளும் அக்கறையும், பரஸ்பர அன்பும், திறந்த உரையாடல்களும் அவசியம். அது தவறிப்போவதே இன்றைய குடும்ப விரிசலின் அடிப்படைக் காரணம் என்பேன்!

மதுரையில்' பேசும் நூலகம்!

பார்வையற்றவர்கள் படிப்பதற்கான சிறப்பு நூலகம் ஒன்று, மதுரையில் இயங்கி வருகிறது. விஸ்வநாதபுரத்தில் அமைந்துள்ள இதன் பெயர் 'ஹெலன் கெல்லர் பேசும் புத்தகங்களுக்கான நூலகம்'. பாரதியார் பல்கலைக்கழகத் துணைவேந்தராக இருந்த திருவாசகம் அவர்களால், 2003–ஆம் ஆண்டு ரோட்டரி நிதி உதவியுடன் துவக்கப்பட்ட திட்டம் இது.

பார்வையற்றவர்களுக்கான இந்த நூலகம், இந்தியாவில் ஒரு முன்னோடி முயற்சி. இங்கே புத்தகங்கள் முறையாக வாசிக்கப்பட்டு ஒலிப் புத்தகங்களாக உருமாற்றம் பெற்று, துறைவாரியாக ஆடியோ கேசட்டுகள் மற்றும் சி.டி–க்களாக வைக்கப்பட்டுள்ளன. பொது அறிவு, இலக்கியம், சமூகம், பாடப்புத்தகங்கள், அரசு பணிகளுக்கான தேர்வுப் புத்தகங்கள், ஆங்கில

அறிவை வளர்த்துக்கொள்ள உதவும் புத்தகங்கள், சுயநம்பிக்கை, நாட்டுநடப்பு, வரலாறு... எனப் பல்வேறு தலைப்புகளில் 3 ஆயிரத்துக்கும் அதிகமான ஒலிப் புத்தகங்கள் உள்ளன. இவை இசையோடு தரமாக ஒலிப்பதிவு செய்யப்பட்டவை.

அந்த ஒலிப் புத்தகங்களைக் கேட்க விரும்புபவர்கள் அங்கேயே வந்து கேட்டுச் செல்வதற்கு ஏற்பாடு செய்யப்பட்டு இருக்கிறது. ஒருவேளை இந்த ஒலிப் புத்தகங்களைத் தபாலில் பெற விரும்பினால், தங்கள் முகவரியைப் பதிவு செய்தால் போதும்; ஆடியோ புத்தகங்கள் தபாலில் இலவசமாகவே வந்து சேர்ந்துவிடும். படித்துவிட்டு மீண்டும் இலவசத் தபாலில் திருப்பி அனுப்பிவிடலாம். பல ஆயிரம் பார்வையற்றவர்கள், இந்த நூலகத்தால் பயன்பெற்று வருகிறார்கள்.

புத்தகங்களை வாசிப்பதற்கும், ஒலிப்பதிவு செய்வதற்கும் கல்லூரி மாணவர்கள் மற்றும் பொதுமக்கள் ஆர்வமாக முன்வந்து உதவி செய்கிறார்கள். மதுரையில் துவங்கிய இந்தப் பேசும் நூலகம், இன்று தமிழகத்தின் பல மாவட்டங்களிலும் விரிவு பெற்று வருகிறது.

இன்று கல்வி, வேலை, தனித்திறன், விளையாட்டு... என்று சகல துறைகளிலும் பார்வையற்றவர்கள் அரிய சாதனைகள் செய்து வருகிறார்கள். அவர்களை ஊக்கப்படுத்தவும் நம்பிக்கை அளித்துத் துணை நிற்கவும் இதுபோன்ற நூலகங்கள் மிக அவசியமானவை, பாராட்டுக்கும் உரியவை!

7

முறிந்த கேள்விகள்

அமெரிக்காவில் இருந்து வந்திருந்த ஒரு நண்பரைக் காண்பதற்காக, புரசைவாக்கத்தில் உள்ள அவரது வீட்டுக்குச் சென்றிருந்தேன். அடுக்குமாடிக் குடியிருப்பு. அவரது எதிர் வீட்டில் ஆறு வயதுச் சிறுவனுக்கும் அவன் அம்மாவுக்கும் நடந்த உரையாடல் இது. பையன் பால்கனியில் உள்ள தொட்டிச் செடி ஒன்றைப் பார்த்தபடியே நின்றுகொண்டு இருந்தான்.

"சீனு, என்ன செய்துக்கிட்டு இருக்கே?"

"யோசிச்சிட்டு இருக்கேன்."

"என்ன யோசிக்கிறே?"

"இந்த இலையைப் பத்தி..."

"அதைப்பத்தி என்னடா யோசிக்கிறே?"

"அது ஏன் நம்ம வீட்டுச் செடியில் இருக்குன்னு."

"அதுல யோசிக்கிறதுக்கு என்னடா இருக்கு?"

"ஏம்மா யோசிக்கக்கூடாது?"

"செடியில் இலை இருக்கு... அவ்வளவுதானே?"

எஸ். ராமகிருஷ்ணன்

"அப்படி இல்லை."

"அப்போ வேற எப்படி?"

"அதைத்தான் யோசிக்கிறேன்."

"உனக்கு டியூஷன் இருக்கு கிளம்பு... டோன்ட் வேஸ்ட் டைம்!"

"இந்தச் செடிக்கு யாரும்மா பையன்?"

"பைத்தியம் மாதிரி பேசாதே. செடிக்குப் பையன், பொண்ணு எல்லாம் கிடையாது."

"ஏம்மா கிடையாது?"

"கிடையாதுன்னா கிடையாது. அவ்வளவுதான்."

"இந்த இலை செத்துப் போகுமா?"

"செத்துப் போகாது. ஆனா, உதிர்ந்து போகும்."

"ஏன் உதிர்ந்து போகும்?"

"வயசானா உதிர்ந்து போயிடும்."

"எவ்வளவு வயசானதும் உதிர்ந்து போகும்?"

"அது நிறைய வயசானதும் உதிரும்."

"இப்போ இந்தச் செடிக்கு எவ்வளவு வயசு?"

"ஒரு வயசு."

"அப்போ இது குழந்தையா?"

"முட்டாள் மாதிரி கேட்காதே. செடியில் என்ன குழந்தை, கிழடுன்னு..."

"ஏம்மா பெரிய ஆளு மாதிரியே பேசுறே?"

"நான் பெரிய ஆளு. அப்படித்தான் பேசுவேன்."

"எதுக்குப் பெரிய ஆட்கள் இப்படிப் பேசுறாங்கம்மா?"

"எப்படி?"

"எது கேட்டாலும் பதிலே தெரியலை. யோசிக்கவே மாட்டாங்களா?"

"எல்லாம் யோசிச்சுதான் வந்திருக்கோம். யோசிச்சது எல்லாம் போதும்."

"இந்த இலையைப் பத்தி நீ யோசிச்சு இருக்கியாம்மா?"

"உளறாதே... எனக்கு அடுப்பிலே வேலை இருக்கு. நீ டியூஷன் நோட்டை எடுத்துட்டுக் கிளம்பு."

"இந்த இலை ஏம்மா நம்ம வீட்டுச் செடியில் இருக்கு?"

"எவ்வளவு தடவை சொல்றது... முட்டாள் மாதிரி பேசாதேன்னு."

"ஒரு செடியில் மொத்தம் எத்தனை இலைகள் இருக்கும்?"

"நீ டியூஷன் போயிட்டு வா. எண்ணி வைக்கிறேன். போதுமா?"

"ஏம்மா கோவிச்சிக்கிறே?"

"சனியனே... ஏன்டா என்னைப் படுத்துறே?"

"நான் டியூஷன் போகலை."

"கொன்னுடுவேன். கிளம்பு."

"நான் போகமாட்டேன்."

"எனக்குன்னு வந்து பொறந்து... ஏன்டா உயிரை வாங்குறே. கிளம்பித் தொலைடா. உன்னோட கத்திக் கத்தி எனக்கு பிரஷர் ஏறிப்போச்சு. பைத்தியம் மாதிரி உளறாதேன்னு எவ்வளவு தடவை சொல்லி இருக்கேன். ஏன்டா என்னைப் புரிஞ்சுக்கவே மாட்டேங்குறே. முதல்ல இந்தச் செடியைத் தூக்கி வெளியே எறியணும். 'இயற்கையை ரசிக்கிறேன்'னு உங்கப்பா செடியை வாங்கி வெச்சு என் உயிரை எடுக்கிறார். ஒரு நாள், ஒரு பொழுது இந்தச் செடிக்குத் தண்ணிவிட்டதும்

எஸ். ராமகிருஷ்ணன் ▢ 59

இல்லை. பூ எப்படி இருக்குனு பார்த்ததும் இல்லை. எனக்குன்னு வந்து வாய்ச்சிருக்கு பாரு!”

– என்றபடி அந்தச் சின்னப் பையன் முதுகில் ரெண்டு சாத்து சாத்தி தரதரவென இழுத்துக்கொண்டு போனாள் சிறுவனின் அம்மா. சிறுவனின் அழுகைக் குரல் கேட்டுக்கொண்டே இருந்தது.

இது யாரோ ஒருவரின் வீட்டில் அபூர்வமாக நடைபெற்ற நிகழ்வு அல்ல. நம் ஒவ்வொருவர் வீட்டிலும் இது போன்ற முடிவற்ற உரையாடல்கள் நடந்துகொண்டுதான் இருக்கின்றன. பதிலற்ற கேள்விகளின் முன், நாம் கோபம் அடைகிறோம். சிறுவர்களை அடிக்கிறோம். பைத்தியம், முட்டாள், உதவாக்கரை என்று திட்டுகிறோம்.

அவர்களுக்குள் துளிர்விடும் அறிவு அப்படியே வாடிப்போய் உதிரத்துவங்கிவிடுகிறது. சிறுவர்கள் எப்போதும் கேள்வி களால் சூழப்பட்டே இருக்கிறார்கள். உலகின் ஒவ்வொரு சிறு செயலும் ஏன் நடக்கிறது என்ற கேள்வி, அவர்களுக்குள் இயல்பாக எழுகிறது. புரிந்து கொள்ளவும், ரசிக்கவும், யோசிக்கவும் விரும்புகிறார்கள். நமக்கு அதற்கான நேரம் இல்லை; விருப்பம் இல்லை. அப்படிக் குழந்தைகள் வளர வேண்டும் என்ற தேவையில்லை என்ற மனப்பாங்கு நமக்குள் ஆழமாக வேர்விட்டு இருக்கிறது.

பள்ளியில் படிக்க வைப்பது மட்டுமே தங்களது ஒரே வேலை என்று, பெரும்பான்மையான பெற்றோர் நம்பிக் கொண்டு இருக்கிறார்கள். மாணவனுக்குக் கல்வியை மட்டுமே பள்ளி அறிமுகம் செய்யும். வீடுதான் நிஜமான கல்விக்கூடம். மனித உறவுகளையும், பழக்க வழக்கங்களையும், ருசியையும், விருப்பத்தையும், ரசனையையும், தனித்திறன்களையும் வீடுதான் அறிமுகப்படுத்துகிறது; கற்றுத் தருகிறது. இன்று உள்ள பிரதான பிரச்சனை, கல்விநிலையங்கள் அனைத்தும் வணிக மயமாகிவிட்டன என்பது மட்டுமல்ல; வீடுகளும் எதையும் சிறுவர்களுக்குக் கற்றுத்தருவது இல்லை என்பதும்தான்.

பெரியோர்களின் செயல்களைச் சற்றுத் தள்ளி நின்று பார்க்கும்போது, நாம் எவ்வளவு முட்டாள்தனமாகவும்

அபத்தமாகவும் நடந்து கொள்கிறோம் என்பது புரிகிறது. உண்மையில், பெரியவர்கள் எதற்காகக் கோபப்படுகிறார்கள்? ஏன் இப்படி நடந்து கொள்கிறார்கள்? என்பதை, எந்த விஞ்ஞானமும் இன்றுவரை முழுமையாக விளக்கவே இல்லை.

ஆங்கிலத்தில் எழுதும் இந்திய எழுத்தாளரான விலாஸ் சாரங்கின் 'கரப்பான்பூச்சியும் ஒரு கடிகாரமும்' என்ற சிறுகதை, பெற்றோர்களின் அபத்தமான மனநிலையை மிக அழகாக விவரிக்கிறது. கதையின் முக்கியக் கதாபாத்திரம் ஓர் உயர் அதிகாரி. அவரது குடும்பம் பெரிய அடுக்குமாடி வீட்டில் குடியிருக்கிறது. அவர் தினசரி தன்னுடைய கடிகாரத்துக்கு அலாரம் வைத்துவிட்டு உறங்குவது வழக்கம்.

ஒரு நாள் இரவு, பாதித் தூக்கத்தில் கண் விழித்து மணி என்ன என்று பார்க்க முயற்சிக்கிறார். கடிகாரத்தினுள் ஒரு கரப்பான்பூச்சி இருப்பது தெரிகிறது. கரப்பான்பூச்சி எப்படி கடிகாரத்துக்குள் போனது என்று புரியாமல், அதை வெளியே துரத்துவதற்காக மேலும் கீழுமாகக் கடிகாரத்தைக் குலுக்குகிறார். கரப்பான்பூச்சி நகரவே இல்லை.

உடனே அவர் கடிகார முள்ளைத் திருகி, அந்தப் பூச்சியைத் துரத்த முயற்சிக்கிறார். முள்ளை நகர்த்தியதும் கரப்பான்பூச்சி கடிகாரத்தின் உள்ளே போய்விடுகிறது. அவர் நிறுத்தியதும் வெளியே வந்துவிடுகிறது.

இதை எப்படியாவது அடிக்காமல் உறங்கக்கூடாது என்று முடிவு செய்து, விளக்கைப் போடுகிறார்.

அவரது மனைவி எழுந்து, "என்ன வேணும்?" என்று கேட்கிறார்.

"ஊசி எங்கே இருக்கிறது?" என்று கேட்கிறார்.

அவள், "மணி ரெண்டு ஆகுது. இப்ப எதுக்கு ஊசி?" என்று கேட்க... ஆத்திரமாகி, "ஊசி எடுத்துக்கொண்டு வா!" என்று கத்துகிறார்.

அவள் தேடிப் பார்த்துவிட்டு, "காணவில்லை!" என்கிறாள்.

அது அவரை இன்னும் அதிகமாகக் கோபப்படுத்துகிறது. "எங்கே வெச்சுத் தொலைச்சே" என்று கூப்பாடு போடுகிறார்.

"மகளிடம் கேட்க வேண்டும்" என்று மனைவி சொல்லவே... "நான் அவதிப்பட்டுக் கொண்டிருக்கும் போது அவர்கள் நிம்மதியாக உறங்குவதா? உடனே அவர்களை எழுப்பு" என்கிறார்.

அடுத்த அறையில் உறங்கிக்கொண்டிருந்த இரண்டு மகள்களையும் எழுப்பி, அப்பாவிடம் அழைத்து வருகிறாள் மனைவி. அதற்குள் அவர் கரப்பான்பூச்சியைக் கொல்வதற்கான முயற்சியில் களைத்துப் போயிருக்கிறார். அதைக் கண்ட மூத்த மகள், "கடிகாரத்தின் பின் பக்கத்தைக் கழற்றினால் பூச்சி வந்துவிடும்" என்று யோசனை சொல்கிறாள்.

அதைக் கேட்டதும், "உன் வேலையைப் பார்த்துட்டுப் போ. நான் அதுகூடத் தெரியாத முட்டாள் இல்லை. கடிகாரத்தின் பின் பக்கம் திறக்க முடியாதபடி சீல் வைக்கப்பட்டு இருக்கிறது" என்கிறார். மனைவி, மகள்கள் என யாவரும் செய்வது அறியாமல் பார்த்துக்கொண்டு இருக்கிறார்கள். மாறி மாறி அவர் கரப்பான்பூச்சியைக் கடிகார முள்ளால் துரத்துகிறார். முடிவு இல்லாத விளையாட்டு போல் இருக்கிறது. அவரால் கரப்பான் பூச்சியைக் கொல்லவே முடியவில்லை.

தான், எவ்வளவு பெரிய அதிகாரி; எவ்வளவு வசதியானவன்; படித்தவன். தன்னால் ஒரு கரப்பான்பூச்சியைக் கொல்ல முடியவில்லையே என்று ஆத்திரமும் கோபமும் பொங்குகிறது. இந்தப் போராட்டத்தில் அதிகாலையாகிறது. மனைவி, மகள் யாரையும் அங்கிருந்து வெளியே போகக்கூடாது என்று தடுத்து நிறுத்துகிறார். முடிவாக, கரப்பான்பூச்சியை அவர் அடித்துக் கொன்றபோது காலை மணி ஏழரை. இனிமேல் அலுவலகம் கிளம்பிப் போக நேரம் இருக்காது என்று முடிவு செய்து, அன்றைக்கு தான் விடுமுறை எடுக்கப்போவதாகச் சொல்லிவிட்டு, தான் எவ்வளவு பெரிய ஆள் என்று நிரூபித்த சந்தோஷத்தில் உறங்கச் செல்கிறார் அந்த உயர் அதிகாரி என்று கதை முடிகிறது. இதுதான் நவீன வாழ்வின் அபத்தம்.

நமது தவறுகள், நம் குழந்தைகளின் செயலில் எதிரொலிக்கின்றன. நமது குழந்தைகள் நம்மை நம்பித்தான் இருக்கிறார்கள் என்பதே அதிகாரம் செலுத்துவதற்கான முதல் காரணமாகிறது.

'ஐ ஆம் சாம்' (I AM SAM) என்ற ஹாலிவுட் படம் 2001–இல் வெளியானது. மனவளர்ச்சி குன்றிய சாம், தனது ஏழு வயது மகளை வளர்ப்பதற்கு எவ்வளவு பிரச்னைகளைச் சந்திக்கிறான் என்பதே படத்தின் மையக் கதை. மிக அற்புதமான படம். ஜெசி நில்சன் இயக்கிய இந்தப் படத்தில் 'சாம் டௌச'னாக நடித்திருப்பவர் சீன்பென்.

ஏழு வயதுச் சிறுவனின் மனவளர்ச்சி மட்டுமே கொண்டிருந்த சாம் டௌசன், ஸ்டார்பக்ஸ் என்ற காபி கடையில் வேலை செய்கிறான். அவனது மனைவி, குழந்தையைப் பெற்று அவனிடம் ஒப்படைத்துவிட்டு சாமை விட்டு விலகிப் போய்விடுகிறாள். சாம் தன் மகள் லூசியை மிகக் கவனமாக வளர்க்கிறான். லூசிக்கு இப்போது ஏழு வயது நடக்கிறது.

லூசியை எப்படி வளர்ப்பது? என்று சாமுக்குத் தெரியவில்லை. அவள் மீது மிகுந்த அன்புகொண்டு இருக்கிறான். அவளுக்காக எதையும் செய்யத் தயாராக இருக்கிறான். லூசி விரும்பும் இடங்களுக்கு அழைத்துப் போகிறான். அண்டை வீட்டாரின் ஆலோசனைகள், உதவியோடு அவளை வளர்க்கிறான்.

ஆனால், ஒரு நாள் அவன் வீட்டுக்கு வருகை தரும் சமூகநல ஊழியர், சாம் மனவளர்ச்சி குன்றியவன்; அவனால், மகளை வளர்க்க முடியாது என்று லூசியை அவனிடம் இருந்து பிரித்து நீதிமன்றத்தில் ஒப்படைக்கிறார். சிறுவர்களுக்கான காப்பகத்தில் சேர்க்கப்படுகிறாள் லூசி.

மனவளர்ச்சி குன்றியவன் என்ற காரணத்தால் தன்னால் குழந்தையை வளர்க்க முடியாது என்பது தவறு என வழக்கு தொடுக்கிறான் சாம். அவனுக்காக ரீடா என்ற பெண் வழக்கறிஞர் ஆஜராகிறாள். மகளின் பிரிவை சாமினால் தாங்கிக்கொள்ள முடியவில்லை. மனம் உடைந்து போகிறான். வேலை போய்விடுகிறது. குழந்தையை ரகசியமாகச் சந்திக்க முயற்சிக்கிறான். லூசியும் அப்பாவைக் காணத் தப்பி ஓடி வர முயற்சிக்கிறாள்.

இதற்குள் லூசியைத் தத்தெடுக்க ஒரு குடும்பம் முயற்சிக்கிறது. தான் குழந்தையைப் பறிகொடுக்கப் போகிறோம் என்று உணர்ந்த சாம், இறுதிவரை போராடுகிறான். அவனது அன்பும் துயரமும் படம் முழுவதும் பீறிடுகிறது. முடிவில் லூசியைத் தத்தெடுக்க விரும்பிய குடும்பம், அவளை சாமே வளர்க்கட்டும் என்று அனுப்பி வைக்கிறது. சாம் மகளோடு சந்தோஷமாகப் புது வாழ்வைத் துவக்குகிறான்.

குழந்தை வளர்ப்பதற்கு உனக்கு என்ன தகுதி இருக்கிறது என்று கேட்கும் நீதிமன்றத்துக்கு சாம் சொல்லும் பதில்:

'All you need is love. Nothing more!'

எல்லாப் பெற்றோர்களும் நினைவில் வைத்துக்கொள்ள வேண்டிய ஒரே பதில் இதுவே!

நடமாடும் கழிவு சேகரத் தொட்டி!

ஒரு நாளிதழில், நாகர்கோவிலைச் சேர்ந்த 14 வயதான மாஷா நஸிம் என்ற மாணவியின் கண்டுபிடிப்பு பற்றிய செய்தியைப் படித்தேன். அது, உடனடியாகச் செயல்படுத்தப்பட வேண்டிய நல்ல திட்டம் என்று தோன்றியது. இன்றுவரை அந்தத் திட்டம் என்ன ஆனது என்றே தெரியவில்லை.

அதாவது, ரயிலில் உள்ள கழிப்பறைகளில் இருந்து வெளியேறும் மலக்கழிவுகள் தண்டவாளம் எங்கும் விழுவதால் நோய்க் கிருமிகள் அதிகம் பரவுகின்றன. இதை மாற்றுவதற்கான புதிய கழிப்பறை ஒன்றினை மாஷா வடிவமைத்திருக்கிறாள். இவளது அப்பா காஜா நஜ்முதீன் ஓர் அரசு ஊழியர்.

மாஷா உருவாக்கிய கழிப்பறை மிக எளிதானது. கழிப்பறையில் சேரும் கழிவுகள் ஒரு தொட்டியில் சேகரிக்கப்படும். அவை ஒவ்வொரு ரயில்நிலையத்தில் ரயில் வந்து நின்றதும் ஒரு பொத்தானை அழுத்தினால்

மொத்தமாக நடமாடும் கழிவு சேகரத் தொட்டி ஒன்றின் வழியே வெளியே எடுத்துச் செல்லப்பட்டு, சுத்தம் செய்யப்பட்டுவிடும்.

இந்தத் திட்டத்தை முன்னாள் ஜனாதிபதி அப்துல் கலாம் வரவேற்று, உடனே நடைமுறைப்படுத்த வேண்டும் என்று பரிந்துரை செய்திருக்கிறார். ரயில்வே உயர் அதிகாரிகள் பரிசீலனை செய்வதாகச் சொல்லி இருந்தார்கள். ஆனால், இன்றுவரை அந்தத் திட்டம் நிறைவேற்றப்படவே இல்லை.

இந்தியாவின் முக்கியப் பிரச்னைகளில் ஒன்று, சுகாதாரமான பொதுக்கழிப்பறைகள். பெரிய நகரங்கள், கிராமங்கள் என்று பேதம் இல்லாமல் கழிப்பறைகள் கால்வைக்க முடியாத அசிங்கமான நிலையில் உள்ளன. சாலைப் பயணங்களில் சுகாதாரமான கழிப்பறை வசதிகள் எங்குமே கிடையாது.

உலகெங்கும் சுகாதாரமான கழிப்பறைகள் உருவாக்குவதற்காக முழுநேரமாக இயங்கி வருகிறது World Toilet Organization. இந்த நிறுவனம், உலகிலேயே முதன்முறையாக World Toilet College ஒன்றினை சிங்கப்பூரில் ஆரம்பித்து இருக்கிறது. இங்கு கல்வி நிறுவனங்களுக்கான கழிப்பறைகள் மற்றும் சுகாதாரப் பயிற்சி, பொதுக் கழிப்பறை நிர்வாகம் போன்ற பல்வேறு படிப்புகள் கற்றுத்தரப்படுகின்றன. இந்த நிறுவனம் ஆண்டுதோறும் நடத்தும் கருத்தரங்கில் மாஷாவின் கண்டுபிடிப்பு அங்கீகரிக்கப்பட்டு விருது பெற்று இருக்கிறது.

விண்வெளி விஞ்ஞானத்தையும், செயற்கை அறிவுத் துறை பற்றிய கண்டுபிடிப்புகளை நோக்கியும் இளைய தலைமுறை நகர்ந்துகொண்டு இருக்கும்போது, பொதுமக்கள் பயன்படுத்தும் ரயில்வே கழிப்பறை மீது அக்கறை கொண்டு அதை நவீனப்படுத்தும் மாற்று வடிவத்தை உருவாக்கிய மாஷாவின் ஈடுபாடு மிகுந்த பாராட்டுக்குரியது!

8

நினைவாகும் புகைப்படம்

பெங்களூருவில் மென்பொருள் பொறியாளராக வேலை செய்யும் ஒரு வாசகர், தன் அப்பா பற்றி ஒரு மின்னஞ்சல் அனுப்பி இருந்தார். தன் ஊர் மயிலம் அருகில் உள்ள கிராமம் என்று குறிப்பிட்டு, “பள்ளி ஆசிரியராக வேலை செய்து ஓய்வு பெற்ற என் அப்பாவிடம், அரிய சேமிப்பு ஒன்று இருக்கிறது. நீங்கள் விரும்பினால் அவரைச் சந்திக்கலாம். ஒருநாள் என் அப்பாவைச் சந்திக்க நீங்கள் வருவீர்களா?” என்று கேட்டு இருந்தார்.

திடீரென ஒரு நாள் போன் வந்தது. தான் இப்போது கிராமத்துக்கு வந்திருப்பதாகவும், நான் விரும்பினால் வரலாம் என்றும் அழைத்தார். “உங்கள் அப்பாவின் சேமிப்பு பற்றி எழுதியிருந்தீர்களே, அது என்ன?” என்று கேட்டேன்.

“என் அப்பா புகைப்படங்கள் எடுக்கக்கூடியவர். நிறைய கறுப்பு – வெள்ளைப் புகைப்படங்கள் அவரிடம் உள்ளன. நீங்கள் வந்து பாருங்கள்” என்றார்.

அடுத்த நாள் அவரது கிராமத்தில் இருந்தேன். அவரால் நம்பவே முடியவில்லை. நண்பரின் அப்பாவுக்கு 65 வயது இருக்கும். சவரம் செய்யப்படாத, நரைத்த முகம். பேசுவதற்கு மிகுந்த தயக்கத்துடன் இருப்பதை அவரது கண்கள் சுட்டிக் காட்டின.

நான் அருகில் அமர்ந்து, "உங்களைப் பார்க்கத்தான் வந்திருக்கிறேன்" என்று சொன்னேன்.

"பையன் ஏதோ சும்மா சொல்லியிருக்கான். நான் அப்படி ஒண்ணும் பெரிசா போட்டோ எடுத்திடலை. ஏதோ ஆசையில் ஒரு கேமரா வாங்கினேன். அதிகம் எடுக்கவில்லை" என்று தயங்கித் தயங்கிச் சொன்னார்.

"பரவாயில்லை. நீங்கள் எடுத்த புகைப்படங்களைக் காட்டுங்கள் பார்க்கலாம்" என்றேன்.

அவருடைய பையனிடம், தன்னுடைய சூட்கேஸை எடுத்துவரச் சொன்னார். அந்த சூட்கேஸ்க்கு வயது நிச்சயம் முப்பது வருடங்களுக்கு மேலாக இருக்கக்கூடும். அதுபோன்ற சூட்கேஸ்கள் இன்று காணக் கிடைப்பதில்லை. அவர் பெட்டியைத் திறந்து, நாளிதழ்களில் இருந்து துண்டிக்கப்பட்டு இருந்த செய்திகள், சான்றிதழ்கள் ஆகியவற்றைத் தனித்து எடுத்ததும் உள்ளே கறுப்பு – வெள்ளைப் புகைப்படங்கள் நிரம்பி இருந்தன.

ஒரு புகைப்படத்தைக் கையில் எடுத்துப் பார்த்தேன். இறந்துபோய் தாடை கட்டப்பட்ட ஒருவரின் புகைப்படம். இன்னொரு புகைப்படத்தைக் கையில் எடுத்துப் பார்த்தேன். நிறைய மலர்மாலைகள் போடப்பட்ட இறந்துபோன மனிதரின் புகைப்படம். 'என்ன இது' என்று புரியாமல் நாலைந்து புகைப்படங்களைக் கையில் எடுத்துப் பார்த்தபோது, எல்லாமே இறந்துபோன மனிதர்களின் புகைப்படங்கள்.

அவராகவே சொன்னார், "நான் எங்க கிராமத்தில் யார் இறந்து போனாலும் அவங்களை ஒரு போட்டோ எடுத்து வெச்சுக்கிடுவேன். எதுக்குன்னு தெரியலை. ஆனா, என் 30 வயசுல இப்படி ஓர் ஆசை வந்துச்சு. அதுக்காகவே ஒரு கேமரா வாங்கினேன். வீட்ல இருக்கிறவங்களை ஒன்றிரண்டு படம் எடுத்திருக்கிறேன். மற்றபடி எங்க ஊர்ல வெவ்வேறு வயசுல செத்துப்போன எல்லோரது புகைப்படங்களும் என்கிட்டே இருக்கு. எதுக்காக இந்தப் பழக்கம்னு தெரியலை. ஆனா, அது வளர்ந்து, பக்கத்துல இருக்கிற கிராமங்களுக்கும் போய் இறந்துபோன ஆட்களை போட்டோ எடுக்க ஆரம்பிச்சேன். ஆரம்பத்தில், இறந்துபோன ஆளை ஏன்

போட்டோ எடுக்கிறேன்னு என்கூட சண்டை போடுவாங்க. அப்புறம் அவங்களுக்கும் பழகிப்போயிருச்சி. யாரும் ஒண்ணும் சொல்றதில்லை.

சிலசமயம், இறந்துபோன ஆளோட போட்டோ வேணும்னு கேட்பாங்க. பிரிண்ட் போட்டுத் தருவேன். இப்படி என்கிட்டே ரெண்டாயிரத்துக்கும் மேல போட்டோ இருக்கு. இன்னொரு பெட்டி நிறைய வெச்சிருக்கேன். இப்போ இதை என்ன செய்றதுன்னு தெரியலை" என்றார்.

எனக்கு அவரது செயலின் பின்னணியில் உள்ள மனத் தீவிரத்தைப் புரிந்துகொள்ள முடியவில்லை. "உயிரோடு இருப்பவர்களின் முகங்கள் உங்களுக்குப் பிடிப்பதில்லையா?" என்று கேட்டேன்.

"அப்படியெல்லாம் இல்லை. இறந்துபோன மனுஷங்க மீது ஏனோ எனக்கு ஈடுபாடு. அதைப் பயம்னு சொல்றதா... இல்லை, இந்த மனுஷன் இனிமே உலகத்தில் இருக்க மாட்டான்கிறதாலயே அவன் நினைவைப் பதியவைக்கிற ஆசையான்னு தெரியலை. ஆனா, மனுஷ வாழ்க்கையோட அர்த்தம் இந்த போட்டோக்களைப் பார்த்தா புரியுது!" என்றபடியே அந்தப் புகைப்படத்தின் கட்டில் இருந்து பழைய புகைப்படம் ஒன்றை உருவி எடுத்தார்.

ஒவ்வொரு புகைப்படத்தின் பின்னாலும் தேதி இருக்கிறது. அந்தப் புகைப்படத்தில் இருந்த மனிதனைக் காட்டி, "இவர் என்கூட வேலை பார்த்த வாத்தியார். இவரால் நான் ரெண்டு முறை பள்ளிக்கூடத்தில் இருந்து சஸ்பெண்ட் செய்யப்பட்டு இருக்கிறேன். ஆனால், அவர் இறந்த அன்று அவரது உடலைப் பார்க்கப் போயிருந்தேன். என்னை மீறி அழுகை அழுகையாக வந்தது. எதற்காக இந்த மனுஷன் என்னிடம் அப்படி நடந்துகொண்டார் என்று புரியவேயில்லை.

உயிரோடு இருந்தால் அவரை ஒருமுறைகூடப் புகைப்படம் எடுத்திருக்கமாட்டேன். அவரும் அனுமதித்திருக்கமாட்டார். ஆனால், இறந்த உடலைப் புகைப்படம் எடுத்து, அதை நாலைந்து நாட்கள் பார்த்துக்கொண்டே இருந்தேன். ஒருவேளை, நான் அவரைப் புகைப்படம் எடுத்துவைக்காமல்

போயிருந்தால், அவர் மீதான வெறுப்பு இன்றைக்கும் அப்படியேதான் இருக்கக்கூடும்.

இதையெல்லாம் ஏன் செய்றேன்னு என் பொண்டாட்டி, பிள்ளைகளுக்குக்கூடப் புரியலை. எனக்கு ஏதோ இந்தப் படங்கள் நிறைய கத்துக் கொடுத்திருக்கு. இன்னும் சில வருடங்களில் நானும் இப்படியொரு புகைப்படமாக மிஞ்சப் போகிறேன். இதை என்ன சார் செய்வது?" என்று கேட்டார்.

என்னிடம் பதில் இல்லை. வாழ்க்கையின் விசித்திரம் இதுதானோ! ஒவ்வொரு புகைப்படமும் நினைவின் சாட்சிதானே! எண்ணிக்கையற்ற புகைப்படங்களின் வழியே பூமியில் வாழ்ந்து மறைந்துபோன மனிதர்கள், இன்றும் நினைவு கொள்ளப்படுகிறார்கள். மனிதர்கள் எங்கிருந்து வாழ்க்கையின் அர்த்தத்தைக் கற்றுக்கொள்வார்கள் என்று யார் முடிவு செய்ய இயலும்?

சாவு, சில கேள்விகளை விட்டுச் செல்கிறது; சில ரகசியங் களைப் புதைத்துவிடுகிறது; சில ஆறாத ரணங்களை உருவாக்கி விடுகிறது. அந்த வகையில், யாசுனாரி கவாபட்டாவின் 'கடவுளின் எலும்புகள்' என்ற சிறுகதை நம் மனச்சாட்சியின் குரலாக வெளிப்படுகிறது. கவாபட்டா, நோபல் பரிசு பெற்ற ஜப்பானிய இலக்கியவாதி.

ஒரு நடிகர், ஒரு மாணவன், ஒரு வணிக நிர்வாகி, ஓர் உணவக உரிமையாளர் என நான்கு வேறுபட்ட மனிதர்களுக்கு ஒருநாள், ஒரே மாதிரியான கடிதம் ஒன்று வந்திருந்தது. அந்தக் கடிதத்தை அனுப்பியவள் 'யூமிகோ' என்ற பணிப்பெண்.

அந்தக் கடிதத்தில்...

'நான் உங்களுக்கு எலும்புகளை அனுப்பி வைத்துள்ளேன். அவை கடவுளின் எலும்புகள். ஆமாம்! அது என் இறந்து போன குழந்தையுடையது. பிறந்த சில நிமிடங்களில் இறந்து போய்விட்டது. குழந்தை யாருடைய சாயலிலும் இருக்கவில்லை. குறிப்பாக, என் சாயல் அதில் துளிகூட இல்லை. உங்களில் ஒருவர் அதன் தகப்பன் என்று எனக்குத்

தெரியும். ஆனால், உங்கள் ஜாடை எதுவும் அந்தக் குழந்தை யிடம் இல்லை.

என் பாலைக் குடிப்பதற்கு முன்பே அது இறந்துவிட்டது. தான் யாருடைய சாயலிலும் இருக்க விரும்பவில்லை என்று அந்தக் குழந்தை கர்ப்பத்திலேயே நினைத்திருக்கக்கூடும். அதனால்தான் பிறந்தவுடன் இறந்துவிட்டது. உங்களுக்கு, பெண் என்பவள் வெறும் சுகப்பொருள் மட்டுமே! நான் கர்ப்பமானவுடன் நீங்கள் எவ்வளவு கலக்கமும் கோபமும் அடைந்தீர்கள் என்பதை இப்போது நினைத்துப் பார்க்கிறேன். நீங்கள் படித்த அறிவாளிகள். உங்களைச் சுகப்படுத்துவதோடு நான் விலகிப் போயிருக்க வேண்டும் என்று நீங்கள் விரும்பினீர்கள்.

என் கர்ப்பம், உங்களின் ரகசியச் செயலுக்கான வெளிப் படையான அடையாளமானதை உங்களால் தாங்கிக்கொள்ள முடியவில்லை. என் குழந்தையின் மரணம் உங்களைச் சந்தோஷம் கொள்ள வைக்கக்கூடும். ஆகவே, அதன் எலும்புகளை உங்களுக்குப் பரிசாக அனுப்பி இருக்கிறேன்' என்று எழுதப்பட்டு இருந்தது.

அந்தக் கடிதத்தை நான்கு பேரும் ரகசியமாகப் படித்து விட்டுத் தூர எறிந்து விட்டனர். அவர்களைப் பொறுத்தவரை, யூமிகோ அவர்கள் சந்தித்த எத்தனையோ பெண்களில் ஒருத்தி, அவ்வளவுதான்! என்று கதை முடிகிறது.

அவர்களைப் பொறுத்தவரை குழந்தையின் மரணம் வெறும் செய்தி மட்டுமே! ஒரு வகையில், இந்தச் சாவைக் கண்டு அவர்கள் உள்ளூற சந்தோஷம் கொள்ளவும் கூடும். தங்களது இந்தக் காம இச்சையின் காரணமாக ஒரு குழந்தை பிறந்து, இறந்து போன குற்ற உணர்வு எவருக்குமே இல்லை. இதுதான் நம் காலத்தின் அனுமதிக்க முடியாத பேரவலம்.

இப்படியான அற்ப மனிதர்கள் ஒரு பக்கம் என்றால், இன்னொரு பக்கம் சாவை எதிர்கொள்வதில்கூட சந்தோஷமும் தேடுதலுமாக இருக்க முடியும் என்று அடையாளம் காட்டும் சிலரும் உலகில் இருக்கவே செய்கிறார்கள். அப்படியான இருவரைப் பற்றிய படமே 'The Bucket List'. ராப் ரெய்னர்

இயக்கிய இந்தப் படத்தில் ஜாக் நிக்கல்சன், மார்கன் ப்ரீமென் இருவரும் நடித்திருக்கிறார்கள்.

ஜாக் நிக்கல்சன் மிகப் பெரிய பணக்காரர். இவருக்குப் புற்றுநோய் ஏற்படுகிறது. மருத்துவமனையில் சிகிச்சை பெறுகிறார். அங்கே தன்னைப்போலவே சாவுக்காகக் காத்திருக்கும் மற்றொரு புற்றுநோயாளி மார்கன் ப்ரீமெனைச் சந்திக்கிறார், நட்பு கொள்கிறார்.

ஜாக் உல்லாச வாழ்க்கை அனுபவித்தவர். மார்கன் ப்ரீமெனோ குடும்பம் மட்டுமே வாழ்க்கை என்று இருந்தவர்; மெக்கானிக். சிறு வயதில் இருந்தே சரித்திரப் பேராசிரியராக ஆக வேண்டும் என்று கனவு கண்டவர். ஆனால், வாழ்க்கை நெருக்கடி அவரை அனுமதிக்கவே இல்லை. ஆகவே, ஒருநாள் மார்கன் தான் சாவதற்கு முன்பாக எதை எதையெல்லாம் தான் அடைய வேண்டும் என்று ஒரு திட்டம் போடுகிறார். அந்தப் பட்டியல்தான் 'பக்கெட் லிஸ்ட்'. அந்தப் பட்டியல் விசித்திரமானது. உலகின் அதிசயங்களைக் காணவேண்டும் என்பதில் துவங்கி, கண்ணீர் வரும் வரை சிரிக்க வேண்டும் என்பது வரை உள்ளது.

அதைக் கண்டுபிடித்த ஜாக், "அந்தச் சந்தோஷங்களைத் தேடி இருவரும் புறப்படலாம். அதற்கான முழுச் செலவும் தன்னுடையது" என்று அழைக்கிறார். இருவரும் பயணம் கிளம்புகிறார்கள். ரேஸ் கார் ஓட்டுவது துவங்கி, எகிப்திய பிரமிடில் ஏறுவது, ஆப்பிரிக்காவில் சிங்க வேட்டை யாடுவது, ஸ்கை டைவிங், தாஜ்மகாலைக் காண்பது என்று விரும்பியதையெல்லாம் தேடி அனுபவிக்கிறார்கள். உலகின் சிறந்த காபியைக் குடிக்கிறார்கள். இந்தப் பயணம் அவர்களுக்குள் ஆழ்ந்த நட்பை உருவாக்குகிறது. ஒருவரை ஒருவர் புரிந்துகொள்வதோடு, சொந்த வாழ்க்கையின் அந்தரங்கங்களையும் பகிர்ந்துகொள்கிறார்கள்.

ஜாக் நிக்கல்சன் பிரிந்துபோன தன்னுடைய மகள் குறித்து ஆதங்கம் கொண்டிருப்பதை அறிந்த மார்கன், அவளை ஜாக்கோடு ஒன்று சேர்த்துவைக்க ஆசைப்படுகிறார். அது இருவருக்குள்ளும் கருத்து வேறுபாட்டை உருவாக்கிவிடவே, பிரிந்துவிடுகிறார்கள். சில மாதங்களுக்குப் பின், புற்றுநோய்

அதிகமாகி மருத்துவ சிகிச்சை பலனின்றி இறந்துபோகிறார் மார்கன்.

தன் நண்பனுக்கான இறுதிப் பாடலுடன் வரும் ஜாக், உணர்ச்சிவசப்பட்டுச் சொல்கிறார்... "இரண்டு மாதங்களுக்கு முன்பு வரை நாங்கள் முகம் தெரியாத மனிதர்களாக இருந்தோம். ஆனால், பயணம் எங்களைப் பிரிக்க முடியாத நண்பர்களாக்கி விட்டது. நாங்கள் ஒருவரை ஒருவர் சந்தோஷப் படுத்திக் கொண்டோம். மனிதர்கள் தனியாகச் சாவதற்குப் பயப்படுகிறார்கள். நாங்கள் அப்படியல்ல. ஒருவேளை சாவில் எங்கள் கண்கள் மூடி இருந்தாலும் இதயம் திறந்தே இருக்கும்."

45 வருடங்கள் கண்முன்னே கடந்துபோய்விட்டதே என்று ஓர் இடத்தில் மார்கன் நெகிழ்வுறும்போது, ஜாக் சொல்கிறார்... "துவாரத்தின் வழியே புகை வெளியேறிப் போவதுபோலத்தான் நம் வயதும். பார்த்துக்கொண்டு இருக்கும்போதே எந்தச் சத்தமுமின்றி வெளியேறிப் போய்விடுகிறது."

அது 100 சதவிகித உண்மை. பெரும்பான்மையான மனிதர்கள் அதை மறந்து, நான் யார் தெரியுமா? என்று சுய மோகத்தில் ஆர்ப்பாட்டம் செய்கிறார்கள் என்பதுதான் பரிதாபகரமான நிஜம்!

மனதின் வெளிப்பாடுகளே 'புகைப்படங்கள்'

எவ்ஜென் பாவ்கர் (Evgen Bavcar) பார்வையற்ற புகைப்படக் கலைஞர். வெனிஸ் அருகில் உள்ள ஸ்லோவேனிய நகரில் 1946–இல் பிறந்த இவர், 12 வயதில் ஒரு விபத்தில் கண் பார்வையை இழந்தார். சில வருடங்களுக்கு முன்பு, தான் விரும்பிய ஒரு பெண்ணைப் புகைப்படம் எடுக்க வேண்டும் என்று ஆசைப்பட்டு, நண்பனின் உதவியால் அவளைப் புகைப்படம் எடுத்திருக்கிறார். அதுதான் முதல் முயற்சி. அன்று துவங்கிய புகைப்படக் கலை மீதான ஆசை அவருக்குள் ளாகவே வளர்ந்து, இன்று உலகம் அறிந்த புகைப்படக் கலைஞராக மாற்றியுள்ளது.

பாரீஸின் சார்போன் பல்கலைக்கழகத்தில் தத்துவம்

படித்த பாவ்கர், 'சிட்டி லைட்ஸ்' என்ற பத்திரிகையின் புகைப்படக் கலைஞராகப் பணியாற்றுகிறார். "தனது கண்கள் மட்டுமே செயலிழந்து போயிருக்கின்றன; மனது ஆரோக்கியமாக, மிகுந்த கற்பனை உணர்வுடன் இருக்கிறது. தனது புகைப்படங்கள் மனதின் வெளிப் பாடுகளே" எனும் பாவ்கர், நண்பர்களின் உதவியோடு புகைப்படம் எடுத்து வருகிறார்.

கேமராவைத் தன் உதடு அளவிலான உயரத்தில் வைத்துக்கொள்வதாகவும் தனக்கும் பொருளுக்கும் உள்ள தூரத்தைத் தன் காலடியால் அளந்து முடிவு செய்துகொண்டு, கேமராவின் லென்ஸை முடிவு செய்வதாகவும் கூறும் இவர், "பார்வையற்றவர்களுக்காக கேமராவில் நிறைய மாற்றங்கள் தேவைப்படுகின்றன. அப்படியான விசேஷ கேமராக்கள் இன்னமும் உருவாக்கப்படவில்லை" என்கிறார்.

"கண்ணால் காண முடியும் புகைப்படக் கலைஞர்களைப் போல என்னால் புகைப்படம் எடுக்க முடியாது; ஆனாலும், என் புகைப்படங்கள் அகக் கண்ணால் உருவாக்கப்படுபவை. உள்ளுணர்வுதான் என்னை இயக்குகிறது. நான் நினைத்தபடி அந்தப் புகைப்படம் வந்துள்ளதா என்பதை நண்பர்கள் உதவியால் மட்டுமே தெரிந்து கொள்கிறேன்" என்று தனது புகைப்படங்கள் குறித்து உற்சாகமாகச் சொல்கிறார் பாவ்கர்.

இன்று நவீன டிஜிட்டல் கேமராக்கள் வந்துள்ளதால், பார்வையற்ற எவரும் எளிதாகப் புகைப்படம் எடுக்க முடியும். எனவே, பார்வையற்ற சிறுவர்களுக்காகப் புகைப்படக் கலைப் பயிற்சி முகாம்களை நடத்தி வருவதாகச் சொல்லும் பாவ்கரின் புகைப்படங்கள், உலகின் பல நாடுகளில் காட்சிக்கு வைக்கப்பட்டு விருதுகளைப் பெற்றிருக்கின்றன.

பார்வை இருந்தால் மட்டுமே செய்ய முடியும் என்றிருந்த புகைப்படக் கலையில்கூடப் பார்வையற்றவர்கள் சாதனை புரிய முடியும் என்பதற்கு, இவர் ஓர் உலகறிந்த உதாரணம்!

9

அழைக்கும் கண்கள்

மாலை நேரம். பிரபலமான ஜவுளிக்கடை ஒன்றில் எனது பையன்களுக்கான உடைகள் வாங்க நின்றிருந்தேன்.

ஓர் இளம் பெண் கையில் ஓர் அழகான கைக்குழந்தை. அந்தப் பெண்ணின் கணவர், உடைகளைத் தேர்ந்தெடுத்துக் கொண்டிருந்தார். உடைந்து சிதறும் பனிக்கட்டி போன்ற சிரிப்புடன் போகிற வருகிறவர்களைப் பார்த்துக் கையசைத்துக் கொண்டு இருந்தது குழந்தை. அதன் கண்கள் யாவரையும் தன்னை நோக்கி அழைத்துக்கொண்டு இருந்தன.

எவரும் அதைப் பெரிதாகக் கண்டு கொள்ளவும் இல்லை. அந்தக் குழந்தையை அருகில் சென்று கொஞ்ச வேண்டும் என்று தோன்றவும் இல்லை. ஆனால் எனக்கு, அந்தக் குழந்தையை ஒரு நிமிடமாவது கையில் தூக்க வேண்டும் என்று ஆசையாக இருந்தது.

அந்தக் குழந்தை தன்னைப் பார்க்கிறது என்று அங்கு இருந்த பலருக்கும் நன்றாகவே தெரிந்தது. ஆனாலும், எவரது கையும் குழந்தையைக் கொஞ்ச நீளவில்லை. ஒருவேளை அதுதான் நாகரிகம் என்று நினைக்கிறார்களோ என்றுகூடத் தோன்றியது.

என் மனைவி, "ஆமாம்; அது அவர்கள் குழந்தையாயிற்றே... எந்த உரிமையும் இல்லாமல் எப்படித் தொடுவது, தூக்குவது?" என்று கேட்டாள்.

“வேறு எப்படி அந்தக் குழந்தையின் மீதான அன்பைப் பகிர்ந்துகொள்வது?” என்று கேட்டேன்.

இப்போது எவரும் அடுத்தவர் குழந்தைகளைக் கொஞ்சுவதும் இல்லை. தூக்கி வைத்துக்கொள்ள விரும்புவதும் இல்லை. காலம் நிறையவே மாறி இருக்கிறது. எதற்காகக் கைவிட்டோம் என்று தெரியாமலேயே நமது இயல்பான பழக்கங்கள் வெகுவாக மாறி இருக்கின்றன.

நம் குழந்தை, மற்றவர் குழந்தைகள் என்ற பேதம், இன்று துல்லியமாக உள்ளது. அடுத்தவர் குழந்தைகள் என்பதால், அதன் வயதை மறந்து தன் இயல்பை மறந்து அதை வெறும் பொருளாகக் கருதும் சூழல் வந்திருக்கிறது.

ஒரு முறை சித்தூரிலிருந்து பேருந்தில் வந்துகொண்டிருந்தேன். அப்போது ஒரு பெண், இரண்டு வயதுக் குழந்தையுடன் நின்றுகொண்டிருந்தார். குழந்தை இடைவிடாமல் அழுதபடியே இருந்தது. “இந்த ஸீட்டில் உட்காருகிறீர்களா?” என்று கேட்டேன். “வேண்டாம்” என்றார். பேருந்தில் இருந்த பெண்கள் ஒருவர்கூட எழுந்து அவருக்கு ஸீட் கொடுக்கவில்லை.

“பேருந்தில் எவ்வளவு நெருக்கடியான கூட்டத்திலும்கூட அந்நிய ஆண் அருகில் உட்காரக்கூடாது என்ற அர்த்தமற்ற நம்பிக்கை கொண்டவர்களாக, எதற்குப் பெண்களை வளர்த்து இருக்கிறோம் என்ற கலாச்சாரச் சூழல் மீது கோபமாக வந்தது.

“குழந்தையையாவது என்னிடம் கொடுங்கள்” என்று கேட்டேன். தயக்கத்துடன் அதைக் கேட்காதவர்போல் இருந்தார். நான் கையை நீட்டியதும் குழந்தையை என்னிடம் தந்தார். மடியில் குழந்தையை வைத்துக்கொண்டு காற்று வரும்படியாக ஜன்னலை முழுமையாகத் திறந்து வைத்தேன். சில நிமிடங்களில் அதன் அழுகை நின்றது. என் கைகளில் குழந்தையின் வெதுவெதுப்பும் மென்மையும் ஏறியது.

அந்தக் குழந்தையைப் பார்த்துக்கொண்டே இருந்தேன். சின்னஞ்சிறு விரல்கள், பால் வெண்மையான கண்கள், சுருள் கேசம், வெளிறிய ரோஜா நிற உதடுகள், மடங்கிய

காது, உதட்டில் ஒளிந்திருந்த சிரிப்பு... இவை யாவும் அதுவரை பேருந்துப் பயணம் ஏற்படுத்தியிருந்த அசதியையும் களைப்பையும் அப்படியே கரைத்தன. குழந்தை என் கைவிரல்களை இறுக்கமாகப் பிடித்துக் கொண்டது. அந்த நிமிடம் அது யாருடைய குழந்தையாகவோ எனக்குத் தோன்றவில்லை. அதற்கும் எனக்கும் ஏதோ ஒரு பந்தம் இருப்பது போன்றே இருந்தது.

"பேருந்து குலுங்கும்போது அந்தக் குழந்தை குலுங்கிவிடாமல் கவனமாகப் பிடித்துக்கொண்டு வந்தேன். அடுத்த சிறுநகரில் அந்தப் பெண் இறங்குவதற்காக முயன்றபோது குழந்தையைக் கேட்டார். அதற்குள் குழந்தை உறங்கி இருந்தது. அதை என் கையில் இருந்து நீக்கி அவரிடம் தர மனமே இல்லை. குழந்தை பாதி உறக்கத்தில் விழித்து அழுதது. அந்தப் பெண்ணும் குழந்தையும் இறங்கிப் போனார்கள். ஆனால், சென்னை வந்து சேரும் வரை என் கைகளில் அந்தக் குழந்தையின் வெம்மையும் அது இல்லாத வெறுமையும் அப்படியே ஒட்டிக்கொண்டு இருந்தது.

குழந்தையைக் கையில் வாங்கும் நிமிடத்தில் உலகம் மிகவும் பிரகாசமாகவும் பலூன்போல எடையின்றி மிதப்பதாகவும் எனக்குத் தோன்றியது. குழந்தைகள் எதையோ கற்றுத் தருகிறார்கள். மொழியின்றி அவர்கள் உணர்த்தும் பாடங்கள் அற்புதமானவை. அதை விளக்கிச் சொல்வது அவ்வளவு எளிதல்ல.

பிரபல ஹாலிவுட் இயக்குநர் ஆலிவர் ஸ்டோன் தயாரித்து, பீட்டர் அன்டோனிஷிவிக் இயக்கிய 'சேவியர் (Savior) திரைப்படம், ஒரு ராணுவ வீரனுக்கும் பச்சிளம் குழந்தைக்குமான உறவைப் பற்றியது. டெனிஸ்குவாய்ட் கதாநாயகனாக நடித்திருந்தார். டெனிஸ், அமெரிக்க ராணுவத்தின் அதிரடிப்படை வீரர். அவரது மனைவியும் குழந்தைகளும் ஒரு வெடிகுண்டு விபத்தில் இறந்துபோகிறார்கள். அதிலிருந்து எந்தப் பிடிமானமும் இல்லாமல் வாழ்கிறார்.

அவரை, போஸ்னிய யுத்த முனைக்கு செர்பிய ராணுவத்துக்கு உதவி செய்ய அமெரிக்கா அனுப்பி வைக்கிறது. அங்கே ஒருமுறை யுத்தக் கைதிகளைப் பரிமாற்றம் செய்யும்போது,

'வேரா' என்ற கர்ப்பிணிப் பெண்ணைச் சந்திக்கிறான். அவள் சிறைச்சாலையில் கற்பழிக்கப்பட்டு கர்ப்பம் அடைந்திருந்தாள். அதனால், 'பிரசவித்தவுடன் குழந்தையைக் கொன்றுவிட வேண்டும்' என்று விரும்புகிறாள். அந்தப் பெண்ணை எல்லை கடந்து கொண்டுபோய் விடும் வேலை டெனிஸீக்குத் தரப்படுகிறது.

வழியில் வேரா பிரசவ வலி காண்கிறாள். குழந்தை பிறக்கிறது. "இது என் குழந்தை இல்லை. யாரோ ஒருவன் என்னோடு வன்புணர்ச்சி கொண்டதால் உருவானது" என்று குழந்தையை ஏற்றுக்கொள்ள மறுக்கிறாள் வேரா.

"குழந்தை என்ன தவறு செய்தது. எதற்காக அது புறக்கணிக்கப்பட வேண்டும்?" என்று டெனிஸ் கோபப்படுகிறான். அதற்குள் வேராவின் அப்பாவும் சகோதரர்களும், 'அந்தக் குழந்தை வேறு மதத்தைச் சேர்ந்தது. கற்பழித்துப் பிறந்தது. அது கொல்லப்பட வேண்டும்' என்று துரத்துகிறார்கள்.

யுத்தம், மத துவேஷம், பாலியல் வன்புணர்ச்சி என்று இந்த உலகின் எந்தக் கொடுரமும் அறியாத குழந்தை, பசியில் அழுது துடிக்கிறது. வேராவையும் குழந்தையையும் பாதுகாப்பாகக் காப்பாற்றி அனுப்பிவைக்க அவன் மேற்கொள்ளும் முயற்சிகளும் அதன் வலிகளுமே படத்தின் மையக் கதை. முடிவில் குழந்தையை ஐ.நா. அமைதிப் பிரிவிடம் ஒப்படைத்துவிட்டு, "உலகம் எவ்வளவு கருணையற்றது" என்று கதறி அழுகிறான் டெனிஸ். அந்தக் கதறல் ராணுவ வீரனுக்குள்ளும் ஒரு மனிதன், ஒரு தகப்பன் இருக்கிறான் என்பதன் வெளிப்பாடாக அமைந்திருக்கிறது.

சாவின் விளிம்பில் பிறக்கும் குழந்தையின் போராட்டத்தைப் பற்றி இந்தத் திரைப்படம் ஒரு தளத்தில் வெளிப்படுத்துகிறது என்றால், சாவிலும் குழந்தையைக் கைவிடமாட்டேன் என்று மன உறுதி கொண்ட இளம் தாயின் கதையைச் சொல்கிறது மார்க்ரெட் யூரிசனாரின் 'மரணத்தின் பால்' என்ற சிறுகதை.

ஃபிரெஞ்சு இலக்கியத்தின் முக்கிய எழுத்தாளரான மார்க்ரெட் யூரிசனார், கீழை நாட்டுக் கதைகளை எழுதுவதில்

தேர்ந்தவர். இவர், பிரெஞ்சு கலை – இலக்கிய அகாடமியின் தலைவராகப் பணியாற்றிய முதல் பெண் எழுத்தாளர்.

அந்தக் கதை அல்பேனிய கிராம மக்களின் நம்பிக்கையில் ஒன்று. ஓர் ஊரில் மூன்று சகோதரர்கள் இருந்தார்கள். மூவருக்கும் திருமணம் ஆகி இருந்தது. அவர்கள், கொள்ளைக்காரர்கள் அடிக்கடி வந்து தங்களது பண்ணையைத் தாக்கி விட்டுப் பொருட்களைக் கவர்ந்து செல்வதைத் தடுப்பதற்காக, பாதுகாப்புக் கோபுரம் உள்ள ஒரு கோட்டையைக் கட்ட முனைந்தார்கள்.

ஒரு கட்டடம் இடிந்து விழாமல் உறுதியாக நிற்க வேண்டும் என்றால், அதன் அடிப்பகுதியில் ஒரு பெண்ணை நிற்கவைத்து அவளைச் சுற்றி சுவர் எழுப்பிவிட்டால், அந்த எலும்புக்கூடு கற்களின் பளுவைத் தாங்கிக்கொள்ளும் என்ற நம்பிக்கை அந்த மக்களிடம் இருந்தது. அதன்படியே சகோதரர்கள் மூவரும் எந்தப் பெண்ணைப் பலி கொடுப்பது என்று யோசித்தார்கள். 'மறுநாள் வேலை துவங்கும்போது யாருடைய மனைவி அவர்களுக்கு உணவு கொண்டு வருகிறாளோ... அவளைப் பலி கொடுத்துவிடுவது' என்று முடிவு செய்கிறார்கள்.

மறுநாள் கடைசித் தம்பியின் மனைவி தொட்டிலில் உறங்கும் கைக்குழந்தையைப் பார்த்துக்கொள்ளச் செய்துவிட்டு, உணவை எடுத்துக்கொண்டு கிளம்புகிறாள். கோபுர வேலை நடக்கும் இடத்துக்கு வந்த அவளை, களப் பலியாகக் கொடுப்பது என்று முடிவு செய்து அதை அவளிடம் சொல் கிறார்கள். அவள், "தன் குழந்தை இன்னமும் வளரவில்லை. அதற்காகவாவது தன்னை விட்டு விடுங்கள்" என்று கதறு கிறாள். அவர்கள் மறுக்கிறார்கள். அவளைச் சுற்றி ஒவ்வொரு கல்லாக அடுக்கிக் கட்டுகிறார்கள்.

அவள் தனது கடைசி ஆசை ஒன்றை வெளிப்படுத்துகிறாள். "தன் குழந்தைக்குப் பால் கொடுக்க வேண்டும் என்பதால், மார்பகங்கள் மட்டும் தெரியும்படியாக ஒரு செங்கல் அளவு இடைவெளி விடுங்கள். ஒவ்வொரு நாளும் என் குழந்தையைக் காலையிலும் மாலையிலும் இங்கே தூக்கிக்கொண்டு வாருங்கள். நான் இறந்து போனாலும் என் மார்பில் பால் சுரக்கும்" என்கிறாள்.

அப்படியே கோட்டைச் சுவர் கட்டுகிறார்கள். அந்தப் பெண் சுவரினுள் புதைந்து போய்விடுகிறாள். அவளது மார்பகங்கள் மட்டுமே வெளியே தெரிகின்றன.

ஒவ்வொரு நாளும் குழந்தையை அந்தச் சுவரின் அருகில் கொண்டுபோகிறார்கள். சுவர் மெல்லிய சேலை போலாகி அந்தக் குழந்தையைத் தடவுகிறது. மார்பில் பால் சுரக்கிறது. குழந்தை குடித்தவுடன் வீட்டுக்குக் கொண்டுபோய் விடுகிறார்கள். இப்படி இறந்த பிறகும் அவள் மார்பில் பால் கசிந்து கொண்டே இருக்கிறது. குழந்தை வளர்ந்த பிறகு, அந்தப் பெண்ணின் ஸ்தனங்கள் மெள்ள வற்றி, உலர்ந்து, அவள் மார்பகம் இருந்த இடம் வெண்மை நிறச் சாம்பல் போலாகி சுவரில் விரிசல் காண்கிறது.

இடிந்து விழுந்த கற்களில் காணப்பட்ட பெண்ணின் பால் வடிந்த கறையைக் காண, மக்கள் கூட்டம் வரத் தொடங்கு கிறது. பின்பு, சில வருடங்களில் அந்தக் கோபுரம், கோட்டை யாவும் முற்றாக விழுந்துவிட்டது. ஆனாலும், அந்தக் கல்லில் இருந்த பாலின் மணம் மாறவே இல்லை என்று முடிகிறது கதை.

குழந்தைகள் உறங்கும்போது கடவுள் அதோடு பேசிக்கொண்டு இருப்பார். அதனால்தான் உறக்கத்தில் குழந்தை சிரிக்கிறது என்பார்கள். கடவுளே எதிரே வந்தாலும் 'இப்போது நேரம் இல்லை, விடுமுறை நாளில் வாருங்கள்' என்று கடந்து போய்விடும் நமக்கு, குழந்தைகள் மீது மட்டும் கூடுதல் அக்கறை வந்துவிடுமா என்ன?

அவதானக் கலை!

நினைவாற்றலைப் பயன்படுத்திச் செய்யும் கலைகளில் மிக முக்கியமானது அவதானம். 'கவனகம்' என்றும் சொல்வார்கள். ஒரு நபர், ஒரே சமயத்தில் நடக்கும் ஒன்றுக்கும் மேற்பட்ட தொடர்பு இல்லாத நிகழ்வுகளை அவதானித்து, அதை வரிசை தவறாமல் துல்லியமாகக் கூறுவது இதன் தனிச்சிறப்பு.

அதாவது, ஒருவர் அவதானம் செய்பவரின் முதுகில் மயில் இறகால் தடவுகிறார். மற்றவர் மணி அடிக்கிறார். அடுத்தவர் எண்களைப் பலகையில் எழுதுகிறார். இன்னொருவர் ஒரு செய்யுளில் ஒவ்வொரு வார்த்தையாக எழுதிக்கொண்டு இருக்கிறார். மற்றவர் கம்பராமாயணப் பாடல் ஒன்றைக் கேட்கிறார். வேறு ஒருவர் மல்லிகைப்பூவைப் போடுகிறார். மணி கேட்கிறார். இப்படி ஒன்றுக்கு ஒன்று தொடர்பு இல்லாத 100 காரியங்கள் நடக்கின்றன. அத்தனையும் அவதானம் செய்பவர் சரியாகக் கூறுவதே இந்தக் கலையின் சிறப்பு அம்சம். அவதானம் செய்பவர்களுக்கு ஆழ்ந்த தமிழ் அறிவு, இலக்கணப் புலமை, கணித அறிவு, கவிதை எழுதும் திறன், பாடல்களை நினைவில் கொள்ளும் திறன், கூர்ந்த புலன் நுட்பம் போன்றவை தேவை.

ஒரு நபர் ஒரு நேரத்தில் 10 விஷயங்களைச் செய்து காட்டினால், அவர் 'தசாவதானி'. 'சோடஷாவதானம்' என்றால் 32 விஷயங்களைச் செய்து காட்டுவது. 100 விஷயங்களைச் செய்துகாட்டினால் அதன் பெயர் 'சதாவதானம்'. இந்தக் கலையில் அஷ்டாவதானம் வீராசாமி செட்டியார், பூவை கல்யாண சுந்தர முதலியார் போன்றவர்கள் முன்னோடிக் கலைஞர்கள்.

தமிழகத்தில் சதாவதானம் செய்து பெரும் புகழ் பெற்றவர் செய்குதம்பிப் பாவலர். கன்னியாகுமரி மாவட்டத்தில் உள்ள தக்கலையைச் சேர்ந்த இவர், மிகச்சிறந்த தமிழ் அறிஞர். பாவலரின் நினைவாக தக்கலையில் ஒரு நினைவு மண்டபம் உள்ளது. அவரது பெயரால் ஓர் அவதானக் கலைப் பள்ளி உருவாக்கப்பட்டால், அது மாணவர்களின் நினைவாற்றலை வளர்க்கப் பெரிதும் உதவியாக இருக்கக்கூடும். இந்தக் கலையில் இன்று 16 கவனகம் செய்யும் கனக சுப்புரத்தினம் ஆழ்ந்த ஈடுபாடு கொண்டு இளம் அவதானிகளை உருவாக்கி வருகிறார்.

நினைவாற்றல் குறைவாக உள்ளது என்பதே மாணவர்கள் மீதான முதன்மையான குற்றச்சாட்டு.

> நம்மிடையே மரபான நினைவாற்றல் வளர்க்கும் கலையாக உள்ள அவதானத்தை பள்ளிகளில் அறிமுகப் படுத்தினால், மாணவர்களுக்கு மிகுந்தப் பயனுள்ளதாக அமையக்கூடும்!

10

மூன்று கரையுள்ள ஆறு

புத்தகச் சந்தையில் ஓர் இளம் பெண் எனது 'உறுபசி' நாவலை வாங்கிக் கொண்டு, புத்தகத்தில் என்னைக் கையெழுத்திடச் சொன்னார்.

"உங்கள் பெயரைச் சொல்லுங்கள் கையெழுத்திட்டுத் தருகிறேன்" என்றேன்.

"அநித்யா" என்றார்.

"கேள்விப்படாத பெயராக இருக்கிறதே... வட இந்தியரா?" என்று கேட்டேன்.

அந்தப் பெண் சிரித்தபடியே, "அது என் பெயர் அல்ல" என்றார்.

"அப்படியானால் யாருக்காக இந்தப் புத்தகம்?" என்றேன்.

தயங்கிய குரலில் அவர் பேச ஆரம்பித்தார். "என் கணவருக்கு நான் பணம் கொடுத்துப் புத்தகம் வாங்குவது பிடிக்காது. வீட்டில் புத்தகம் படித்தால் திட்டுவார். கோபம் வந்தால் கிழித்துப் போட்டுவிடுவார். அவரிடம் இருந்து தப்பிப்பதற்காக நானாக உண்டாக்கிக்கொண்ட தோழியின் பெயர்தான் 'அநித்யா'. நிஜமாக அப்படி யாரும் இல்லை. 'அநித்யா' என்னோடு வேலை பார்ப்பவள்; நிறையப் படிப்பவள்

என்று பொய் சொல்லி வைத்திருக்கிறேன். அதனால் இந்தப் புத்தகங்களை அவர் எதுவும் செய்வதில்லை. பத்து, இருபது புத்தகங்கள் சேர்ந்தவுடன் அவற்றை நானே கொண்டுபோய் முதியோர் காப்பகம் ஒன்றில் கொடுத்துவிடுவேன். இந்த உலகத்தில் என் கணவருக்குப் பிடிக்கவே பிடிக்காத பொருள் புத்தகம் மட்டுமே. புரட்டிக்கூடப் பார்க்கமாட்டார்" என்றார்.

"உங்கள் கணவர் என்ன வேலை செய்கிறார்?" என்று கேட்டேன்.

"பன்னாட்டு வங்கியின் நிதி ஆலோசகராக இருக்கிறார். எம்.பி.ஏ., படித்து இருக்கிறார்" என்றார்.

"எதனால் புத்தகங்கள் மீது அவருக்குக் கோபம்?" என்று கேட்டேன்.

"தெரியவில்லை. இதைப் பற்றிப் பேசினாலே கோபம் வந்துவிடும். அதனால் வீட்டில் அதிகம் படிக்க முடியவில்லை. ரயிலில்தான் நிம்மதியாகப் புத்தகம் படிக்க முடிகிறது" என்றபடியே நான் கையெழுத்திட்ட புத்தகத்தை வாங்கிச் சென்றார்.

புத்தகம் ஏன் ஒருவருக்குப் பிடிக்காமல் போகிறது? எதனால் எழுத்தின் மீது இத்தனை வெறுப்பு உருவாகிறது? காலில் மிதிபடும் காகிதத்தைக்கூட 'சரஸ்வதி' என்று தொட்டுக் கும்பிடப் பழகிய மக்களுக்கு, எப்படிப் புத்தகம் மீது இவ்வளவு கசப்புணர்வு உருவானது? புத்தகம் படிக்க விருப்பமில்லை என்பதைப் புரிந்துகொள்ள முடிகிறது. ஆனால், புத்தகங்களைப் பிறர் படிப்பதைப் பார்த்தாலே கோபம் வருவதை, புத்தகங்களை எரித்து விடுவதை எப்படிப் புரிந்து கொள்வது? என்ன மனக்கோளாறு இது?

நான் சென்னை வந்த புதிதில் ஒரு மேன்ஷனில் தங்கி யிருந்தேன். அந்த மேன்ஷனில் 80 சதவிகிதம் பேர் மாத வருமானம் உள்ளவர்கள். அதில் சிலர் முதுகலைப் பட்டம் பெற்றவர்கள். ஒன்றிரண்டு பேர் ஆய்வு மாணவர்கள். விதிவிலக்காக என்னைப் போன்ற இரண்டு உதவாக்கரைகள் இருந்தோம்.

எனது அடுத்த அறையில் இருந்த நபர், தினமும் காலை எட்டரை மணிக்கு என் அறைக்கு வந்து "ஆங்கில நாளிதழ் வேண்டும்" என்று கேட்பார். பரவாயில்லை, படிப்பதற்கு இவ்வளவு ஆர்வமாக இருக்கிறாரே என்று தந்துவிடுவேன். அடுத்த அரை மணி நேரத்துக்குப் பிறகு அதை மடித்தபடியே திரும்பக் கொண்டுவந்து தருவார்.

ஒரு நாள், பேப்பரை வாங்கிக்கொண்டுபோன சில நிமிடங்களில், 'தண்ணீர் வேண்டும்...' என்று அவரது அறைக்குப் போனபோது, அந்த ஆங்கில நாளிதழைத் தரையில் விரித்து உட்கார்ந்து டிபன் சாப்பிட்டுக் கொண்டிருந்தார்.

என்னைப் பார்த்தவுடன், "பேப்பர் வேண்டுமா சார்..?" என்று கேட்டார்.

ஆத்திரமாக வந்தது.

"தரை ரொம்ப அழுக்கா இருக்கு சார். அதான்..." என்று இயல்பாகச் சொன்னார்.

அவரை என்ன செய்வது என்று புரியவே இல்லை. அவராவது பரவாயில்லை என்பதுபோல இன்னும் சிலர் மின்சாரம் இல்லாத நேரங்களில் விசிறுவதற்கும், ஆடும் கட்டிலுக்குக் கீழே முட்டுக்கொடுப்பதற்கும் மட்டுமே புத்தகங்களை உபயோகப்படுத்துகிறார்கள். அந்த மேன்ஷனில், குடிப்பதற்கும் புகைப்பதற்கும் சினிமா பார்ப்பதற்கும்... என ஆளுக்கு 300 ரூபாய்க்கும் மேலாக வாரந்தோறும் செலவழிப்பார்கள். ஆனால், பத்து ரூபாய் கொடுத்து ஒரு புத்தகம் வாங்குங்கள் என்றால், விரும்பமாட்டார்கள். அத்துடன் அதெல்லாம் வேஸ்ட் சார் என்று அறிவுரை வேறு சொல்வார்கள். இந்த மனப்பாங்கு இன்று பெரும்பாலானோருக்கு ஏற்பட்டு இருக்கிறது.

கடந்த சில ஆண்டுகளில், தமிழகம் எங்கும் புத்தகக் கண்காட்சிகள் சிறப்பாக நடந்துள்ளன. 'கோடிக்கணக்கான ரூபாய்களுக்குப் புத்தகங்கள் விற்பனையாகின்றன' என்கிறார்கள். இதன் மறு பக்கம், முன் எப்போதையும் விட புத்தகங்களின் மீதான ஏளனமும், வெறுப்பும், புறந்தள்ளுதலும் இப்போதுதான் அதிகமாகி இருக்கின்றன. அது எப்படி என்றுதான் புரிந்துகொள்ளவே முடியவில்லை.

ஆறு மாதங்களுக்கு முன்பு, தஞ்சை மாவட்ட கிராமத்தில் நடந்த ஒரு நூலக விழாவுக்குச் சென்றிருந்தேன். டெல்லியில் வசிக்கும் ஒரு நண்பர், தனது தந்தையின் நினைவாக நூலகம் ஒன்றினைச் சொந்த ஊரில் உருவாக்கி, அதன் திறப்புவிழாவுக்கு என்னை அழைத்து இருந்தார்.

அவர்களது பூர்வீக வீட்டினை நூலகமாக்கி இருந்தார்கள். வசதியான மர இருக்கைகள், பெரிய மேஜை. இரண்டு ஊழியர்கள் நியமிக்கப்பட்டு இருந்தார்கள். நவீன விஞ்ஞானம், தொழில்நுட்பம், இலக்கியம் என்று தமிழிலும் ஆங்கிலத்திலுமாக ஆயிரத்துக்கும் மேற்பட்ட புத்தகங்கள் அழகாக அடுக்கி வைக்கப்பட்டிருந்தன.

"அந்த ஊரின் மக்கள்தொகை எவ்வளவு இருக்கும்?" என்று கேட்டேன்.

"5 ஆயிரம் இருக்கக்கூடும். அருகில் இதுபோல இரண்டு சிறிய கிராமங்கள் உள்ளன" என்றார்கள்.

விழா நாளில் நிறையக் கூட்டம் வந்திருந்தது சந்தோஷமாக இருந்தது. இரண்டு மாதங்களுக்குப் பிறகு நண்பர் போன் செய்தார்.

"எப்படி இருக்கிறது நூலகம்?" என்று கேட்டேன்.

"கடந்த பத்து நாட்களாக ஒருவர்கூடப் புத்தகம் படிக்க வரவே இல்லை. இந்த நூலகம் கட்டிய பணத்தில் நாலு அடிபம்பு போட்டுக் கொடுத்திருந்தால்கூட குடிதண்ணீருக்கு ரொம்பப் பிரயோசனமாக இருந்திருக்கும் என்று ஊர்க் காரர்கள் கோபப்படுகிறார்கள்" என்றார்.

என்ன பேசுவது என்று புரியாமல் அமைதியாக இருந்தேன். அவராகவே தொடர்ந்து சொன்னார், "யாருக்கும் புத்தகம் படிப்பதில் விருப்பம் இல்லை. நாள் முழுவதும் வீட்டுக்குள்ளாக அடைந்துகிடந்து தொலைக்காட்சி மட்டுமே பார்க்கிறார்கள். அது ஏன் என்றுதான் புரியவில்லை. இன்னும் மூணு மாசம் பார்ப்பேன். மக்கள் இதே மாதிரி வராமல் இருந்தால் மூடிவிடுவேன்" என்றார்.

தினசரி பண்பலை ரேடியோவுக்குச் சொந்த செலவில் போன் செய்து பிடித்த பாட்டு போடச் சொல்லிக்

கேட்பதில் மக்கள் ஆர்வம் காட்டுகிறார்கள். விடிய விடிய கிரிக்கெட் போட்டிகளைக் காண்பதில் உற்சாகம் பெருகி வழிகிறது. வெட்டிப் பேச்சு, ஊர்வம்பு எனத் தேடித் தேடிப் பேசுகிறார்கள். ஆனால், புத்தகம் படிக்க ஆர்வமாக முன்வரவில்லை என்பது, மக்கள் மனதில் புரிந்து கொள்ள முடியாத நோய்மை உருவாகி இருக்கிறது என்றுதான் தோன்றுகிறது.

'புத்தகம் என்ன செய்யும்?, ஏன் புத்தகம் படிக்க வேண்டும்?' என்று கேட்பவர்களுக்கு என்றைக்குமான பதிலாக உள்ளது ஒரு திரைப்படம். அது பிரபல ஃபிரெஞ்சு இயக்குநர் த்ரூபா இயக்கிய 'Fahrenheit 451' என்ற படம். அமெரிக்க எழுத்தாளரான ரே பிராட்பரி எழுதிய விஞ்ஞானப் புனைக்கதையை த்ரூபா படமாக்கி இருக்கிறார். த்ரூபா இயக்கிய ஒரே ஆங்கிலப்படம் அது. 'ஃபாரன்ஹீட் 451' என்பது புத்தகங்கள் எரிவதற்கான உஷ்ண நிலை.

எதிர்கால அமெரிக்காவில் இந்தக் கதை நடக்கிறது. அங்கே புத்தகங்கள் தடைசெய்யப்பட்டு இருக்கின்றன. யாராவது புத்தகம் வைத்திருந்தால் அவரைக் கண்டுபிடித்து உடனே மனநல மருத்துவமனைக்கு அனுப்பிவிடுவார்கள். அவரது புத்தகங்கள் உடனடியாகத் தீ வைத்து எரிக்கப்படும். அப்படி தீயிட்டு எரிப்பதற்கு என்று தனியே தீ எரிப்புத் துறை ஒன்று இருந்தது. அதில்தான் இந்தப் படத்தின் கதாநாயகன் மாண்டெக் வேலை செய்கிறான்.

எவருடைய வீட்டிலாவது புத்தகங்கள் இருப்பது கண்டு பிடிக்கப்பட்டால், உடனடியாகத் தீ எரிப்புத் துறையில் அபாய மணி அடிக்கப்படும். தீ வைப்பதில் தேர்ச்சி பெற்ற வீரர்கள் அங்கே அனுப்பிவைக்கப்பட்டு, புத்தகங்களைக் கொளுத்தி வருவார்கள்.

ஒரு நாள், வயதான பெண் ஒருவருடைய வீட்டில் புத்தகங்கள் கைப்பற்றப்பட்டு எரிக்கப்படுகின்றன. அப்போது புத்தகத்திலிருந்து ஒரு வரியைத் தற்செயலாகப் படிக்கிறான் மாண்டெக். அந்த வரியின் ஈர்ப்பில் புத்தகத்தைத் திருடிக் கொள்கிறான். தன்னைப் புத்தகங்களில் இருந்து பிரிக்க

முடியாது என்று மல்லுக்கட்டும் வயதான பெண், தன்னைக் கொளுத்திக்கொள்கிறாள்.

புத்தகங்களுக்காக ஒரு பெண் ஏன் தற்கொலை செய்து கொள்கிறாள்? என்று மாண்டெக்கால் அப்போது புரிந்து கொள்ள முடியவில்லை. தன் மனைவியிடம் தான் ஒரு புத்தகம் திருடி வந்ததைப் பற்றிச் சொல்லி, அதில் உள்ள வரிகள் அவன் வாழ்க்கையைப் புரிந்துகொள்வதற்கு நெருக்கமாக உள்ளதாகச் சொல்கிறான். அதன்பிறகு, தீ வைக்கச் செல்லும் இடங்களில் புத்தகங்களைத் திருடிவந்து படிக்கிறான் மாண்டெக். திருடிய புத்தகங்களைப் பிறர் அறியாமல் வீட்டினுள் ஒளித்து வைக்கிறான். புத்தகங்களைப் பற்றி அதிகம் தெரிந்துகொள்வதற்காக 'பேபர்' என்ற பேராசிரியரைத் தேடிப் போகிறான். இருவரும் புத்தகம் பற்றி நிறையப் பேசுகிறார்கள்.

மனிதகுலம் அதன் கடந்த காலத்தை அறிந்து கொள்வதற்கு ஒரே வழிதான் இருக்கிறது, அதுதான் புத்தகம். மனித கற்பனையின் மிக உயரிய விஷயம் 'எழுத்து' என்று அவர் புரிய வைக்கிறார். அதற்குள் மாண்டெக் புத்தகம் படிக்கும் விஷயம் அவன் மனைவியாலே அரசுக்குத் தெரியப்படுத்தப் பட்டு, அவன் தேடப்படுகிறான். அவனை வேட்டையாடு கிறார்கள்.

உயிர் பிழைப்பதற்காகத் தப்பி அலைகிறான். அப்படி அலையும்போது நடமாடும் புத்தகங்களாக உள்ள ஒரு குழுவினரைக் கண்டுபிடிக்கிறான். அவர்கள் ஒவ்வொருவரும் ஒரு குறிப்பிட்ட புத்தகத்தை முழுவதுமாக மனப்பாடம் செய்து மனதிலே வைத்திருக்கிறார்கள். அந்தப் புத்தகங்களின் நடமாடும் வடிவம்போல் அவர்கள் இருக்கிறார்கள். ஆகவே, உலகில் இருந்து புத்தகம் எரிக்கப்பட்டாலும் அவர்கள் நினைவில் அந்தப் புத்தகம் அப்படியே இருக்கிறது. அவர்கள் தங்களிடம் இருந்து மற்றவர்களுக்கு அந்த நினைவைப் பகிர்ந்து தருவதாகச் சொல்கிறார்கள்.

அந்தப் பணியில் இணைந்த மாண்டெக், பைபிளின் ஒரு பகுதியை முழுமையாக மனப்பாடம் செய்து, அவனும் ஒரு நடமாடும் புத்தகமாகிவிடுகிறான். அந்த நகரில் எதிர்பாராத

யுத்தம் வெடிக்கிறது. குண்டுமழை பொழிகிறது. மனிதர்களைப் புத்தகங்களால் மட்டுமே மீட்க முடியும் என்று, நடமாடும் புத்தக மனிதர்கள் வேறு இடம் நோக்கிப் பயணம் செய்யத் துவங்குகிறார்கள். அவர்களை வழிநடத்திப் போகிறான் மாண்டெக்.

த்ரூபாவின் இந்தப் படம் புத்தகம் வெறும் காகிதமல்ல என்பதைத் தெளிவாகப் புரிய வைக்கிறது. கண்ணாடி நம் முகத்தைக் காட்டுகிறது என்றால், அகத்தைக் காட்டுவதற்குப் புத்தகங்கள் மட்டுமே இருக்கின்றன. புத்தகம் இன்னொரு பிரபஞ்சம். அதன் உள்ளே இந்தப் பிரபஞ்சத்தின் தீர்க்க முடியாத புதிர்களுக்கான பதில் காணப்படுகிறது. ஒரு மனிதன் தன் வாழ்நாளில் சுயமாக அனுபவித்து அறிய முடியாத அத்தனையும் புத்தகம் வழியாக மனிதர்களுக்கு எளிதாக அனுபவமாகிறது.

ஹாவெர்டு பாஸ்ட் என்ற அமெரிக்க எழுத்தாளர் 'பூமியின் பொக்கிஷம்' என்று ஒரு சிறுகதை எழுதி இருக்கிறார். வேற்றுக்கிரகம் ஒன்றிலிருந்து இருவர் பூமிக்கு வருகிறார்கள். பூமியில், மனிதர்கள் உருவாக்கியதில் மிக விசித்திரமானதும் விலைமதிப்பு இல்லாததும் எது? என்று தேடி அலைகிறார்கள். வைரம், தங்கம், வியப்பூட்டும் விஞ்ஞானப் பொருட்கள் என்று எதைக் கண்டபோதும் அதைவிடச் சிறப்பாகத் தங்கள் கிரகத்தில் இருக்கிறது என்கிறார்கள்.

முடிவில், அவர்கள் மியூஸியம் ஒன்றுக்குப் போகிறார்கள். அங்கே ஷேக்ஸ்பியர் நாடகங்களின் முதல் பிரதிகள் பாதுகாத்து வைக்கப்பட்டு இருக்கின்றன. அதை இரவு – பகலாக வாசிக்கின்றனர். முடிவில் 'வேற்றுக் கிரகவாசிகள் எங்கள் கிரகத்தில் இல்லாதது, பூமியில் இருப்பதில் சிறந்தது ஷேக்ஸ்பியர் நாடகங்களே. இந்தப் பூமியில் உள்ள எல்லாச் செல்வங்களைவிடவும் அற்புதமானது புத்தகம் மட்டுமே' என்று ஒரு குறிப்பை வைத்துவிட்டுத் தங்கள் கிரகத்துக்குப் பறந்து சென்று விடுகின்றனர் என்று கதை முடிகிறது.

மனிதர்களுடனேயே நினைவுகள் அழிந்துபோவது இல்லை. அவை எழுத்தில், சொல்லில், வரிகளில் ஒளிந்துகொண்டு,

தன்னை உயிர்ப்பித்துக்கொள்கின்றன. புத்தகம் என்பது, மூன்று கரை உள்ள ஆறு என்கிறார் கவிஞர் தேவதச்சன். உலகின் நினைவுகளும், கனவுகளும், நம்பிக்கைகளும் ஒன்று கலந்து உருவானதே புத்தகம். அதுவே உலகின் ஒப்பற்ற அதிசயம்!

நடமாடும் கிராம நூலகம்!

புத்தக வாசிப்பை அதிகப்படுத்த, ஆஸ்திரேலியா மற்றும் சிங்கப்பூர் அரசு, ஆண்டில் ஒரு மாதம் புத்தக வாசிப்பு மாதமாக அறிவித்து, எல்லா இடங்களிலும் புத்தக வாசிப்பு இயக்கம் நடத்துகிறது. எழுத்தாளர்கள் அழைக்கப்பட்டு கூட்டங்கள் நடத்தப்படுகின்றன. ஒவ்வொரு வீதியிலும் வாசிப்பு இயக்கத்துக்குச் சேவை செய்யும் இளைஞர்கள் நின்று தங்களுக்கு விருப்பமான கதையை வாசித்துக் காட்டுகிறார்கள். காபி ஷாப், அரசு அலுவலகம், பொது நூலகம், வணிக வளாகம், ரயில்நிலையம் என்று எல்லா இடங்களிலும் ஒரு மாத காலம் தொடர்ந்து புத்தக வாசிப்பு இயக்கம் நடைபெறுகிறது. நாம் அவசியம் பின்பற்ற வேண்டிய முக்கியச் செயல்பாடு இது.

பஞ்சாப் மாநிலத்தில் 'பறக்கும் நூலகங்கள்' என்று பெயர் கொண்ட நடமாடும் கிராம நூலகம் இயங்கி வருகிறது. ஒரு பேருந்தை மாற்றி அமைத்து நடமாடும் நூலகம் ஆக்கியிருக்கிறார்கள். 1,600 புத்தகங்கள் உள்ள இந்தப் பேருந்து, ஒரு குறிப்பிட்ட பகுதியைத் தேர்வு செய்து, அங்கு உள்ள கிராமங்களுக்கு வருகை தருகிறது. ஒவ்வொரு கிராமத்துக்கும் ஒரு நாள் என்று அந்தப் பேருந்து சுற்றி வருகிறது.

மிகவும் பின்தங்கியுள்ள கிராமங்களில் இருப்பவர்கள் புத்தகம் படிக்க வேண்டும் என்ற எண்ணத்தில், 22 லட்சம் செலவில் இப்படியான நடமாடும் நூலகத்தைத் துவக்கி இருக்கிறார் டாக்டர் ஜஸ்வந்த் சிங். இவர் அமெரிக்காவில் நூலகராகப் பணியாற்றுகிறார்.

தனது சொந்தப் பணத்தில் கிராமங்கள் பயன்பெற வேண்டும் என்பதற்காக நடமாடும் நூலகம் உருவாக்கி இருக்கிறார். இந்தப் பேருந்தில் புத்தகங்கள் மட்டுமின்றி பிரபஞ்சம், விஞ்ஞான வளர்ச்சி பற்றிய துண்டுப் படங்களையும் திரையிடுவதற்கு வசதி உள்ளது. குறிப்பாக, சிறுவர்கள் தாங்களே தேர்வு செய்து எடுத்துச் செல்லும் படியாகப் புத்தகங்கள் உள்ளன. இந்த நடமாடும் நூலகத்தினால் கிராமப்புற பெண்கள் அதிகம் பயன் பெறுகிறார்கள்.

அரசின் முயற்சியோடு தனியார் கல்வி நிறுவனங்களும் வசதியான வணிக நிறுவனங்களும் முன்வந்தால், தமிழகத்திலும் சிறுவர்கள் மற்றும் பெண்கள் பயன்பெறும்படியான இதுபோன்ற நடமாடும் கிராம நூலகங்களை உருவாக்கலாம்!

11
உங்கள் இளமைக்கு ஒரு சவால்!

"ஒரு வரிக்குள் கதை எழுத முடியுமா?" என்று கேட்டு எனக்கு ஒரு குறுஞ்செய்தி வந்திருந்தது. 'நிச்சயம் முடியும். ஆனால், எதற்காக ஒரு வரியில் கதை எழுத நினைக்கிறீர்கள்?' என்று பதில் அனுப்பினேன். உடனே மறுமுனையில் இருந்து, எதையும் ஒரு வரிக்குள் சொல்லுங்கள். உலகம் வேகமாகி விட்டது' என்ற பதில் வந்தது.

நிச்சயம் இந்தக் குறுஞ்செய்தியை அனுப்பியவர் 1980-களுக்குப் பிறகு பிறந்தவர் என்பது அந்தப் பதிலிலேயே தெரிந்தது. இது என்ன கணக்கு என்று கேட்கக்கூடும். என்னிடம் 10 கேள்விகள் இருக்கின்றன. அதற்கு நீங்கள் "பதில் சொன்னால், உடனே வயதைச் சொல்லிவிடலாம்.

1) நீங்கள் கையில் கடிகாரம் கட்டுவது இல்லையா?
2) சட்டைப் பையில் பேனா வைத்துக்கொள்ள மாட்டீர்களா?
3) டெய்லரிடம் உடைகள் தைத்துப் போடும் பழக்கம் அற்றவரா?
4) பண அட்டைகளை மட்டுமே பயன்படுத்து பவரா?

எஸ். ராமகிருஷ்ணன்

5) சினிமா டிக்கெட், ரயில் டிக்கெட் போன்றவற்றை இணையத்தில் மட்டுமே முன்பதிவு செய்பவரா?

6) மொபைல் போனைக் கண்ணில் பார்த்த மாத்திரம், அது என்ன வகை போன், மாடல் எண் என்று உங்களால் சொல்ல முடியுமா?

7) சினிமா தியேட்டரில் கட்டாயம் பாப்கார்ன் சாப்பிடுவீர்களா?

8) கேர்ள் ஃப்ரெண்ட் அல்லது பாய் ஃப்ரெண்டை வீட்டுக்கு அழைத்து வந்து பேசுவீர்களா?

9) பாக்கெட்டில் கர்ச்சீஃப், சீப்பு வைத்துக்கொள்ளும் பழக்கம் இல்லையா?

10) கம்ப்யூட்டர் கேம் அல்லது வீடியோ கேம் விளையாடுவதில் ஈடுபாடு கொண்டவரா?

இந்த 10 கேள்விகளுக்கும் 'ஆம்' என்று சொன்னால், நீங்கள் 1980-களுக்குப் பிறகு பிறந்தவர்கள். 'இல்லை' என்று சொன்னால், அதற்கு முன்பாகப் பிறந்தவர்கள். நான் அறிந்தவரை தமிழ்ச் சமூகம் இந்த இரண்டாகத்தான் பிரிந்திருக்கிறது. இரண்டும் கலந்த விதிவிலக்குகளும் இருக்கின்றார்கள். இதைத் தாண்டி 1940-களில் இருந்து 1960 வரை பிறந்தவர்கள் இரண்டின் மோதல்களையும் செய்வது அறியாமல் அவதானித்துக்கொண்டு இருக்கிறார்கள். நான் ஒழுங்காகக் குறுஞ்செய்திகள்கூட அனுப்பத் தெரியாத முந்தைய தலைமுறைக்காரன்.

என் சகாக்கள் இன்றைக்கும் கையில் கடிகாரம் கட்டுகிறார்கள். (அதுதான் செல்போனில் கடிகாரம் இருக்கிறதே... இதுவேறு எதற்கு என்ற கேலி காதில் கேட்கிறது.) பையில் பேனா வைத்து இருக்கிறார்கள். இணையத்தில் டிக்கெட் முன்பதிவு செய்யத் தடுமாறுகிறார்கள். செல்போனைச் சுற்றி பிளாஸ்டிக் லேமினேஷன் செய்து கொள்கிறார்கள். முடி வெட்டிக்கொள்ள பியூட்டி பார்லருக்குள் செல்ல தயக்கமும் கூச்சமும் கொள்கிறார்கள். அடிக்கடி கோயிலுக்குப் போகிறார்கள். காலையில் எழுந்தவுடன் நியூஸ்பேப்பர் படிக்கிறார்கள். விமானம் தலைக்கு மேலாகப் போவதை வியப்போடு நிமிர்ந்து பார்க்கிறார்கள்.

வாழ்க்கையிடமிருந்து, எதைக் கற்றுக்கொண்டு இருக்கிறோம்; எதைக் கைவிட்டு இருக்கிறோம்; எதைக் கடந்து வந்திருக்கிறோம் என்பதுதான் ஒவ்வொரு தலைமுறையின் பிரச்சனை. இதைப் பற்றியதுதான் 'what is it?' என்ற குறும்படம். ஐந்தே நிமிடங்கள் ஓடும் படம். கிரேக்கத் தேசத்தைச் சேர்ந்த கான்ஸ்டாடின் பிலாவியோஸ் என்பவர் இயக்கி இருக்கிறார். உங்களுக்குப் பிடித்தமானவர்களுக்குப் பிறந்தநாள் பரிசாக ஏதாவது தர வேண்டும் என்று நினைத்தால், இந்தப் படத்தை இணையதளத்திலிருந்து இலவசமாக டவுன்லோடு செய்து அளியுங்கள்.

படம் ஒரு வீட்டுத் தோட்டத்தில் துவங்குகிறது. புல்வெளிக்கு நடுவில் உள்ள ஒரு பெஞ்சில் வயதான அப்பாவும் அவரது மகனும் உட்கார்ந்து இருக்கிறார்கள். மகன் நியூஸ் பேப்பர் படித்துக்கொண்டு இருக்கிறான். அப்பாவுக்கு 60 வயது இருக்கலாம். புல்வெளியைப் பார்த்தபடியே இருக்கிறார். அப்போது எங்கிருந்தோ ஒரு குருவி வந்து மரக்கிளையில் உட்காருகிறது. அதை அப்பா கவனமாகப் பார்க்கிறார்.

"அது என்ன?" என்று மகனிடம் குருவியைக் காட்டி கேட்கிறார்.

அவன், "குருவி" என்று சொல்லிவிட்டு பேப்பர் படிக்கிறான்.

அவர் மறுபடியும் அதையே பார்த்துவிட்டு, "அது என்ன?" என்று கேட்கிறார்.

அவன், "குருவி" என்று அழுத்தமாகச் சொல்கிறான்.

இப்போது குருவி பறந்து புல்வெளியில் உட்கார்ந்து வால் அசைக்கிறது. அப்பா மறுபடியும், "அது என்ன?" என்று கேட்கிறார்.

மகன் சற்றே எரிச்சலுடன், "குருவிப்பா. கு... ரு... வி..." என்று ஒவ்வொரு எழுத்தாகச் சொல்கிறான்.

குருவி ஒரு கிளை நோக்கிப் பறக்கிறது. அப்பா மறுபடியும் கேட்கிறார். "அது என்ன?"

எஸ். ராமகிருஷ்ணன்

மகன், "குருவி... குருவி என்று எத்தனை தடவை சொல்வது? உங்களுக்கு அறிவு இல்லையா?" என்று கோபத்தில் வெடிக்கிறான்.

அப்பா மௌனமாக வீட்டுக்குள் சென்று உள்ளிருந்து தனது பழைய டைரி ஒன்றை எடுத்துவந்து அவனிடம் நீட்டி, "உரக்கப் படி" என்கிறார். அவனும் சத்தமாகப் படிக்கிறான்.

'என் மகனுக்கு மூன்று வயதாகியபோது அவனைப் பூங்காவுக்கு அழைத்துச் சென்றேன். அங்கே ஒரு குருவி வந்தது. அது என்னவென்று பையன் கேட்டான். குருவி என்று பதில் சொன்னேன். அவன் அதை உற்றுப் பார்த்துவிட்டு அது என்னவென்று மறுபடியும் கேட்டான். நான் அதே உற்சாகத்துடன் குருவி என்று பதில் சொன்னேன். திருப்தி அடையாத என் மகன், 21 முறை அதே கேள்வியைக் கேட்டுக்கொண்டே இருந்தான். நான் எரிச்சல் அடையாமல், கோபம் கொள்ளாமல் ஒவ்வொரு முறையும் சந்தோஷமான குரலில் அது குருவி என்று சொல்லி அவனைக் கட்டிக்கொண்டேன்!' என்று அந்த டைரியில் இருந்தது.

டைரியைப் படித்து முடித்த மகன், அப்பா போல ஏன் பொறுமையாக தன்னால் பதில் சொல்ல முடியவில்லை? என்று உணர்ந்தவன் போல், அப்பாவின் தலையைக் கோதி அவரைக் கட்டிக்கொள்கிறான். அத்துடன் படம் முடிகிறது.

முதியவர்களின் கேள்விகள் அறியாமையில் இருந்து எழுவதில்லை. மாறாக ஆதங்கத்தில், இயலாமையில், பயத்தில் இருந்தே உருவாகிறது என்பதை நாம் ஏன் மறந்து போனோம் என்பதை இந்தப் படம் நினைவூட்டுகிறது.

"டொனால்டு மில்ஸ்" என்ற 70 வயதுக்காரர், தனக்கு ஏன் இளைஞர்களைப் பிடிப்பதில்லை என்று இணையத்தில் வாரம் ஒரு காரணம் சொல்கிறார். அவரது ஐந்து முக்கியக் குற்றச்சாட்டுகள் இவை...

இன்றைய இளைஞர்கள், அதிக நேரம் பாத்ரூமில் செலவிடுகிறார்கள்; பாத்ரூமுக்குள்ளாகவே படிக்கிறார்கள்;

பாட்டு கேட்கிறார்கள்; சிந்தனை செய்கிறார்கள்; விதவிதமான அலங்காரப் பொருட்களை வாங்கி உபயோகப்படுத்து கிறார்கள். இளைஞனோ, இளம் பெண்ணோ மணிக் கணக்கில் பாத்ரூமுக்குள் எப்படி இருக்கிறார்கள் என்று புரியவில்லை.

இரண்டாவது, கண்டதைச் சாப்பிட்டு உடம்பை மிக அதிகமாகப் பெருக்க வைத்திருக்கிறார்கள். அல்லது சாப்பிடாமலே கிடந்து உடம்பை மிகவும் ஒல்லியாக்கி வைத்திருக்கிறார்கள். சாப்பாட்டுக்காக எவ்வளவு விலை வேண்டுமானாலும் கொடுக்கிறார்கள். அல்லது வெறும் சாக்லேட், பிஸ்கெட் மட்டும் சாப்பிட்டு நாளை ஓட்டி விடுகிறார்கள்.

மூன்றாவது, ஆண் – பெண் என்று பேதம் இல்லாமல் ஒருவருக்கும் மத நம்பிக்கை இருப்பதில்லை. கோயிலுக்கோ, தேவாலயத்துக்கோ போவதை வீண் விரயம் என்று நினைக்கிறார்கள். கட்டாயத்துக்காகவே கடவுளை வணங்குகிறார்கள். பண்டிகை, திருவிழா போன்றவற்றை, கொண்டாட்டம் என்பதால் ஒப்புக்கொள்கிறார்கள். ஆனால், அதன் வழிபாடுகளில் நாட்டம் இல்லை. கடவுள் நம்பிக்கை, மத நூல்கள், மதம் தொடர்பான சம்பிரதாயங்களைக் கேலி செய்கிறார்கள். அதேநேரம், சிறிய தோல்வியைச் சந்திக்க நேர்ந்தாலும் உடனே பயந்துபோய் அவசர அவசரமாகக் கடவுள் வழிபாட்டுக்குள் தங்களை ஒப்புக் கொடுக்கிறார்கள்.

நான்காவது குற்றச்சாட்டு, இளைஞர்கள் அத்தனை பேருக்கும் அரசியல் குறித்த ஆர்வம் இருக்கிறது. உள்ளூர் அரசியல் முதல் உலக அரசியல் வரை பேசுகிறார்கள்; விவாதிக்கிறார்கள். ஆனால், ஒருவர் கூட நேரடியாகப் பங்கேற்பதில்லை. பொது விஷயங்களுக்காக இறங்கிப் போராடுவதில்லை. கிரிக்கெட் மேட்ச்போல் அரசியல் இவர்களுக்கு சுவாரஸ்யமான விவாதப் பொருள்... அவ்வளவே.

ஐந்தாவது குற்றசாட்டு, இளைஞர்களின் பொது நடத்தை பற்றியது. பெரும்பான்மை இளைஞர்கள் அளவுக்கு அதிகமாகவே குடிக்கிறார்கள். கெட்ட வார்த்தைகளைச் சரளமாகப் பயன்படுத்தித் திட்டுகிறார்கள். ஒரே உடையைப் பல நாள்கள் அணிகிறார்கள். சிறிய விஷயங்களுக்குப்

பெரிய சண்டைகள் இடுகிறார்கள். யாரிடமும் பகிர்ந்து கொள்ளாமல் தனியே அழுகிறார்கள்.

எனது கவலை இந்தக் குற்றச்சாட்டுகளில் இல்லை. மாறாக, படித்த, அலுவலகங்களில் வேலை செய்கின்ற, கல்விப்புலம் சார்ந்து இயங்குகின்ற பலருக்கும்கூட ஏன் சுயமாக ஒரு பக்கம் எழுத முடிவதில்லை?

ஒருவரை வாழ்த்த வேண்டும் என்றாலோ, பாராட்ட வேண்டும் என்றாலோ, அவர்களால் சொந்தமாக இரண்டு வரி எழுத முடிவதில்லை. உடனடியாகக் கணிப்பொறியில் ஏதாவது வார்த்தைகளை, வாழ்த்துச் செய்திகளைக் கண்டுபிடித்து கட் அண்ட் பேஸ்ட் செய்து அனுப்பும் பழக்கம் அதிகமாகி வருகிறது. தமிழில் ஒரு பக்கம் எழுதுங்கள் என்றால் சகிக்க முடியாத எழுத்துப் பிழைகள். எப்படி எளிய சொற்களுக்குக்கூட எழுத்துப் பிழைகள் ஏற்படுகின்றன என்று புரியவில்லை.

பல நேரம் சொற்களே இல்லாமல் ஆச்சர்யக்குறிகள், கேள்விக் குறிகள், சங்கேதக்குறிகள் கொண்ட குறுஞ்செய்திகளும் வருகின்றன.

குறுஞ்செய்திகள் மற்றும் ஒற்றைவரிக்குள் மட்டுமே மொழிப் பரிமாற்றம் முடிந்துவிடுவது, நமது உயரிய கற்பனா சக்தியையும், மொழி வளத்தையும், கவித்துவ மனதையும், சமூக அக்கறைகளையும் ஒடுக்கிவிடுகிறது என்பதே நிஜம்!

நலிந்துபோன நாடகத்துறை!

தமிழக மேடை நாடகப் பாரம்பரியம் மிகவும் புகழ்பெற்றது. ஆண்கள், பெண் வேடமிட்டு நடிப்பதை 'ஸ்திரீபார்ட்' என்பார்கள். புகழ்பெற்ற ஸ்திரீபார்ட் நடிகர்கள் பலர் தமிழகத்தில் வாழ்ந்திருக்கிறார்கள். இதுபோலவே ஒரு பெண், ஆண் வேடமிட்டு நடிப்பதும் நாடக மேடையில் வழக்கமாக இருந்திருக்கிறது. அப்படி ராஜபார்ட் வேடம் கட்டி நடிப்பதில் புகழ்பெற்ற நடிகை கே.ஆர்.அம்பிகா. அவர் மேடை நாடகங்களில்

கிருஷ்ணன், முருகன் என்று ஆண் வேடம் கட்டி நடிப்பதில் பிரபலமானவர். திண்டுக்கல் அருகில் உள்ள லட்சுமணபட்டியைச் சேர்ந்த இவர், பிரபல நாடகக் கலைஞரான 'தாடிக்கொம்பு' பொன்னையாவின் மகள். ஆண்போல வேடம் புனைந்து கொண்டு இவர் நடிப்பதும், பேசுவதும், பாடுவதும் கம்பீரமானது. இவரைப் போன்ற ஆண் வேடமிட்ட கலைஞர்களைப் பற்றிய தகவல்களும் அவர்களது அனுபவங்களும் முறையாகப் பதிவு செய்யப்படாமலே உள்ளன.

இதுபோலவே 30 வருடங்களுக்கு முன்பு வரை, வள்ளித் திருமணம், பவளக்கொடி, அரிச்சந்திரா என்று மேடை நாடகங்கள் நடத்த விரும்பும் குழுக்கள், நாடகப் பிரதிகளை வாங்கி நகல் எடுத்துக்கொள்வார்கள். மதுரையில் பல நாடகங்கள் அச்சிடப்பட்டு புத்தகங்களாகவே விற்கப்பட்டன. அதில் சங்கரதாஸ் சுவாமிகள் நாடகப் பிரதிகள் பிரபலமானவை. இவற்றைத் தவிர பல்வேறு குழுக்களால் மேடை ஏற்றப்பட்ட புகழ்பெற்ற நாடகங்களின் பிரதிகள், இன்றுவரை அச்சேற்றப்படவே இல்லை. அச்சில் வந்த பல நாடகப் பிரதிகள் வாசிப்பதற்குக்கூடக் கிடைப்பதில்லை. நூற்றுக்கணக்கான மேடை நாடகப் பிரதிகள் கண்முன்னே கவனிப்பார் அற்று, மறைந்து வருகின்றன. கிராமங்களில் நாடகங்கள் நடப்பது அரிதாகிப்போன சூழலில், நாடகப் பிரதிகள்கூட சேகரித்துப் பாதுகாக்கப்படாவிட்டால், அடிப்படைத் தரவுகள்கூட நமக்குக் கிடைக்காமல் போய்விடும் என்பதே உண்மை!

12

உங்கள் வீட்டின் இதயத்துடிப்பைக் கேட்டதுண்டா?

வீடு மாறிப் போவது என்பது, வெளிக்காட்டிக்கொள்ள முடியாத ஊமை வலி. அதிலும் சொந்த வீட்டில் குடியிருந்து விட்டு, பொருளாதாரக் காரணங்களுக்காக வாடகை வீட்டுக்குப் போவது, மனமறிந்த வேதனை. அந்தப் பிரிவு, துண்டிக்கப்பட்ட பல்லியின் வால்போல நமக்குள்ளாகவே துடித்துக்கொண்டு இருக்கக்கூடியது.

வாடகை வீடோ, சொந்த வீடோ எதுவாயினும், நாம் வசிக்கத் துவங்கியதும் நம் ஆசைகளும் ஏமாற்றங்களும் படிந்த நமது அந்தரங்க வடிவமாகிவிடுகிறது 'வீடு'. வீட்டின் சுவர்களுக்கு மட்டும் பேசத்தெரிந்தால், எவ்வளவு கதைகளைச் சொல்லும் தெரியுமா? சுவர்கள் நம்மைப் பார்த்துக்கொண்டு இருக்கின்றன என்ற பிரக்ஞை நமக்கு இருப்பதில்லை. மாறாக, ஒரு போர்வை போல நமது அந்தரங்கத்தை மூடிப் பாதுகாக்கின்றன சுவர்கள். நமது அழுகையை வெளியே தெரியாமல் தன் அகன்ற கைகளால் சுவர்கள் மறைத்துக்கொள்கின்றன. சுவரிலிருந்து உதிரும் காரைகளைப் போலவே நம் இயலாமைகள் வீடெங்கும் உதிர்ந்துகிடக்கின்றன.

வீட்டின் கதவுகள், ஒரே நேரத்தில் வெளியில் இருந்து எதுவும் உள்ளே நுழைந்துவிடாமலும், உள்ளிருந்து ரகசியங்கள்

வெளியே போய்விடாமலும் தடுத்துக் கொண்டு இருக்கிறது. வீடு நம் நிர்வாணம் அறிந்த கண்ணாடி.

வீடு மாறிப் போகிறவர்களின் பேச்சில் எப்போதாவது வசித்த வீடுகள் பீறிடுகின்றன. 'அந்த வீட்டில் ஒரு கிணறு இருந்தது. அந்த வீட்டின் பின்புறம் நிலா வெளிச்சம் படிக்கட்டில் அடிக்கும். அந்த வீட்டில் மழை பெய்யும் போது கேட்கும் சத்தம் வேறுவிதமாக இருக்கும். அந்த வீட்டின் தரை குளிர்ச்சியானது' என்று எதையோ சொல்லி வீட்டின் நினைவுகள் அதிகம் பீறிட்டுவிடாமல் அடக்கிக் கொள்கிறோம்.

சிறுவர்கள், வசித்த வீடுகளை உடனே மறந்துவிடுவதில்லை. அதைக் கடந்து செல்லும் சந்தர்ப்பங்களில் எல்லாம், 'அது நம் வீடுதானே..!' என்று அடையாளம் காட்டுகிறார்கள். அந்த வீட்டினை ஏக்கத்துடன் திரும்பிப் பார்க்கிறார்கள். நமக்கும் அப்படிப் பார்க்க வேண்டும் என்று உள்ளூர ஆசை இருக்கக்கூடும். நாம் தயங்கி நிற்கிறோம். பல நேரம் சமூகக் கூச்சங்களுக்காக அதை விலக்கிவிடுகிறோம். ஆனால், நாம் வசித்த வீடுகள் நம் நினைவில் எப்போதும் இருந்துகொண்டே இருக்கின்றன.

அப்படி விருதுநகரில் நான் வசித்த வீடு ஒன்றுக்குச் சமீபத்தில் போயிருந்தேன். என்ன நினைப்பார்கள் என்ற தயக்கம் எனக்கு இல்லை. காலை பதினோரு மணி இருக்கும். முன்னால் உள்ள இரும்புக் கதவைத் தள்ளி நுழையும்போது பத்து வருடங்கள் பின்னால் போவது போலவே இருந்தது. அது என் வீடு என்ற உரிமை இப்போது இல்லை என்ற போதும், அது எனக்குப் பரிச்சயமான இடம் என்ற உரிமை எனக்கு இருப்பதாகவே உணர்ந்தேன்.

வீட்டின் காலிங் பெல்லை அடிப்பதற்காக நின்றுகொண்டு இருந்தேன். இதே காலிங் பெல்லை எத்தனை இரவுகளில் அடித்திருக்கிறேன். ஏதேதோ பயணங்களின் முடிவில், யாவரும் உறங்கிய பின்னிரவில் இதே காலிங்பெல் முன்னால் நின்றபடியே கதவை வெறித்துக்கொண்டு இருந்திருக்கிறேன். அன்றும் அந்தக் கதவின் முன்னால் அப்படியேதான் நின்றேன்.

காலிங்பெல் சத்தம் கேட்டு கதவு திறந்த பெண், "யார் வேணும்?" என்று கேட்டாள்.

நான் இந்த வீட்டில் குடியிருந்தேன் என்பதைச் சொன்னேன். அவள் புரியாமல் அதனால் என்னவென்பது போலப் பார்த்த படியே, "சார் வீட்ல இல்லை" என்று சொன்னாள்.

நான் ஏதாவது கேட்க வேண்டுமே என்பதால், "எனக்கு வந்த கடிதங்கள் ஏதாவது இருக்கின்றனவா என்று பார்த்துப் போக வந்தேன்" என்று பொய் சொன்னேன்.

தனக்குத் தெரியாது என்று கூறி, அந்தப் பெண் கதவை மூடிவிட்டாள்.

கதவுத் திறந்திருந்த ஓரிரண்டு நிமிடங்களில், கண் அவசரமாக அந்த வீட்டின் உட்புறத்தை அள்ளி விழுங்கிக்கொண்டது. எனது மேஜை இருந்த இடத்தில் தையல் மெஷின் உள்ளது. என் குழந்தைகளின் புகைப்படம் தொங்கிய ஆணியில் மஞ்சள் பை ஒன்று காணப்படுகிறது. முன்னாட்களில் எனது உடைகள் காய்ந்துகொண்டு இருந்த வொயர் கொடியில், பச்சைநிறப் புடவை ஒன்று கிடந்தது. அது என் வீடு இல்லை. மாறி இருக்கிறது. மூடிய கதவுக்கு வெளியில் நின்று பெருமூச்சு விட்டபடியே வெளியே வந்தேன்.

நடந்து செல்லும்போது அங்கிருக்கும் தேநீர்க் கடைக்காரர் என்னை அழைத்து உட்காரச் சொல்லி, தேநீர் தந்து உரிமை யுடன் பேசிக்கொண்டிருந்தார். வசித்த வீடுகள் நம் நினைவில் மட்டும் இல்லை, அதை அறிந்தவர் நினைவில் இருந்தும் மறையாது என்பது சந்தோஷம் தந்தது. தேநீரின் ஒவ்வொரு துளியையும் ரசித்து அருந்தினேன்.

அந்த நிமிடம் எனக்குப் பிரபல ஹாலிவுட் இயக்குநர் ஆலன் பார்க்கர் இயக்கிய ஏஞ்சலாஸ் ஆஷஸ் (Angela's Ashes) என்ற திரைப்படம் நினைவுக்கு வந்தது. ஃபிராங்க் மெகொர்ட் என்ற ஐரிஷ் அமெரிக்க எழுத்தாளரின் நாவலைப் படமாக்கி இருந்தார் ஆலன் பார்க்கர். அற்புதமான படம் அது.

அமெரிக்காவுக்குச் செல்வது பலருக்கும் கனவாக இருக்கும் போது, அயர்லாந்தில் இருந்து அமெரிக்கா சென்ற ஃபிராங்கின்

தந்தை அங்கே வறுமையும், நெருக்கடியுமாக வாழ முடியாமல் மறுபடியும் அயர்லாந்துக்கே திரும்புகிறார்.

"புதையல் தேடிப்போவது போல யாவரும் அமெரிக்கா நோக்கிப் போய்க்கொண்டு இருக்கிறார்கள். நீங்கள் மட்டும் ஏன் அயர்லாந்துக்குத் திரும்பி வந்தீர்கள்" என்று பலரும் கேட்கிறார்கள்.

"அது எங்களுடைய ஊர். நான் வீடு திரும்பி இருக்கிறேன்" என்கிறார் ஃபிராங்கின் அப்பா. அப்போது ஃபிராங்குக்கு ஐந்து வயது.

படம் இந்தச் சிறுவனின் பார்வையிலே துவங்குகிறது. அப்பா மிதமிஞ்சிய குடிகாரர். பொறுப்பாக வேலை செய்யத் தெரியாதவர். அனைவர் மீதும் கோபமாக எரிந்து விழுவார். வறுமையும் சாவும் அவர்கள் வீட்டின் நிரந்தர விருந்தாளியாக இருக்கிறது. வீட்டின் அச்சாணியாக இருப்பது, ஃபிராங்கின் அம்மா. அவள் குடும்பத்தை எப்படியாவது கால் ஊன்றிடச் செய்ய வேண்டும் என்பதில் மிகுந்த அக்கறை காட்டுகிறாள்... போராடுகிறாள். அத்தனை கஷ்டங்களுக்கு நடுவிலும் கணவனுக்குச் சுகம் தந்து கர்ப்பிணி ஆகிறாள்.

தாள முடியாத வறுமையின் காரணமாக அவர்கள் வாடகை இல்லாத ஒற்றை அறையில் தங்குகிறார்கள். அங்கு இருக்கும் ஒரே ஒரு கழிப்பறையைத்தான் 16 குடும்பங்களும் பயன்படுத்துகின்றன. போதுமான உணவு இல்லை, குளிர் ஆடைகள் இல்லை, நோயில் பிள்ளைகள் இறந்துபோகிறார்கள். செத்துப்போன பிள்ளையைப் புதைப்பதற்கு அவர்களிடம் காசு இல்லை. அப்பாவோ தன்னால் எதுவும் செய்ய முடியாது என்று கத்துகிறார். அந்த ஒற்றை அறைதான் அவர்களுக்குப் புகலிடமாக உள்ளது.

ஃபிராங்க் வறுமை தாங்க முடியாமல் தெருவில் கிடக்கும் பழங்களை எடுத்துத் தின்கிறான். அப்போது தெருவில் இருந்த ஒரு சிறுவன் பொறாமையுடன், "பசியாக இருந்தாலும் உனக்கு அப்பா – அம்மா, உடன்பிறப்பு இருக்கிறார்கள். எனக்கு அப்படி யாரும் இல்லை. பசி மட்டுமே என்னுடன் இருக்கிறது. இங்கு உள்ள வீடுகள், சுவர்கள் யாவற்றையும் கடித்துத் தின்றுவிடலாம் போல் இருக்கிறது" என்கிறான்.

ஃபிராங்க் வளர்ந்து மறுபடியும் அமெரிக்கா வந்து ஆசிரியராகப் பணியாற்றி, பின்பு பல்கலைக்கழகப் பேராசிரியராக மாறுவதுதான் படம்.

இந்தப் படமும் நாவலும் அடைந்த வெற்றி ஃபிராங்க் மெகொர்ட்டை மிகச்சிறந்த எழுத்தாளர் ஆக்கியது. சிறந்த நாவலுக்கான புலிட்சர் விருது பெற்றார் ஃபிராங்க். அயர்லாந்து மக்கள் அவரைத் தங்களது கடந்த காலத்தின் பிரதிநிதியாகக் கொண்டாடினார்கள்.

எழுத்தாளர் ஃபிராங்க் மெகொர்ட், பல வருடத்துக்குப் பிறகு, தான் பால்யத்தில் வசித்த வீட்டுக்குள் காலடி எடுத்து வைக்கும்போது உணர்ச்சிவசப்பட்டு அழுதார். காரணம் கேட்டபோது, “அந்த வீட்டின் இதயம் துடித்துக்கொண்டு இருப்பதைத் என்னால் கேட்க முடிகிறது” என்று சொன்னார். அது ஃபிராங்கின் வீட்டுக்கு மட்டும் இல்லை... எல்லா வீடுகளுக்கும் பொருந்தக்கூடியதே!

இலக்கிய வளம் செழித்திட...!

எழுத்தாளர்கள் கு. அழகிரிசாமியும் கி. ராஜநாராயணனும் தமிழ் இலக்கியத்தின் இரண்டு முக்கிய ஆளுமைகள். இருவரும் கோவில்பட்டி அருகில் உள்ள ‘இடைசெவல்’ என்ற கிராமத்தைச் சேர்ந்தவர்கள். ஒன்றாக வளர்ந்த நண்பர்கள். வெயிலேறிய கரிசல் கிராமங்களின் மனிதர் களையும் வாழ்க்கைப்பாடுகளையும் இலக்கியமாக்கிய சாதனையாளர்கள்.

இந்திய இலக்கிய வரலாற்றில், ஒரே கிராமத்தைச் சேர்ந்த இரண்டு நண்பர்கள் ஒன்றாக எழுதத் துவங்கி எழுத்தாளர்கள் ஆனதும், இருவரும் சாகித்ய அகாடமி பரிசு பெற்றதும் அபூர்வமான நிகழ்வு. அந்தச் சிறப்பு இடைசெவல் கிராமத்துக்கு உள்ளது.

மதுரையில் இருந்து கன்னியாகுமரி செல்லும் தேசிய நெடுஞ்சாலையில், கோவில்பட்டியைத் தாண்டியதும் இடைசெவல் கிராமம் உள்ளது. ஒரு நாளைக்கு ஆயிரக்கணக்கான கார்கள் அதைக் கடந்து

போகின்றன. அருகாமையில் சிறியதும் பெரியதுமாகப் பல பள்ளிகள், பொறியியல் கல்லூரிகள் உள்ளன. ஆனால், ஒருவர் கூட இந்தக் கிராமத்தின் சிறப்பு பற்றி அறிந்துகொள்ளவே இல்லை.

இடைசெவலில் எழுத்தாளர் கு. அழகிரிசாமி மற்றும் கி. ராஜநாராயணன் வசித்த வீடுகள் உள்ளன. அதை அரசும் பதிப்பாளர்களும் ஆர்வலர்களும் இணைந்து, படைப்பாளிகளைக் கௌரவிக்கும் விதமாக அவர்களைப் பற்றி ஆவணப்படங்களும் புகைப் படங்களும் புத்தகங்களும் இணைந்த காட்சியகம் அல்லது சிறப்பு நூலகமாக உருவாக்கினால் கிராமப்புற இளைஞர்களுக்கு இலக்கியத்தின் மீதான ஈடுபாடும் அக்கறையும், வாசிப்பு ரசனையும் அதிகமாகும்.

அத்துடன் இடைசெவல் நெடுஞ்சாலையில் கு. அழகிரிசாமி மற்றும் கி. ராஜநாராயணன் இலக்கிய சாதனைகள் குறித்த ஒரு செய்திப் பலகையை வைப்பதன் மூலம், அந்த வழியைக் கடந்து செல்லும் பயணிகள் இந்தக் கிராமத்தின் சிறப்பை ஒரு தகவலாக அறிந்துகொள்ள முடியும். இதுபோன்ற எளிய முயற்சிகள் நம் இலக்கிய வளத்தை எடுத்துக்காட்டும் முதல்படியாக இருக்கக்கூடும்!

13

உலகின் முதல் ரகசியம் எது?

புத்த மடாலயம் ஒன்றைக் காண்பதற்காக லடாக் பகுதியில் பயணம் செய்து கொண்டிருந்தேன். 'டேமிஸ்காங்' என்ற ஊரின் அருகே உள்ள பௌத்த ஆலயம் ஒன்றில் விழா. உற்சாகமாக மக்கள் வழிபட்டுக் கொண்டிருந்தார்கள். நானும் அந்த ஆலயத்தினுள் சென்றேன். அந்தப் புராதன கோயிலின் சுவரில் ஒரு துவாரம் இருந்தது. ஒவ்வொருவரும் அந்த துவாரத்தில் உதட்டை வைத்து ஏதோ சொல்லிக் கொண்டு இருந்தார்கள்.

"என்ன அது?" என்று கேட்டேன்.

"அது ரகசியத் துவாரம். நமக்குள் மறைத்துவைத்துள்ள ரகசியங்களை இந்த துவாரத்தில் சொல்லிவிட்டால், அது மற்றவர் அறிந்துகொள்ள முடியாதபடி பூமியின் உள்ளே போய்விடும்" என்றார்கள்.

அந்த நிமிடம், 'என்னிடம் அப்படி என்ன ரகசியம் இருக்கிறது' என்று யோசித்தேன். சட்டென, ஐந்தாம் வகுப்பு படிக்கையில் ஒரு நண்பன் என்னிடம் பாதுகாக்கச் சொன்ன ஒரு ரகசியம் நினைவுக்கு வந்தது.

ஒரு நாள் பள்ளிவிட்டுத் திரும்பும்போது எனக்கு மிக நெருக்கமான நண்பனாக இருந்த பாண்டி, ஒரு ரகசியத்தை என்னிடம் சொல்லி, 'யார்கிட்டேயும் சொல்லிடாதே' என்று சத்தியம் வாங்கினான். நிச்சயம் சொல்லமாட்டேன் என்று வலது கையில் சத்தியம் செய்தேன். அப்படியும்

நம்ப முடியாமல் வீரப்பெருமாள் கோயில் படியில் சத்தியம் செய்யச் சொன்னான். அடுத்த சில வருடங்களில் அவன் படிப்பை நிறுத்திவிட்டு வேலைக்குப் போய்விட்டான். நான் ஊர் மாறி வந்து அவனை மறந்து போனேன்.

30 வருடங்களாக அந்த ரகசியம் எனக்குள்ளாகவே குளத்தில் வீசி எறிந்த நாணயம் போலக் கிடந்தது. ஆனால், அந்த ரகசியத் துவாரத்தின் முன் நின்றபோது திடீரென அவன் நினைவு வந்தது. மறுநிமிடம் அந்த ரகசியம் உயிர் பெற்றுவிட்டது.

'பல வருடங்களாக அதை ஏன் சுமந்து கொண்டிருக்கிறேன்? இன்று அந்த ரகசியத்துக்கு ஏதாவது அர்த்தம் இருக்கிறதா? பால்ய வயதின் ரகசியங்களை இன்று நினைக்கையில் அர்த்தம் இல்லாதவையாகத்தானே தோன்றுகிறது. என்ன செய்வது அந்த ரகசியத்தை' என்ற யோசனைகள் என்னைப் பற்றிக்கொள்ளத் துவங்கின.

அப்போதுதான் புரிந்தது, அவனுடைய ரகசியம் மட்டுமல்ல... எவர் எவர் ரகசியங்களோ மனதில் புதையுண்டு இருக்கின்றன என்று. ஒரு ரகசியத்தைப் பகிர்ந்துகொள்வதில்தான் நட்பின் ஆழம் இருக்கிறது என்று நம்பிய நாள்கள் அவை. பள்ளி வயதிலிருந்து சுமந்துகொண்டு இருந்த அந்த ரகசியத்தை, இனி உனக்கு உலகில் வேலை இல்லை என்று பூமியின் அடியில் சேரும்படி நழுவவிட்டேன். ஊர் திரும்பும் வரை அந்த நண்பனின் நினைவு ததும்பிக்கொண்டே இருந்தது.

'ரகசியம்' என்ற சொல், இன்று விளையாட்டாகவே பொருள் கொள்ளப்படுகிறது. ஆனால், அந்தச் சொல் அப்படி இருக்க வில்லை. அது வலிமையானதாக, புரிந்துகொள்ளப்பட முடியாத திகைப்பாக, மர்மமானதாகவே இருந்தது. ஓர் உதட்டில் இருந்து மறு இதயத்துக்குக் கடத்தப்படுவது போல மெல்லிய முணுமுணுப்பில் ரகசியம் பரிமாறிக்கொள்ளப்பட்டது.

ரகசியம் ஒரு திரை. அதன் பின்னே இருப்பதை அறிந்து கொள்ள அனைவருக்குமே ஆசை இருக்கிறது. ரகசியமாகப் பாதுகாக்கப்பட்ட டைரிகள், கடிதங்கள், நிகழ்ச்சிகள், பணப் பரிமாற்றங்கள், உறவின் கசப்புணர்வுகள் என்று ஒவ்வொரு

குடும்பமும் ரகசியத்தின் சொந்தச் சரித்திரத்துடன் இருக்கிறது.

வாழ்ந்து கெட்ட குடும்பம் ஒன்றினை எனக்குத் தெரியும். அவர்கள் அடுத்தவரிடம் கடன் கேட்கக் கூச்சப்படுவார்கள். ஆனால், குடும்ப நெருக்கடி அவர்களை மூச்சு முட்டச் செய்தது. அந்த வீட்டின் பெரியவர் ஒரு மஞ்சள் பையில் தனக்குத் தேவையான தொகையை ஒரு காகிதத்தில் எழுதிக்கொண்டு இருட்டியதும் வீதியில் அங்கும் இங்குமாக நடப்பார். யாராவது அறிந்த மனிதர்கள் வந்தால் மிகுந்த தயக்கத்துடன் அந்த மஞ்சள் பையை நீட்டுவார். அவர்கள் அந்தப் பையினுள் கைவிட்டு, அதில் உள்ள காகிதத்தில் குறிக்கப்பட்டதைக் கண்டு உதவி செய்ய விருப்பம் இருந்தால், பணத்தை அதே பையில் போட்டுவிடுவார்கள். கடன் வாங்கிய மறுநிமிடம் அவசர அவசரமாகத் தன் வீட்டுக்குள் ஓடி கதவைச் சாத்திக்கொள்வார் அந்த வயதானவர். கடன் வாங்குவது ரகசியமாக இருக்க வேண்டும் என்று அவர் ஆசைப்பட்டார். ஆனால், அந்த ரகசியம் ஊர் அறியத்தான் நடந்தேறியது.

பின்னொரு நாள், அவர்களுக்குக் கடன் கொடுத்த ஒருவன் விளக்கு வைக்கும் நேரத்தில் அந்த வீட்டின் கதவைத் தட்டி 'வாங்கிய பணத்தைத் தராமல் ஏமாற்றுகிறார்கள்!' என்று மற்றவர்களுக்கும் கேட்கும்படி உரக்கக் கத்தினான்.

வயதானவர் கவிழ்ந்த தலையுடன், "உள்ளே வந்து பேசலாமே..." என்று மட்டுமே திரும்பத் திரும்பச் சொல்லிக் கொண்டிருந்தார்.

"இதுல என்ன ரகசியம் இருக்கு. நாலு பேருக்கு உங்க வண்டவாளம் தெரியட்டும்!" என்று வீம்பாகச் சொல்லிய படியே கடன்காரன் கத்தினான்.

அவன் வாயை எப்படி மூடுவது என்று வயதானவருக்குத் தெரியவில்லை. கையெடுத்துக் கும்பிட்டபடியே நின்றார். அவன் வாழ்ந்து கெட்ட குடும்பத்தின் அவமானங்களை ஒவ்வொன்றாகச் சொல்லிக் கொண்டிருந்தான்.

அதுவரை வீட்டின் சமையல் அறையில் நின்று சண்டையைக் கவனித்துக்கொண்டிருந்த வயதானவரின் மனைவி விடுவிடுவென வெளியே வந்து வீதியில் நின்ற கடன்காரன் காலில் விழுந்து, "எங்களுக்கு வேற வழி இல்லப்பா" என்று கதறும் குரலில் சொல்லி கண்ணீர் விட்டபோது, கடன்காரன் குரல் தானே இறங்கியது.

அன்று இரவோடு அந்த வீட்டு மனிதர்கள் ஊரைவிட்டுப் போய்விட்டார்கள். அவர்கள் ஒரு சமையல் பாத்திரத்தைக் கூடத் தங்களோடு கொண்டு செல்லவில்லை. வீட்டின் கதவைக்கூடப் பூட்டவில்லை. தங்கள் வீட்டில் எந்த ரகசியமும் இல்லை என்று உலகுக்குச் சொல்வதுபோல ஊரை விலக்கிப் போயிருந்தார்கள். வீடெங்கும் அவர்கள் துயரம் உதிர்ந்துகிடந்தது.

ஒவ்வொரு வயதும் ஒரு ரகசியத்தைப் பாதுகாக்க நினைக்கிறது. ஒளித்து வைக்கிறது. ஆனால், இன்னொரு வயது அந்த ரகசியத்தை அர்த்தமற்றதாக்கிவிடுகிறது. பல ரகசியங்கள் மனிதர்களின் இறப்புடன் சேர்ந்து புதைந்து விடுகின்றன அல்லது புதைக்கப்பட்டுவிடுகின்றன. காலம் இதில் சிலவற்றை மிகத் தாமதமாகக் கண்டுபிடிக்கிறது. அடையாளம் காட்டுகிறது. ரகசியம் மீட்டெடுக்கப்படும்போது அதன் பின்புறம் இருந்த வலி உணரப்படுவதே இல்லை.

'Lone Japanese Man' என்ற ஒரு டாகுமென்ட்டரி படம் பார்த்தேன். டைட்டானிக் கப்பலில் பயணம் செய்து உயிர் பிழைத்த மசாபுமி ஹோசனா என்பவரைப் பற்றியது. டைட்டானிக்கில் பயணம் செய்த ஒரே ஜப்பானியப் பயணி அவர். ஜப்பானியப் போக்குவரத்துத் துறை, நவீன ரயில்வே போக்குவரத்து முறைகளைக் கற்றுக்கொள்ள 1910–ஆம் ஆண்டு மசாபுமி ஹோசனாவை ரஷ்யாவுக்கு அனுப்பி வைத்தது. அதைக் கற்று முடித்துவிட்டு நாடு திரும்பும் வழியில் லண்டனுக்கு வந்தார் மசாபுமி. அங்கிருந்து டைட்டானிக் கப்பலில் மீண்டும் பயணமானார்.

கப்பல் பனிப் பாறையில் சிக்கி மூழ்குவதைப் பற்றி அறியாமல், நல்ல உறக்கத்தில் இருந்தார். அபாயமணிச்

சத்தமும் தொடர்ந்த கூக்குரலும் எழுப்பவே, பயத்தில் என்ன செய்வது என்று தடுமாறி வெளியே வந்தார். அப்போது பயணிகளில் பெண்களும் குழந்தைகளும் மீட்புப் படகுகளில் ஏற்றப்படுவதைக் கண்டார். கப்பல் மூழ்கப்போகிறது என்று அப்போது அவர் நம்பவில்லை. விபத்து காரணமாக மாற்று ஏற்பாடு நடக்கிறது என்றே உணர்ந்தார்.

ஆனால், அங்கே நடைபெற்ற தள்ளுமுள்ளுகள், உயிரைக் காத்துக்கொள்ளும் முயற்சிகளைக் கண்டபோது, தானும் எப்படியாவது தப்பிவிட வேண்டும் என்று ஆசை உண்டானது. பெண்களுக்கும் குழந்தைகளுக்கும் மட்டுமே முன்னுரிமை என்பதால், ஆண்களை மீட்புப் படகுகள் ஏற்றிக்கொள்ளவில்லை. ஆனால், ஒரு மீட்புப் படகில் இரண்டு பேருக்கு இடம் இருக்கிறது என்று சத்தம் கேட்டதும் மசாபுமியின் அருகில் இருந்த ஒருவன் தாவி அதில் குதித்தான். இதுதான் உயிர் பிழைப்பதற்கான ஒரே வழி என்று மசாபுமியும் தாவி அந்த மீட்புப் படகில் குதித்து உயிர் தப்பினார். அடுத்த சில மணி நேரங்களில் டைட்டானிக் அவர்கள் கண்முன்னாடியே மூழ்கிக் கடலில் மறைந்தது.

உயிர் தப்பி வந்த அவரை, அமெரிக்கப் பத்திரிகைகள் 'அதிர்ஷ்டக்காரர்' என்று கொண்டாடின. ஆனால், ஜப்பானிய மக்களும் நாடும் அவர் டைட்டானிக் கப்பலில் மூழ்கி சாகாமல் தப்பி வந்தது 'கோழைத்தனம்' என்று கடுமையாக விமர்சித்து அவரை அவமானப்படுத்தின. நாளிதழ்கள், பள்ளிப் பாடங்களில் அவர் 'தேசத்தை அவமானப்படுத்திய கோழை' என்று புகைப்படத்துடன் அடையாளப்படுத்தப்பட்டார். இந்த அவமானத்தைவிட அவர் பகிரங்கமாகத் தற் கொலை செய்துகொள்ள வேண்டும் என்று சில அமைப்புகள் அவரை நிர்ப்பந்தப்படுத்தின.

'உயிர் தப்பியது எனது குற்றமே!' என்று ஒப்புக்கொண்ட மசாமி, யாரிடமும் ஒரு வார்த்தைகூடப் பேசவில்லை. குற்ற உணர்ச்சியும் அவமானமுமாக ஏன் உயிரோடு இருக்கிறோம் என்ற கசப்புணர்வில் 1939 வரை வாழ்ந்து இறந்துபோனார்.

டைட்டானிக் கப்பலின் கடைசி நிமிடங்கள் எப்படி இருந்தன? அவர் என்ன காட்சிகளைக் கண்டார்? உயிர் தப்பிய போராட்டம் எப்படி இருந்தது? என்ற ரகசியங்கள் அவரோடு

புதைந்து போயின. ஆனால், 58 வருடங்களுக்குப் பின்னால் மசாபுமி ஹோசனா எழுதிய நாட்குறிப்பும், அவர் தன் மனைவிக்கு எழுதிய கடிதமும் பல வருடமாகப் பூட்டப்பட்டுக் கிடந்த ஒரு மேஜை டிராயரில் கண்டுபிடிக்கப்பட்டு, இன்று காட்சிக்கு வைக்கப்பட்டிருக்கின்றன. அவை மசாபுமி கண்ட காட்சிகளின் சில துளிகள் மட்டுமே. மற்ற உண்மைகள், கடைசி நிமிடப் போராட்டங்கள் அவருக்குள்ளாகவே (ரகசியமாக மூழ்கிய டைட்டானிக் போலவே) மீட்க முடியாத ஆழத்துக்குச் சென்று சேர்ந்துவிட்டன.

ஒரு மனிதன், உயிர் பிழைத்ததற்காக அவமதிக்கப்பட்டதும், சகமனிதனால் வெறுக்கப்பட்டு வெறுமையும் தனிமையுமாக வாழ்ந்ததும் எவ்வளவு விசித்திரம் என்பதை இந்த ஆவணப்படம் சிறப்பாக விவரிக்கிறது.

ரகசியங்கள் வெறும் சொற்கள் அல்ல. அவை விதைகள். நம் மனதின் பாதுகாப்பு அறையில் ஒளித்துவைக்கப்படுகின்றன. காப்பாற்றப்படுகின்றன. உலகின் முதல் ரகசியம் எது? ரகசியத்தைக் கண்டுபிடித்தவர் யார்? தெரியவில்லை.

ரகசியங்களை ஒளித்துவைக்க ஒவ்வொருவரும் ஒரு வழி கண்டுபிடித்து வைத்திருக்கிறார்கள். நான் கண்டுபிடித்துள்ள வழி, எழுதுவது. என் ரகசியங்கள் என் எழுத்தினுள் புதைந்து கிடக்கின்றன. அவை ரகசியம் என்று அடையாளம் காண முடியாதபடி புனைவால் சுற்றப்பட்டு இருக்கின்றன. ரகசியங்களைப் புனைவாக்குவது மட்டுமே எளிய, நம்பகமான வழி என்றே தோன்றுகிறது. உண்மையில் எல்லா எழுத்தும் ரகசியங்களின் விளைநிலம்தானே!

தேவை' ஓர் எஃப்.எம்.' ரேடியோ

கல்விபுலம் சார்ந்த மேம்பாட்டுக்கும், சமூகக் கலாசார வளர்ச்சிக்கும் உதவும்படியான எஃப்.எம். ரேடியோக்கள் ஒன்றிரண்டு மட்டுமே செயல்பட்டு வருகின்றன. ஆந்திராவின் தெலுங்கானா பகுதியில் உள்ள 'மேடக்' மாவட்டத்தில் ஒலிபரப்பாகும், 'சங்கம்' என்ற எஃப்.எம். ரேடியோ, தலித் மக்கவளின் மேம்பாட்டுக்கான

சிறப்புப் பண்பலையாக விளங்குகிறது. இன்னொரு சிறப்பு... இதை நிர்வகிப்பது பெண்களே!

30 கிராமங்கள் பயன்படும் வகையில் உருவாக்கப்பட்டு உள்ள இந்தப் பண்பலை ரேடியோ, கிராமப்புற தலித் மக்களின் பிரச்னைகள் மற்றும் அவர்களின் வாழ்க்கை சார்ந்த அக்கறைகளுக்கான ஊடகமாக உள்ளது. இதில் தலித் மக்களின் பாடல்கள், கதைகள், சுய வரலாறுகள் ஒலிப்பதிவு செய்யப்பட்டு ஒலிபரப்பப்படுகின்றன.

யுனெஸ்கோவின் ஆதரவு பெற்றுள்ள இந்தப் பண்பலையின் வருகையால், கிராமப்புற மக்கள் தங்களது பிரச்னைகளைத் தீர்த்துக்கொள்ள முடிகிறது என்கிறார்கள். தமிழ்நாட்டின் பின்தங்கிய மாவட்டங்களுக்கும் இதுபோன்ற பண்பலைகளின் தேவை மிக அதிகமாகவே இருக்கிறது!

14

சங்க காலத்தில் கூல்டிரிங்ஸ்!

சமையல் அறையில், கடுகு, சீரகம், வெந்தயம், மிளகு, கிராம்பு போட்டுவைக்கும் சிறிய பெட்டியான 'அஞ்சறைப் பெட்டி'யைப் பார்த்திருக்கிறீர்களா? அந்தப் பெட்டிக்குள் இருப்பது வெறும் சமையல் பொருட்கள் மட்டுமல்ல. நம் கடந்த காலத்தின் வரலாற்றுச் சுவடுகள் அவை. நமது சமையல் பொருள்களின் இடையில் இந்தியச் சரித்திரம் ஒளிந்து கொண்டிருக்கிறது. ஒவ்வொரு சமையல் அறையும் ஒரு சரித்திரக்கூடமே.

பலசரக்குப் பொருட்கள் வாங்குவதற்காகக் கடைக்குச் சென்றிருந்தேன். அப்போது ஒரு பெண்ணும் அவள் கணவனும் அருகில் எதையோ தேடிக்கொண்டு இருந்ததைக் கண்டேன். அந்தப் பெண், அரிசி ரகங்களைக் கையில் எடுத்துப் பார்த்துவிட்டு எப்படித் தேர்வு செய்வது என்று தெரியாமல் கணவனிடம், "நீயே செலெக்ட் பண்ணு" என்றாள்.

அவனும் விழித்தபடியே, "அரிசியின் விலை எப்படி?" என்று கடைக்காரரிடம் கேட்டான். கடைக்காரர் ஒவ்வொன்றின் விலையைச் சொல்லியதும், அதில் எது விலை அதிகமானதோ அதை நல்ல அரிசி என்று அவர்கள் வாங்கிக்கொண்டார்கள்.

எஸ். ராமகிருஷ்ணன்

நாம் அன்றாடம் சாப்பிடும் அரிசியில், எது என்ன அரிசி? அதன் பெயர் என்ன? அதன் சாதம் எப்படி இருக்கும் என்ற எளிய விவரங்கள்கூட ஏன் பலருக்கும் தெரியவில்லை? என்று வியப்பாக இருந்தது.

செவ்வாய் கிரகத்துக்கு என்ன செயற்கைக்கோள் செல்கிறது என்று தெரிந்த நமக்கு, கையில் உள்ள அரிசியின் பெயர் தெரியாமல் இருப்பது விசித்திரமாக இருக்கிறது. கடந்த 10 ஆண்டுகளில், தமிழகத்தில் நூற்றுக்கும் மேற்பட்ட பொறியியல் கல்லூரிகள் புதிதாக ஆரம்பிக்கப்பட்டு உள்ளன. ஆனால், ஒன்றிரண்டு வேளாண்மைக் கல்லூரிகள்கூடப் புதிதாகத் துவக்கப்படவில்லை.

1,000 வருடங்களுக்கு முன்பாக தமிழ் மக்கள் எப்படிப்பட்ட அரிசியைச் சாப்பிட்டார்கள் என்பதற்கு உதாரணம் சொல்லும்போது, 'கொக்கின் நகம் போன்ற அரிசி' என்று இலக்கியம் சுட்டிக்காட்டுகிறது. கொக்கின் நகம் எப்படி இருக்கும் என்றே நாம் பார்த்தது இல்லை. இந்தியாவில் 15,000 நெல் ரகங்களுக்கும் மேலாக இருந்திருக்கின்றன. இன்று கடைகளில் கிடைப்பது நான்கைந்து ரகங்கள் மட்டுமே. அதற்கும் நமக்குப் பெயர் தெரியாது. இதே கதிதான் பருப்பு, எண்ணெய், தானியங்கள், வாசனைப் பொருட்கள் அனைத்துக்கும்.

கடுகு எப்படி இருக்கும் என்றால் நமக்குத் தெரியும். ஆனால், கடுகுச் செடியின் பூக்கள் எப்படி இருக்கும் என்று ஏன் தெரியவில்லை? பெருங்காயம் வாசனையானது என்று தெரியும். அது எங்கிருந்து கிடைக்கிறது, அதை ஏன் ஆங்கிலேயர்கள், 'சாத்தானின் சாணம்' என்று அழைத்தார்கள்? எள்ளுப்பூவின் வெண்மையைக் கண்டிருக்கிறீர்களா? மிளகுக் கொடியின் இலைகள் எப்படி இருக்கும்? லவங்க மரம் எங்கே இருக்கிறது?

சமையல் பொருட்களின் சரித்திரம் மிக விசித்திரமானது. 'பிராமிதியஸ்' எனப்படும் கிரேக்கக் கடவுள், நெருப்பை ஆகாயத்தில் இருந்து பூமிக்குத் திருடிக்கொண்டு வரும்போது, அதைப் பெருங்காயத்தினுள் மறைத்துவைத்துக்கொண்டு வந்தான் என்று கிரேக்க இலக்கியம் கூறுகிறது. கன்னடம், தமிழ், தெலுங்கு, மலையாளம் எனத் தென்னிந்தியாவிலும்

ஏலம் அதே பெயரில்தான் சொல்லப்படுகிறது. லத்தீன் அமெரிக்காவில் இருந்து மிளகாய் இந்தியாவுக்கு அறிமுகமாகி 500 வருடங்களே ஆகின்றன.

உருளைக்கிழங்கு பற்றி பைபிளில் எந்தக் குறிப்பும் இல்லை என்பதால், அதைச் சாப்பிடக்கூடாது என்று பல நூறு வருடம் ஐரோப்பாவில் தடுத்து வைத்திருந்தார்கள். பின்பு, ரஷ்யாவிலும் இங்கிலாந்திலும் அது கைதிகளுக்கும், அடிமைகளுக்கும், கால்நடைகளுக்கும் போடப்படும் உணவாக இருந்தது. இன்று, உருளைக்கிழங்கு இல்லாத நாளை வெள்ளைக்காரர்களால் கழிக்க முடியாது.

விடுமுறை நாள் ஒன்றில், நண்பர்களுடன் இரவு உணவு உண்பதற்காகப் புகழ்பெற்ற உணவகம் ஒன்றுக்குச் சென்றிருந்தேன். உணவுப் பட்டியலில் இருந்த இட்லி, பொங்கல் தவிர, வேறு எதுவும் தமிழ்ப் பெயர் இல்லை என்பது வியப்பாக இருந்தது. அத்தனையும் வேற்றுமொழிச் சொற்கள். பூரி, பஜ்ஜி, பிரியாணி, தந்தூரி, தோசை, பரோட்டா, சப்பாத்தி, ஃபிரைடு ரைஸ், நூடுல்ஸ், பெஸரட்... என நீளும் உணவுப் பட்டியல், உருது, அரபு, பெர்ஸியா, இந்தி, ஆங்கிலம் என்று நம் பன்முகக் கலாசார அடையாளத்தின் வெளிப்பாடாக இருந்தன.

என்னோடு வந்திருந்த நண்பரிடம், "இந்தப் பட்டியலில் எதுவெல்லாம் தமிழ்ப் பெயர்கள்?" என்று கேட்டேன்.

அவர் முழுமையாக வாசித்துவிட்டு, "எல்லாமே தமிழில்தானே இருக்கு" என்றார்.

"நீங்கள் படித்த சங்க இலக்கியத்தில், பரோட்டா பற்றி குறிப்பு இருக்கிறதா?" என்று வேடிக்கையாகக் கேட்டேன்.

அவர், "இந்த உணவு வகைகள் வெளியிலிருந்து வந்தவை என்றால், தமிழ் மக்கள் காலங்காலமாக என்ன உணவு வகைகளைச் சாப்பிட்டார்கள்? அது ஏன் இன்று சாப்பிடக் கிடைப்பதில்லை?" என்று பதில் கேள்வி கேட்டார்.

"புளித்த தயிரில் சமைத்த வரகரிசிச் சோறு, அவரைப் பருப்பு கலந்து வேகவைத்த வரகரசிச் சோறு, மூங்கில் அரிசிச்சோறு,

பணியாரம், வெண்சோறு, வேளைப்பூ தயிரில் இட்டுச் சமைத்த சோறு, கூட்டாஞ்சோறு, அடை, அப்பம், பிட்டு, மோதகம், பண்ணியம், உவியல், இனிப்பிட்ட அவல், தினை மாவு, அடிசல், புளியங்கூழ், விசயம் (பாயசம்), வெண்சோறு, பழைய சோறு, கறிச்சோறு... என்று தமிழ் மக்களின் விதவிதமான உணவைப் பற்றி சங்க இலக்கியத்தில் நிறையக் குறிப்புகள் உள்ளன" என்று சொல்லச் சொல்ல... அவருக்குச் சிரிப்பாக இருந்தது.

"குளிர்பானங்கள் குடிக்கும் வழக்கம் இருந்ததா?" என்று இன்னொரு நண்பர் கேட்டார்.

"சுவைநீர், வடிநீர், பழச்சாறு குடிக்கும் வழக்கம் இருந்தது. 32 வகையான பானங்களைக் குடித்திருக்கிறார்கள். சிறுசோறு, பெருஞ்சோறு, நாட்சோறு என்று மூன்று வேளை உணவு. அவித்த உணவு வகைகளை அதிகம் சாப்பிட்டு இருக்கிறார்கள்" என்றேன். அன்றிரவு ஒவ்வொரு உணவுக்கும் எப்படி அந்தப் பெயர் வந்திருக்கக்கூடும் என்று நினைத்துக்கொண்டே இருந்தேன். இன்றுவரை நாம் அறியாத சரித்திரம் உணவோடு ஒட்டியிருப்பது புரிந்தது.

சமைத்தல் எளிதானதன்று; அது ஒரு கலை. ஈடுபாடும், உழைப்பும், அக்கறையும் ஒன்று சேர்ந்தது. சமைக்கத் தெரியாத பெண், எவ்வளவு படித்திருந்தாலும், எவ்வளவு உயர்ந்த பதவியில் இருந்தாலும் வீட்டில் கடுமையான வசைகளைப் பெற வேண்டியிருக்கிறது என்பதை நினைவுபடுத்தும் கொரிய திரைப்படம் ஒன்றினைப் பார்த்திருக்கிறேன்.

படத்தின் பெயர் 301/302. சியோல் நகரில் உள்ள அடுக்குமாடிக் குடியிருப்பு ஒன்றின் எதிரெதிர் வீடுகளின் எண்கள் இவை. Cheol-su l- Park இயக்கிய இந்தப் படம், இரண்டு இளம் பெண்களைப் பற்றியது. இருவரும் ஒரே அடுக்குமாடிக் குடியிருப்பில் வசிக்கிறார்கள். இருவருமே சாப்பாட்டுப் பிரச்னையால் அவதிப்படுகின்றவர்கள்.

301–ஆம் அறையில் இருப்பவளால் ஒரு துண்டு ரொட்டியைக்கூடச் சாப்பிட முடியவில்லை. மீறி சாப்பிட்டால், வாந்தி எடுத்து விடுகிறாள். இதற்கு நேர்

எதிர் 302-ஆம் அறைப் பெண். அவளுக்கு எப்போதும் எதையாவது சமைத்துச் சாப்பிட்டுக் கொண்டே இருக்க வேண்டும். விதவிதமான இறைச்சி, மீன், காய்கறிகளை வாங்கி வந்து சமைத்துச் சாப்பிடுகிறாள். தனிமையில் வாழ்வதால், "தனது பாலியல் இச்சையைத் தணித்துக்கொள்ள சாப்பாடு மட்டுமே துணை செய்கிறது" என்கிறாள்.

இந்த இரண்டு பெண்களின் பிரச்சனைக்கும் முக்கியக் காரணம், அவர்கள் குடும்பங்கள். அறை 301-இல் வசிக்கும் பெண்ணின் அப்பா இறைச்சி விற்பவர். சிறு வயதிலிருந்து உரித்துத் தொங்கும் மாட்டு இறைச்சிகளைக் காண்கிறாள். அது அவளுக்கு வயிற்றைப் புரட்டுகிறது. ரத்தம், மாமிசம், அதன் விதவிதமான சமையல் வாசனை அனைத்தும் அவளுக்குள் சாப்பாடு குறித்த கசப்பு உணர்வை உருவாக்குகிறது. இந்த நிலையில், அவளைக் குளிரூட்டப்பட்ட மாட்டிறைச்சி தொங்கும் அறையில் வைத்து ஒருவன் தகாத பாலுறவு கொள்ள முயற்சிக்கிறான். அதை அவளால் தாங்க முடிய வில்லை. இந்த வடு அவளுக்குச் சாப்பாட்டின் மீதே அதீத வெறுப்பை உண்டாக்குகிறது.

302-ஆம் வீட்டுப் பெண் திருமணமாகிக் கணவனோடு வாழ்கிறாள். கணவன் தினமும் விதவிதமாகச் சமைக்கச் சொல்கிறான். பயந்து பயந்து சமைக்கிறாள். சமையல் நன்றாக இல்லை என்றால், மொத்தமும் அவளே சாப்பிட வேண்டும் என்று கட்டாயப்படுத்துகிறான். அதனால், மீதமான அத்தனை உணவையும் அவள் சாப்பிடுகிறாள். இதனால் அவளின் உடல் எடை அதிகமாகிறது. அவள் குண்டாகிவிட்டாள் என்று அவளை வெறுக்கிறான் கணவன்.

பகலும் இரவும் ஓடி ஓடிச் சமைக்கிறாள். அவனுக்காகச் சமைத்து வைத்துக் காத்திருக்க, அவனோ நண்பர்களுடன் வெளியே சாப்பிட்டுவிட்டு வீடு திரும்புகிறான். இதைக் கண்டு அவள் கோபப்படுகிறாள். அவள் சமையலை வெறுப்பதாகச் சண்டை போடுகிறான். ஆத்திரமாகி, ஒரு நாள் அவனது நாய்க் குட்டியைச் சமைத்து அவனுக்கு சாப்பிடத் தருகிறாள். பயந்து அலறிப்போன அவன், அவளை விவாகரத்து செய்துவிடுகிறான்.

இந்த நிலையில், இரண்டு பெண்களும் எதிரெதிர் வீடுகளுக்குக் குடி வருகிறார்கள். 301-ஆம் அறையின் பெண்ணுக்கு 302-ஐப் பிடிக்க வில்லை. அவள் தரும் உணவைச் சாப்பிட மறுக்கிறாள். அது 302-க்குக் கோபத்தை உருவாக்குகிறது. சமைப்பது என்ற ஒரு வேலை மட்டுமே தனக்குத் தெரியும். அதை அவமதித்தால் தன்னால் தாங்க முடியாது என்று கத்தி, 301-ஆம் அறைப் பெண் வாயில் வலுக்கட்டாயமாக உணவைத் திணிக்கிறாள். அவள் பயத்தில் அலறி ஓடுகிறாள். அதைத் தாங்க முடியாத 302-ம் அறைப் பெண் அவளைக் கொலை செய்துவிடுகிறாள்.

இரண்டு பெண்களுமே, சமையல் என்பதன் வழியே பெண் மீது குடும்பம் எவ்வளவு ஆழமான வன்முறையை உருவாக்குகிறது என்பதன் வெளிப்படையான குறியீடாக இருக்கிறார்கள். சாப்பாட்டுக்கு ருசி தருவது உப்பும் காரமும் அல்ல. சமைப்பவரின் அக்கறைதான். அந்த அக்கறையைப் புரிந்து கொள்ளத் தவறும்போதுதான் சாப்பாடு பிரச்சனையாகிறது.

கண்டுகொள்ளப்படாத சரித்திரம் கல்வெட்டில் மட்டுமல்ல. கடுகு, சீரகத்திலும் இருக்கிறது என்பதைப் புரிந்துகொள்ளும் போதுதான் சமையலை முழுமையாக நாம் உணர முடியும்!

நடமாடும் கோள் அரங்கம்!

அகமதாபாத்தைச் சேர்ந்த கேதான் கோத்தாரி என்ற இளைஞர், ஓர் ஒட்டகத்தில் டெலஸ்கோப், வானவியலை விளக்கும் கருவிகள், விளக்கப்படங்கள், சிலைடுகள் போன்றவற்றை ஏற்றிக்கொண்டு, வானவியலை எளிய மக்களும் புரிந்துகொள்ளும் வகையில் நடமாடும் கோள் அரங்கம் ஒன்றினை உருவாக்கியிருக்கிறார்.

இந்த ஒட்டகத்துடன் அவர் தினமும் ஒரு கிராமத்துக்குச் செல்கிறார். அங்கே தங்கி, இரவில் தனது டெலஸ்கோப் உதவியால் கிராம மக்களுக்கு நட்சத்திரங்கள், கிரகணம்

பற்றி விளக்கம் அளிக்கிறார். ஒலி, ஒளிக்காட்சி நடத்தி கோள்கள் பற்றிப் புரியவைக்கிறார். இப்படி ஒட்டகத்துடன் 100 கிராமங்களுக்குச் சென்று வானவியல் இரவுகளை நடத்தியிருக்கிறார் கேதான் கோத்தாரி.

ஒட்டகத்தைப் பயன்படுத்துவதால் தனக்குப் பொருள் தேவையில்லை என்று வேடிக்கையாகக் கூறும் இவர், குஜராத் முழுவதும் இதுபோன்ற நடமாடும் ஒட்டகக் கண்காட்சியை நடத்தப்போவதாக நம்பிக்கையுடன் தெரிவிக்கிறார்!

15

வாருங்கள்... தேவதூதன் ஆகலாம்!

'**வ**ளர்ந்து பெரியவன் ஆனதும் நீ என்னவாகப் போகிறாய்?' என்பதுதான், பள்ளிப் பருவத்தில் கேட்கப்படும் ஒரு கேள்வி. டாக்டராக, இன்ஜினீயராக, கலெக்டராக என்று ஒவ்வொருவரும் அதற்கு ஒரு பதிலைச் சொல்லியிருப்போம். ஆனால், எத்தனை பேர் அன்று சொன்ன பதிலை அப்படியே வாழ்வில் ஜெயித்துக் காட்டி இருக்கிறார்கள்.

விளையாட்டு வீரனாக வேண்டும், இசைக்கலைஞராக வேண்டும், ஓவியராக வேண்டும், பாடகியாக வேண்டும், உலகம் முழுவதும் சுற்றிவந்து சாதனை புரியவேண்டும்... என்று பள்ளி வயதில் கண்ட கனவுகளில் எத்தனையை நாம் நிறைவேற்றி இருக்கிறோம். பின் நாட்களில் ஏன் இவற்றையெல்லாம் மறந்துபோனோம்?

'ஒரு மனிதனின் மிகப்பெரிய சாதனையாக எதைக் கருதுவது? தனது வாழ்க்கையின் கனவாக தனக்குள்ளே எதை வளர்த்து வந்தானோ, அதை அவன் அடைந்து காட்டுவதுதான்' என்று அமெரிக்காவின் புகழ்பெற்ற கணிப்பொறித் துறைப் பேராசிரியர் ரான்டி பாஷ் தனது சிறப்புச் சொற்பொழிவில் குறிப்பிடுகிறார். அது 100 சதவிகிதம் உண்மை!

அமெரிக்காவின் பிட்ஸ்பெர்க்கில் உள்ள கார்னகி மெலன் பல்கலைக்கழகத்தில் ரான்டி பாஷ் பேராசிரியராகப்

பணியாற்றினார். சில ஆண்டுகளுக்கு முன்பு இவருக்குப் புற்றுநோய் இருப்பது கண்டுபிடிக்கப்பட்டது. தன்னைச் சாவு நெருங்கிக்கொண்டு இருக்கிறது என்பதை உணர்ந்த ராண்டி, அதை ஏற்றுக்கொண்டு மீதம் இருக்கும் நாட்களை மகிழ்ச்சியாகச் செலவிடுவது என்று முடிவு செய்து, தனக்கு விருப்பமானபடி வாழ்ந்து 2008-இல் மறைந்தார்.

புற்றுநோய் முற்றிய நிலையில், அவர் தனது பல்கலைக்கழகத்தில் 'கடைசி உரை' என்ற பெயரில் சிறப்புச் சொற்பொழிவு நிகழ்த்தினார். கடந்த 10 ஆண்டுகளில் நான் கேட்ட மிகச்சிறந்த உரை அது. 'Randy Pausch Last Lecture' என்ற அவரது சொற்பொழிவு, முழுமையாக யூ-டியூப்பில் இருக்கிறது. அதன் உரை வடிவமும் இணையத்தில் வாசிக்கக் கிடைக்கிறது.

நமது சிறு வயது கனவுகள் எவை என்ற பட்டியல் நினைவில் இருக்கிறதா? ராண்டி, தன் பால்ய வயதின் கனவுகளாகப் புவியீர்ப்பு விசை இல்லாத இடத்தில் பறப்பது, ஃபுட்பால் சேம்பியன் ஆவது, கின்னஸ் ரெக்கார்டு புக்கில் இடம்பிடிப்பது, வால்ட் டிஸ்னியோடு பணியாற்றுவது என்ற கனவுகளின் நீண்ட பட்டியலை வைத்திருந்தார். அதில் எதை அடைந்தார்? எப்படி அடைந்தார்? எதைத் தவறவிட்டார்? என்பதையே தனது உரையின் முக்கிய அம்சமாகக் குறிப்பிடுகிறார். அந்த உரையில் என்னைக் கவர்ந்த விஷயம், வாழ்வின் அடிப்படைகள் பற்றி அவர் சொல்லிய கருத்துகள்.

கால்பந்து விளையாடுவதற்காக அவர் தேர்வானபோது அவரது பயிற்சியாளர், "இந்த விளையாட்டில் ஒரு பக்கம் எத்தனை பேர் இருப்பார்கள்?" என்று கேட்கிறார்.

உடனே ராண்டி, "ஒரு பக்கம் 11 பேர், இரண்டு பக்கமும் சேர்ந்து 22 பேர் விளையாடுகிறார்கள்" என்றார்.

"பந்து ஒரு நேரத்தில் எத்தனை பேரிடம் இருக்கிறது?" என்று பதில் கேள்வி கேட்டார் பயிற்சியாளர்.

"ஒரு நேரத்தில் ஓர் ஆளிடம் மட்டுமே பந்து இருக்கும்" என்று ராண்டி சொன்னதும், "அதுதான் அடிப்படை.

எத்தனை பேர் விளையாடினாலும் பந்து ஒரு நேரத்தில் ஓர் ஆளின் காலடியில்தான் இருக்கும். அதை அவர் என்ன செய்யப்போகிறார்? மற்ற 21 பேர் அதை எப்படி எதிர்கொள்ளப் போகிறார்கள்? என்பதுதான் உண்மையான சவால்!” என்றார் பயிற்சியாளர்.

சந்தர்ப்பத்தை நாம் எப்படி உருவாக்கப் போகிறோம்; எப்படிப் பயன்படுத்திக்கொள்ளப் போகிறோம் என்பதுதான் வாழ்வின் நிஜமான சவால். விளையாட்டின் போது பலர் முன்னால் ரான்டியை, “தவறு செய்கிறாய் முட்டாளே” என்று கடுமையாகத் திட்டுகிறார் பயிற்சியாளர். ஆனால், அந்தக் கடுமையான சொற்கள் மட்டுமே விளையாட்டினைக் கற்றுக்கொள்ளச் செய்தது.

விமர்சனங்கள் எப்போதுமே சூடானவைதான். அந்த வலிதான் நம்மை ஜெயிக்கத் தூண்டுகிறது. விளையாட்டினைத் தவிர, வேறு எங்கும் இவ்வளவு கடுமையான விமர்சனங்கள் வெளிப்படையாக இருக்காது. ஆகவே, நாம் விளையாட்டில் இருந்து கற்றுக்கொள்வதற்கு நிறைய இருக்கிறது.

நம் சிறு வயதுக் கனவுகள், நம் பள்ளி மைதானங்களில், வீட்டின் படுக்கை அறையில் உதிர்ந்து மறைந்துவிட்டன. முதலில் அதை நாம் கண்டுபிடிக்க வேண்டும். எது நம் மனதின் முதல் ஆசையாக இருந்தது? அதை நாம் அடைய முயற்சி செய்தோமா? ஏன் முயற்சிக்கவில்லை? படிப்பு, வேலை, குடும்பம் என்று மட்டுமே ஏன் சுருங்கிவிட்டோம்? நான் அறிந்தவரை வெற்றிபெற்ற பெரும்பாலானோர் தன் பால்ய வயதின் கனவுகளை நிறைவேற்றியவர்கள் அல்லது அந்த இலக்கை நோக்கி நகர்ந்து கொண்டிருப்பவர்கள். ரான்டி பாஷின் உரை நிறையவே யோசிக்க வைக்கிறது. நிறையவே கற்றுத் தருகிறது.

ஒரு ஜென் கதை நினைவுக்கு வருகிறது. புகழ்பெற்ற ஜப்பானியப் படைத்தளபதி தனது வீட்டுக்கு ஒரு துறவியை அழைத்திருந்தார். துறவி வீட்டுக்குள் நுழைந்தவுடன், தனது கலைப் பொருட்களின் சேமிப்பைக் காட்டி

அதைப் பற்றி புகழ்ந்தார் தளபதி. துறவி அதை லட்சியம் செய்யவே இல்லை. முடிவில், அங்கிருந்த சீனக் களிமண்ணால் செய்த ஒரு கிண்ணத்தைத் தரையில் போட்டு உடைத்தார் துறவி. கண் முன்னே கிண்ணம் உடைந்து நொறுங்குவதைத் தாள முடியாமல் தளபதி துடித்துப்போய் கோபத்தில் கத்தினார்.

துறவி அமைதியாகச் சொன்னார். "உன் கண் முன்னால் ஒரு பீங்கான் கிண்ணம் உடைந்து நொறுங்குவதை உன் மனதால் தாங்க முடியவில்லை. ஆனால், உன் முன்னே எத்தனை மனிதர்கள் கொல்லப்பட்டார்கள். எவ்வளவு உயிர்கள் கை, கால் துண்டாகி வலியால் துடித்து இறந்துபோயின. அப்போது ஏன் உன் மனது துடிக்கவில்லை?" இதைக் கேட்ட மறு நிமிடம் தளபதிக்குத் தனது அறியாமையும் உலகின் இயல்பும் புரிந்துவிடவே, தானும் துறவியானார் என்கிறது ஜென் கதை.

எளிய உண்மைகள் எப்போதுமே மகத்துவமானவை. அவை வாழ்வில் இருந்து பெறப்படுகின்றன. அதைச் சொல்லும் மனிதன் சுய அனுபவத்தில் இருந்து சாறு வடித்து அந்த நிஜத்தை நாம் பருகத் தருகிறான்.

ரான்டியின் சொற்களிலும் உண்மையின் வாசனையே வீசுகின்றன. ரான்டியின் சொற்கள், எந்த நிஜத்தை நமக்குப் புரியவைக்கிறதோ அதன் மற்றொரு வடிவமாக உள்ள திரைப்படம் 'Being There'. 1979-இல் வெளியான ஹாலிவுட் திரைப்படம் அது.

சாத்தியங்களை ஒரு மனிதன் எப்படி ஏற்படுத்திக்கொள்கிறான்/ நெருக்கடியிலும் ஒருவனால் எப்படி தன் இயல்பை மாற்றிக்கொள்ளாமல் வாழ முடியும்? என்பதை எடுத்துச் சொல்லும் அற்புதமானப் படம் 'Being There'. பீட்டர் செல்லர்ஸ் நடித்த கடைசிப்படம். ஜெர்சி குரோன்ஸ்கியின் நாவலை ஹால் ஆஸ்பி படமாக்கி இருந்தார்.

படத்தில் பீட்டர் செல்லர்ஸின் பெயர் சான்ஸ். 50 வயதுத் தோற்றம். அவர் ஒரு வீட்டில் தோட்டக்காரராக

வேலை செய்கிறார். அந்த வீட்டைத் தவிர, வெளி உலகமே தெரியாது. ஒருநாள் வீட்டுக்காரர் இறந்துபோகவே, புதிதாக வீட்டை விலைக்கு வாங்கிய நபர், சான்ஸை வேலையை விட்டுத் துரத்துகிறார்.

எங்கே போவது...? என்ன செய்வது? என்று எதுவும் புரியாமல் தடுமாறும் சான்ஸ், அவர் வைத்த செடிகள், மரங்களை இனி யார் பார்த்துக்கொள்வார்கள்? என்று மிகவும் வருத்தப்படுகிறார். கையில் ஒரு குடை, ஒரு பெட்டியுடன் போக்கிடம் இல்லாமல் சாலையில் அலையும் சான்ஸ், சாலையோரம் உள்ள மரங்கள் ஏன் தண்ணீர் ஊற்றிப் பராமரிக்கப்படாமல் கிடக்கின்றன? என்று காவலர்களிடம் அக்கறையுடன் விசாரிக்கிறார். அவர்கள் அவரைப் பைத்தியம் என்று துரத்துகிறார்கள்.

சாலையைக் கடக்கும்போது ஒரு காரில் மாட்டி அவரது கால் அடிபடுகிறது. அந்த விபத்துக்குக் காரணமாக இருந்த பெண், அவரைத் தன் வீட்டுக்கு அழைத்துச் சென்று சிகிச்சை தருகிறாள். அவள், பென் ராண்ட் என்ற பெயர் கொண்ட கோடீஸ்வரரின் மனைவி. அவளது கணவருக்கு சான்ஸைப் பிடித்துப்போகிறது.

பென், அமெரிக்க ஜனாதிபதியின் நெருக்கமான நண்பர் மற்றும் ஆலோசகர். இவரைச் சந்தித்து ஆலோசனை கேட்க வருகிறார் அமெரிக்க ஜனாதிபதி. அவரிடம், பென் தன் நண்பர் என்று சான்ஸை அறிமுகப்படுத்துகிறார். நாட்டின் பொருளாதார வீழ்ச்சி பற்றி இருவரும் பேசிக் கொண்டு இருக்கும்போது சான்ஸ் குறுக்கிட்டு, "வேர் பாதிக்கப்படாத வரை மரத்தைப் பற்றிக் கவலை இல்லை" என்கிறார்.

ஜனாதிபதி உற்சாகமாகி அவர் என்ன சொல்கிறார் என்று தொடர்ந்து கேட்கிறார். "வெயில் காலம் வந்தால் நிச்சயம் மழைக்காலம் தொடர்ந்து வரும். நாம் மழைக்கு முன்பாக விதைத்துவிட வேண்டும். மழைக்காலம் தள்ளிப் போகலாம். ஆனால், தவறுவதே இல்லை!" என்று தனது விவசாய அறிவை ஆலோசனையாகச் சொல்கிறார்.

அந்த பதிலை, அமெரிக்க ஜனாதிபதி நாட்டின் பொருளாதார ஏற்றத்துக்கான மாற்று யோசனையாக எடுத்துக்கொண்டு, உறுப்பினர் சபையில் சொல்லி பாராட்டினைப் பெறுகிறார். உடனே, யார் இந்த சான்ஸ்? என்று பத்திரிகைகள் தேட ஆரம்பிக்கின்றன. தொலைக்காட்சிகள் நேரடி ஒளிபரப்பு செய்கின்றன. எல்லாக் கேள்விகளுக்கும் தனது தோட்டக்கலை அறிவில் இருந்தே சான்ஸ் பதில் சொல்கிறார். அந்தப் பதிலின் நுட்பம் எதற்கும் அது பொருந்துவது போல அமைகிறது. மிகுந்த புகழ்பெற்றுவிடுகிறார்.

எழுதப் படிக்கத் தெரியாத தன்னிடம் எந்தத் தனித்திறமையும் இல்லை. தன்னை ஏன் இப்படி புகழ்கிறார்கள்? என்று சான்ஸுக்கு வியப்பாக இருக்கிறது. ஒரு தொலைக்காட்சி நேர்காணலில் அவர், 'மக்கள் ஏன் ஒருவரை ஒருவர் சார் என்று அழைக்கிறார்கள். அதற்குப் பதிலாக நண்பரே என்று அழைக்கலாமே?' என்று கேட்கிறார். இரண்டும் சொற்கள்தான் என்றபோதும் எவ்வளவு வேறுபாடு இருக்கிறது.

சான்ஸ் தன் அனுபவத்தில் இருந்து கண்டறிந்த உண்மைகளை எந்த ஒளிவு மறைவுமின்றி வெளிப்படுத்துகிறார். அதை தேசமே கொண்டாடுகிறது. ஆனால், அவர் தனக்குக் கிடைக்கும் பணம், புகழ் யாவையும் விட்டு, எப்போதும் போலவே ஒரு தோட்டக்காரராக ஓர் ஏரியை நோக்கிப் பயணம் செய்கிறார். முடிவில் ஒரு தேவதூதன் போல அந்த ஏரித் தண்ணீரின் மீது நடந்து போய்க்கொண்டே இருக்கிறார் சான்ஸ்.

தன்னுடைய செயல்களால் மட்டுமே மனிதர்கள் மேன்மை அடைகிறார்கள். அதுதான் மனிதனை தேவதூதன் ஆக்குகிறது என்று படம் சொல்கிறது. வேலை போய்விட்டது, தெருவில் நிற்கிறோம் என்று ஒருபோதும் சான்ஸ் கலக்கம் அடையவில்லை. மரங்கள், செடிகள் எப்போதும் புகார் சொல்வது இல்லை. தான் தனிமைப்படுத்தப்பட்டதாக நினைப்பதில்லை. மாறாக, போராட்டத்துடன் தன் இயல்பை இழக்காமல் இயற்கை அப்படியே இருக்கிறது என்று பெரிய நம்பிக்கையை உருவாக்குகிறார்.

எஸ். ராமகிருஷ்ணன்

உங்களுக்கு நீங்கள் உண்மையாக இருங்கள். அதுதான் உங்கள் மகிழ்ச்சிக்கான ஆதார விதை என்று ராண்டியும் சான்ஸும் சொல்கிறார்கள். இதை மறக்கும்போதுதான் பிரச்னைகள் கிளைவிடத் துவங்குகின்றன. சந்தோஷம் என்பது, இரண்டு துடுப்புகள் கொண்ட படகு. ஒன்று, கொடுப்பது; மற்றது, வாங்குவது. இரண்டையும் சமமாக நாம் பயன்படுத்த வேண்டும் என்பதே எளிய உண்மை!

ஒரு கனவு நனவாகிறது!

தனி ஆளாக உலகை நடந்தே சுற்றி வரவேண்டும் என்ற தனது நீண்டகாலக் கனவை நனவாக்கி வருகிறார் ஹார்ல் பிஸ்பி (KarBushby). 14 ஆண்டுகள், 36,000 மைல் தூரம், 25 நாடுகள், 6 பாலைவனங்கள், 7 பிரமாண்டமான மலைப் பகுதிகள், 4 பனிப்பிரதேசம்... என்று நீளும் இந்தப் பயணத்தின் பெயர் 'கோலியாத்'.

1998-ஆம் ஆண்டு சிலி நாட்டின் புயந்தா அர்னாஸ் நகரில் இருந்து துவங்கிய இந்தப் பயணம், இன்றும் தொடர்கிறது. இன்னும் 2 ஆண்டுகள் கழித்து, 2012-இல் நடைப்பயணத்தை முடிப்பார். இங்கிலாந்தில் பிறந்த ஹார்ல் பிஸ்பி, ராணுவத்தில் பணிபுரிந்தவர்." உலகப் பயணம் மேற்கொள்பவர்கள் ஏதாவது காரணத்துடன் பயணம் மேற்கொள்வார்கள். எனக்கு அப்படி எந்த நோக்கமுமில்லை. பயணம் செய்வது தனது சிறு வயதுக் கனவு. அதை நிறைவேற்றவே நடந்தே உலகைச் சுற்றி வருகிறேன்" என்கிறார் ஹார்ல் பிஸ்பி!

16

உடைந்த புத்தர் சிரித்தார்!

கிண்டி அருகில் சாலை யோரம் பொம்மைகள் விற்பனைக் காக அடுக்கி வைக்கப்பட்டு இருந்ததைப் பார்த்தேன். அந்தக் கடையில், ஏதாவது மண் பொம்மை இருக்குமோ என்று தேடித் தேடிப் பார்த்தேன். ஒன்றைக்கூடக் காணவில்லை. வட இந்தியக் குடும்பம் அது. செயற்கைக் களிமண்ணால் அச்சில் வார்க்கப்பட்ட பொம்மைகள். யாவும் ஒன்று போலவே இருந்தன. எதிலும் உயிரோட்டம் இல்லை.

இன்று, மண் பொம்மைகள் அலங்காரப் பொருட்களாக மட்டுமே வைக்கப்பட்டு இருக்கின்றன. குளிர்சாதனம் செய்யப்பட்ட நட்சத்திர விடுதிகளின் உணவறைகளில் மண் குதிரைகள் மௌனமாக நிற்பதைக் கண்டிருக்கிறேன். எந்தக் குழந்தையின் கைவிரல்களும் அதில் படுவதில்லை. ஒரு பொம்மையாக இருந்துகொண்டு குழந்தையின் கைவிரல் படாமல் இருப்பது துரதிருஷ்டமே. நகரங்களில் காட்சிக்காவது பொம்மைகள் வைக்கப்படுகின்றன. கிராமங்களில் அதுவும் இல்லை. தானியங்கி விளையாட்டுக் கார்கள், பந்து, பிளாஸ்டிக் பொம்மைகள் தவிர, கடந்த 10 வருடங்களில் நான் எவரது வீட்டிலும் ஒரு மரப்பொம்மையையோ, மண் பொம்மையையோ காணவே இல்லை.

'பொம்மே... தலையாட்டிப் பொம்மே' என்று பாடியபடியே தெருவில் பொம்மை விற்கும் நபருக்காகச் சிறு வயதில்

எஸ். ராமகிருஷ்ணன் ☐ 125

காத்திருப்பேன். வயதை மறந்து சிறுவர்கள், பெண்கள் என யாவரும் அவரை நோக்கி உற்சாகமாக ஓடுவார்கள். பெரிய மூங்கில் கூடை ஒன்றில் கிருஷ்ணன் பொம்மை, உண்டியல், புத்தர், மான், குதிரை என்று விதவிதமான பொம்மைகள் வைத்திருப்பான். அதன் வண்ணங்கள் அற்புதமானவை. அந்தப் பொம்மைகள் நம்மைப் பார்த்துச் சிரிக்கக்கூடியவை.

வாங்கிய பொம்மைகளை எங்கே பாதுகாப்பாக வைப்பது என்பதற்குச் சண்டை வரும். இந்தச் சண்டையில் எவரது பொம்மையாவது உடைந்து சிதறும். சிதறிய பொம்மை களுக்காக அழும் சிறுவர்களின் துக்கம் உண்மையானது. அந்த அழுகை, எளிதில் சமாதானம் செய்ய முடியாதது. இனி, ஒட்டவே முடியாத அந்தப் பொம்மையின் இழப்பை எப்படி ஈடுசெய்வது என்று சிறுவனுக்குப் புரிவதே இல்லை.

உடைந்த மறுநிமிடம் பொம்மை அந்நியமாகிவிடுகிறது. அதுவரை கையில் வைத்துக் கொஞ்சிய பொம்மையை அள்ளிக் குப்பையில் போடுகிறார்கள். பொம்மையின் கண்கள் அதன் விதியை நினைத்து மௌனமாக நம்மை வெறிக்கின்றன.

ஒரு முறை, முயல் போன்ற வடிவில் உள்ள உண்டியல் ஒன்றை வைத்திருந்தேன். அதில் காசு நிரம்பியதும் உடைக்கும் நாள் வந்தது. அவரவர் உண்டியல்களை எடுத்துவந்து உடைத்து சில்லறைகளை எண்ணிக்கொண்டு இருந்தார்கள். யார் அதிகம் சேர்த்தது என்ற போட்டி. எனக்கு அந்த முயலை உடைப்பதற்கு மனம் இல்லை. உடைக்காமல் அதில் சேர்ந்த சில்லறைகளை எடுக்க முடியுமா என்று பார்த்துக்கொண்டு இருந்தேன். பேசாமல் இப்படியே இந்த முயலை யாரும் அறியாமல் கண்மாயின் அடர்ந்த கருவேலங்காட்டுக்குள் கொண்டுபோய் விட்டுவிட்டு வந்துவிடலாம் என்று தோன்றியது. ஆனால், காசு சேர்க்கும் போட்டியில் தோற்று விடுவேனே என்ற தயக்கம் அதைச் செய்யவிடாமல் தடுத்தது.

முயலைப் பார்த்துக்கொண்டே இருந்தேன். உயர்த்திய காதுகளுடன், சாந்தமான கண்களுடன் முயல் அமர்ந்திருந்தது.

அதை, மண் உருவம் என்று நம்பமுடியவில்லை. கண்ணை மூடிக்கொண்டு உடைப்பது என்று முடிவு செய்து ஓங்கித் தரையில் அடிக்க முயற்சித்தேன். கைவரவில்லை. என் கையில் முயலின் ரோமங்கள் படுவது போன்ற உணர்ச்சியே இருந்தது. நான் உண்டியலை உடைக்கவில்லை என்று சொல்லி, அதை வைத்துவிட நினைத்தேன். ஆனால், என் கைகளிலிருந்து பிடுங்கி அந்த உண்டியல் உடைக்கப்பட்டது.

உள்ளே இருந்து சில்லறைகள் கொட்டின. நான் மிகப் பெரிய தவறு செய்துவிட்டவனைப் போல அதையே பார்த்துக் கொண்டு இருந்தேன். உண்டியலில் இருந்த காசுகள் களிம்பேறி இருந்தன. கை நிறையச் சில்லறைகளை அள்ளியபோதும் என் மனம் குதூகலம் கொள்ளவே இல்லை. சின்னஞ்சிறு வயதில் ஏற்பட்ட துயரக் காரணங்களை விளக்கிப் புரிந்துகொள்ள முடியாதவை. அவை உதட்டில் ஒட்டிய பருக்கை போல நினைவில் ஒட்டி இருக்கின்றன.

சென்னை மாநகரில் அடுக்குமாடி வணிக வளாகங்கள் பெருகிவிட்டன. சீனா, கொரியா, ஏன் ஸ்பானியப் பழங்குடி பொருட்கள் கூட இங்கு விற்பனையாகின்றன. ஆனால், சமைப்பதற்கு மண்சட்டி வாங்க வேண்டும் என்றால், எங்கே வாங்குவது என்று தேடி அலைய வேண்டியிருக்கிறது. பானை விற்பவர்கள், பானை செய்பவர்கள் யாவரும் வணிக மாற்றத்தின் சூறாவளியில் அடித்துச் செல்லப்பட்டு விட்டார்களா? சீனாவில், மரபான பீங்கான் கிண்ணங்களில் சாப்பிடவே மக்கள் இன்றும் விரும்புகிறார்கள். ஜப்பானில், பிளாஸ்டிக் தேநீர்க் கோப்பைகளை உபயோகிப்பது விருந்தினர்களை அவமதிக்கக்கூடிய செயல். ஆனால், நாம் பிளாஸ்டிக் பொருட்களைப் பயன்படுத்துவதில் மிதமிஞ்சிப் போய்விட்டோம்.

சில நாட்களுக்கு முன்பு, தேநீர்க் கடை ஒன்றில் ஒருவர் காபி வாங்க வந்தார். ஒரு பிளாஸ்டிக் கவரில் காபியைச் சூடாக ஊற்றி ரப்பர் பேண்ட் போட்டுத் தந்தார்கள். திகைப்பாக இருந்தது!

வட மாநிலங்களில் இன்றும் மண் கோப்பைகளில் தேநீர் கிடைக்கிறது. துணிப் பை, காகிதப் பைகளை உபயோகிக்

கிறார்கள். நம்மிடம் கழிவுக் காகிதங்கள் வண்டி வண்டியாகக் கிடக்கின்றன. ஆனால், அவை முறையாக மறுசுழற்சி செய்யப்பட்டு பயன்படுத்தப்படுவதில்லை.

நமது மரபுக் கலைகள், கவனிப்பார் அற்றும், மரபு என்று நாமாக விதித்துக் கொண்ட கட்டுப்பாடுகளாலும் பின்பற்றப் படாமலே போய்விடுகின்றன. பல கலைகள் அந்த வீட்டு மனிதர்களைத்தவிர, வேறு எவருக்கும் கற்றுத்தரப்படக்கூடாது என்று மறைந்து போய்விட்டன. அதுபோலவே, சாதி, மதம், ஆண் – பெண் பேதம் என்று பொல்லாத காரணங்கள் காட்டி கலைகள் கற்றுக்கொள்வதைப் பல ஆண்டுகள் தடுத்தும் விலக்கியும் வந்ததும் இன்று அதன் கவனமின்மைக்கு ஒரு காரணம்.

வியூ டியான்மிங் இயக்கிய, 'The King of Masks' என்ற சீனப் படத்தைப் பார்த்திருக்கிறேன். வீதி நடனக்கலை சீனாவில் பிரபலமானது. முகமூடிகளைப் பயன்படுத்தி ஆடும் வயதான வீதி நடனக்கலைஞர் ஒருவர், தன் கலையைத் தனக்குப் பிறகு யார் கற்றுக்கொள்வார்கள் என்று நினைத்து, ஒரு பையனைத் தத்து எடுக்கிறார். அந்த நடனக்கலையின் மரபுப்படி ஆண்களுக்கு மட்டுமே அது கற்றுத்தரப்பட வேண்டும். ஆகவே, சிறுவனுக்கு முகமூடி நடனத்தைக் கற்றுத்தருகிறார். சிறுவன் வீதி நடனக்கலைஞருடன் படகு வீட்டில் தங்கி, அவருக்கு உதவி செய்தபடியே கற்றுக்கொள்கிறான். அவர்களோடு ஒரு குரங்கு இருக்கிறது. நன்றாக நடனமாட கற்றுக்கொள்கிறான்.

ஒரு நாள், நடனமாடும் கிழவருக்குத் தன்னோடு இருப்பது ஒரு சிறுமி; அவள் ஆண்போல வேஷமிட்டிருக்கிறாள் என்ற உண்மை தெரிய வருகிறது. ஒரு பெண்ணுக்கு இந்தக் கலையைக் கற்றுத்தருவதா? என்று அடித்துத் துரத்துகிறார். அந்தச் சிறுமி, தன்னுடைய அப்பா வறுமையின் காரணமாகத் தன்னைச் சிறுவன் என்று விற்றுவிட்டதாகக் கதறுகிறாள். அவளைக் கிழவர் ஏற்றுக்கொள்ள மறுக்கிறார். அவர் செல்லுமிடமெல்லாம் அந்தச் சிறுமி பின்னாடியே போகிறாள். ஆனால், கிழவர் அவளை வெறுத்து ஒதுக்குகிறார்; 'பின்னாடி வராதே' என்று அடிக்கிறார்.

ஒருநாள், கிழவர் நாட்டின் அதிகாரத்தை எதிர்ப்பதாகச் சொல்லி, படைவீரர்கள் அவரைப் பிடித்து சிறையில் அடைக்கிறார்கள். கிழவரை மீட்க சிறுமி போராடுகிறாள். முடிவில், அரசன் அவளது நம்பிக்கையை உணர்ந்து கிழவரை விடுதலை செய்கிறான். கலையின் முன்னால் ஆண் – பெண் பேதமில்லை என்பதை விளக்கும் மிக அற்புதமான படம் அது.

கலைகள், மனித ஆசைகளின் வெளிப்பாடுகள், அந்தரங்கமான சந்தோஷத்தைத் தருபவை; மனதை வளப்படுத்துபவை. காரணமின்றி அதைக் கைவிடுவதும், சிதைத்து உடைப்பதும் நாமே நம் உடல் உறுப்புகளை அழித்து கொள்வது போன்றதே.

பத்து ஆண்டுகளுக்கு முன்பு காஞ்சியில் ஒரு சிறுவன் கல்லால் செய்யப்பட்ட ஓர் அடி உயர புத்தரின் சிலைகளை விற்பதைக் கண்டேன். அவன், 'ஒரு சிலையின் விலை 15 ரூபாய்' என்றான். இதன் மதிப்பு தெரிந்துதான் சொல்கிறானா? என்ற சந்தேகத்துடன், மறுபடியும் கேட்டேன். அவன் இரண்டு சிலைகளை வாங்கிக் கொண்டால் 25 ரூபாய்க்குத் தருவதாகச் சொன்னான். அவை எங்கிருந்து கிடைத்தன? என்று கேட்டபோது, அந்தப் பையன் பதில் பேசாமல் இருந்தான். ஏதோ ஓர் இடத்தில் இருந்து உடைத்துக்கொண்டு வந்திருக்கிறான் என்பது புரிந்தது.

நீண்ட நேரம் பேசி அவனைச் சம்மதிக்க வைத்தபோது, என்னைப் பக்கத்துக் கிராமம் ஒன்றுக்கு அழைத்துச் சென்றான். அங்கே இடிந்துபோயிருந்த பௌத்தக் கோயில் ஒன்றின் பின் பக்கம் 108 புத்த உருவங்கள் கொண்ட ஒரு பாறை இருந்தது. அதில் இருந்த பல சிற்பங்களை உடைத்து, இந்தச் சிறுவனும் இவனைப் போன்ற சிலரும் விற்றுவிட்டார்கள். மீதம் இருந்தவை, உடைந்த கால்களும் தாமரை மலர்களும் மட்டுமே. இதுபோல பல கிராமங்களில் புத்தர் சிலைகள் உடைத்து விற்கப்படுவதாகச் சிறுவன் சொன்னான்.

நூற்றாண்டு பழமையான சிற்பங்கள், உடைத்துச் சிதைத்து சந்தைப்பொருள் போலப் பத்துக்கும் இருபதுக்கும்

விற்பனையாகின்றன. இது எங்கோ காஞ்சியில் நடக்கும் விஷயம் மட்டுமல்ல. இந்தியாவின் கலாசார மேன்மைக்குச் சாட்சிகளாக உள்ள பல நூறு சிற்பங்கள், ஓவியங்கள் தமிழகத்தின் பல்வேறு கோயில்களில் இதுபோல அடையாளம் இல்லாமலும், கவனிப்பார் அற்றும் கிடக்கின்றன. கை – கால்கள் உடைக்கப்பட்டும் முகம் சிதைக்கப்பட்டும், அழிந்துபோன சிற்பங்களின் எண்ணிக்கை ஆயிரத்தைத் தாண்டும்.

தாஜ்மகாலைப் பற்றித் தெரிந்த நமக்கு, கங்கைகொண்ட சோழபுரச் சிற்பங்கள் பற்றித் தெரியவில்லை. அஜந்தா ஓவியங்கள் மேல் கொண்ட வியப்பு, ஏன் நம்மை சித்தன்ன வாசலைப் பார்க்க உந்தவில்லை. மகாபலிபுரத்தில் உள்ள மகிஷாசுரமர்த்தினியின் போர்க்கோலம் பார்த்து இருக்கிறீர்களா? எவ்வளவு அற்புதமான சிற்பம் அது. கோயில் தேரில் உள்ள சிற்பத்தை யார் நின்று கவனிக்கிறார்கள்?

ஆயிரம் வருடங்களுக்கு முன் வாழ்ந்த மனிதனின் எலும்புகூட இன்று இல்லை. ஆனால், அவன் செய்த சிற்பம், ஓவியம் மற்றும் நுண்கலைகள் நம்மோடு இருக்கின்றன. அவன் பேசிய மொழி அப்படியே இருக்கிறது. அதைப் புரிந்துகொள்வதுடன் காப்பாற்ற வேண்டியதும் நமது கடமைகளில் ஒன்று!

ஊனம் உள்ளத்தில் அல்ல..!

மதுரை மாவட்டம் உசிலம்பட்டியைச் சேர்ந்த ராஜலட்சுமிக்கு, 2009-ஆம் ஆண்டு 'கல்பனா சாவ்லா விருது' கிடைத்தது. சிறு வயதில் போலியோ நோய் தாக்கி கால்கள் பாதிக்கப்பட்ட ராஜலட்சுமி, தன் உடல்நலக் குறைவைப் பெரிதாக எண்ணி ஒடுங்கிவிடாமல் போராடி, குண்டு எறிதல், தட்டு எறிதல், ஈட்டி எறிதல் போன்ற போட்டிகளில் வெற்றிபெறத் துவங்கினார். மாநில அளவில் தங்கப் பதக்கங்கள் பெற்ற இவர், 2004-ஆம் ஆண்டு பெல்ஜியத்தில் நடந்த 'பாரா ஒலிம்பிக்கில் வெள்ளிப் பதக்கம் பெற்றிருக்கிறார். மாற்றுத் திறனாளிகளுக்கான

போட்டிகளில் மலேசியாவிலும் வெண்கலப் பதக்கம் பெற்றிருக்கிறார்.

எளிய குடும்பத்தைச் சேர்ந்த இவரின் அப்பா, டீக்கடை வைத்திருந்தார். அவர் மறைவுக்குப் பிறகு, அதை அம்மா நடத்தி வருகிறார். தனது உடல் குறைபாடுகளை எண்ணி ஒடுங்கிவிடாமல், போராடி வெற்றிச் சாதனைகள் புரிந்த ராஜலட்சுமி, கொண்டாடப்பட வேண்டிய சாதனைப் பெண்!

17

நீங்கள் ஆபீஸரா? உங்களைத்தான்...

ஐம்பது வருடங்களுக்கு முன்பாக ரஷ்யாவில் எழுதப்பட்டக் கதை இது. 'அதிகாரி' என்ற இந்தக் கதையை எழுதியவர் வசிலி விசியோவ்.

'டிமிட்ரி' என்ற அரசு உயர் அதிகாரி ஒருவர் இருந்தார். அவருக்குத் தன்னிடம் உள்ள ஊழியர்களை அதிகாரம் செய்தே பழக்கம். கட்டளைகளை யாராவது செய்யத் தவறினால், கடுமையான தண்டனைகள் தருவார். அவருக்கு உண்மையான ஓர் ஊழியன் இருந்தான். பெயர், இவான். அலுவலகத்தில் கடைநிலை ஊழியன். அதிகாரிதான் அவனுக்குத் தெய்வம். அவரைக் குளிர்ச்சி படுத்துவதற்காக எந்த வேலையையும் செய்யக் கூடியவனாக இருந்தான்.

ஆணைகள் இட்டுப் பழகிய டிமிட்ரி, வீட்டிலும் மனைவி, மக்கள், வேலையாட்கள் யாவருக்கும் உத்தரவிட்டபடியே இருப்பார். வீட்டில் அவராக உடைகளை மாற்றிக்கொள்வது கூட கிடையாது. அதற்கும் ஒரு பணியாள் இருந்தான். அவனிடம் தன் உள்ளாடைகளைக் கழட்ட வேண்டும் என்று உத்தரவிடுவார். அவன் கழட்டிவிடுவான். படுக்கையிலும் தன்னை இரண்டு முறை முத்தமிடவும் என்று மனைவிக்குக் கட்டளை இடுவார். அதை மட்டுமே அவள் நிறைவேற்றுவாள்.

குளிப்பது, சாப்பிடுவது, பேசுவது என்று வீட்டின் அத்தனை செயல்களும் அவரது உத்தரவின் பெயரில்தான் நடந்தன. ஒருவரும் அவரை எதிர்த்துப் பேசுவதே இல்லை.

டிமிட்ரி போலவே இவானுக்கும் ஒரு குடும்பம் இருந்தது. ஆனால், அதை அவன் கவனிப்பதே இல்லை. அதிகாலையில் எழுந்தவுடன், தன் வேலைகளை வேக வேகமாக முடித்துக் கொண்டு அலுவலகம் வந்துவிடுவான். மாலை அலுவலகம் முடிந்தாலும், அதிகாரி வீட்டுக்குப் போய்விடுவான். அவர், அவனை ஒரு வளர்ப்பு நாயைப் போலவே நடத்தினார்.

25 வருடங்களாக அதே அலுவலகம். அதே வேலை என்று இருந்த அவர்களின் அன்றாட வாழ்க்கை, திடீரென ஒருநாள் ஓர் உத்தரவின் காரணமாக உருமாறியது. இருவரும் தொலைதூரத்தில் உள்ள தீவு ஒன்றுக்கு மாற்றம் செய்யப் பட்டார்கள். அதிகாரி, தன் மனைவி பிள்ளைகளிடம், தான் இல்லாத நாட்களில் எப்படி நடந்து கொள்ள வேண்டும் என்று உத்தரவிட்டுவிட்டு தீவை நோக்கிப் பயணித்தார். கப்பல், ஆறு நாட்களுக்குப் பிறகு அவர்களை ஒரு தீவில் இறக்கிவிட்டது.

அதிகாரி இவானிடம் தன்னை அலுவலகத்துக்கு அழைத்துப் போகும்படி கட்டளையிட்டார். இவான், அவரோடு நடந்தான். அந்தத் தீவில் கட்டடங்களோ, அலுவலகமோ, வீடுகளோ வேறு மனிதர்களோ எவருமே இல்லை என்பதை சில மணி நேரத்தில் அறிந்துகொண்டார்கள். அடுத்த கப்பல் வரும்வரை காத்திருக்கவும் முடியாது.

'அலுவலகம் இல்லாதபோதும் தான் அதிகாரியே. ஆகவே, தன் உத்தரவுகளைச் செயல்படுத்த வேண்டியது அவனது பொறுப்பு' என்று எண்ணியபடி இவானிடம் கத்தினார். இவான் அப்படியே நடந்து கொள்வதாகச் சொன்னான். கடந்த 10 ஆண்டுகால வரிச்செலவுக் கணக்குகள் கொண்டு வந்து காட்டப்பட வேண்டும் என்று உத்தரவிடுவார். இல்லாத கணக்கு வழக்குகளுக்கு இவான் எங்கே போவான்? ஆகவே, அவன் ஒரு கணக்குப் புத்தகத்தை சுமந்து வருவது போல் பாவனை செய்தான். அவரும் கையெழுத்து

இடுவதுபோலப் பாவனை செய்தார். அந்த கணக்கு நோட்டை அடுத்த அலுவலகத்துக்கு அனுப்பிவைத்துவிட்டு வருவதாக இவான் செல்வான்.

இந்த நாடகம் அவனுக்கு வேடிக்கையாக இருந்தது. அதிகாரி தங்குவதற்கு உரிய இடம் இல்லை. சாப்பிட உணவும் இல்லை. காற்றும் குளிரும் அதிகமாகவே இருந்தது. அத்தனை சிரமங்களுக்கும் இடையில் அதிகாரி தனது அடுக்கடுக்கான உத்தரவுகளைச் சொல்லிக்கொண்டே இருந்தார். இவானுக்கு முதல்முறையாக, 'இது என்ன பைத்தியக்காரத்தனம்? ஏன் இந்த மனிதர் இப்படி நடந்து கொள்கிறார்?' என்று எரிச்சலாக வந்தது.

ஒருநாள் இந்த அபத்தம் தாங்க முடியாமல்... இவான், "நம் இருவருக்கும் அரசாங்கம் தண்டனை அளித்துத்தான் இங்கே அனுப்பி இருக்கிறது. இதில் நீங்கள் அதிகாரியும் இல்லை. நான் கடைநிலை ஊழியனும் இல்லை" என்று கோபப்பட்டுக் கத்திவிட்டான். அதிகாரி அதை ஏற்க மறுத்து, "நான் ஓய்வு பெற்றாலும்கூட ஓய்வு பெற்ற அதிகாரி என்றுதான் அழைப்பார்கள். தண்டனை உனக்கு மட்டும்தான். நீ என்னை இவ்வளவு எடுத்தெறிந்து பேசியதால், உன்னைத் தற்காலிகப் பதவி நீக்கம் செய்கிறேன்" என்று உத்தரவிட்டார். இவான் பயந்து அவர் கால்களைப் பிடித்து மன்னித்துவிடும்படி கெஞ்சினான்.

இரண்டு வாரங்கள் இந்த அபத்த நாடகம் நடந்தது. பசி, குளிர், உறக்கமின்மை இருவரையும் ஒடுக்கி இருந்தது. அடுத்த கப்பல் எப்போது வரும் என்று காத்திருந்தார்கள். அதிகாரி முதன்முறையாக, 'நான் ஏன் எந்த நேரமும் அதிகாரியாகவே நடந்து கொண்டேன்?' என்று குற்ற உணர்ச்சி கொண்டார். கடைநிலை ஊழியனும், 'நான் கடைநிலையில் இருப்பது வேலையில் மட்டும்தானே... எதற்காக சுயமரியாதையை அடகுவைத்து அதிகாரி காலையே சுற்றிக் கொண்டிருக்கிறேன்' என்று உணர ஆரம்பித்தான். இருவரும் அதைப் பற்றி பேசிக் கொள்ளவே இல்லை. அடுத்த கப்பல் வந்தபோது, இருவரும் மயங்கிக் கிடந்தார்கள். கப்பல் இருவரையும் ஏற்றிக்கொண்டு புறப்பட்டது.

கடலின் நடுவே கண் விழித்துப் பார்த்த அதிகாரி, அவசர அவசரமாக உத்தரவிடத் துவங்கினார். கப்பல் மாலுமி சலிப்போடு சொன்னான்... "அதிகாரிகளைக் கடவுளாலும் திருத்த முடியாது. எனவே, அந்த ஆளைக் கடலில் தூக்கிப் போடுங்கள்" என்று. உடனே அதிகாரி சொன்னார், "அதைப் பற்றி எனக்குக் கவலை இல்லை. முதலில் என் கடைநிலை ஊழியனைத் தூக்கி கடலில் எறியும்படி உத்தர விடுகிறேன்" என்றார். அவர்கள் இரண்டு பேரையும் கடலில் தூக்கி எறிந்துவிட்டு கப்பல் சென்றுகொண்டு இருந்தது. மூழ்கிக்கொண்டு இருக்கும்போதும் அதிகாரி ஏதோ உத்தரவிடும் சத்தம் கேட்டது. கீழ்ப்படிய யாருமே இல்லை என்று கதை முடிகிறது.

சில நாட்களுக்கு முன்பு குற்றாலம் சென்றிருந்தேன். அருவியில் குளிப்பதற்கு கடுமையான நெருக்கடி. அரசு உயர் அதிகாரி ஒருவரும் குளிப்பதற்கு வந்திருந்தார். அவருக்குத் துணையாக நான்கு அலுவலக ஆள்கள். அவர் வருவதற்கு முன்பாகவே, அங்கு குளித்துக்கொண்டு இருந்தவர்களை, "தள்ளு... தள்ளு" என்று விலக்கிவிட்டனர் காவலர்கள். எண்ணெய் தடவப்பட்ட பெரிய தொப்பையுடன் பவ்யமாக நடந்து முன்னால் வந்த அதிகாரி, தன் வீட்டு ஷவரில் குளிப்பதுபோல் ஆனந்தமாகக் குளித்தார். ஒரே பிரச்சனை... அருவியை அவர் விருப்பப்படி அதிகமாக்குவதோ, குறைப்பதோ முடியாது என்பது மட்டுமே. காத்திருந்தவர் களின் முணுமுணுப்புக் குரல்கள் அருவி சத்தத்தில் ஒடுங்கிப்போய் இருந்தன.

"கோவிலில், ரயில் பயணத்தில், விமானநிலையத்தில் இதுபோன்று அதிகாரிகளுக்காகக் காத்திருக்கும் ஊழியர்களையும், அவர்களது பவ்யத்தையும் காணும்போது ஆதங்கமாக இருக்கும்.

மதுரை கோவிலில் யாரோ ஓர் அதிகாரி சாமி கும்பிட்டுவிட்டு இன்னொரு வாசல் வழியாக வெளியேறி ஜீப்பை நோக்கி நடக்கத் துவங்கினார். அவரது செருப்பைத் தூக்கிக்கொண்டு ஊழியர் ஒருவர் அவசரமாக ஓடுவதைக் கண்டேன்.

வெள்ளைகாரர்கள் காலத்தில் இதுபோல நடந்தது என்று படித்து இருக்கிறேன். ஆனால், வெள்ளைக்காரன் போன பிறகும் அதிகார அடிமைநிலை மாறவே இல்லை போலும். அதிகாரிக்கு இவ்வளவு பவ்யம் காட்டும் ஊழியர்கள், இது போன்ற சேவையை தன் அப்பா, அம்மாவுக்கோ, மனைவி, பிள்ளைகளுக்கோ செய்வார்களா?

அதிகாரம் என்பது, தன் கையில் கொடுக்கப்பட்ட பொறுப்பு என்பதைப் பலர் உணராமல் இருக்கிறார்கள். ஆனால், எல்லா அதிகாரிகளும் இப்படி நடந்துகொள்வதில்லை.

ஐ.ஏ.எஸ்., அதிகாரி ஒருவரை ரயிலில் சந்தித்தேன். "ஏன் நீங்கள் விமானத்தில் பயணம் செய்யலாமே?" என்றேன்.

அதற்கு அவர், "சொந்த வேலையாகச் செல்கிறேன். எதற்கு விமானப் பயணம்?" என்று சிரித்தபடியே.. "நான் வடஇந்தியாவில் உள்ள சிறிய கிராமத்தில் பிறந்தவன், எனது அப்பா இன்றைக்கும் சைக்கிளில்தான் பயணம் செய்கிறார், என்னுடைய சகோதரிகள் இன்னமும் விவசாயம் செய்கிறார்கள். அந்த நினைவு எப்போதும் என் அடிமனதில் இருக்கிறது" என்றார்.

இவரைப் போன்றவர்களும் அதிகாரிகளாகத் தானே இருக்கிறார்கள். ரயில்நிலையத்தில் இறங்கும்போது அவருக்கு எந்தவிதமான சிறப்பு வரவேற்பும் தரப்பட வில்லை. தனது பெட்டியை, தானே எடுத்துக்கொண்டு அவர் சென்றார். எளிமையை யாரும் கற்றுக்கொடுக்க முடியாது. அது ஓர் இயல்பு என்று தோன்றியது.

ஜான்பூர்மென் இயக்கிய, 'Hell in the Pacific' என்ற படத்தைப் பார்த்திருக்கிறேன். லீமார்வினும், தொசிரோ மிபுனேவும் நடித்தது. அற்புதமாகப் படமாக்கப்பட்ட, இரண்டே கதாபாத்திரங்கள் நடித்த படம்.

இரண்டாம் உலகப்போரின்போது, பசிபிக் கடலில் உள்ள தீவு ஒன்றில் அமெரிக்கனும் ஜப்பானியனும் மாட்டிக்

கொள்கிறார்கள். அமெரிக்கன், ஒரு கப்பல் விபத்தில் அந்தத் தீவுக்கு வந்து சேர்கிறான். ஜப்பானியன், விமானம் விபத்துக்கு உள்ளாகி அந்தத் தீவில் விழுகிறான். இருவரும் ஆளுக்கு ஒரு பக்கம் அலைந்து திரிந்து ஒருவரை மற்றவர் கண்டு கொள்கிறார்கள். உலக யுத்தத்தில் அமெரிக்காவும் ஜப்பானும் எதிரிகள். ஆகவே, இவர்களும் தங்களை எதிரிகளாக நினைக்கிறார்கள். அமெரிக்கனுக்கு, ஜப்பானியன் பேசும் பாஷை புரியவில்லை. ஜப்பானியனுக்கும் ஆங்கிலம் புரியாது. இருவரும், ஒருவரை ஒருவர் தாக்க முற்படுகிறார்கள்; அடித்துக் கொள்கிறார்கள்; தப்பி ஓடுகிறார்கள்.

ஒரு கட்டத்தில், இருவரும் ஒன்றாகச் சேர்ந்து வேலை செய்தால் மட்டுமே அங்கிருந்து தப்பிச்செல்ல முடியும் என்பதை உணர்கிறார்கள். அவர்களுக்குள் இருந்த நாடு, இனம் சார்ந்த செயல்கள் மெள்ள அடங்குகின்றன. இருவரும் மனிதர்கள் என்ற பொதுமை மட்டுமே அவர்களிடம் உள்ளது. ஒரு படகை உருவாக்கப் போராடுகிறார்கள். அதில் தப்பி கடலில் பயணம் செய்து இடிந்துபோன இன்னொரு நகரத்துக்கு வந்து சேர்கிறார்கள். அங்கே யாருமே இல்லை. ஆனால், ஆயுதங்கள் கிடக்கின்றன. அதைக் கண்டதும் பழைய பகை திரும்பத் துவங்கிவிடுகிறது. ஒருவரை ஒருவர் தாக்க முற்படும்போது, அங்குப் புதைத்து வைக்கப்பட்ட கண்ணி வெடி வெடித்து இருவரும் இறந்துவிடுகிறார்கள்.

ஒரு நிமிடம்கூட கண்ணை விலக்க முடியாதபடி படம் விறு விறுப்பாகச் செல்கிறது. மனிதர்கள், ஒருவர் மீது மற்றவர் கொள்ளும் விரோதம், வெறுப்புக்கு எவை காரணமாக இருக்கின்றன என்பதை வலிமையாகச் சித்தரிக்கிறது. ஜப்பானியனாக நடித்திருப்பது, 'அகிரா குரசோவா' படங்களில் தொடர்ந்து கதாநாயகனாக நடித்த தொசிரோ மிபுனே. இந்தப் படத்தில் அவரது மாறுபட்ட நடிப்பைக் காணலாம்.

அடுத்த மனிதனை அடக்கி ஒடுக்கி தன் கட்டளைகளை ஏற்கவைப்பதில் மனிதர்களுக்கு எப்போதுமே ஓர் ஆனந்தம்

இருக்கத்தான் செய்கிறது. அந்த மனப்பாங்கு, குடும்பம், சமூகம் என்று பேதமில்லாமல் நடைமுறையில் இருக்கிறது என்பார் ஆண்டனியோ கிராம்சி. அது 100 சதவிகித உண்மை. இந்த மனப்பாங்கில் இருந்து எப்படி விடுபடுவது? எப்படி மாற்றிக்கொள்வது? என்பது நாம் யாவரும் முடி வெடுக்க வேண்டிய முக்கியச் சவால்!

ஜப்பானிய வீரக் கலை!

மல்யுத்தம், ஒரு காலத்தில் புகழ்பெற்ற விளையாட்டு. இதில், தாராசிங், கிங்காங் போன்றவர்கள் பெரும் புகழ்பெற்று இருந்தார்கள். ஊர் ஊராக மல்யுத்தப் போட்டிகள் நடத்தப்பட்டன. 'சாண்டோ, பயில்வான்' என்று அழைக்கப்பட்ட குஸ்தி சண்டை வீரர்கள் சவால் விட்டுச் சண்டையிட்டனர். வெற்றி பெற்றால், பெரிய தொகை பரிசாகத் தரப்பட்டது.

மல்யுத்தப் போட்டிகளைக் காண்பதற்கு மக்களுக்கும் பெரிய விருப்பம் இருந்தது. இன்று மல்யுத்தப் போட்டிகள் நடப்பது அபூர்வமாகிவிட்டது. கர்நாடகாவில் தசரா சமயத்தில் மல்யுத்தப் போட்டிகள் நடக்கின்றன. மல்யுத்த வீரர்களுக்குப் பயிற்சி தரும் இடத்தின் பெயர் 'கரடி'. மைசூரை ஒட்டி நிறையக் கரடிகள் இருந்தன. மல்லர்களும் இருந்தார்கள். இது, இன்று அழிந்துவரும் வீரக் கலையில் ஒன்றாக உள்ளது. ஜப்பானிய வீரக் கலைகள் உலகில் மிகுந்த வரவேற்பும் கவனமும் பெற்றுவரும் சூழலில், நமது மரபுக் கலைகள் கைவிடப்படுவதும், அழிந்துபோவதும் உணரப்படாத பேரிழப்பே!

18

தனியா இருந்தா என்ன தப்பு?

ஒரு கல்லூரி விழாவில் சிறப்பு விருந்தினராகக் கலந்து கொண்டேன். கலந்துரையாடல் நிகழ்வின் போது ஒரு மாணவி, 'உலகில் அதிகம் புரிந்து கொள்ளப்படாமல் போவது எது?' என்ற கேள்வியைக் கேட்டாள்.

எளிமையான கேள்வி. ஆனால், அதற்கான பதில் எளிதானதன்று. "நிகழ்வின் முடிவில் சொல்கிறேன்" என்றபடியே, 'எது உலகில் அதிகம் புரிந்துகொள்ளப்படாமலே போகிறது?' என்று எனக்குள்ளாகவே தேடிக்கொண்டு இருந்தேன்.

வேறு கேள்விகள்... வேறு பதில்கள் என்று உரையாடல் தொடர்ந்தபோதும், அந்தக் கேள்வி மட்டும் மனதில் ஆழமாகத் துளையிட்டுக்கொண்டே இருந்தது.

சட்டென அதற்கான பதில் மனதில் தோன்றி மறைந்தது. "உலகில் அதிகம் புரிந்து கொள்ளப்படாமலே போவது, திருமணமாகி 10 வருடங்களான பிறகு, பெண்ணுக்குள் உருவாகும் தனிமையும் வெறுமையுமே!" என்றேன். யாரோ ஓர் ஆசிரியை வெகு அவசரமாகக் கைதட்டிப் பாராட்டினார். கணவன், குழந்தைகள், வீடு என்றிருந்தபோதும், தான் எதையோ இழந்துவிட்டதைப் போலவும், தான் நினைத்ததுபோல வாழ்க்கை அவ்வளவு சுவாரஸ்யமானது

இல்லை என்றும் பெண்கள் உணரும் தருணம் உருவாகிறது.

அப்போது குழந்தைகளைக் கவனிப்பது, சமைப்பது, கணவனோடு படுக்கையைப் பகிர்வது... உள்ளிட்ட யாவும் அனிச்சைச் செயல்களாகிவிடுகின்றன. மனது எதற்கோ ஏங்கத் துவங்குகிறது. அன்றாட வாழ்வு அபத்தமானதாகவும், எதையும் அர்த்தமற்றதாகவே செய்வதைப் போலவும் உணர்கிறது. இதைப் பற்றி யாரிடமும் பேசிக்கொள்வதும் இல்லை. தன்னை மீறி அந்த மன அவஸ்தைகளை வெளிப்படுத்தும்போதுகூட அது தவறாகவே புரிந்துகொள்ளப் படுகிறது.

காற்று போய்விட்ட பலூன் சுருங்கிக் கிடப்பது போல, மனது வாடிக்கிடக்கிறது. எதிலும் விருப்பமில்லை. அந்த நாட்களும் தனிமையும் விசித்திரமானவை. பிள்ளைகளோ, கணவனோ அதைக் கவனம் கொள்வதும் இல்லை; புரிந்து கொள்வதும் இல்லை. நீர்க்குமிழிகளைப் போல சின்னஞ் சிறு ஆசைகள் மனதில் கொப்பளிப்பதும் உடைவதுமாக இருக்கக்கூடிய நாள்கள் அவை.

உண்மையில், திருமணம் தரும் கிளர்ச்சிகளும் கனவுகளும் எளிதில் வடிந்துவிடக்கூடியவை. அதன்பிறகு நீளும் நடைமுறை வாழ்க்கையை உரசல் இல்லாமல் கொண்டுபோவதற்குச் சகிப்புத்தன்மையும், விட்டுக்கொடுத்தலும், வழியின்றி ஏற்றுக்கொள்ளுதலுமே சாத்தியங்களாக உள்ளன. இதில் ஆண், பெண் என்ற பேதம் இல்லை.

எனக்குத் தெரிந்த நண்பரின் வீட்டில், அவரது மனைவி ஒருநாள் இரவு, 'நான் கன்னியாகுமரி போய் வருகிறேன்' என்று ஒரு தாளில் எழுதி வைத்து விட்டு, தனியே புறப்பட்டுப் போய்விட்டாள். திருமணமாகி 15 வருடங்களில் அவள் தனியே எங்கும் போனதில்லை. அவளது அம்மா வீட்டுக்குப் போவதாக இருந்தால்கூட, நண்பர்தான் கூட்டிக்கொண்டு போய் வருவார்.

ஆனால், திடீரென எந்தக் காரணமும் இல்லாமல் கன்னியாகுமரி புறப்பட்டுப் போய்விட்டாள்.

என்ன கோபம்...? எதற்காகப் போனாள்? என்று வீடே

பதற்றம் அடைந்தது. ஆனால், எங்கே தங்கி இருக்கிறாள்...? எதற்காகப் போனாள்? என்று புரியாமல், நண்பர் தன் குழந்தைகளைச் சகோதரி வீட்டில் ஒப்படைத்துவிட்டு, தானும் கன்னியாகுமரி சென்று அவளைத் தேடினார். கண்டுபிடிக்க முடியவில்லை. இரண்டு நாட்களுக்குப் பிறகு ஓர் அதிகாலையில் அவள் திரும்பி வந்து வழக்கம்போலத் தனது அன்றாட வேலைகளைக் கவனிக்கத் துவங்கிவிட்டாள். நண்பருக்குக் கோபமான கோபம்.

எதற்காகப் போனாள்? ஏன் சொல்லிக்கொண்டு போகவில்லை? என்று ஆயிரம் கேள்விகள் கேட்டபோது, அவளிடம் இருந்து வந்த ஒரே பதில், 'சும்மாதான்!'. அந்தப் பதில் அவருக்குத் திருப்தி தரவில்லை. அவளுக்குத் திமிர் ஏற்பட்டுவிட்டதாகக் குற்றம் சாட்ட ஆரம்பித்தார். காரணம் இல்லாமல் தொடர்ந்து சண்டையிட்டார். அந்தப் பெண், "எனக்கு ரெண்டு நாள் தனியா இருக்கணும்னு தோணிச்சு, போயிட்டு வந்தேன். அதில் என்ன தப்பு?" என்று அவளும் கத்தினாள்.

"பிள்ளைகளை விட்டுவிட்டு எப்படி உன்னால் போக முடிந்தது?" என்று கேட்டதும், "நீங்க எத்தனை முறை டூர் போயிருக்கீங்க? அப்போ எல்லாம் இந்தப் பிள்ளைகள் நினைவு ஏன் வரவில்லை?" என்று கேட்டாள். அவரிடம் இதற்கான பதில் இல்லை. இந்தச் சண்டை சில மாதங்கள் தொடர்ந்தன. அந்தப் பெண் கடைசி வரை கன்னியாகுமரிக்கு எதற்காகச் சென்றாள் என்றோ, அங்கே எங்கே தங்கினாள், என்ன பார்த்தாள் என்றோ யாரிடமும் சொல்லவே இல்லை.

இதைப் பற்றி என்னிடம் நண்பர் விவரித்தபோது, "தனிமையை அனுமதியுங்கள், புரிந்துகொள்ளுங்கள். முடிந்தால் விருப்பத்தின் பாதையில் நடமாட ஒத்துழைப்புத் தாருங்கள்" என்றேன். அவர் அதை ஏற்றுக்கொள்ளவில்லை.

அந்தப் பெண்ணின் தீராத அகத் தனிமையும் வெறுமையும் எளிதில் புரிந்துகொள்ளப்பட முடியாதது. திருமணத்துக்குப் பிறகு பெண்கள் தங்கள் இயல்பில் இருந்து பெரிதும் துண்டிக்கப்பட்டு விடுகிறார்கள். 'வீடு பாதுகாப்பானது'

என்ற உணர்வைத் தந்தபோதும் அது போதுமானதாக இல்லை. அதேநேரம், சமூகம், கலாசாரம், பண்பாடு என்ற கட்டுப்பாடுகள் காரணமாக, அவர்களது எளிய விருப்பங்கள் கூட மறுக்கப்படுகின்றன. அவளின் தனிமையை, ஒவ்வொருவரும் ஒரு விதத்தில் கரைத்து விடுகிறார்கள்.

கன்னியாகுமரிக்குச் சென்ற பெண்ணின் தனிமை ஒருநாளில் உருவானதல்ல. அது சொட்டுச் சொட்டாக ஊறிப் பீறிட்டு இருக்கிறது. அந்த ஒருநாள் அவளது வாழ்வில் தனித்துவமானது. அந்த நாளில் அவள் தனியாள். அதிகாலைச் சூரியனின் முன்பாக நின்றபடியே, அவள் என்ன நினைத்து இருப்பாள்? கடற்கரை மணலில் தனித்து அமர்ந்தபோது எந்த நினைவில் தன்னைக் கரைத்துக்கொண்டு இருப்பாள்? அப்போது அவள் யார்? தாய், மனைவி, நடுத்தர வயதுப் பெண் என்று தன்மீது படிந்த அனைத்து அடையாளங்களில் இருந்தும் அவள் விடுபட்டு, தன் இயல்புக்குத் திரும்பி இருக்கக்கூடும்.

கணவன், குழந்தைகளுடன் பயணம் செய்வதைப் போலவே, தன்னோடு படித்த தோழிகள் மற்றும் தனக்கு விருப்பமான தோழமையுடன் பயணம் செய்ய, பெண் உள்ளூர ஆசைப் படுகிறாள். அது இயல்பானது. ஆனால், இந்த விருப்பம் ஒருபோதும் நிறைவேறுவதில்லை.

ஐந்து வருடங்களுக்குப் பிறகு தற்செயலாகச் சந்தித்த கல்லூரி நண்பனுடன் சேர்ந்து குடிக்கச் செல்வதில் ஆண் காட்டும் விருப்பம், அவனது மனைவியோடு பள்ளி முழுவதும் படித்த தோழியைத் தற்செயலாக மனைவி வழியில் சந்திக்கையில், அவளோடு சேர்ந்து ஒரு தேநீர் அருந்தக்கூட அனுமதிக்காதது என்ற நிலைதான் உள்ளது.

ஒரு பெண்ணின் கடந்த காலத்தை முற்றிலும் அழித்துவிட்டு, அவளது நினைவுகள் முழுமையையும், கணவன், குடும்பம், பிள்ளைகள் என்று மட்டும் நிரப்புவது அடக்குமுறை இல்லையா?

'**போர்**முனை' என்ற ஜெர்மானியக் குறுநாவலில் ஒரு தாய். அவளுக்குத் தன் மகனை யுத்த முனைக்கு அனுப்ப

விருப்பமில்லை. பதின்வயதில் இருக்கிறான். இன்னும் உலகம் தெரியவில்லை. "இவனைப் போருக்கு அனுப்ப முடியாது" என்று தாய் மறுத்துவிடுகிறாள். ஆனால், தாய் இல்லாத நேரத்தில் தகப்பன் தன் மகனிடம், "நீ யுத்தக் களத்தில் சண்டையிட்டு வீரனாகச் செத்துப் போ!" என்று அவனை ஒரு குதிரையில் ஏற்றி அனுப்புகிறார். மகனைக் காணாமல் தேடுகிறாள் தாய். மகன் குதிரையில் ஏறிப் போனதை அறிந்து ஓடுகிறாள். புல்வெளியில் குதிரை வேகமாக ஓடிக்கொண்டு இருக்கிறது. அதைத் தொடர்ந்தபடி ஆவேசத்துடன் ஓடுகிறாள்.

சரிவில் குதிரை இறங்கும்போது தாவி ஒரு கையால் குதிரையைப் பிடித்து நிறுத்தி, மகனைத் தன்னோடு வரும்படி கேட்கிறாள். மகன் பயந்துவிடுகிறான். தன் தாய் குதிரையைவிட வேகமாக ஓடி வருவதை, ஒரு கையால் ஆவேசமாகக் குதிரையைப் பிடித்து நிறுத்தியிருப்பதைக் கண்டு, "அம்மா! உனக்குள் இவ்வளவு சக்தி இருக்கிறதா? உன்னைச் சமையல் அறையில் பார்த்தபோது பூனைபோல இருந்தாயே?" என்று கேட்கிறான்.

"அப்பா என்னை அப்படி மாற்றி வைத்திருக்கிறார். உண்மையில் நான் தனியே குதிரைச் சவாரி செய்யவும், ஓடும் ஆற்றில் தனியே நீந்தவும் தெரிந்தவள். 15 வயது வரை அப்படித்தான் இருந்தேன். உன் அப்பாவைத் திருமணம் செய்துகொண்ட பிறகு, இத்தனை வருடங்களில் ஒருநாள் கூட நான் நீந்துவதற்கு வெளியே செல்லவோ, தனியே குதிரையேறிப் போகவோ இயலவில்லை. என் பலம் எனக்கே மறந்து போயிருந்தது. இன்று உன்னை இழந்துவிடக்கூடாது என்ற ஆசையில், என் பலம் எனக்குள் பெருகியோடியது. என்னை நான் மறந்துபோயிருந்ததை ஓடிவரும் நிமிடங்களில் உணர்ந்தேன்" என்கிறாள்.

இந்த உண்மை, ஜெர்மானியப் பெண்ணுக்கு மட்டுமல்ல; பெரும்பான்மையான இந்தியப் பெண்களுக்கும் பொருந்தக் கூடியதே. நீச்சல் வீராங்கனையாகப் பரிசு வென்ற பெண், திருமணம் ஆனதும் அதை மறந்து வீட்டின் குளியலறைக்குள் அடைபட்டு விடுகிறாள். கூடைப்பந்து ஆடத் தெரிந்த

பெண், கல்யாணம் ஆனபிறகு பந்தைத் தொடக்கூட மறந்துவிடுகிறாள். என்ன பேதம் இது? எதற்காக இந்த ஒடுக்குமுறை? விலக்கல், இரண்டாம்பட்ச மனப்போக்கு.

ஹாலிவுட்டில், 1991–ஆம் ஆண்டு வெளிவந்த 'தெல்மா அண்ட் லூயிஸி' (Thelma & Louise) என்ற படம் பெண்களின் தீராத அகத் தனிமையைப் பற்றியது. ரிட்லி ஸ்காட் இயக்கி, ஜீனா டேவிஸ் நடித்த இந்தப் படம், அன்றாட வாழ்க்கை போரடித்துப்போன இரண்டு இளம் பெண்கள் வீட்டைவிட்டு வெளியேறி, தங்கள் விருப்பத்தின் பாதையில் சில நாள்கள் செல்லும் பயணத்தையும் அதில் அவர்கள் அடையும் எதிர்பாராத நிகழ்வுகளையும் பற்றியது.

லூயிஸி, காபி ஷாப் ஒன்றில் வேலை செய்கிறாள். அவளது தோழி தெல்மா. இருவருக்கும் வாழ்க்கை அலுப்பூட்டுகிறது. தெல்மாவின் கணவன் மிகக் கண்டிப்பானவன். அவனது அடக்குமுறை, தன்னை மூச்சுத்திணறச் செய்வதாகச் சொல்கிறாள். இந்த நெருக்கடியிலிருந்து விடுபட்டு, இருவரும் ஒரு பயணத்தை மேற்கொள்கிறார்கள்.

இவர்கள் நினைத்ததுபோல அது சந்தோஷமான பயணமாக அமையவில்லை. பெண்ணாக இருப்பதால் உடல் ரீதியான வன்முறையை எதிர்கொள்கிறார்கள். தற்காத்துக்கொள்ள வழி தெரியாமல் சுடுகிறார்கள். போலீஸ் துரத்துகிறது. தப்பி ஓடுகிறார்கள். சட்டென அவர்கள் இயல்பு வாழ்க்கை திசைமாற்றம் கொண்டு, விபரீதத் தளங்களில் செல்லத் துவங்குகிறது. முடிவு இல்லாத சாகசத்தின் பாதையில் அவர்கள் காரில் பயணிக்கிறார்கள். முடிவில் அவர்களைக் காப்பாற்ற அவர்களாலும் முடியவில்லை.

தெல்மாவும் லூயிஸியும், மத்திய வயதுப் பெண்கள் அடையும் வெளிப்படுத்த முடியாத அக நெருக்கடியின் இரண்டு மாறுபட்ட வடிவங்கள். அவர்கள் தங்கள் அடையாளங்களை மீட்கவே போராடுகிறார்கள். உலகம், அவர்களை பகடைக் காய்களைப் போல உருட்டி விளையாடுகிறது. தங்கள் வயதுக்கு மீறிய அலுப்பைத் தாங்கள் அடைந்துவிட்டதாக இருவருமே ஓர் இடத்தில் சொல்கிறார்கள். அது அவர்கள் இருவரின் குரல் மட்டுமல்ல; அது மத்திய வயதை அடைந்த

பெரும்பான்மையான பெண்களின் அகக் குரலே!

தொழில்நுட்பமும் விஞ்ஞானமும் நம்மை அடுத்த நூற்றாண்டை நோக்கிக் கொண்டுசெல்லும்போது, நம் கலாசார, சமூகத்தடைகள் 100 வருஷம் பிந்திய மனப்போக்கைத்

கைகள் இல்லாத முதல் பெண் விமானி!

விமானத்தில் பயணம் செய்வதற்குக்கூடப் பயப்படும் பலர், இன்றும் இருக்கிறார்கள். ஆனால், இரண்டு கைகளும் இல்லாத ஓர் இளம் பெண் விமான ஓட்டியாகச் சாதனை செய்திருக்கிறார். சாதனை செய்ய, உடல் குறைபாடு தடையில்லை என்பதற்கு இன்னொரு சாட்சி ஜெஸிகா (Jessica Cox).

அமெரிக்காவைச் சேர்ந்த இவர், பிறவியிலே இரு கைகளும் இல்லாமல் பிறந்தவர். தன் குறையைக் கண்டு முடங்கிவிடாமல் கால்களால் எல்லா வேலைகளையும் செய்யப் பழகி, இவர் இன்று விமான ஓட்டியாகப் பயிற்சி மேற்கொண்டு உரிய லைசென்ஸ் பெற்று, திறமையான விமான ஓட்டியாகச் சாதனை புரிந்திருக்கிறார். கைகளால் இயக்கப்படுவதற்குப் பதிலாக கால்களால் இயக்கப்படும் கருவிகள் பொருத்தப்பட்ட சிறிய ரக விமானத்தை இவர் ஓட்டுகிறார். இரண்டு கைகள் இல்லாமலேயே விமானம் ஓட்டும் முதல் பெண் விமானி இவரே!

தான் நமக்குள் வைத்திருக்கிறதா? இந்தக் கேள்விக்குத் தேவை பதில் இல்லை. புரிந்துகொள்வது மற்றும் நடைமுறைச் செயல் மாற்றங்களுமே தேவைப்படுகின்றன. அது ஒன்றே இதற்கான எளிய தீர்வு!

எஸ். ராமகிருஷ்ணன்

19

சாவைச் சுமந்த பயணம்!

மீனம்பாக்கம் செல்லும் வழியில் உள்ள மேம்பாலம் ஒன்றில் அந்தக் காட்சியினைப் பார்த்தேன். ஸ்கூட்டரில் வந்துகொண்டு இருந்த ஒரு கணவன் – மனைவி, அவர்களது இரண்டு பிள்ளைகள் நால்வரும் பாலத்தின் ஓர் இடத்தில் வண்டியை ஓரமாக நிறுத்தி, உற்சாகத்துடன் கை அசைத்தபடியே வேடிக்கை பார்த்துக்கொண்டு இருந்தார்கள்.

என்ன வேடிக்கை பார்க்கிறார்கள் என்று திரும்பிப் பார்த்தபோது, விமானம் தரை இறங்கிக்கொண்டு இருந்தது. ஆகாயத்தில் விமானம் செல்லும்போது வியப்போடு பார்ப்பவர்களும், அதைக் கூடவே துரத்திச் செல்லும் சிறுவர்களும் என்றும் இருப்பார்கள் போலும். இந்த வியப்பை ரயிலும், கார்களும், அதிநவீனப் பேருந்துகளும் இழந்துவிட்டன. விமானம் இன்றைக்கும் வியக்க வைக்கக்கூடிய ஒன்றாகவே இருக்கிறது.

விமானம் இந்தியாவுக்கு வந்த கதை சுவாரஸ்யமானது. பாட்டியாலா மகாராஜா 1910–இல் இந்தியாவுக்கு விமானத்தை அறிமுகப்படுத்துவதற்காக 'பௌல்ஸ்' என்ற ஆங்கிலப் பொறியாளரை ஃபிரான்ஸுக்கு அனுப்பி, 'பார்மென்' என்ற குட்டி விமானத்தை வாங்கி வரச் செய்தார். 1910 டிசம்பர் 11–ஆம் தேதி அலகாபாத்தில் முதல் விமானம் கிளம்பியது.

முதல்முறையாக விமானத்தில் ஏறிப் பறந்த இந்தியர், காசி மகாராஜாவின் மகன். ஹென்றி பெக்கே என்ற விமானி அந்த விமானத்தை ஓட்டினார். சென்னையில் 1911 பிப்ரவரி 18-ஆம் தேதி விமானம் பறந்தது. அந்தக் காட்சியைப் பார்க்கப் பொதுமக்கள் திருவிழாபோலத் திரண்டு இருந்தார்கள். அன்று துவங்கிய வியப்பு இன்றும் அடங்கவே இல்லை.

மகாத்மா காந்தி விமானத்தில் பயணம் செய்ததே இல்லை. விமானத்தில் செல்லும்படியான சந்தர்ப்பம் கிடைத்தபோதும் 'அது ஏழைகள் பயணம் செய்ய முடியாத வாகனம். எனக்கும் அதில் பயணம் செய்ய விருப்பம் இல்லை' என்று தவிர்த்திருக்கிறார் காந்தி. அவரது லண்டன் பயணம் கப்பலில்தான் நடந்தது. இந்தியா முழுவதும் ரயிலிலும் கார்களிலும்தான் பயணம் செய்திருக்கிறார். இந்தியாவிலேயே விமானத்தில் பயணம் செய்யாத முதல் அரசியல்வாதி காந்தியாகத்தான் இருக்கக்கூடும்.

விமானத்தில் ஒருமுறையாவது பயணம் செய்ய வேண்டும் என்ற ஆசை, அனைவர் மனதிலும் ஒட்டிக்கொண்டுதான் இருக்கிறது. அது ஒரு ரகசிய விருப்பம். விமானத்தில் பயணம் செய்யப் போகிறோம் என்று வயதை மறந்து பெரியவர்கள்கூட சிறுவர்கள் போலக் குதூகலம் கொள் கிறார்கள். விமானத்தில் பறக்கும் ஆசை பலருக்கும் நிறைவேறாமலேயே போய்விடுகிறது. ஆசைகள் எப்போதும், நாம் விரும்புவதுபோல் நிறைவேறுவது இல்லை.

சிலரின் முதல் விமானப் பயணம் சாவின் காரணமாகவே சாத்தியமாகி இருக்கிறது. எனக்குத் தெரிந்த வீட்டில், 10 ஆண்டுகளுக்கு முன்பு இப்படி ஒரு சம்பவம் நடந்தது. சேலம் அருகில் உள்ள கிராமத்தில் தாய் இறந்துவிட்டார். மகன் மும்பையில் துறைமுகத் தொழிலாளியாக வேலை செய்துகொண்டு இருந்தான். மகனுக்கு போன் பேசி உடனடியாகக் கிளம்பி வரும்படி சொன்னார்கள். விமானத்தில் கிளம்பி வருவதைத் தவிர வேறு வழி இல்லை. அவனோ விமானத்தில் அதுவரை பயணம் செய்தது கிடையாது. கையிலும் பணம் இல்லை.

விமானத்துக்கு எங்கே டிக்கெட் வாங்குவது...? எப்படிப்

போவது? என எதுவும் தெரியவில்லை. இரண்டு நண்பர்கள் அவனுடன் விமானநிலையத்துக்குச் சென்றிருக்கிறார்கள். அம்மா இறந்துபோன துக்கம் தாள முடியாமல், அவனை அறியாமல் கண்ணீர் வழிந்தபடியே இருக்கிறது. விமானத்தில் தன்னை ஏற்றிக்கொள்வார்களோ என்ற இனம் புரியாத குழப்பமும் அவனிடம் இருப்பதைக் காண முடிந்தது. அன்று கிளம்ப இருந்த விமானத்தில் பயண வசதி கிடைக்கவில்லை. நண்பர்கள் போராடுகிறார்கள். சந்திக்கும் மனிதர்களிடம் எல்லாம் துக்கத்தைச் சொல்லி உதவி கேட்கிறார்கள்.

டிக்கெட் கிடைக்க வழியே இல்லை. துக்கம் தாள முடியாத மகன் சத்தமாகக் கதறி அழ ஆரம்பிக்க, ஒரு பயணி அவன் மீது அக்கறை கொண்டு, 'எதற்காக அவன் அழுகிறான்?' என்று தெரிந்து, உடனடியாக மாற்று ஏற்பாடுகள் செய்து, தனது இருக்கையில் அவன் பயணம் செய்வதற்கு உதவும் படியாக விமான நிறுவனத்தைக் கேட்டுக்கொண்டார். முடிவில் விமான நிறுவனமே அவனுக்காக ஓர் இருக்கையை ஏற்பாடு செய்தது.

விமானம் கிளம்பும் வரை அவனால் காத்திருக்க முடிய வில்லை. பகட்டான விமானநிலையத்தின் கடைகள், மனிதர்கள் எதுவும் கண்ணில் படவில்லை. மனதெங்கும் துக்கம், கட்டுப்படுத்த முடியாத அழுகை. விமானத்தில் ஏறி உட்கார்ந்ததோ, அது கிளம்பியதோ எதுவுமே அவனுக்குத் தெரியவில்லை. விமானப் பணிப்பெண் எல்லோருக்கும் தருவது போல அவன் முன்னாலும் சாக்லேட்கள் கொண்ட தட்டினை நீட்டி எடுத்துக்கொள்ளச் சொல்கிறாள். அதைப் பார்த்தவுடன் அவனது துக்கம் இன்னமும் அதிகமாகிறது. வேண்டாம் என்று மறுத்தபடியே குனிந்து அழுகிறான். அருகில் இருந்த பயணிக்கு அவன் துயரம் தெரியவில்லை.

விமானம் நடுவானில் பறந்துகொண்டு இருக்கிறது. மேகங்கள் அவன் கண்ணில் படுகின்றன. சூரியன் ஒளிர்கிறது. ஆனால், மனது அது எதையும் ரசிக்கவில்லை. அவன் நினைவில், இறந்துகிடந்த அம்மாவின் உடலும் அதைச் சுற்றி அழும்

சகோதரிகளும் மட்டுமே இருக்கிறார்கள். விமானம் தரை இறங்கி, வெளியே காத்திருந்த வாடகை காரில் ஏறும் வரை மும்பையில் இருந்து தான் எப்படி வந்தோம் என்ற தன் உணர்வே அவனுக்கு இல்லை.

அழுதபடியே ஊர் சென்று, தன் தாயின் இறுதிக் காரியங் களைச் செய்து முடித்தான். துக்கம் வடிந்து 15 நாட்களுக்குப் பிறகு மும்பை திரும்பும் நாளில், விமானத்தில் வந்த நினைவு அவனுக்குள் துளிர்விடுகிறது. சே! எத்தனை நாள்கள் விமானத்தில் போவதைப் பற்றிக் கனவு கண்டிருக்கிறோம். எத்தனை நண்பர்களை வழியனுப்பி வைத்துவிட்டு ஆசையோடு விமானத்தைப் பார்த்து நின்றிருக்கிறோம். விமானத்தில் செய்த முதல் பயணம், அதை மறுபடியும் நினைத்துப் பார்க்க முடியாதபடி ஆகிவிட்டதே என்று புலம்பி இருக்கிறான்..

எளிய மனிதர்கள் பலருக்கும், தங்களின் முதல் விமானப் பயணம் சாவு வீட்டுக்கு வந்து சேர வேண்டிய அவசரப் பயணமாகவே அமைந்துவிடுகிறது.

மூன்று ஆண்டுகளுக்கு முன்பு காசிக்குச் செல்வதற்கு நேரிடை விமான வசதி இல்லை என்பதால், டெல்லி சென்று அங்கிருந்து காசி செல்வது என்று கிளம்பினேன். டிசம்பர் மாதம் அது. அதிகாலை சென்னையில் இருந்து விமானம் கிளம்பி டெல்லிக்கு காலை எட்டரை மணிக்குச் சேர்ந்துவிடும். 10 மணிக்குக் காசிக்குச் செல்லும் விமானம் கிளம்பும் என்பது திட்டம். ஆனால், அன்று டெல்லி நகரின் மீது கடுமையான குளிர். விமானம் தரை இறங்க முடிய வில்லை. ஆகாயத்தில் சுற்றிக்கொண்டே இருக்கிறோம். பனிப்புகைக்குள் நகரம் முழ்கிப்போயிருக்கிறது. தரையோ, மரங்களோ தெரியாதபடி பனி அடர்ந்திருந்தது.

முதலில், ஒரு நகரின் மீது விமானம் சுற்றிக்கொண்டே இருந்தது வேடிக்கையாகத் தோன்றியது. ஆனால், அடுத்த அரை மணி நேரத்தில் அதுவே அலுப்பூட்டத் துவங்கியது. ஒருவேளை, விமானம் தரை இறங்கத் தாமதமாகும் என்று

தெரிந்தால், வேறு ஏதாவது ஒரு விமானநிலையத்தில் இறக்கி விடுவார்கள் என்று பயணிகள் பேசத் துவங்கினார்கள். ஆகாயத்தில் வெளிச்சம் ஒடுங்கியிருந்தது.

ஒரு மணி நேரம் டெல்லி நகரின் மீதே சுற்றி இருப்போம். முடிவில் ஆகாயத்தில் ஒரு துளை விழுந்தது போல சூரிய வெளிச்சம் தென்படத் துவங்கி, மெள்ள பனிப்புகை கலையத் துவங்கியது. கண்ணில் காட்சிகள் விழ ஆரம்பித்தன. பழைமையான டெல்லி நகரம் புகையும் பனியோடு பார்க்க அத்தனை அழகாக இருந்தது. விமானம் தரை இறங்கியபோது, காசிக்குச் செல்லும் விமானம் கிளம்பிப் போயிருந்தது.

"அதே விமான சேவை இரவு 10 மணிக்கு இருக்கிறது. அதுவரை காத்திருங்கள்!" என்றார்கள். வேறு வழி இல்லை என்பதால், கையில் இருந்த புத்தகத்தை விரித்தபடியே ஓர் இருக்கை தேடி உட்கார்ந்தேன். அன்றுதான் விமானநிலையத்தை முழுமையாக அறிய நேர்ந்தது.

ஒவ்வொரு விமான நிலையமும் ஒரு தனி உலகம். அது எப்போதுமே பயம் கலந்த வசீகரமாக இருக்கிறது. காவலர்களின் முகங்கள் நம்மை உற்று நோக்குகின்றனவோ என்ற அச்சம் அடிமனதில் எழுகிறது. வந்து போகும் மனிதர்கள், ஏதேதோ நாடுகளில் இருந்து வந்து இறங்கும் பயணிகளின் முகங்கள், பரபரப்பான விமானநிலைய ஊழியர்கள், அவர்களின் அழகான சீருடைகள், வண்ணத்துப்பூச்சிகள் போலத் தாவிச் செல்லும் விமான நிறுவன யுவதிகள், அடுத்த விமானத்துக்காகக் காத்திருப்பவர்கள், அதிகாரிகள், அரசியல்வாதிகள், தொழில் அதிபர்கள், சுற்றுலாப் பயணிகள் என்று கலவையான உலகம். விமானநிலையங்கள் உலகெங்கும் ஒன்றுபோலவே இருக்கின்றன. அதன் நெருக்கடியும், நிமிடத்தில் மாறிவிடும் அதன் இயல்பும் புரிந்துகொள்ளப்பட முடியாதது.

ஒருநாள் முழுவதும் விமானநிலையத்தில் காத்துக் கிடந்தபோது ஸ்பீல்பெர்க் இயக்கிய 'தி டெர்மினல்' (The Terminal) படம் நினைவில் வந்தது. விமான நிலையத்தில் மாட்டிக்கொண்ட விக்டர் என்பவரைப் பற்றிய படம் அது. டாம் ஹாங்ஸ் நடித்திருப்பார். மெக்ரம் ஹரிமி நாசர் என்ற

இரானியருக்கு உண்மையாக நடந்த சம்பவமே இந்தப் படத்தின் ஆதாரக்கதை.

நியூயார்க் விமான நிலையத்தில் செல்லுபடியாகாத ஒரு பாஸ்போர்ட்டுடன் மாட்டிக்கொண்டு, வெளியேறிச் செல்ல முடியாமல், மொழி தெரியாமல் மாட்டிக்கொண்ட ஒரு மனிதனின் தவிப்பே இந்தப் படம்.

இரண்டு காரணங்களால் இந்தப் படம் மிக அற்புதமானது. ஒன்று, பெருநகரங்களில் விமானநிலையத்தில் மாட்டிக் கொள்ளும் மனிதனின் அவஸ்தைகள் நிஜமாகப் படமாக்கப் பட்டு இருக்கின்றன என்பது. இரண்டாவது, இவ்வளவு சிரமப் பட்டு அந்த மனிதன் எதற்காக அமெரிக்கா வந்திருக்கிறான் என்ற காரணம்.

ஜாஸ் இசையின் தீவிர ரசிகரான தன் அப்பா ஆசைப்பட்டார் என்பதற்காக, அவருக்கு விருப்பமான ஜாஸ் இசைக்கலைஞர்களை ஒவ்வொருவராகத் தேடி, அவர்களது ஆட்டோகிராஃப் பெறுகிறான் விக்டர். இதில் அமெரிக்காவைச் சேர்ந்த பென்னி கோல்சன் என்ற இசைக்கலைஞர் ஒருவர் மட்டுமே பாக்கி.

அவரிடம் ஓர் ஆட்டோகிராஃப் வாங்கினால், இறந்துவிட்ட அப்பாவின் ஆசையை நிறைவேற்றிவிடலாம். இதற்காகவே அவன் அமெரிக்காவுக்குள் வர விரும்புகிறான். முறையான கடவுச்சீட்டு இல்லை என்று அரசாங்கம் அவனை அனுமதிக்க மறுக்கிறது. ஒன்பது மாத காலம் அவன் நியூயார்க் விமானநிலைய வளாகத்துக்குள்ளாகவே தங்கி வாழ்கிறான். அங்குள்ள மனிதர்களுடன் பழகுகிறான். சிறுசிறு வேலைகள் செய்கிறான். ஆனால், அமெரிக்காவுக்குள் நுழைய முடியவில்லை. நீண்ட போராட்டத்துக்குப் பிறகு அமெரிக்காவினுள் நுழைய அனுமதிக்கப்படுகிறான். அவசரமாக பென்னி கோல்சனைச் சந்தித்து ஒரு கையெழுத்து பெறுகிறான் விக்டர். மறுநிமிடம் சோர்வும் நீண்ட அலுப்புடன், தான் வீடு திரும்பப் போகிறேன் என்று வாடகை வாகனத்தில் ஏறி உட்காருவதோடு படம் நிறைவு பெறுகிறது.

எல்லாப் பயணங்களின் பின்னாலும் ஓர் ஆசை ஒளிந்திருக் கிறது. அதுதான் உந்தித் தள்ளுகிறது. சாதிக்க வைக்கிறது. 'பறவை, கிளைகளை நம்பி அமர்வதில்லை. தன் சிறகுகளை நம்பித்தான் அமர்ந்திருக்கிறது!' என்று ஒரு முதுமொழி இருக்கிறது. பறவைகளிடம் கற்றுக்கொள்ள வேண்டியது பறத்தல் மட்டுமல்ல, அதன் இடைவிடாத பயணம், மழை, வெயில் பற்றிய முணுமுணுப்பு இல்லாமல் தடை தாண்டிப் போகும் அதன் முயற்சி, இயல்பு மாறாத அதன் களிப்பு யாவும்தான்!

தமிழ்ப் பால் தந்த ஐயன்!

கவிஞர்களின் புகழ் போற்றும் வகையில் சிலை அமைப்பது உலகெங்கும் இருக்கிறது. தமிழகம் அதில் ஒரு படி மேலே உள்ளது. பல முக்கியத் தமிழ்க் கவிஞர்களுக்குக் கோயில்கள், சந்நிதிகளே இருக்கின்றன.

திருவள்ளுவர் சமணச் சமயத்தைச் சேர்ந்தவர். இவருடைய புகழ் போற்றும்படியாக வள்ளுவர் கோட்டமும், கன்னியாகுமரியில் நெடிதுயர்ந்த சிலையும் இருப்பதைப் பலரும் அறிவார்கள். சென்னை மயிலாப்பூரிலும் திருவள்ளுவருக்கு ஒரு கோவில் இருக்கிறது. சமஸ்கிருதக் கல்லூரிக்குக் கிழக்குப் பக்கமாகவும், முண்டகக்கண்ணி அம்மன் கோவிலுக்கு மேற்குப் பக்கமாகவும் உள்ளது இந்தக் கோவில். இங்கே திருவள்ளுவருக்கு சந்நிதி உள்ளது. அவரது மனைவி வாசுகியின் சிலை உள்ளது. திருவள்ளுவர் பிறந்த இடம் என்று, அகழி பாய்ச்சிய இடம் ஒன்று உள்ளது. சிறிய நூலகம், குறள்நெறி உரை, அன்னதானம் இடல் என்று சிறப்பான கோவில் இது!

20

பல்லின்னா பயப்படுவீங்களா?

பயம்... மனிதனின் ஆதார உணர்ச்சி. எதற்குப் பயம், எதைக் கண்டு பயம் என்ற பட்டியல் முடிவில்லாதது. ஆனால், பயமில்லாத மனிதன் எவனும் இல்லை. பயத்தைக் காட்டிக் கொள்ளாதவர்கள் அதிகம் இருக்கிறார்கள்.

பயம் தான் மனிதக் கற்பனையின் ஆதாரப்புள்ளி. பல கண்டுபிடிப்புகளுக்குப் பின்னே பயம் ஒரு விதையாக இருக்கிறது. காந்திஜி இரவில் விளக்கைப் போட்டுக்கொண்டுதான் உறங்குவார் என்ற வரியைப் படித்த என் நண்பர் மிகுந்த சந்தோஷத்துடன், "இந்த விஷயத்தில் நானும் காந்தி மாதிரிதான். நான் தூங்கும்போதுகூட அறையில் விளக்கு பிரகாசமாக எரிய வேண்டும்" என்றார்.

"நீங்கள்தான் தூங்கிவிடுவீர்களே... பிறகு எதற்கு வெளிச்சம்?" என்று கேட்டேன்.

அவர், "அதைச் சொன்னால் உங்களுக்குப் புரியாது. இந்தப் பிரச்சனையால் ரயிலில் போனால், என்னால் தூங்கவே முடியாது" என்றார்.

உலகம் இப்படி எண்ணிக்கையற்ற பயங்களால் ஆனது. ஒவ்வொரு பயமும் ஒரு பிரச்னையாக வளர்ந்துவிடுகிறது. அதை நாளெல்லாம் சுமந்துகொண்டே அலைகிறோம். சில

பயங்கள் காலமாற்றத்தில் வடிந்துபோய்விடும். சில பயங்கள் வயதான பிறகுதான் வரவே துவங்கும். பயம் விசித்திரமானது. அதைப் பற்றி நினைக்கத் துவங்கியதும் அதற்கு கை, கால்கள் முளைத்துவிடும். ஆக்டோபஸ் பற்றிக்கொள்வது போல நம்மை அது பற்றிக்கொண்டுவிடும். ஒவ்வொரு வயதிலும் அதற்கேற்ற பயங்கள் நம்மோடு இருக்கின்றன.

எனக்குத் தெரிந்த பேராசிரியர் ஒருவர் சென்னையின் புறநகரில் புதிதாக வீடு கட்டினார். பல வருடக் கனவு அது. வங்கிக் கடனில் கட்டியது. சிறிய குடும்பத்துக்குப் போதுமான வீடு. அந்த வீட்டுக்குக் குடிபோன நாலைந்து வாரங்களுக்குப் பிறகு, ஒருநாள் என்னைத் தேடி வந்தார்.

“எப்படி இருக்கிறது புதிய வீடு?” என்று கேட்டேன்.

“வீடு நன்றாகத்தான் இருக்கிறது. ஆனால், பயமாக இருக்கிறது” என்றார்.

“என்ன பயம்? உங்கள் வீட்டைச் சுற்றிலும் நிறைய வீடுகள் இருக்கின்றனவே?” என்றேன்.

“பயம் அதைப் பற்றி இல்லை. என் புதிய வீட்டில் பல்லியே இல்லை. ‘பல்லி வராத வீட்டில் மனிதர்கள் வாழ முடியாது’ என்று என் மனைவி சொல்கிறாள்” என்றார்.

அப்படி ஒரு விஷயத்தையே அன்றுதான் முதன்முறையாகக் கேள்விப்படுகிறேன். பல்லி இல்லாத வீட்டில் மனிதர்கள் குடியிருக்க முடியாது என்ற பயத்தை யார் உருவாக்கினார்கள்? எப்படி அது ஏற்பட்டது? என்று தெரியவில்லை.

“இதெல்லாம் நீங்கள் நம்புகிறீர்களா?” என்று கேட்டேன்.

தயக்கத்துடன் அவர், “நானும் அதை நம்பவில்லை. ஆனால், அந்த வீட்டுக்கு மாறிய பிறகு, எங்களுக்குக் கெட்ட கனவுகள்

அதிகம் வருகின்றன. பல்லிகள், மனிதர்களின் பேச்சை உற்றுக் கேட்கக்கூடியவை. அவ்வப்போது பதில் தரக்கூடியவை. அதனால்தான் பல்லி சாஸ்திரம் எழுதப்பட்டு இருக்கிறது. என் மனைவி தன் அலுவலகத்தில் உள்ள ஒருவரிடம்

விசாரித்திருக்கிறாள். அவர் 'பல்லி இல்லாத வீட்டில் குடியிருந்தால் துர்சம்பவங்கள் நடக்கும்' என்று சொன்னாராம்" என்றார்.

என்னால் அதை ஏற்றுக்கொள்ள முடியவில்லை. நான் வேடிக்கையாக, "பிளாஸ்டிக்கில் பல்லி விற்கிறார்கள். அதை வாங்கிச் சுவரில் ஒட்டிவிடுங்கள்" என்றேன்.

"என் பிரச்னையை நீங்க புரிஞ்சுக்கவே மாட்டேங்கிறீங்க" என்று ஆதங்கத்துடன் சொல்லியபடியே விடைபெற்றார்.

இரண்டு நாட்களுக்குப் பின்பு ஓர் இரவு எனக்கு போன் செய்தார். தன் வீட்டில் நிறைய புகை போட்டு வைத்திருப்பதாகவும், அப்படி புகை போட்டால் பல்லி வந்துவிடும் என்று பலசரக்குக் கடைக்காரர் ஆலோசனை சொன்னாராம். ஆனால், அவர் நம்பியதுபோல் பல்லி வரவில்லை. மாறாக, வீட்டில் இருந்து புகை கசிந்து வருகிறது என்று யாரோ புகார் சொல்லி, தீயணைப்பு வண்டிதான் வந்து இறங்கி விசாரித்துப் பிரச்சனையானது.

பின்பு ஒருநாள், நூலகத்தில் வசிக்கும் பல்லி ஒன்றைப் பிடித்துக் கொண்டுவந்து வீட்டில் விட்டுப் பார்த்தார். அது ஓர் இரவுகூடத் தங்கவில்லை. மறுமுறை பல்லி முட்டையைக் கொண்டுவந்து வைத்து, அதில் இருந்து குஞ்சு வரும் வரை காத்திருந்தார். பல்லி போன்ற சித்திரம் வரைந்து சாந்தி பூஜை செய்தார். எதுவும் பலிக்கவில்லை. கணவன் – மனைவி இருவரும் தினமும் பல்லியைப் பற்றியே பேசிக்கொண்டு இருந்தார்கள். ஆலோசனை கேட்டார்கள். கம்ப்யூட்டர் உதவியால் அதைப் பற்றிய தகவல்கள் தெரிந்து கொண்டார்கள். ஆனால், பல்லி வரவே இல்லை. முடிவில் அந்த வீட்டை வாடகைக்கு விட்டுவிட்டு, தங்களது பழைய அடுக்குமாடிக் குடியிருப்புக்குத் திரும்பிவிட்டார்கள்.

100 வருடங்களுக்கு முன்பாக இப்படி ஒரு மனிதன் நடந்துகொண்டு இருந்தால், படிப்பறிவு இல்லை, உலக அனுபவம் தெரியவில்லை என்று சொல்லலாம். சாட்டிலைட் யுகத்தில் படித்த அனுபவமிக்க மனிதர் இப்படி ஒரு காரணத்தைச் சொல்லி, அதற்குப் பயந்துபோய் சொந்த வீட்டைக் காலி செய்துவிட்டு வந்ததை என்ன சொல்வது!

பலரும் வீட்டில் உள்ள பல்லியை விரட்ட வழி தேடி அலை கிறார்கள். ஆனால், இப்படி ஒருவர் பயத்தோடு இருக்கிறார். என்ன முரண் இது?

ஒரு விஷயம் தெளிவாகப் புரிந்தது. மனிதர்களின் பயங் களுக்கான காரணங்கள் விசித்திரமானவை. அதை எளிதில் தீர்த்துவிட முடியாது. அபத்தமாக நடந்துகொள்வது மனித இயல்பின் ஒரு பகுதி போலும்.

பல்லி ஒன்றைக் கற்றுத்தருகிறது. அது, பிரச்னையில் மாட்டிக்கொண்டு தப்பிக்க இயலாதபோது தனது வாலைத் துண்டித்துக்கொள்ளும். இந்தச் செயல், நம்மிடம் உள்ள ஒன்றை இழப்பதன் வழியே ஒரு பிரச்னையில் இருந்து நாம் விடுபட முடியும் தந்திரம். தன் வாலைத் தானே துண்டித்துக்கொள்வது போன்ற துணிச்சலான தற்காப்பு முடிவுகள் அவசியமானவை என்பதையே உணர்த்துகிறது. அதை நாம் பெரிதாகக் கவனம் கொள்ளவில்லை.

இருபது வருடங்களுக்கு முன்பாக 'The Gods Must be Crazy' என்ற ஹாலிவுட் படம் வெளியானது. மிகத் தரமான நகைச்சுவைப் படம். காட்டில் வசிக்கும் ஆதிவாசிகள் எப்படி நாகரிக மாற்றங்களைப் புரிந்துகொள்ள இயலாமல் பயம் கொள்கிறார்கள் என்பதைப் பற்றியது. தென்னாப்பிரிக்கா வில் உள்ள போட்ஸ்வானா பகுதியில் உள்ள பாலைவனத்தில் ஆதிவாசிகள் வசிக்கும் ஓர் இடத்தில் விமானத்தில் இருந்து ஒரு 'கோக்' பாட்டில் தூக்கி வீசப்படுகிறது. அதைத் தற்செயலாக ஆதிவாசி ஒருவன் கண்டெடுக்கிறான்.

அது என்னவென்று அவனுக்குப் புரியவில்லை. அதை விசித்திரமான பொருளைப் போலப் பார்க்கிறான். அதை வாங்கி ஒருவன் இசைக்கருவி போல ஊதிப் பார்க்கிறான். ஒரு பெண் அதை வைத்து துணி துவைக்கிறாள். ஓர் ஆள் அதை வைத்து கடினமான பழங்களை உடைத்துச் சாப்பிடுகிறான். இப்படி அது என்னவென்று தெரியாமல் பயன்படுத்தப்படுகிறது. ஒருநாள் ஒரு சிறுவன் அந்தப் பாட்டிலால் அடுத்தவன் தலையில் அடித்துவிட, ரத்தம் கொப்பளிக்கிறது. இந்த பாட்டில் தங்களைச் சோதிக்க சாத்தான் போட்டது என்று கருதிய ஆதிவாசி ஒருவன்,

அதைக் கடலின் ஆழத்தில் தூக்கி எறிந்துவிடுவதற்காக ஒரு நீண்ட பயணத்தை மேற்கொள்கிறான்.

அந்தப் பயணத்தில் அவன் நிறையச் சம்பவங்களை எதிர் கொள்கிறான். அதில் ஒன்று, ஒரு ஜீப் அவனை வேகமாகக் கடந்து போகிறது. மணலில் ஜீப் டயர்களின் பதிவுகளைக் காணும் அவன், அது என்ன மிருகம் என்று புரியாமல் விசாரிக்கிறான். இவ்வளவு வேகமாக ஓடும் மிருகத்தைத் தான் கண்டதில்லை என்று வியக்கிறான். வெள்ளைத் தோல் உள்ள பெண்ணைக் கண்டதும் அவளுக்கு உடல் முழுவதும் ஏன் வியாதியாக உள்ளது என்று விசாரிக்கிறான்.

மந்தையில் மேயும் ஆடு ஒன்றை வேட்டையாடி அதற்காகக் காவல்துறையால் பிடிக்கப்பட்டு நீதிமன்ற விசாரணைக்கு உட்படும்போது, ஆடு, மாடு, மரங்கள் போன்றவை தனி நபர்களுக்கு எப்படிச் சொந்தமாக இருக்க முடியும். அது யாவருக்கும் பொதுவானதுதானே என்று கேட்கிறான். இப்படி ஆதிவாசி இந்த நாகரிக உலகை, அதன் பொருள் புரியாத செயல்களைத் தொடர்ந்து கேள்வி கேட்கிறான். சலிப்புற்று தன் வேலை முடிந்ததும் இருப்பிடம் திரும்புகிறான்.

ஆப்பிரிக்காவில் மரங்கள் யாவருக்கும் பொதுவானவை. எந்த மனிதனும் எந்த மரத்துக்கும் உரிமை கொண்டாட முடியாது. எவரும் எந்த மரத்தில் இருந்தும் பழம் பறித்துச் சாப்பிட முடியும். ஆதிவாசிகளாக நாம் கருதும் மக்கள், நம்மைவிட விசாலமான மனதும் அக்கறையுமாக இருக்கிறார்கள். அவர்களது ஒரே பயம், நமது நாகரிகம்; அதன் கருவிகள். நமது பயத்தை இன்னொருவன் வணிகமாக்கிப் பணம் சம்பாதிப்பதை, நாளிதழ் செய்திகள் தினமும் தெரிவிக் கின்றன. ஆனாலும் நாம் அதைக் கண்டுகொள்வதோ, மாற்றிக்கொள்வதோ இல்லை.

தாய்லாந்து நாட்டின் விளம்பரப் படமான 'The house lizard love story' என்ற படத்தை இணையத்தில் பார்த்தேன். 40 நொடிகள் ஓடக்கூடியது. ஒரு வீட்டின் கூரையில் இரண்டு பல்லிகள் ஒன்றையொன்று ஆரத்தழுவிக் காதலிக்கின்றன. திடீரென அந்தக் கூரையில் விரிசல் விழுகிறது. ஆண் பல்லி தவறி விழுகிறது. பெண் பல்லி தாவிப் பிடிக்கிறது.

ஆனால், அந்தப் பிடியில் இருந்து நழுவி ஆண் பல்லி உயரத்தில் இருந்து விழுகிறது. வீட்டின் ஓர் இடத்தில் மூன்று பேர் அமர்ந்து செக்கர்ஸ் விளையாடிக்கொண்டு இருக்கிறார்கள். ஆண் பல்லி அவர்கள் முன் விழுந்து சிதறிச் சாகிறது. "ஐயோ..! நிச்சயம் இதன் துணைப் பல்லி மேலே இருக்கக்கூடும்" என்கிறான் ஒருவன்.

அவன் சொல்லி முடிப்பதற்குள் பெண் பல்லி தானே தாவி தரையை நோக்கி விழுகிறது. அதுவும் அதே இடத்தில் விழுந்து சாகிறது. விரிசலை நீ கவனித்திருந்தால், இந்தப் பல்லிகள் செத்துப்போயிருக்காது என்று கத்துகிறான் ஒருவன். இதற்கு ஒரே விடை, பிளைவுட் பலகையைப் பொருத்துங்கள். நமது வீடு நமக்கானது மட்டுமல்ல என்று பிளைவுட் கம்பெனியின் பெயர் திரையில் தோன்றி வீட்டின் வடிவம் மாறுகிறது.

நம் வீடு நாம் வசிப்பதற்கானது மட்டுமல்ல. நம்மைச் சார்ந்த எவ்வளவோ நுண் உயிரிகள், பறவைகள், செடி கொடிகள் வளர்கின்றன. அதன்மீது நமக்கு அக்கறை வேண்டும் என்பதையே இந்த விளம்பரம் வெளிப்படுத்துகிறது. நாம் அதைத் தவறாகப் புரிந்து கொண்டோ அல்லது பயமாகவோ மாற்றிவிட்டால், அதன் முழுப் பொறுப்பும் நம்மையே சாரும்.

பயம், நம் நிழல் போன்றது. அது நம்மைவிட பெரிதாக இருப்பதுபோல பல நேரம் தோன்றும். அது நிஜம் இல்லை, வெறும் மயக்கம். அந்த எளிய உண்மையை நாம் மறந்துவிடுவதே இத்தனைக்கும் காரணம்!

மருத்துவத்துறையின் மார்க்கோ போலோ!

மனித மூளை மற்றும் நரம்பியல் செயல்பாடுகள் பற்றி உலக அளவில் சிறந்த மருத்துவராகவும், மிக முக்கிய ஆய்வாளராகவும் உள்ளவர் டாக்டர் வில்லியனூர் சுப்ரமணியம் ராமச்சந்திரன். 'நரம்பியல் மருத்துவத்துறையின் மார்க்கோ போலோ' என்று கொண்டாடப்படும் இவர், பத்மபூஷண் உள்ளிட்ட

பல முக்கிய விருதுகளைப் பெற்றவர். தமிழ்நாட்டின் வில்லியனூரில் பிறந்து, ஸ்டான்லி மருத்துவக்கல்லூரியில் பயின்று, இன்று அமெரிக்காவில் "Center for Brain and Cognition" இயக்குநராக உள்ளார்.

இந்த நூற்றாண்டின் சாதனையாளர்கள் வரிசையில், இவரை 'டைம்' இதழ் கௌரவித்துள்ளது. இன்னமும் அறியப்படாத மனித மூளையின் விசித்திரங்களை ஆராய்ந்து, புதிய வெளிச்சமிடும் இவரது பங்களிப்பு, மருத்துவ உலகில் மிகப்பெரிய மாற்றங்களை உருவாக்கி வருகிறது. அந்த வகையில் மருத்துவர் ராமச்சந்திரன் நாம் கொண்டாடப்பட வேண்டிய தலைசிறந்த மனிதர்!

21

கற்களை வாசித்திருக்கிறீர்களா?

*மு*துகில் உள்ள மச்சத்தைப் போல, கவனிக்கப்படாத விஷயங்கள் உலகில் நிறையவே இருக்கின்றன. உலகில் மிகப்பெரிய தண்டனை புறக்கணிப்புதான். அதைப்போல வலி தருவது வேறில்லை.

நம்மை அறியாமலே நாம் எவ்வளவோ விஷயங்களைத் தவற விட்டு இருக்கிறோம். அல்லது நாம் கண்டுகொள்ளாமல் போனதாலே பல விஷயங்கள் அடையாளமற்றுப் போயிருக்கின்றன.

'Stone Reader' என்ற டாகுமென்டரி படம் ஒன்றினைப் பார்த்தேன். 1972-ஆம் வருடம் அமெரிக்காவில் மார்க் மாஸ்கோவிட்ச் என்ற இளைஞன், Dow Mossman என்ற எழுத்தாளரின் 'The Stones of Summer' என்ற நாவலைப் பற்றிக் கேள்விப்பட்டு, படிப்பதற்காக வாங்குகிறான். ஏதோ காரணத்தால் அதை உடனடியாகப் படிக்க முடியவில்லை. தனது புத்தக அலமாரியில் தூக்கிப் போட்டு விடுகிறான்.

வாழ்க்கை நெருக்கடி, குடும்பப் பிரச்னைகள் என்று அலைந்து திரிந்ததில் அந்த நாவலை மறந்துவிடுகிறான். வருடங்கள் கடக்கின்றன. படிக்கப்படாமலே அந்த நாவல் அவனது அலமாரியில் கிடக்கிறது. 30 வருடங்களுக்குப் பிறகு ஒருநாள் தற்செயலாக அந்த நாவல் கண்ணில் படுகிறது. ஆசையாக வாங்கிய நாவலை இத்தனை வருடங்கள்

கவனிக்காமல் விட்டுவிட்டோமே என்று உடனடியாகப் படிக்கத் துவங்குகிறான்.

இரண்டு, மூன்று நாட்களில் அந்த நாவலைப் படித்து முடிக்கிறான். அற்புதமான நாவல். இப்படி ஒரு நாவலை இத்தனை வருடங்களாகப் படிக்காமல் இருந்துவிட்டோமே என்ற குற்ற உணர்ச்சி அவனுக்குள் உருவாகிறது. Dow Mossman வேறு என்ன எழுதி இருக்கிறார் என்று தேடிப் பார்க்கிறான். எதுவுமே கிடைக்கவில்லை. அவரைத் தேடிச் சென்று பார்த்துவிட வேண்டியதுதான் என்று புத்தக வெளியீட்டு நிறுவனத்தைத் தொடர்பு கொள்கிறான்.

அவர்கள் 'Dow Mossman' இந்த ஒரே ஒரு நாவலைத்தான் எழுதினார். அதன்பிறகு எதையுமே அவர் எழுதவில்லை. எழுத்துலகை விட்டே விலகிப் போய்விட்டார்' என்கிறார்கள். அவர் எங்கே இருக்கிறார் என்று விசாரிக்கிறான். அவரது முகவரியையோ, அவரைப் பற்றிய விவரங்களையோ எதையும் அறிந்துகொள்ள முடியவில்லை.

தனது ஆதர்ச எழுத்தாளரைத் தானே தேடிக் கண்டு பிடிப்பது என்று கிளம்புகிறான். இதற்காக அந்த நாவலின் எடிட்டரை, அட்டைப்படம் வரைந்த ஓவியரை, பத்திரிகையில் விமர்சனம் எழுதியவரை என எல்லோரையும் பார்த்து விவரம் கேட்கிறான். ஆனால், ஒருவருக்கும் Dow Mossman பற்றி எந்தத் தகவலும் தெரியவில்லை. காலம் அவர் பெயரை முழுமையாக மறந்துபோய் இருந்தது. ஆனால், விடாப் பிடியாக தேடி அலைகிறான் மாஸ்கோவிட்ச்.

இந்தப் பயணம் ஒரு வகையில் தனது 30 வருட கடந்த காலத்தை நோக்கித் திரும்பச் செல்வது போன்று இருக்கிறது. ஓர் இடத்தில் தன் அம்மாவுக்கு போன் செய்து, தான் அந்த நாவலை விலைக்கு வாங்கிய வயதில் எப்படி இருந்தேன்? என்ன புத்தகங்கள் படித்தேன்? என்ன மன நிலையில் இருந்தேன்? என்று விசாரிக்கிறான். தான் ஒருவேளை அந்த நாவலாசிரியரைக் கண்டுபிடித்துவிட்டால் என்ன பேசுவது என்று ஆலோசனை கேட்கிறான்.

அந்த நாவல் அவனை ஊர் ஊராக இழுத்துக்கொண்டு அலைகிறது. Dow Mossman பற்றி ஒருவரும் அறிந்திருக்கவில்லை. கிழிந்துபோன பக்கங்களுடன் உள்ள அந்த நாவலைக் கையில்

எஸ். ராமகிருஷ்ணன் ◻ 161

ஏந்தியபடியே பயணிக்கும் வழியில், ஒரு சிறிய தகவல் கிடைக்கிறது. அதைப் பற்றிக்கொண்டு பயணம் செய்து, Dow Mossman–ஐ சந்திக்கிறான்.

குடிகாரராக, மனச்சோர்வுற்றுத் தனிமையில் வாழும் முதியவராக அவரைப் பார்க்கும்போது, இவரா அந்த உன்னத நாவலை எழுதியவர்? என்று தோன்றுகிறது. தான் 30 வருடங்களுக்கு முன்பு எழுதிய நாவலைப் படித்து விட்டு, அதற்காகத் தன்னை தேடி அலைந்து திரிந்து ஒரு மனிதன் வந்திருப்பதை உணர்ச்சிப் பூர்வமாக வரவேற்கிறார் Dow Mossman.

தன் விருப்பமான எழுத்தாளரைச் சந்தித்த மகிழ்ச்சியில், அவர் ஏன் அந்த ஒரு நாவலோடு எழுதாமலே போனார் என்று கேட்கிறான் மாஸ்கோவிட்ச். அவர் பதில் சொல்ல வில்லை. மௌனமாக இருக்கிறார். எது அவரை இப்படி ஆக்கியது? குடும்பமா... அகப் பிரச்சனைகளா அல்லது எதிர்வினையா, பாராட்டுகளே இல்லாத புறக்கணிப்பா? காரணம் தெரியவில்லை. ஒரு சிறந்த நாவலை எழுதியபோதும் Dow Mossman ஒருவர் நினைவில்கூட இல்லாமல், வாழும் நாளிலே மறக்கப்பட்டவராக இருக்கிறாரே என்று வேதனைப் படுகிறான்.

டவ் மோஸ்மேன் அதைப் பற்றி பெரிதாகக் கலக்கமடையவே இல்லை. அவர் தனக்குப் பிடித்தமான ஷேக்ஸ்பியரைப் பற்றியும், மார்க் ட்வைன் பற்றியும் பேசுகிறார். தன்னிடம் இருந்து எழுத்தாளன் என்ற அடையாளம் மறைந்துபோய் விட்டது என்று ஆதங்கத்துடன் சொல்கிறார்.

காலம் மறந்த ஒரு கலைஞன் மறுபடி கண்டுபிடிக்கப்படுகிறான். மோஸ்மேனைப் பற்றிய இந்தத் தேடுதலை முழுமையான ஓர் ஆவணப்படமாகச் செய்திருக்கிறார் மாஸ்கோவிட்ச். அதுதான் 'ஸ்டோன் ரீடர்'.

துப்பறியும் படங்களைப் பார்ப்பது போன்று அத்தனை ஈர்ப்பு. எங்கே டவ் மோஸ்மேனைச் சந்திக்க முடியாமலே இந்தப் பயணம் முடிந்துவிடுமோ என்ற ஆதங்கம் பார்ப்பவர் மனதில் உருவாகிறது. இருவரும் சந்திக்கும் நிமிடத்தில் பார்வையாளன் தானே அந்த எழுத்தாளரைக் கண்டுபிடித்தது

போல உணர்கிறான். சிறந்த டாகுமென்டரிக்கான உலகத் திரைப்பட விழா விருதுகள் பல பெற்றுள்ள இந்த ஆவணப் படம், நிறையக் கேள்விகளை எழுப்புகிறது.

ஏன் காரணம் இல்லாமல் ஒன்றைப் புறக்கணிக்கிறோம்? நம்மைச் சுற்றிய கலைஞர்களை, கலைகளைக் கொண்டாட ஏன் மறந்துபோனோம்? நமது புத்தக அலமாரியில் உள்ள படிக்கப்படாத புத்தகத்தில் ஒன்று நம் சிந்தனையை மாற்றிவிடக்கூடியது என்பதை எதற்காக மறந்துபோகிறோம்? பாராட்டும், அங்கீகாரமும், தொடர்ந்த அரவணைப்பும் இல்லாத கலைஞன் ஒடுங்கிப் போய் விடுவான். அல்லது கலையை விட்டு விலகிப்போய் விடுவான் என்ற உண்மையை ஏன் நாம் புரிந்துகொள்வதே இல்லை? இந்த டாகுமென்டரி என்னை மிகவும் பாதித்தது.

தமிழில் 'இடைவெளி' என்ற சிறந்த நாவலை எழுதிய சம்பத், என் நினைவுக்கு வந்தார். அவர் ஒரே ஒரு நாவல் மட்டுமே எழுதினார். கூடுதலாக ஐந்தாறு சிறுகதைகள் எழுதியிருக்கக்கூடும். ஆனால், அது புத்தகமாக வரவில்லை. இந்த ஒரு நாவலின் வழியே சம்பத் என்றென்றும் தமிழ் நாவல் உலகில் முக்கிய இடம் பெற்றிருப்பார். சம்பத்தை இன்றுப் படிக்கத் துவங்கும் ஒரு வாசகன், நிச்சயம் மாஸ்கோவிட்ச் தேடிச் சென்றது போன்று அலையக்கூடும். அவனுக்கு மிச்சமாகக் கிடைப்பது 40 வயதுக்குள்ளாகவே இறந்துபோய்விட்ட சம்பத்தின் நினைவு மட்டுமே.

கவனமின்மையும் புறக்கணிப்பும் இரண்டும் சகோதரர்கள் போலும், இரண்டும் ஒன்றாகவே வருகின்றன. அல்லது ஒருவர் வந்தவுடன் மற்றவர் இணைந்துகொண்டுவிடுகிறார்.

சிறு வயதின் போது கிராமக் கோவிலில் நாகஸ்வரம் வாசிப்பவர்களின் மயக்கும் இசையை மெய்மறந்து கேட்டபடியே நிற்பேன். காற்றெங்கும் நாகஸ்வரத்தின் நறுமணம் பரவி இருக்கும். உலகின் உன்னதமான இசை அது. மேளமும் நாகஸ்வரமும் இணைந்து கோவில் சிலைகளைக்கூட கை, கால் வீசித் துடிக்கச் செய்யும்படியாக இருக்கும். வசீகரமான சர்ப்பம் ஒன்று நெளிந்து உடல் அழகைக்

காட்டியபடியே, துடிக்கும் நாவுடன் ஒளிரும் கண்களுமாக வேக வேகமாகக் கடந்து செல்வது போன்றிருக்கும், அந்த இசையின் தன்மை.

மிக நன்றாக வாசிக்கிறார்கள் என்று பாராட்டிச் சொல்ல வேண்டும் என்று மனதில் தோன்றும். ஆனால், சொன்னதே இல்லை. அவர்களின் பெயர்களைக்கூட அறிந்து கொள்ள ஆர்வப்பட்டது இல்லை. என்ன காரணம்? யோசிக்கையில் அவமானமாக இருக்கிறது.

அவர்கள் பிரபலமானவர்கள் இல்லை. அவர்களின் இசை குறுந்தகடாகவோ, இசைத்தட்டாகவோ வெளியானது இல்லை. அருகில் உள்ள கிராமங்களைத் தாண்டி அவர்கள் பெரிய கச்சேரிகளுக்குச் சென்று, தங்கள் இசைத் திறமையைக் காட்டியதில்லை. துளசிச் செடிகளைப் போல அவர்கள் கோவில் மாடத்துக்குள்ளாகவே ஒடுங்கி, தங்கள் வாழ்க்கையில் பாதியைக் கடந்து போய்விட்டார்கள்.

காலம் அவர்களை எப்போதுமே புறக்கணிப்பின் பிடிக்குள்ளாகவே வைத்திருந்தது. தெரு அதிர சாமி தேரில் உலா வரும்போது, அவர்கள் மல்லாரி வாசித்தபடியே முன்னால் வருகிறார்கள். வீதியெங்கும் மலர்களை வீசி எறிவது போன்று இசை உதிர்கிறது. ஆயிரம் கைகள் சாமியைக் கும்பிடுகின்றன. ஒரு கரம்கூட வாசிப்பவர்களின் திறமைக்குக் கை தட்டுவதில்லை. அன்போடு ஒரு வார்த்தை சொல்வதில்லை. கடவுளின் மௌனத்தைவிட அம்மனிதர்களின் மௌனம் கொடுமையானது.

கோவில் மேளம் வாசிக்கும் கலைஞர் இறந்துபோன நாளில் அது ஊரின் துக்கமாக இருக்கவில்லை. 10 பேர்களே சாவு வீட்டின் முன் நின்றிருந்தார்கள். பதின்வயதில் இருந்து பெத்த பிள்ளையைப் போல அவர் தூக்கி அலைந்த மேளம் மகா மௌனத்துடன் ஓரமாக இருந்தது. அழுது ஓலமிடும் மேளக்காரரின் மனைவி, “ஒரு பொழுதுகூட எங்களுக்குனு நீங்க வாசிச்சதேயில்லையே… கோயிலு கோயிலுன்னுதானே இருந்தீங்க. இப்போ அந்தச் சாமி எங்களைக் கைவிட்டுருச்சே” என்று புலம்பினாள்.

உலகின் உன்னத இசையாவும் முடிவில் காற்றில் கலந்து விடுவதுபோல், அந்தக் கிராமத்து இசைக் கலைஞனின்

முடிவும் அமைந்துவிட்டிருந்தது. இது யாரோ ஒருவருக்கு எங்கோ நடந்த ஒன்றல்ல. தமிழ்நாட்டின் பெரும்பான்மைக் கிராமங்களில் கோயில் சார்ந்து வாழ்ந்து மடிந்த அத்தனை இசைக்கலைஞர்களுக்கும் பொதுவானது. அவர்களில் எவரும் அதை உலகின் மீதான வெறுப்பாக மாற்றவே இல்லை. தனக்குப் பெயர் கிடைக்கவில்லையே, தன்னை எவரும் பாராட்டவில்லையே என்று ஒருவர் கூட இசையைப் புறக்கணிக்கவில்லை. தன்னடக்கமும், போதுமென்ற மனதும் கொண்டிருந்ததால்தான் புறக்கணிக்கப்பட்டார்களோ என்னவோ!

காலம் கருணையற்றது. அது கண் முன்னே உன்னதங்களைக் குப்பையில் வீசி எறிகிறது. கண்டுபிடிக்கவும், மீட்டு எடுக்கவும், உரியவற்றுக்கு மீண்டும் கௌரவம் தரவும் மாஸ்கோவிட்ச் போல ஒருவன் அலைந்துகொண்டு இருப்பான். அந்த நம்பிக்கைதான் கலைஞர்களை என்றைக்கும் செயல்பட வைக்கிறது!

மேரி ஸ்மித் ஜோன்ஸ்

அலாஸ்காவின் காப்பர் ஆற்றின் தென் மத்தியப் பகுதியில், பல ஆயிரம் வருடப் பாரம்பரியமிக்க ஈயாக் தொல்குடியின் கடைசிப் பெண்ணான, மேரி ஸ்மித் ஜோன்ஸ் இறந்துபோனார். இவர்தான் ஈயாக் மொழி அறிந்த கடைசிப் பெண். இவரின் மரணத்தோடு உலகிலிருந்த ஒரு மொழி முற்றிலுமாக மறைந்துபோனது. இனி, அந்த மொழி பேசும் இனக் குழு உலகில் இல்லை. பல்கலைக்கழகங்களின் முயற்சியால் அந்த மொழிச் சொற்கள் சேகரிக்கப்பட்டு உள்ளன. ஆனால், அதைப் பேசத் தெரிந்த பூர்வகுடி மனிதர் எவரும் உலகில் இல்லை!

22

ஏன் இந்த இலவச புத்தி?

வருடத்துக்கு ஒருமுறையாவது குடும்பத்துடன் ஊட்டி, கொடைக்கானல், மூணாறு என ஏதாவது இயற்கையான மகிழ்விடத்துக்குச் சென்று நான்கைந்து நாள்கள் தங்கி வர வேண்டும் என்ற கனவு எல்லோருக்கும் இருக்கிறது.

அந்தக் கனவு, சில வேளை சாத்தியமாகிறது. பல நேரங்களில் பொய்த்துவிடுகிறது. ஆனால், அனைவரின் அடிமனதிலும், சுகமான காற்று, பசுமையான புல்வெளி, குளிரும் பனி என ஈரம் நிரம்பிய நாட்களைக் கொண்டாட வேண்டும் என்ற தேடுதல் இருந்துகொண்டுதான் இருக்கிறது.

நிறைவேறாத எளிய கனவுகள் வெறும் உதிர்ந்த நட்சத்திரங்கள் தானா? உண்மையில், நம்முடைய எளிய ஆசைகள் இன்றைய ஏமாற்றும் கூட்டத்தின் மூலவிதையாக உள்ளன. ஆசைகளைத் தூண்டிவிட்டுப் பணம் பறிப்பதற்கான ஏமாற்று நிறுவனங்கள், தனிநபர்கள் பெருகிவிட்டார்கள். எல்லாத் தவறுகளும் சிறிய ஆசையில்தான் துவங்குகின்றன போலும்.

என் நண்பர்களில் ஒருவர் தன் மனைவி, குழந்தைகளுடன் 'தீம்பார்க்' ஒன்றுக்கு விடுமுறை நாளில் சென்றிருந்தார். நுழைவாயிலில், பூர்த்தி செய்து போடும்படியாகத் தந்த ஒரு கூப்பனில் சுயவிவரங்களை நிரப்பிப் போட்டுவிட்டு வந்தார். மறுநாள் ஒரு தொலைபேசி அழைப்பு.

அவர் பூர்த்தி செய்த இலவசக் கூப்பனுக்குப் பரிசு விழுந்திருப்பதாகவும், அதைப் பெறுவதற்காக அவரும் அவரது மனைவியும் ராயப்பேட்டையில் உள்ள தங்களது அலுவலகத்துக்கு வரும்படியாகவும், அவர்களுக்கு ஒரு கிச்சன் செட் மற்றும் ஒருவார காலம் மலைவாசஸ்தலம் ஒன்றில் தங்குவதற்கான இலவச அனுமதிச்சீட்டு மற்றும் ஒருநாள் சென்னைக் கடற்கரை விடுதி ஒன்றில் தங்கிக்கொள்வதற்குச் சிறப்பு அனுமதிச்சீட்டு தர உள்ளதாக அந்த அழைப்பு சொல்லியது.

இரவெல்லாம் அவரும், மனைவி, குழந்தைகளும் தாங்கள் மேற்கொள்ளப்போகும் உல்லாசப் பயணம் குறித்து மகிழ்ச்சியோடு இருந்தார்கள். அதிர்ஷ்டம் தங்கள் வீட்டுக் கதவைத் தட்டியதாகச் சந்தோஷம் கொண்டார்கள்.

மறுநாள், அதே தொலைபேசி அழைப்பு. 'கணவன் – மனைவி இருவரும் கட்டாயம் ஒன்று சேர்ந்து வரவேண்டும். இந்தப் பரிசு முற்றிலும் இலவசமானது. தவறவிட வேண்டாம்' என்று அன்பாகச் சொன்னாள் ஒரு பெண். சந்திப்புக்கான நேரம் குறிக்கப்பட்டது. சந்திக்க வேண்டிய இடத்தின் முகவரி குறுஞ்செய்தியாக அனுப்பப்பட்டது.

குறிப்பிட்ட நேரத்தில் அந்த அலுவலகத்துக்குச் சென்றார்கள். அது ஒரு தனியார் நிறுவனம். "நாங்கள், இந்தியா முழுமையாக நவீன வசதி கொண்ட ரிசார்ட் வைத்துள்ளோம். அதில் எதில் வேண்டுமானாலும் நீங்கள் தங்கிக்கொள்ளலாம்... அதைப் பற்றிய ஒரு விளம்பரப் படம் ஒன்றினை நீங்கள் காண வேண்டும்" என்று சொல்லிவிட்டுக் காத்திருக்க வைத்தனர்.

அவர்கள் ஒரு மணி நேரம் காத்திருந்தும், அவர்களை எவருமே கவனிக்கவே இல்லை. முடிவில், ஒருவர் அவர்களை அழைத்துச்சென்று, எந்தெந்த நகரங்களில் அவர்களின் தங்கும் இடங்கள் இருக்கின்றன என்று தெரிவிக்கத் துவங்கினார்.

அவர்கள், "அதில் நாங்கள் எங்கே வேண்டுமானாலும் தங்கிக்கொள்ளலாமா?" என்று கேட்டபோது, "அது உங்கள் விருப்பம்" என்று சொல்லி, ஒரு விண்ணப்பத்தை எடுத்துவந்து அதைப் பூர்த்தி செய்யும்படியாகச் சொன்னார்.

ஆசையாகப் பூர்த்திசெய்து விண்ணப்பத்தைத் தந்த பிறகு, "இந்த சேவையைப் பயன்படுத்த எங்களது கிளப்பில் உறுப்பினராக வேண்டும். அதற்கு 50 ஆயிரம் பணம் கட்ட வேண்டும். இன்று செலுத்தினால் 30 ஆயிரம் மட்டுமே என்று சொல்லி, பணத்தை எப்படி செலுத்தப்போகிறீர்கள்?" என்று கேட்டார் அந்த நிறுவன அதிகாரி.

நண்பர் திகைப்புடன், "நான் அவ்வளவு பணம் கொண்டு வரவில்லையே!" என்றார்.

"உங்கள் கடன் அட்டையைப் பயன்படுத்திச் செலுத்துங்கள்!" என்று வற்புறுத்த ஆரம்பித்தார்.

"எனக்கு இதில் விருப்பம் இல்லை!" என்று நண்பர் முகம் சுழித்தவுடன், நிறுவன அதிகாரி பலத்த குரலில், "ஏன்டா ! ஓசியில் ஊர் சுத்திக்காட்ட நாங்க என்ன லூஸா..?" என்று கொச்சையாகப் பேசி, "குறைந்தபட்சம் 5 ஆயிரம் ரூபாய் கட்டி முன்பதிவு செய்யுங்கள்!" என்று திட்டினார். அந்த அவமானத்தை நண்பரால் தாங்க முடியவில்லை.

தாங்கள் கிளம்புவதாகச் சொன்ன போது, அவர்களை வெளியேவிடாமல் தடுத்த இருவர், பணம் கட்டாமல் வெளியே போக முடியாது என்று சொல்லி, அவர்கள் கையில் இருந்த 1,800 ரூபாயைப் பறித்துக்கொண்டார்கள். அதற்கு ரசீது கொடுக்குமாறு கேட்டதற்கு, அதெல்லாம் வீடு தேடி வரும் என்றதோடு, 'போய்த் தொலையுங்கள்' என்று ஆங்கிலத்தில் கத்தியபடியே அந்த அதிகாரி அவர்களை வெளியே விரட்டியிருக்கிறான்.

பயம், அவமானம், தங்கள் கனவு சிதறிப்போனதன் வலி யாவும் ஒன்று சேர, அவர்கள் வெளியே வரும்போது, இன்னொரு ஜோடி தங்களின் விடுமுறைக் கனவுகளுடன் வரவேற்பறையில் உட்கார்ந்திருப்பதைக் கவனித்திருக்கிறார்கள்.

நடுக்கத்துடன் வீடு வந்து சேர்ந்த நண்பர் இரவெல்லாம் அவமதிப்பின் வலியில் புரண்டுகொண்டே இருந்தார். இணையத்தில் அந்த நிறுவனம் பற்றித் தேடினார். அங்கே அவரைப்போல் ஏமாந்து போனவர்கள் நூற்றுக்கணக்கான வர்கள் இருப்பதை அறிந்தார். அவர்களில் பலர் இதை

வெளிப்படையான புகாராக ஏமாந்த கதையை எழுதி யிருந்தார்கள். இலவச மோசடி பற்றி வாசிக்க வாசிக்க... அந்த வலி அதிகமானது.

மறுநாள் அதே நிறுவனத்தில் இருந்து போன். "மிச்சப் பணம் எப்போது கிடைக்கும்?" என்ற மிரட்டல். வெளியே பகிர்ந்துகொள்ள முடியாத அந்தக் காயம் அவரது அன்றாட வாழ்க்கையைச் சில வாரங்களுக்கு நடுக்கம் கொள்ளச் செய்தது. பின்பு, தானாக அந்தத் தொலைபேசி அழைப்பு நின்றுபோனது.

இப்படி ஏமாந்த கதைகள் அனைவர் வீட்டிலும் இருக்கின்றன. ஆனால், ஏமாந்தவர்களில் ஒருவர்கூட அதைத் தடுக்க முன்வரவும் இல்லை. அடுத்து ஏமாறாமலும் இல்லை. நகரம் ஒரு பக்கம் நம்பிக்கையின் வெளிச்சமாகத் தெரிவது போலவே, மறுபக்கம் ஏமாற்றத்தின் இருளாகவும் விரிந்து இருக்கிறது.

ஷாப்பிங் மால், தீம்பார்க், சினிமாத் தியேட்டர், உணவகம் என்று பல இடங்களிலும் இலவசப் பரிசு தொடர்பான விண்ணப்பங்களைக் கொட்டி இருக்கிறார்கள். அதை மிகச் சிரத்தையோடு பூர்த்தி செய்து போடும் மக்களில் பெரும்பான்மையோர் இது போன்று ஏமாந்து, தங்களின் கைப்பொருளைப் பறிகொடுத்து, வசையும் அவமானமும் பெற்றே திரும்பி இருக்கிறார்கள். இவர்களில் ஒருவர் கூட இதுவரை வெளிப்படையாகப் புகார் செய்ய முன்வர வில்லை. காரணம், தாங்கள் பட்ட அவமானம் வெளியே தெரிந்துவிடுமே!

ஏமாற்றுபவர்கள் எளிய மனிதர்களையே குறி வைக்கிறார்கள். மனைவி, குழந்தைகளுடன் குறைவான செலவில் சில நாட்கள் தனக்குப் பிடித்த உல்லாச ஸ்தலங்களில் தங்க நடுத்தர வர்க்க மனிதன் ஆசைப்படுகிறான். அதைச் சாத்தியப்படுத்த எந்த முயற்சியும் மேற்கொள்ளப்படாமல் போகவே, எப்படியாவது இது நிறைவேறுமா என்று ஏக்கம் கொள்ள ஆரம்பிக்கிறான். அந்த ஆதங்கத்தை, நிராசையை இதுபோன்ற கொள்ளை நிறுவனங்கள் பயன்படுத்திக் கொள்கின்றன.

நடந்ததை நினைக்கும்போது படித்து உயர் பதவி ஒன்றில் வேலை செய்யும் என் நண்பர் மீதுதான் கோபமாக இருந்தது. நல்ல வேலையில் உள்ளவர்கள் கூடப் பகுத்தறிவை மறந்து இலவசமாகக் கிடைக்கிறது என்றவுடன் எதையும் பெற்றுக் கொள்ள ஏன் துடிக்கிறார்கள்? இதைப் பற்றி ஊடகங்கள், காவல்துறை எவ்வளவு விழிப்புணர்வு தந்தபோதும் ஏன் அதைப் பொருட்படுத்துவதே இல்லை?

உண்மையில், பொதுமக்கள் மனதில் இலவசத்தின் மீதான அதீத விருப்பம் கொப்பளித்துக்கொண்டுதான் இருக்கிறது. சாலையில் நின்றபடியே போகிற வருகிற ஒவ்வொருவருக்கும் 10 ரூபாய் பணம் கொடுங்கள். எதற்கு என்று கேட்காமல் வாங்கிக்கொண்டு போய்விடுவார்கள். இதே ஆட்களில் ஒருவரை நிறுத்தி '10 ரூபாய் பணம் வேண்டும்' என்று கேளுங்கள். 'ஏன் கை - கால் இல்லையா?, உழைத்துச் சாப்பிடக் கூடாதா?' என்று அறிவுரை சொல்வார்கள். நீ இலவசமாக 10 ரூபாய் வாங்கியபோது எங்கே போனது உன் கை - கால்கள். ஏன் இந்த இலவசப் புத்தி?

அடிப்படை வசதியற்ற ஏழை - எளியவர்கள் இந்த ஏமாற்றுகளில் அதிகம் பலியாவதில்லை. இலவசமாக ஒரு பாக்கெட் ரவை கிடைக்கிறது என்று 1,000 ரூபாய்க்குப் பலசரக்கு வாங்குவது இல்லை. ஹாலிடே ரிசார்ட்டின் நீச்சல்குளத்தில் குளிப்பது பற்றிக் கனவு காண்பது இல்லை. அவர்கள் பசித்த வயிறோடு இருந்தபோதும் இலவசக் கனவுகளுக்கு ஆசைப்படாதவர்களாகவே இருக்கிறார்கள். நடுத்தர வர்க்க மனிதன்தான் எதையும் இலவசமாகப் பெறத் தயாராக இருக்கிறான். அதற்கான வரிசையில் நிற்கிறான். போராடுகிறான்... அவமானம் அடைகிறான். அதிலும், அறிவைப் பயன்படுத்தி நடைபெறும் மோசடிகளின் எண்ணிக்கை கட்டுப்படுத்த முடியாமல் பெருகிக்கொண்டே போகிறது.

ஜெஃப்ரி ஆர்ச்சரின் நாவலை அடிப்படையாகக் கொண்டது, 'Nota Penny More, Nota Penny Less' என்ற படம். ஏமாந்து போனவர்களின் வலியைப் பிரதிபலிக்கிறது. ஹார்வி, பங்குச்சந்தை விற்பனையைப் பயன்படுத்தி,

மக்களை ஏமாற்றுவதில் கில்லாடி. அவன் வலையில் விழாத ஆட்களே இல்லை. ஒரு போலி நிறுவனத்தின் பேரில் அவன் பங்குச் சான்றிதழ்களை விற்பனை செய்து ஏமாற்றுகிறான். இதில் நான்கு பேர் ஏமாந்து போயிருக்கிறார்கள். ஒருவர், ஸ்டீபன் என்ற பேராசிரியர். மற்றவர், ராபின் என்ற மருத்துவர். மூன்றாவது, ஜீன் பியாரி என்ற கலைப் பொருள் விற்பனையாளர். நான்காவது, ஜேம்ஸ். பரம்பரைப் பணக்காரன்.

தாங்கள் ஏமாற்றப்பட்டதை உணர்ந்த இவர்கள், மனம் உடைந்துபோகிறார்கள். படித்த அறிவாளி என்று கருதப்படும் தங்களைப் போன்றவர்களை ஓர் ஆள் எளிதாக ஏமாற்றிவிட்டதை அப்படியே விடக்கூடாது. அவனிடம் எவ்வளவு பணம் ஏமாந்தோமோ, அதே பணத்தை அவனிடம் இருந்து ஏமாற்றிப் பறிக்க வேண்டும் என்று முடிவு செய்கிறார்கள்.

அது எளிதல்ல என்று அவர்களுக்குத் தெரிகிறது. ஆனால், ஏமாற்றுகிறவன் தங்களை நம்பவைத்து ஏமாற்றியது போலவே, அவனையும் தாங்கள் நால்வரும் கூட்டாகச் சேர்ந்து நம்பவைத்து ஏமாற்றிப் பணம் பறிப்பது என்று முடிவு செய்கிறார்கள்.

இதற்காக அந்த ஆளைத் தேடிக் கண்டுபிடிக்கிறார்கள். அவனை நம்பவைக்க நாடகம் ஆடி, அவனிடம் இருந்து ஒவ்வொருவருக்கும் உரிய பணத்தை மீட்கிறார்கள். ஏமாற்றுக்காரனை ஏமாற்றும் புத்திசாலிகளின் கதை சினிமாவில் சாத்தியமாகக்கூடும். ஆனால், நிஜ வாழ்க்கையில் ஏமாந்தவர்கள் அதில் ஒரு ரூபாயைக்கூடத் திரும்பப் பெறுவதில்லை. ஏமாற்றியவன் தனி மனிதன் அல்ல. அவன் ஒரு சங்கிலித்தொடர். அதில் யார் யாரோ இணைந்திருக் கிறார்கள். அவர்களில் ஒருவர் நமக்குப் பரிச்சயமானவராக, நண்பராகக்கூட இருக்கக்கூடும்.

பரிசு என்பது, நாம் விரும்பி மற்றவர்களுக்கு அளிப்பது. அன்பின் வெளிப்பாடு. பிறந்தநாள், திருமணம் என்று நிகழ்வுகளில் மட்டுமே நாம் பரிசளிக்கப் பழகியிருக்கிறோம். நமக்குப் பரிசளிக்கக் காரணங்கள் தேவையாக இருக்கின்றன. நிஜத்தில் பரிசு பெறுவதும் தருவதும் உன்னதமான

தருணம். வாங்கிக்கொள்வதைவிடவும் பரிசளிப்பது பெரிய சந்தோஷம்.

பரிசு கிடைத்திருக்கிறது என்பதை, மலிவான விளம்பர யுக்தியாக மாற்றியது வணிகச் சந்தை. அதன் அதீத வளர்ச்சிதான் இன்றைய ஏமாற்று வித்தைகள். முடிவற்ற ஏமாற்றத்தின் பட்டியல் நீண்டுகொண்டே இருக்கிறது. அதில் நாம் இருக்கிறோமா என்பதை முடிவு செய்வது நம் கையில்தான் இருக்கிறது!

புத்தகங்கள் விற்பது' ஒரு சேவையே!

முதுமை பலருக்கும் ஒடுங்கிப்போகும் வயதாக இருக்கும் நிலையில், தனது 66-ஆவது வயதிலும் சைக்கிளில் புத்தகங்களை வைத்துக்கொண்டு கிராமம் கிராமமாகச் சென்று விற்பனை செய்து வருகிறார், ஆந்திராவின் கர்நூல் மாவட்டத்தைச் சேர்ந்த நரசிங்கா ராவ். விவசாயக் குடும்பத்தைச் சேர்ந்த இவர், புத்தகங்களின் மீதான ஆர்வத்தில் அதை வீடு வீடாகக் கொண்டுபோய் விற்கிறார். 'கிராமத்தைத் தேடிவரும் ஒரே புத்தக விற்பனையாளர் தான் மட்டுமே' என்று சொல்லும் நரசிங்கா ராவ், யாருக்காவது, ஏதாவது புத்தகம் தேவை என்றால், அதை வாங்கி வந்து தருகிறார்.

"சோப்பு விற்பதற்குக்கூட படித்த இளைஞர்கள் வீடு வீடாகத் தேடி வரும்போது, புத்தகம் விற்பதற்கு ஏன் பலரும் வர மறுக்கிறார்கள் என்பதுதான் எனது ஒரே ஆதங்கம்" என்கிறார் நரசிங்கா ராவ். புத்தகங்கள் விற்பது வெறும் வேலை மட்டுமல்ல... அது சேவை என்றபடியே தினமும் 50 மைல் தூரம் சைக்கிளில் சுற்றிப் புத்தக விற்பனை செய்கிறார் இந்தச் சாதனையாளர்!

23

எதற்காக இந்த முள்வேலி?

கோடம்பாக்கம் நெடுஞ்சாலையின் நடுவே தவளை ஒன்று அடிபட்டு செத்துக்கிடப்பதைப் பார்த்தேன். வாகனங்களின் வேகம் தெரியாமல் சாலையைக் கடக்க முயன்ற தவளையாக இருக்கக்கூடும். கால்கள் பிய்ந்து, விழி பிதுங்கி, நசுங்கிச் செத்துக்கிடந்தது. அதன் உறைந்த கண்கள் பரபரப்பாகச் செல்லும் வாகனங்களை வெறித்துக்கொண்டு இருந்தது.

தவளையின் சாவு, நிச்சயம் விபத்துச் செய்தியாக இடம் பெறாது. அதை நின்று கவனிப்பது கூட வெட்டி வேலை என்றே நினைக்கப்படும். நான் அந்தத் தவளையைப் பார்த்த படியே நின்றிருந்தேன். இங்கே எப்படி அந்தத் தவளை வந்தது? எங்கிருந்து, எங்கே போய்க்கொண்டு இருந்தது? எந்த வாகனம் அதை அடித்துச் சென்றது? அந்தக் காரோட்டி தவளையைக் கவனித்திருப்பானா? சாலை விபத்துக்களில் மனிதர்களின் சாவே வெறும் செய்தியாகிவிட்ட சூழலில், தவளைகளின் சாவை எதற்காக முக்கியத்துவம் கொள்ள வேண்டும். கேவலம், அது தவளைதானே என்ற பெரும் பான்மையினர் குரல் எனக்குள்ளும் எழுகிறது.

உலகிலிருந்து ஈக்கள் முழுமையாக மறைந்துவிட்டால் ஏற்படும் நிசப்தமும், சமன்குலைவும் விவரிக்க முடியாத ஓர் அபாயம் என்று இயற்கையியலாளர் தோரூவின் வரி ஒன்று

எஸ். ராமகிருஷ்ணன்

நினைவில் வந்தது. உலகம் மனிதர்களுக்கானது மட்டும் அன்று. புழு முதல் சிங்கம் வரை ஒவ்வொன்றின் இருப்புக்கும் ஓர் அவசியமும் காரணமும் இருக்கிறது. அது சமன் குலையும் போது இயற்கை சீற்றம் கொள்ளத் துவங்குகிறது.

சாலையில் செத்துக்கிடந்தத் தவளை நம் அவசர யுகத்தின் அடையாளம். இன்னொரு பக்கம் இத்தனை நெருக்கடிக் குள்ளும் தவளைகள் மாநகரில் இருக்கின்றன என்ற ஆறுதலும் ஏற்படுகிறது. விபத்து, பலி, அழிவு இவை நடந்த பிறகுதான் அது குறித்த பல்வேறு யோசனைகள், மாற்று வழிகள் பற்றிப் பேசுகிறோம்; விவாதிக்கிறோம். இயல்பாக, நமக்குள் சக உயிர்கள் மீதான அக்கறை அருகிப்போய் விட்டது.

பிரபல ரஷ்ய எழுத்தாளர் மாக்சிம் கார்க்கி தன்னை எது எழுத்தாளன் ஆக்கியது என்பதற்கு ஒரு சம்பவத்தைக் குறிப்பிடுகிறார். ஒருநாள் இரவு, உறங்கிக்கொண்டு இருந்த கார்க்கியை அவனின் அம்மா எழுப்பி, 'அப்பாவைக் கடைசியா ஒரு தடவை பார்த்துக்கோ' என்கிறாள். அப்போது கார்க்கிக்கு ஏழு வயது. அவனது அப்பா பல மாதங்களாக நோயாளியாகப் படுக்கையில் கிடக்கிறார். 'எதற்காகத் தன்னிடம் கடைசியாகப் பார்த்துக்கொள்' என்கிறாள் என்று புரியாமல் பாதி தூக்கத்துடன் அப்பாவின் அறைக்குள் செல்கிறான்.

அங்கே ஒரே ஒரு மெழுகுவத்தி எரிந்துகொண்டு இருக்கிறது. அம்மா அருகில் மண்டியிட்டு பிரார்த்தனை செய்கிறாள். அப்பாவின் சுவாசம் ஏறி – இறங்கித் துடித்துக்கொண்டு இருக்கிறது.

கார்க்கி அப்பாவின் கட்டில் அருகே போய் நிற்கிறான். அப்பாவின் கண்கள் அவனை ஏறிட்டுப் பார்க்கின்றன. மரணம் பற்றி எதுவும் தெரியாத சிறுவனாக இருந்த கார்க்கி, தனக்குத் தூக்கம் வருகிறது என்று தன் படுக்கைக்கு ஓடிவிடுகிறான்.

விடியும்போது அப்பா இறந்து போயிருக்கிறார். வீட்டில் மதச் சடங்குகள் நடக்கின்றன. 'அப்பாவிடம் தான்

பேசாமல் போனதால்தான் இறந்துபோய்விட்டாரோ' என்று பயப்படுகிறான் கார்க்கி. கல்லறைத் தோட்டத்தில் அப்பாவைப் புதைக்க ஏற்பாடு ஆகிறது. உடலைச் சுமந்து கொண்டு உறவினர்கள் நடக்கத் துவங்கும்போது, நல்ல மழை கொட்டுகிறது. மழையோடு அவர்கள் கல்லறைத் தோட்டத்தினுள் போகிறார்கள். அங்கே பெரிய குழி வெட்டப்பட்டு இருக்கிறது. அந்தக் குழி அருகே இரண்டு தவளைக் குஞ்சுகள் இருப்பதை கார்க்கி காண்கிறான். அவை வானை நோக்கி உற்சாகமாகச் சத்தமிடுகின்றன. அதை வியப்போடு வேடிக்கை பார்க்கிறான் கார்க்கி.

அப்பாவின் உடலைக் குழியில் இறக்கி மண்ணைத் தள்ளி மூடுகிறார்கள். அப்போது ஒரு மண்வெட்டி, மண்ணோடு அந்த இரண்டு தவளைக் குஞ்சுகளையும் சேர்த்து அள்ளிக் குழியில் போடுகிறது. தவளைகள் குழியினுள் இருந்தபடியே தாவ முயற்சிக்கின்றன. மண்ணை அள்ளி அள்ளிக் கொட்டு கிறார்கள். அப்பாவின் உடலோடு அந்த இரண்டு தவளைக் குஞ்சுகளும் சேர்ந்தே புதைக்கப்படுகின்றன. தன்னால் அந்தத் தவளைக் குஞ்சுகளை மறக்கவே முடியவில்லை. ஏன் அவை அப்பாவோடு சேர்ந்து இறந்துபோயின? அந்தத் தவளைகளை மீட்க ஏன் ஒருவர்கூட முயற்சிக்கவே இல்லை?

இந்த நினைவு அவனை ரணப்படுத்தத் துவங்க, அந்தத் தவளை களுக்காக வருத்தப்பட்டு அழுதான். யாரோ ஒருவருக்காக அப்பாவிகள் ஏன் உயிரோடு புதைக்கப்படுகிறார்கள்? உலகம், எளிய மக்களின் துயரங்களை எதற்காகக் கண்டுகொள்வதே இல்லை என்ற உண்மைகளை அந்தத் தவளைகள் தனக்குக் கற்றுத்தந்தன. செத்துப்போன அப்பாவைவிட, தவளைக் குஞ்சுகளே நினைவில் வந்தபடியே இருக்கின்றன என்று குறிப்பிட்டுள்ளான் கார்க்கி. பெரிய உண்மைகளை எளிய சம்பவங்களே கற்றுத் தருகின்றன.

நேஷனல் ஜியோகிரஃபி சேனலில் புலிகள் பற்றிய ஓர் ஆவணப்படம் பார்த்தேன். அதில் ஒரு புலிக்குட்டி முதன் முறையாக ஒரு தவளையைப் பார்க்கிறது. தவளை தாவுகிறது. மிரட்டுவதுபோலக் கத்துகிறது. அதைக் கண்ட புலிக்குட்டி பயந்துவிடுகிறது. தன்னால் செய்ய முடியாததை இந்தத்

தவளை செய்கிறதே என்று தானும் தாவிப் பார்த்துத் தோற்றுப்போகிறது. முடிவில் தவளையைப் பார்த்து பயப்படத் துவங்குகிறது.

அங்கே வந்த தாய்ப் புலி இதைக் கவனித்து, தன் வலிமையான கால்களால் தவளையை ஓங்கி அடித்துக் கொல்கிறது. பிறகு, புலிக்குட்டி அருகில் சென்று தவளையைத் தொட்டுப் பார்க்கிறது. புரட்டிப் பார்க்கிறது. தவளை தாவவில்லை. அது உயிரோடு இல்லை என்பது புலிக்குட்டிக்குப் புரிய வில்லை. மாறி மாறித் தவளையைப் புரட்டுகிறது. பின்பு வருத்தத்துடன் அதைப் பார்த்தபடியே நிற்கிறது. அந்த வலி ஒரு வடு. அது எளிதில் மறந்துபோகக்கூடியது இல்லை.

ஜெர்மானியப் படமான 'A boy in the Stripped Pyjama' என்ற படத்தைப் பார்த்தேன். யூதர்களைக் கொல்வதற்கான நாஜி முகாம் ஒன்றுக்கு, ஜெர்மன் ராணுவ அதிகாரியின் குடும்பம் ஒன்று வருகிறது. ராணுவ அதிகாரிக்கு ஒன்பது வயதில் ஒரு மகன் இருக்கிறான். ராணுவக் குடியிருப்பு என்பதால், வெளியே போய் விளையாட எவருக்கும் அனுமதி இல்லை. தனியே வீட்டில் இருப்பது அவனுக்கு எரிச்சலூட்டுகிறது.

ஒருநாள் தன் வீட்டின் பின் வாசலைத் திறந்து ஓடுகிறான். தொலைவில் ஒரு முகாம் இருப்பதைக் காண்கிறான். அதில் முள்வேலி அமைக்கப்பட்டு இருக்கிறது. வேலியின் உள்ளே அவன் வயதில் ஒரு சிறுவன் அகதி உடை அணிந்து அடிபட்டு வீங்கிய முகத்துடன் இருப்பதைக் காண்கிறான். ஜெர்மானியப் பையனுக்கு அது அகதி முகாம் என்று புரியவே இல்லை.

அவன் யூதச் சிறுவனிடம், "எதற்காக இந்த முகாமைச் சுற்றி கம்பிவேலி போடப்பட்டுள்ளது, மிருகங்கள் வராமல் தடுக்கவா?" என்று கேட்கிறான்.

அதற்கு யூதச் சிறுவன், "இல்லை, மனிதர்கள் வராமல் தடுக்க!" என்று பதில் சொல்கிறான்.

ஜெர்மானியச் சிறுவனுக்கு அது புரியவில்லை. "இந்த முகாமில் என்ன செய்கிறீர்கள்?" என்று கேட்கிறான்.

யூதச் சிறுவன் பதில் சொல்லாமல் போய்விடுகிறான். மறுநாள் ஜெர்மானியச் சிறுவன் வீட்டில் நடக்கும் விருந்துக்கு ஒயின் கிளாஸைச் சுத்தம் செய்ய முகாமில் இருந்து யூதச் சிறுவன் அழைத்து வரப்படுகிறான். அங்கே ஜெர்மானியச் சிறுவன் தந்த கேக்கை யூதச் சிறுவன் தின்னும்போது பிடிபடுகிறான். உடனே, ஜெர்மானியச் சிறுவன் அவனைத் தனக்குத் தெரியாது என்று சொல்லி மாட்டிவிடவே, 'கேக்கை திருடிச் சாப்பிடுகிறாயா?' என்று ராணுவ அதிகாரி அவனை அடி அடியென அடிக்கிறார்.

மறுநாள் தன் தவற்றுக்கு மன்னிப்பு கேட்க அவனைத் தேடி வருகிறான் ஜெர்மானியச் சிறுவன். யூதச் சிறுவன் கோபம் கொள்ளவில்லை. மாறாக, பிடிபட்டு அகதியாக உள்ளவன் அவமானங்களைத் தாங்கிக்கொள்ளப் பழகியிருக்கிறான் என்று மன்னிக்கிறான். இரண்டு சிறுவர்களுக்குள்ளும் நட்பு உருவாகிறது. அதன்பிறகு, தன் வீட்டில் இருந்து ரகசியமாக ரொட்டி, கேக் எனத் திருடி வந்து, யூதச் சிறுவனுக்குத் தருகிறான். ஒரே வயது, ஒரே விருப்பம், விளையாட்டுத்தனம் கொண்ட இரண்டு சிறுவர்களில் ஒருவன் அகதியாகவும் மற்றவன் அதிகார வாரிசாகவும் இருப்பதும் எவ்வளவு முரண்பாடு. அகதிச் சிறுவன் அவமானத்தில் குறுகிப்போய் ஒடுங்கி மெலிந்திருப்பது அதிர்ச்சி கொள்ள வைக்கிறது.

இதற்கிடையில், யூத முகாமில் இருப்பவர்கள் கூட்டம் கூட்டமாகக் கொலை செய்யப்படுவதும், இறந்த உடலை மொத்தமாக எரிப்பதுமாக அழித்தொழிப்பு வேலை வேகமாக நடைபெறுகிறது. இந்த உண்மை அறிந்த ஜெர்மானிய அதிகாரியின் மனைவி அதிர்ச்சியடைகிறாள். கணவனோடு சண்டையிடுகிறாள்.

"ஹிட்லரின் கட்டளையை நாங்கள் மீற முடியாது. இது ஒரு தேசச் சேவை" என்கிறான் கணவன்.

மனைவி, "இந்தக் கொடுமையைக் காண என்னால் முடியாது" என்று பிள்ளைகளை அழைத்துக்கொண்டு ஊருக்குக் கிளம்ப முடிவு செய்கிறாள்.

ஊருக்குப் புறப்படும் முதல் நாளில் யூதச் சிறுவன் தன் அப்பாவை முகாமில் காணவில்லை என்று சொல்லிக்

கவலைப்படுகிறான். அவரைத் தேட தானும் அந்த முகாமுக்கு வருவதாகச் சொல்கிறான் ஜெர்மானியச் சிறுவன். அதன்படி அவனுக்காக அகதி உடை ஒன்றைத் திருடி வந்து தருகிறான் யூதச் சிறுவன்.

இரண்டு சிறுவர்களும் முகாமுக்குள் போகிறார்கள். மனித அவலங்களைக் காண்கிறார்கள். ஹிட்லரின் அவசர ஆணைப்படி முகாமில் இருப்பவர்கள் மொத்தமாகக் கொல்ல அழைத்துச் செல்லப்படுகிறார்கள். அதில் இரண்டு சிறுவர்களும் மாட்டிக்கொள்கிறார்கள்.

இதனிடையில் தன் மகனைக் காணாமல் தேடி அலைகிறாள் ஜெர்மானியத் தாய். அவனைத் தேடி முகாமுக்கே வருகிறான் தந்தை. ஆனால், யூதர்களை விஷவாயு செலுத்திக் கொல்வதற்காக அடைத்து வைக்கப்பட்ட சேம்பரில் இரண்டு சிறுவர்களும் அடைக்கப்பட்டுள்ளார்கள் என்ற உண்மை தெரியவருகிறது. பிள்ளையைக் காப்பாற்ற குடும்பமே போராடுகிறது. ஆனால், விஷவாயு தாக்கி இரண்டு சிறுவர்களும் இறந்து போகிறார்கள். இருவரது கைகளும் நட்போடு ஒன்றாகக் கோக்கப்பட்ட நிலையில் இருக்கின்றன. ஜெர்மானிய அதிகாரியின் மனைவி கதறி அழுகிறாள்.

'சொந்த உதிரம் பலியாகியபோது ஏற்படும் தவிப்பும் போராட்டமும், ஏன் ஆயிரமாயிரம் பேர் கொல்லப்பட்டபோது வரவில்லை?' என்ற ஜெர்மானிய மனச்சாட்சியின் கேள்வியை அந்தப் படம் எழுப்புகிறது. மனித அவலத்தின் வலியை இரண்டு சிறுவர்களை மட்டுமே முதன்மைப்படுத்திச் சொல்லிய அற்புதமான படம். யுத்தக்களம், படுகொலைக் காட்சிகள், வன்முறை எதுவும் இல்லை. ஆனால், ஆழமான வலியை உருவாக்குகிறது. படம் முடியும்போது சரித்திரத்தின் குருதிக் கறை நம் கைகளிலும் படிகிறது!

இன்றைய தாம்பூலப் பை!

திருமணத்துக்கு வழங்கப்படும் தாம்பூலப் பையில் வெற்றிலை, பழம், தேங்காய் போட்டுத் தருவார்கள். சிலர் மணமக்களை வாழ்த்தி அச்சிட்ட சிறிய புத்தகங்களைத் தருவது உண்டு.

நான் கலந்துகொண்ட ஒரு திருமண விழாவில் தாம்பூலப் பையில் ஓர் ஆடியோ சி.டி-யைப் போட்டுத் தந்தார்கள். அந்த ஆடியோ சி.டி-யில் திருக்குறள், நீதிநூல்கள், தேர்வு செய்யப்பட்ட கம்பராமாயணப் பாடல்கள், சிலப்பதிகாரப் பாடல்கள், பாரதியார் பாடல்கள் உள்ளிட்ட 32 முக்கியப் படைப்புகளை அவர்களே இசை வடிவில் எம்பி-3யாகத் தயார் செய்திருந்தார்கள். சிறப்பான முயற்சியாகவும், அவசியம் பின்பற்ற வேண்டிய ஒன்றாகவும் இருந்தது.

இதேபோல தமிழ் அகராதி, சங்கப்பாடல்கள், சிறுகதைகள், கவிதைகள், மின்புத்தகங்கள் கொண்ட குறுந்தகடுகளைப் பரிசாகத் தரும் நடைமுறையை யாவரும் பரிசீலனை செய்து பார்க்கலாமே!

24

செவ்வாய்க்கிழமைகள் சொல்லும் சேதி என்ன?

ஒவ்வொரு மனிதனும் ஒரு பாடப்புத்தகம். அவனிடமிருந்து என்ன கற்றுக்கொள்வது? எப்படிக் கற்றுக்கொள்வது? என்பது ஆராய்ந்து அறிய வேண்டிய சுயமுயற்சி. 'மிட்ச் ஆல்பம்' என்ற பிரபல விளையாட்டு வர்ணனையாளர் எழுதிய 'மோரியுடனான செவ்வாய்க் கிழமைகள்' (Tuesday's with Morrie) என்ற புத்தகத்தை நான் வாசித்தேன். 'வழக்கமான சுய நம்பிக்கைப் புத்தகங்களில் ஒன்றாக இருக்கும்' என்று எண்ணியபடி, பலமுறை புத்தகக் கடைகளில் இதைக் கடந்து போயிருக்கிறேன்.

ஆனால், இந்த முறை மைசூரில் உள்ள புத்தகக்கடை ஒன்றில் அதே புத்தகத்தைப் பார்த்தேன். விற்பனைப் பெண் கண்ணில் வியப்பு வழிய... "இதைப் படித்தால் நிச்சயம் அழுது விடுவீர்கள். பயணத்தில் படிக்க உகந்த புத்தகம் இல்லை. இது ஒரு வாழ்க்கைப் பாடம்" என்று புகழாரம் சூட்டியபடியே சிபாரிசு செய்தாள். அப்படிச் சிபாரிசு செய்யப்பட்ட பல புத்தகங்கள் ஏமாற்றத்தைத் தந்திருக்கின்றன. ஆனால், 'மோரியுடனான செவ்வாய்க் கிழமைகள்' அந்தப் பெண் சொன்னதை நிஜமாக்கியது.

மைசூரில் இருந்து ரயிலில் சென்னை வருவதற்குள் அதைப் படித்து முடித்தபோது, நிம்மதியாக உறங்க முடியவில்லை. மனதில் ஆழ்ந்த வலியும் தவிப்பும் உருவானது. இரண்டு

நாட்களில் மூன்று முறை அந்தப் புத்தகத்தைப் படித்தேன். ஒரு புத்தகம், வாசகனின் இருப்பை நிலைகுலைய வைப்பது அரிதாகவே நடக்கிறது. இந்தப் புத்தகம் அந்த வகையைச் சேர்ந்தது.

'மோரி ஷ்வார்ட்ஸ்' எனப்படும் முதிய பேராசிரியரின் இறுதி நாட்களை விவரிக்கும் இந்தப் புத்தகம், அவரது மாணவர்களில் ஒருவரான 'மிட்சால்' எழுதப்பட்டு இருக்கிறது. அமெரிக்கப் பல்கலைக்கழகம் ஒன்றில் சமூக உளவியல் பேராசிரியராக இருந்தவர் மோரி. 1970-களில் மிட்ச் கல்லூரியில் படித்தபோது, மோரிதான் மிட்சின் ஆதர்சப் பேராசிரியர். படித்து முடித்த பிறகு, பேராசிரியரை மிட்ச் பல வருடங்கள் சந்திக்கவே இல்லை.

ஒருநாள் தொலைக்காட்சி நிகழ்ச்சி ஒன்றில் பேராசிரியர் பற்றிய செய்தியை அறிகிறார். வயதான மோரி, மிகக் கொடிய நரம்பு நோய் ஒன்றினால் பாதிக்கப்பட்டிருக்கிறார். இந்த நோய் உடல் உறுப்புகளை ஒவ்வொன்றாகச் செயலிழக்கச் செய்து மரணத்தில் தள்ளிவிடும். இந்தச் செய்தியைக் கேட்டதும் அவர் உடைந்து போகிறார். தனது நாள்கள் எண்ணப்படுகின்றன என்பதை உணர்கிறார். மிச்சம் இருக்கும் நாட்களைப் பயனுள்ளதாக மாற்றிக் கொள்ள வேண்டும் என்று திட்டமிடுகிறார்.

இதற்காகத் தன்னிடம் படித்த மாணவர்கள், நண்பர்கள் பலரையும் அழைத்து, "நான் இதுவரை வகுப்பில் கற்றுத்தராத எவ்வளவோ விஷயங்கள் இருக்கின்றன. நாம் வாரத்தில் ஒருநாள் சந்தித்து வாழ்க்கை பற்றி கற்றுக் கொள்ளலாம். இதில் நான் பேராசிரியர், நீங்கள் மாணவர்கள் என்று இல்லை. பரஸ்பரம் அவரவருக்குத் தெரிந்த அனுபவங்களை, உண்மைகளைப் பகிர்ந்து கொள்ளலாம்" என்கிறார். அப்படித்தான் அவரது செவ்வாய்க்கிழமைச் சந்திப்புகள் துவங்கின.

இந்தச் சந்திப்புக்கான பல வருஷங்களுக்குப் பிறகு, தன் பேராசிரியரைத் தேடி வருகிறார் மிட்ச். 'பள்ளிகள், கல்லூரிகள் பாடங்களை மட்டுமே கற்றுத்தருகின்றன. வாழ்க்கையை அல்ல!' என்று உறுதியாகச் சொல்லும் பேராசிரியர், "தன் வகுப்பின் முக்கிய நோக்கம் அவரவர் மனதில் உள்ள கேள்விகளைப் பகிர்ந்து கொள்வதே. நாம் அனைவரும்

சேர்ந்து அதற்கான விடையைத் தேடிப் பார்க்கலாம். முடிந்தால் கண்டுபிடிக்கலாம்" என்கிறார்.

இந்த வகுப்புகள், மோரியின் வீட்டில் ஒவ்வொரு வாரமும் செவ்வாய்க்கிழமை காலை உணவுக்குப் பிறகு ஆரம்பமாகின. இங்கே வாழ்க்கைதான் ஒரே பாடம். அதைப் பற்றி அவரவர் சந்தேகங்கள், பயங்கள், தோல்விகள், ஏமாற்றங்களைப் பகிர்ந்துகொள்ளலாம். இதற்கு மதிப்பெண்கள் எதுவும் இல்லை... புத்தகங்கள் இல்லை. உரையாடல்தான் வகுப்பின் முக்கிய அம்சம்.

குடும்பம் என்றால் என்ன? மன்னிப்பது சரியா... தவறா? ஏன் மனிதர்கள் அன்பு செலுத்த வேண்டும்? மனிதர்கள் எதை நம்புகிறார்கள்? சமூகத்தின் சரி, தவறுகளுக்குத் தனிநபர்களின் பொறுப்பு எவ்வளவு? பல்வேறு தலைப்புகளில் அவர்கள் கூடிப்பேசினார்கள். இந்தச் சந்திப்புகளை வெறும் தத்துவ விவாதம் போல ஆக்கிவிடாமல், ஒவ்வொரு வகுப்புக்கு வரும் போதும் ஒவ்வோர் ஆளும் தனக்குப் பிடித்த இன்னொருவருக்கு உணவு வாங்கித் தர வேண்டும். சேர்ந்து உணவு உண்ண வேண்டும். ஆடிப்பாடி மகிழ வேண்டும் என்று மனிதர்களுக்குள் நல்லுறவை ஏற்படுத்த முனைந்தார் மோரி.

ஒவ்வொரு வாரமும் அவரது உடல்நலம் மோசமாகிக்கொண்டே வந்தது. அவர் கால்கள் மரத்துப்போயின. தானே எழுந்து சிறுநீர் கழிக்க முடியாமல் சிரமப்பட்டார். நினைவாற்றல் தடுமாறத் துவங்கியது. பார்வை மங்கத் துவங்கியது. ஆனாலும் வகுப்புகள் தொடர்ந்து நடைபெற்றன.

ஒருநாள், அவர் தன் மரணத்துக்குப் பிறகு நடத்தப்படும் இறுதி நிகழ்ச்சியைத் தன் கண் முன்னே நடத்திப் பார்க்க ஆசைப்பட்டார். 'உயிர் வாழும் இறுதிச்சடங்கு' என்று அந்த நிகழ்ச்சிக்கு ஏற்பாடு செய்யப்பட்டது.

அதில் அவருடைய நண்பர்கள், உறவினர்கள் ஒன்றுகூடி அழுதார்கள். அவர் இறப்புக்கான இறுதி அஞ்சலிக் கவிதைகளை வாசித்தார்கள். அவரோடு பழகியதை நினைவு கூர்ந்தனர். அவர்களுடன் மோரி சேர்ந்து அழுதார்... சிரித்தார். "தன்னை அறிந்துகொள்ள அந்த நிகழ்ச்சி உதவியது" என்றார்.

“மோரியின் வகுப்பறை பற்றி தொலைக்காட்சிகள் ஒளிபரப்பின. அவர் தன் கடைசி நிமிடம் வரை வாழ்க்கையைப் பயனுள்ளதாக மாற்றிக்கொண்டார். மோரி திரும்பத் திரும்பச் சொன்ன ஒரே விஷயம்... ‘மற்றவர்களோடு உறவாடு... அவர்களுக்குப் பயனுள்ளவனாக உன்னை மாற்றிக்கொள்’ என்பதே.

இசையிலும் நடனத்திலும் சிறுபிராயத்திலிருந்தே விருப்பம் கொண்ட மோரி, தன் வயதை மறந்து வீட்டிலேயே நடனமாடத் துவங்கினார். மரணம் என்பது நடனத்தின் முடிவு மட்டுமே என்று சொல்லி குதூகலமாகச் சிரித்தார்.

வாழ்க்கை அனுபவத்தில் கண்டுணர்ந்த உண்மைகள்தாம் மோரி வகுப்பறையின் முக்கியப் பாடங்களாக இருந்தன. அதை மிட்ச் மிகத் துல்லியமாகவும் உணர்ச்சிபூர்வமாகவும் இந்த நூலில் பதிவு செய்து இருக்கிறார். அதுதான் இதைப் பல லட்சம் பிரதிகள் விற்ற புத்தகமாக பெரிய வரவேற்பைப் பெறச் செய்திருக்கிறது.

“மாரி மட்டுமல்ல... பல ஆசிரியர்கள் வகுப்பறைக்கு வெளியே நிறையக் கற்றுத்தந்திருக்கிறார்கள். அவை, நம்மை மேம்படுத்த உதவிய அக்கறைகள். நம் அக வளர்ச்சியைச் செழுமைப்படுத்திய பலர் ஆசிரியர்களாக வேலை செய்யவில்லை. ஆனால், கற்றுக்கொடுத்தார்கள். அவர்களில் பலரை முன் உதாரணமாகக் கொண்டிருக்கிறோம். ஒரு மனிதன் இன்னொரு மனிதன் மீது கொள்ளும் அக்கறையும் அதன் விளைவுகளும் எளிதில் விவரிக்கக் கூடியதில்லை. தண்ணீர், திராட்சைப் பழமாக உருமாறுவதுபோல அது ஒரு ரசவாதம்.

உலகப் புகழ்பெற்ற ஜப்பானிய இயக்குநரான அகிரா குரோசவா மதாதயோ (Madadayo) என்ற படத்தை இயக்கியுள்ளார். இந்தப் படமும் ஓர் ஆசிரியரைப் பற்றியதே. இதுதான் குரோசவாவின் கடைசிப் படம். ‘உசிதா’ என்ற முதிய பேராசிரியருக்கும் அவரிடம் படித்த மாணவர்களுக்கும் உள்ள உறவைப் பற்றியது இந்தப் படம். தன் ஆசிரியரின் பிறந்தநாளைக் கொண்டாடுவது என்று அவரிடம் படித்த மாணவர்கள் முடிவு செய்கிறார்கள்.

இதற்காக வேறு வேறு ஊர்களில் வசிக்கும் பலரும் ஆசிரியரைத் தேடி வருகிறார்கள். ஒரு விருந்து ஏற்பாடு செய்யப்படுகிறது. அதில் ஆசிரியர் தன்னிடம் படித்த மாணவர்களைச் சந்திக்கிறார். அவர்கள் எப்படி மாறி இருக்கிறார்கள் என்பதைக் கேலி செய்கிறார். பிறந்தநாள் விருந்தில் மாணவர்களோடு போட்டியிட்டுக் குடிக்கிறார். இன்னமும் முதிய பேராசிரியருக்குள் உற்சாகமும் இளமையும் துள்ளிக்கொண்டு இருப்பதை உணர்கிறார்கள்.

"பேராசிரியர் இத்தனை வருடங்கள் உழைத்தும் உரிய வீடு இல்லாமல் கஷ்டப்படுவதைக் கண்டு, அவருக்காக ஒரு வீடு கட்டித்தர ஆசைப்படுகிறார்கள், மாணவர்கள். ஆசிரியர், தன் புதிய வீட்டில் திருடர்கள் உள்ளே வந்து திருடிப்போவதற்கு என்று தனியே வழி அமைத்திருக்கிறார். ஏன் அப்படி என்று கேட்டால், தன் வீட்டில் திருடன் கொண்டுபோக எதுவுமில்லை. தன் அறிவை அவன் திருடிப்போக முடியாது. ஆகவே, ஏமாறாமல் இருக்கவே இப்படி உள்ளே வரும் வழி, வெளியே செல்லும் வழி என்று அடையாள அட்டைகள் வைத்திருப்பதாகச் சொல்கிறார்.

'மாணவர்கள் மனதில், ஆசிரியர்களுக்கு வயதாவதே இல்லை' என்பதே படத்தின் மையப்பொருள். மதாதயோவின் ஆசிரியரும் மோரியைப் போலவே, 'வாழ்க்கைதான் நாம் கற்றுக்கொள்ள வேண்டிய ஒரே பாடம்' என்கிறார். எந்த நாடு, எந்த மொழி, யார் சொல்கிறார்கள் என்பது முக்கியமல்ல. வாழ்வின் உண்மைகள் உலகம் முழுவதும் ஒன்றுபோலவே இருக்கின்றன. அதைத்தான் மோரியும் உசிதாவும் நிரூபணம் செய்கிறார்கள்!

நாம் சின்னச்சின்ன விஷயங்கள்தானே..! என்று நினைப்பதை, பலர் தங்களின் செய்கையால் முக்கியமான விஷயமாக மாற்றியுள்ளனர்.

ஒரு முறை, பெங்களூருவில் ஒரு சாலையைக் கடப்பதற்காக நின்றிருந்தேன். அருகில் ஒரு பள்ளி இருந்தது. காலை நேரம் மாணவர்கள் ஓடி ஓடி சாலையைக் கடந்து கொண்டிருந் தார்கள்.

60 வயதைக் கடந்த ஒரு மனிதர், ஒவ்வொரு மாணவராக சாலையைக் கடந்து போவதற்கு உதவி செய்தபடியே இருந்தார். ஒரு மணி நேரம் அவர் இப்படி உதவியிருக்கக்கூடும். அதே பள்ளியில் வேலை செய்த என் நண்பரிடம் இதைப் பற்றிக் கேட்டபோது, "அவர் ஓய்வுபெற்ற ஊழியர் என்றும், தினமும் காலையும் மாலையும் பள்ளியின் முன்பாக உள்ள சாலையில் வந்து நின்று, மாணவர்கள் பத்திரமாகக் கடந்துபோவதற்கு உதவி செய்கிறார். 'இப்படிச் செய்வதால் தனக்கு மன நிறைவு கிடைப்பதாகச் சொல்கிறார். இவரைப் பள்ளியில் அழைத்துப் பாராட்டலாம் என்று சொன்னால், நிர்வாகம் ஒப்புக்கொள்ள மறுத்துவிட்டது" என்றார்.

சாலையைக் கடப்பதற்கு உதவி செய்வது சிறிய செயல்தான். ஆனால், அதை ஒருவர் அக்கறையுடன் ஒரு சேவையாகத் தினமும் செய்வது பாராட்டுக்குரிய விஷயம். ஏன் அந்த அக்கறைகள் கண்டுகொள்ளப்படாமல் போகின்றன?

அவரைத் தினமும் ஆயிரமாயிரம் பேர் பார்த்துக் கடந்து போகிறார்கள். ஏன் ஒருவர் கூட அந்த அக்கறையைக் கற்றுக்கொள்ளவே இல்லை. காரணம், அவர் எளிய மனிதர். இதையே மேடையிட்டு நாடறிந்த ஓர் அறிஞர் வாய் வார்த்தையில் சொன்னால், நாடு முழுவதும் அது நல்லெண்ணச் செய்தியாக வெளியாகும். அவர் கொண்டாடப் படுவார். எளிய மனிதர்களின் நேரடிச் செயல்களோ எந்தக் கவனமும் இன்றி புறம் ஒதுக்கப்படுகின்றன.

கற்றுக்கொள்வது என்பது, பள்ளியோடு முடிந்துவிடுகிறது என்ற மனப்பாங்கு பெரும்பான்மை மனிதர்களுக்கு இருக்கிறது. அது பெரும் அபத்தம். கற்றுக்கொள்வதற்கு வயதோ, சூழலோ தடைகளாக இல்லை. நமது விருப்பமின்மைதான் எப்போதும் பெரிய தடையாக இருக்கிறது!

நான் ஒரு கிம்ப்யூட்டர்

ஐம்பத்தேழு வயதான கிம்பெக், பிறவியிலேயே மூளை வளர்ச்சி குறைந்தவர். உடல் நலிந்து, சக்கர நாற்காலியில் வாழ்க்கையை ஓட்டிய கிம்மை, அவரது தந்தை கவனித்து தொடர்ந்து உற்சாகப்படுத்தினார்.

அப்போதுதான், கிம்மிடம் 'போட்டோகிராஃபிக் மெமரி' எனப்படும் அதீத நினைவாற்றல் திறன் இருப்பது கண்டுபிடிக்கப்பட்டது. கிம், தான் படித்த புத்தகங்களை ஒரு வார்த்தை விடாமல் முழுமையாகத் திரும்பச் சொல்ல முடியும் அளவுக்கு நினைவாற்றல் பெற்றிருந்தார். ஒரே நேரத்தில் இரண்டு புத்தகங்களைப் படிக்கும் திறன் அவருக்கு இருந்தது. அதனால், மடமடவென 12 ஆயிரம் புத்தகங்களைப் படித்துத் தள்ளிய கிம், எதைக் கேட்டாலும் பதில் சொல்லத் துவங்கினார்.

கம்ப்யூட்டர் போல 'நான் ஒரு கிம்ப்யூட்டர்' என்று சொல்லிக்கொண்ட கிம், எந்தத் துறை பற்றிக் கேட்டாலும் உடனே பதில் சொல்லிவிடும் விற்பன்னர். இதே திறனைப் பயன்படுத்தி, எந்த இசையைக் கேட்டாலும் மறுநிமிடமே அதை வாசித்துக்காட்டும் திறமை உருவானது. இவரது சிறப்புத் திறன்களைக் கேட்டு அறிந்த ஹாலிவுட் திரைக்கதை ஆசிரியர் பேரிமரோ, அவரைப்போன்ற ஒரு கதாபாத்திரத்தை உருவாக்கினார். அந்தப் படம்தான் டஸ்டின் ஹாப்மென் நடித்த 'ரெயின்மென்'. அது மிகப்பெரிய வெற்றி பெற்றது. கிம், இன்று தொலைக்காட்சி நிகழ்ச்சிகள், கல்விப் புலங்கள் என்று தொடர்ந்து தன் திறமையால் 'நோய்மை, வெற்றிக்குத் தடை இல்லை' என்று நிரூபித்து வருகிறார்!

25

வீட்டுக்காரம்மாவைச் சமாளிப்பது எப்படி?

உலக யுத்தங்கள், உள்நாட்டுக் கலவரங்கள் என எதையும் கண்டுகொள்ளாத பொதுமக்கள், உண்மையில் பயப்படுவது ஒரேயொரு சண்டையை நினைத்துத்தான். அதுதான் வீட்டுச் சண்டை.

யோசித்துப் பார்த்தால் 'வீட்டுச் சண்டை' என்ற சொல் பார்க்க எளிமையாகத் தோன்றுகிறதே அன்றி, உலக யுத்தங்கள்கூட இவ்வளவு தீவிரமாக நடந்திருக்குமா என்று பிரமிக்க வைக்கும் அளவு விஸ்வரூபம் கொள்கின்றன. நடைபாதைவாசியில் இருந்து நாடாளும் மனிதர் வரைக்குமான பொதுப்பிரச்னை... வீட்டுச் சண்டை.

இந்தச் சண்டையில் யார் எதிரி, யார் நண்பர், என்ன காரணத்தால் சண்டை நடக்கிறது என்பது அறிந்துகொள்ளவே முடியாது. கோயில், பூங்கா, கடற்கரை, ரயில், பேருந்துப் பயணங்களில் மனிதர்கள் அதிகம் பேசிக்கொள்வது வீட்டுச் சண்டையைப் பற்றித்தான். அதன் திரைவடிவம்தான் இன்றைய தொலைக்காட்சி நெடுந்தொடர்கள்.

மின்சார ரயிலில் ஒருநாள் காலை, வேலைக்குச் செல்லும் பெண் ஒருத்தி மயங்கி விழுந்துவிட்டாள். உடனே, சகபயணிகள் அவளுக்குத் தண்ணீர் தந்து உட்கார வைத்தார்கள்.

எஸ். ராமகிருஷ்ணன்

ஒரு பெரியம்மா, "என்ன வீட்ல சண்டையா?" என்று கேட்டார்.

'ஆமாம்' என்றபடி மயங்கிய பெண் தலையசைத்தாள்.

"அதுக்காகச் சாப்பிடாம வந்துட்டயாக்கும்" என்று கேட்டார்.

அந்தப் பெண் அதற்கும் தலையாட்டினாள்.

என்ன சண்டை என்று யாரும் கேட்கவில்லை. காரணம், எல்லோருக்கும் அந்த அனுபவம் இருக்கிறது. சண்டை இல்லாத வீடுகளோ, கோபித்துக்கொள்ளாத கணவன் – மனைவியோ உலகில் இல்லை. வீட்டுச் சண்டையில் உருவான கோபம், இயலாமை, வலி, ஏக்கம் யாவும் பொது வெளிகளில் மிதந்துகொண்டு இருக்கின்றன. அதுதான் சக மனிதன் மீது கோபமாக எதிரொலிக்கிறது. 'நானே வீட்ல சண்டை போட்டுட்டு வந்திருக்கேன். நீ வேற ஏன் உயிரை வாங்குற?' என்று வாய்விட்டுச் சொல்லும் பலரைக் கண்டிருக்கிறேன்.

நதிமூலம், ரிஷிமூலம் தேடிக் காணவே முடியாது என்பார்கள். அத்துடன் வீட்டுச் சண்டைகளையும் சேர்த்துக்கொள்ள வேண்டியதுதான். அதன் வேர் எங்கே இருக்கிறது. விதை எப்போது முளைத்தது என்று கண்டுபிடிக்கவே முடியாது. ஒருவகையில் இந்த வீட்டுச் சண்டைகள்தாம் வாழ்வின் ருசி. ஒவ்வொரு குடும்பமும், அதற்கான காயங்களையும் சண்டைகளையும் கொண்டு இருக்கிறது.

குடும்பச் சண்டைகளில் வார்த்தைகள்தான் பிரதான ஆயுதம். அந்த நிமிடங்களில், தான் இத்தனை வார்த்தைகள் அறிந்து வைத்திருக்கிறோமா என்று ஆச்சர்யம் உருவாகிறது. வார்த்தைகளைப் பிரயோகிக்கத் தெரியாத ஆண், எளிதில் அடிஉதையில் இறங்கிவிடுகிறான். வன்முறை, குடும்பத்தின் பிரிக்க முடியாத பகுதி போலும்.

கோபித்துக்கொண்டு சாப்பிடாமல் கிடப்பவர்கள், பேசாமல் இருப்பவர்கள், தன்னைத்தானே தண்டித்துக்கொள்பவர்கள், வீட்டைவிட்டுப் போகிறவர்கள், அழுது அழுது ஓய்கிறவர்கள், கடவுளின் முன்பு பிரார்த்தனையாகக் கொட்டுபவர்கள்,

தனக்குத்தானே பேசிக்கொள்பவர்கள் என்று சண்டையின் பிரதிபலிப்புகள் ஆண் – பெண் பேதமின்றி ஆயிரம் வழிகளாகக் கடைப்பிடிக்கப்படுகின்றன. சண்டை ஓய்வதே இல்லை. மரங்களை உலுக்கும் காற்று ஓய்ந்து போவது போல, அது அடங்குகிறதே தவிர, விலகிப் போவதே இல்லை!

பிரபல இந்தி எழுத்தாளர் பிரேம்சந்த், 'உறவு' என்று ஒரு கதை எழுதியிருக்கிறார்.

ஆற்றின் கரையோரம் உள்ள சிறிய கிராமம். அங்கே தனது வயதான அப்பா – அம்மாவைக் காண்பதற்காக நகரத்தில் இருந்து மகன் கிளம்பிச் செல்கிறான். சொந்த ஊருக்குப் போய் ஐந்து வருடங்களாகிவிட்டன. வேலை, பிள்ளைகளின் படிப்பு என்று நகரத்தில் தங்கிவிட்டவன் அவன். ஒவ்வொரு பண்டிகையின்போதும் அவனது அப்பா ஊருக்கு வரும்படி கடிதம் எழுதுவார். அவனும் போக வேண்டும் என்று ஆசைப்படுவான். ஆனால், சந்தர்ப்பம் சரியாக அமையாது. இந்த ஆதங்கம் காரணமாக 10 நாள்கள் லீவு போட்டுவிட்டு ஊருக்குக் கிளம்பிச் சென்றான்.

அழகான கிராமம் அது. தன்னைக் கண்டதும் அப்பா – அம்மா மிகவும் சந்தோஷப்படுவார்கள் என்று நினைத்தபடி கதவைத் தட்டினான். அவனைக் கண்டதும் அம்மா முகத்தைத் தூக்கி வைத்துக்கொண்டு, "இப்போதான் எங்க ஞாபகம் வந்துச்சாக்கும். உயிரோடு இருக்கோமா, செத்துட்டோமானு பார்க்க வந்தியா" என்று திட்டினாள். ஏதோ கோபத்தில் பேசுகிறார் என்று அப்பாவைக் காண்கிறான். அவர் வரவேற்று உட்கார வைக்கிறார்.

அவர் முகமும் சோர்ந்து இருக்கிறது. "என்னப்பா" என்று விசாரிக்கிறான். "உங்க அம்மாவோட ஒரே சண்டைப்பா" என்று சொல்லிவிட்டு, கட்டிலில் படுத்துக்கொள்கிறார். அன்றிரவு அம்மா சமைக்கிறாள்; சாப்பாடும் போடுகிறாள். வாய் ஓயாமல் சண்டையும் போடுகிறாள். அவனைப் பேச விடாமல் கத்திக்கொண்டே இருக்கிறாள். ஒரு நாள்கூட வீட்டில் இருக்க முடியவில்லை. என்றோ நடந்த விஷயங்களை நினைத்து நினைத்து அம்மா சண்டையிடுகிறாள்; அழுகிறாள். சாப்பிட மறுத்து வெறுந்தரையில் ஒடுங்கிக்கொள்கிறாள்.

மகன் ஆசையாக வாங்கி வந்த புடவையைத் தூக்கி எறிகிறாள். அப்பாவும், திட்டுவதில்லையே தவிர, முகத்தைத் தூக்கி வைத்துக் கொள்கிறார்.

'என்ன ஆயிற்று இவர்களுக்கு? கடிதம் போட்டு ஊருக்கு வா... வா என்று ஆசையோடு அழைத்துவிட்டு, இப்படி நடந்து கொள்கிறார்களே' என்று எரிச்சல் அடைந்து, 'இதற்காகவா ஊருக்கு வந்தோம்?' என்று மறுநாளே நகரம் கிளம்புகிறான். அவனை வழி அனுப்ப வந்த அப்பா சொல்கிறார், "நீ நினைக்கிற மாதிரி உங்கம்மா சண்டைக்காரி இல்லடா. அவளுக்கு இந்த வீட்ல சண்டைபோட என்னை விட்டா யாருமே இல்லை. நீ வந்ததும் அவ மனசுல கிடந்ததையெல்லாம் கொட்டித் தீர்த்துக்கிட்டா. இது ஆதங்கம், இயலாமை. நீ போன பிறகு அமைதியாகிருவா. உன் மேல காட்டவெச்சிருந்த பாசம் அத்தனையும் என் மேல காட்டுவா. உங்கம்மா ரொம்ப நல்லவ. அவளுக்குச் சண்டை போடுறதுக்கும் ஓர் ஆள் தேவைப்படுதுப்பா. அதுதான் மனுஷ சுபாவம். ஒரே ஆள்கூட எத்தனை நாள்தான் சண்டை போடுவா. அதுக்காகவாவது நீ ஊருக்கு வந்து போய்க்கிட்டு இரு" என்று வழியனுப்பி வைக்கிறார்.

பிரேம்சந்த் காலத்து வீட்டுச் சண்டைகளின் அடிப்படையில் அக்கறை ஒளிந்திருந்தது. இன்றைய சண்டைகள் பெரும்பாலும் பரஸ்பர வெறுப்பிலும், நெருக்கடியிலும், புரிந்துகொள்ளாமையிலும் இருந்துமே துவங்குகின்றன. தன் தவறுகளை மறைப்பதற்கான நாடகமாகிறது. பல நேரங்களில் கற்பனையான பயங்கள், காரணம் இல்லாத கோபம், புறச்சூழலின் மீதான எரிச்சல், யார் மீதோ காட்ட வேண்டிய கோபம் யாவும் வீட்டின் பிரச்னைகள் ஆகிவிடுகின்றன. இந்தக் கசப்புணர்வுதான், 'உறவிலே வேகுறதைவிட ஒரு கட்டு விறகி லே வேகலாம்' என்று பழமொழியாக உருவெடுத்திருக்கிறது.

கோபத்தில் இருந்து உருவானதைவிடவும் சிரிப்பில் இருந்தே அதிக சண்டைகள் உருவாகி இருக்கின்றன. சிரிப்பை, மனிதர்கள் பெரும்பாலும் தவறாகவே புரிந்து கொள்கிறார்கள். கேலி செய்வது, அவமதிப்பது, அவமானப்படச் செய்வது போன்றவற்றைச் சிரிப்பால் எளிதாகச் செய்துவிட முடிகிறது

என்பது மனித அனுபவம். அதனால்தான் பொய்ச் சிரிப்பு என்ற சொல்லே உருவாகிறது. நமது பெரும்பான்மைச் சிரிப்புகள் பொய்ச் சிரிப்புகளே. அது ஒரு நடிப்பு. அடுத்தவர் முன்பு தான் இயல்பாக இருப்பது போன்ற பாவனை.

குடும்பச் சண்டையின் உச்சபட்சம் என்னவாகும் என்பதை மிக அழகாகச் சித்திரிக்கிறது The War of the Roses என்ற ஹாலிவுட் படம். வாரன் அட்லர் இயக்கிய இந்தப் படத்தில், மைக்கேல் டக்ளஸ், கேதலின் டர்னர் நடித்திருக்கிறார்கள். கெவின் என்ற வழக்கறிஞரைத் தேடி, ஒருவன் தன் மனைவியை விவாகரத்து செய்ய வேண்டும் என்ற வழக்குடன் வருகிறான். என்ன காரணம் என்று கேட்கையில், "தான் சிகரெட் பிடிப்பதைத் தன் மனைவி கடுமையாகத் திட்டுகிறாள். அதுவே தினமும் சண்டையாகிறது" என்றான். அந்த நபருக்கு, தனக்குத் தெரிந்த ஆலிவர் – பார்பரா என்ற ஜோடியின் கதையைச் சொல்கிறார் கெவின்.

"ஆலிவர் ஓர் இளம் வழக்கறிஞன். இவர் ஒரு நாள் ஏலக் கடையில் பார்பரா என்ற அழகான இளம்பெண்ணைச் சந்திக்கிறான். இருவரும் ஒரே சிலையை ஏலத்தில் எடுக்கப் போட்டியிடுகிறார்கள். பார்பரா ஜெயித்துவிடுகிறாள். அவளது ரசனையைப் பாராட்டும் ஆலிவர், அவளோடு பேசிப் பழகத் துவங்குகிறான். கலை ரசனை காரணமாக நட்பு உருவாகி அது காதலாகிறது. இருவரும் திருமணம் செய்துகொள்கிறார்கள்.

தனது தொழிலில் மேலே வரப் போராடுகிறான் ஆலிவர். பார்பரா ஓர் உணவகத்தில் பணிப்பெண்ணாக வேலை செய்கிறாள். இருவரும் குழந்தைகளை வளர்ப்பது தொடர்பாகப் பரஸ்பரம் சண்டையிடுகிறார்கள். குற்றம் சாட்டுகிறார்கள். இந்தச் சண்டையால் இருவரும் பிள்ளைகளைக் கண்டுகொள்வதே இல்லை. இதனால் பிள்ளைகள் கண்டதையும் சாப்பிட்டு உடல் பெருத்து, பிடிவாதமும் கோபமுமாக வளர்கிறார்கள்.

ஆலிவர் தன் தொழிலில் மேம்பாடு அடைகிறான். பணம் வரத்துவங்குகிறது. நண்பர்களுக்கு வீட்டில் பெரிய விருந்து

தருகிறான். அதில் அவன் நண்பர்களிடம் பொய்யாகச் சிரித்து நடிப்பதை பார்பரா கேலி செய்கிறாள். அதைத் தாங்க முடியாமல் ஆலிவர் சண்டை போடுகிறான். பார்பராவும் தன் வேலையில் முன்னேற்றம் அடைகிறாள். தனியே சம்பாதிக்க ஆரம்பிக்கிறாள். யார் பெரியவர் என்ற சண்டை வீட்டில் ஆரம்பமாகிறது. இருவரும் ஒருவரை ஒருவர் வெறுக்கிறார்கள். தானே பெரிய ஆள் என்பதைக் காட்ட தேவையற்ற பொருட்களை வாங்கி வீட்டை நிரப்புகிறார்கள் இருவரும். வருடங்கள் போகின்றன.

ஒருநாள், ஆலிவர் தனக்குத் திடீரென நெஞ்சுவலி வந்து விட்டது போல உணர்ந்து மருத்துவமனைக்குப் போகிறான். தான் சாகப்போவதாக நினைத்து மனைவிக்கு உருக்கமான கடிதம் எழுதுகிறான். தன்னை வந்து பார்க்கும்படி மனைவிக்குத் தகவல் தருகிறான். அவள் மருத்துவமனைக்கு வரவே இல்லை. மருத்துவப் பரிசோதனை முடிவில் ஆலிவருக்கு நெஞ்சுவலி இல்லை என்று வீட்டுக்கு அனுப்பி விடுகிறார்கள்.

அன்றிரவு ஆலிவர் எழுதிய கடிதத்தைப் படித்த பார்பரா, அவன் உயிரோடு இருக்கிறானா எனச் சோதிக்க அவன் மூக்கில் விரல் வைத்துப் பார்க்கிறாள். விழித்துக்கொண்ட ஆலிவர் கத்துகிறான் 'நீ செத்துப் போயிருந்தால் மிகச் சந்தோஷமாக இருந்திருப்பேன். விவாகரத்து வாங்கும் சிரமம் இருக்காது' என்கிறாள் பார்பரா. ஆலிவர் அவளை மோசமாகத் திட்டுகிறான்.

இருவரும் விவாகரத்து செய்ய முடிவு செய்கிறார்கள். ஆனால், வீட்டில் உள்ள பொருட்களில் எதையும் அவளுக்காக விட்டுக்கொடுக்க முடியாது என்கிறான் ஆலிவர். பார்பரா, அத்தனையும் தன்னுடையவை என்கிறாள். சண்டை வளர்கிறது. பரஸ்பரக் கோபம், வெறுப்பில் வீட்டுப் பொருட்களை உடைத்து நொறுக்குகிறாள். மீன் தொட்டியில் சிறுநீர் கழிக்கிறான் ஆலிவர். பார்பரா காரை உடைக்கிறாள். இப்படி வீடு யுத்தக்களமாகிறது. முடிவில் ஒருநாள் தொங்கும் விளக்கு முறிந்து விழுந்து இருவருமே செத்துப்போகிறார்கள். குடும்பச் சண்டைகள், விவாகரத்து வழக்கு என்று போவதைவிட பரஸ்பரம் புரிந்து கொள்வது

மேலானது. அதுதான் தனது ஆலோசனை என்று கெவின் சொல்வதோடு படம் நிறைவுறுகிறது.

கடல் அலைகள் எவ்வளவு சீறிக்கொண்டு கடலைவிட்டு வந்தாலும், மறுபடியும் கடலுக்கே திரும்பிவிடுகின்றன. தன்னைக் கரைத்துக்கொள்கின்றன. வீட்டுக் கோபங்கள், சண்டைகளும் இப்படிப்பட்டதுதானோ?

மாற்றுத் திறனாளிகளுக்கான மாற்று வழிகள்!

பெரும்பான்மை அரசுக் கட்டடங்கள், நீதிமன்றங்கள், திரையரங்குகள், பேருந்துநிலையங்கள், பொதுக் கழிப்பறை, ரயில் கழிப்பறைகளில் சக்கர நாற்காலியில் வருபவர்கள் உள்ளே செல்ல முடிவதில்லை. உடல் குறைபாடு கொண்டவர்களுக்கான பிரத்யேக நடைபாதைகள், கழிப்பறைகள், மாற்றுப் பாதைகள் இல்லாத காரணத்தால் தினம் தினம் அவர்கள் தடுமாறுகிறார்கள்.

செவ்வாய்க்கிரக ஆராய்ச்சிகள், விண்வெளி ஆய்வு என்று கோடி கோடியாகப் பணம் செலவழிக்கப் படுகிறது. அதில் ஒரு சதவிகிதமாவது இவர்களுக்காக செலவழிக்கப்படுகிறதா? மடக்கவும் நீட்டவும்கூடிய எளிய மேடைகள், சக்கர நாற்காலி வசதிகள் உலகெங்கும் நடைமுறையில் உள்ளன. அவை நம்மிடையே அதிகம் இல்லை.

ஆஸ்திரேலியாவில் 'வீல்சேர் ரோல்' என்ற நிகழ்ச்சி ஆண்டுதோறும் நடக்கிறது. அதன் முக்கிய நோக்கம், சக்கர நாற்காலி பயன்படுத்துகிறவர்கள் சந்திக்கும் பிரச்னைகள், மாற்று வழிகள், அவர்களின் அடிப்படை உரிமைகள் போன்றவை பற்றி மக்கள் அறிந்துகொள்வதுதான்!

26
புல்லின் நிழலில் இளைப்பாறுங்கள்!

ஒருநாள், ஐநூறு ரூபாய்க்கு ஒரு காசோலையும் அத்துடன் ஒரு கடிதமும் இணைந்த தபால் ஒன்று என் முகவரிக்கு வந்திருந்தது. அனுப்பியவர் பெயர் பரிச்சயமானதாக இல்லை.

'அன்புடைய ராமகிருஷ்ணன், என் மகளின் இதயச் சிகிச்சைக்குப் பண உதவி தேவை என்று நாளிதழில் வெளியான விளம்பரத்தைப் பார்த்துவிட்டு, நீங்கள் அனுப்பிய உதவிக்கு நன்றி. கடந்த வெள்ளிக்கிழமை, என் மகள் அறுவைசிகிச்சைக்கு முன்பாகவே இறந்து விட்டாள். ஆகவே, அவளுக்காக உங்களைப்போல பலரும் அனுப்பிய பணம் அவசியம் இல்லாது போய்விட்டது. இனி அந்தப் பணம் எங்களுக்குத் தேவையில்லை.

என் மகளின் சிகிச்சைக்காக அனுப்பப்பட்ட பணம் முழுவதையும் அதை அனுப்பியவர்களுக்கே திருப்பி அனுப்பி வருகிறேன். என்னைப்போல உதவி கேட்கும் இன்னொரு நபருக்கு அந்தப் பணம் பயன்படக்கூடும் என்ற நல்லெண்ணம்தான் இதற்கான காரணம். இதை நீங்கள் தவறாக எண்ணவேண்டாம். முகம் தெரியாத மனிதருக்குச் செய்யும் உதவி, கடவுளுக்குச் செய்யும் அரும்பணி. அதற்காக என் குடும்பம் உங்களுக்கு என்றும் நன்றியுடையது. இப்படிக்கு செல்வ விநாயகம்' என்றிருந்தது.

அந்தச் செய்தி, ஒரு பக்கம் என்னைத் துக்கம் அடையச் செய்தது. இன்னொரு பக்கம், இவ்வளவு உயர்வான மனிதர்கள் இன்னமும் இருக்கிறார்களா? என்று வியப்படையவும் வைத்தது. எவ்வளவு உன்னதமான நேர்மை.

தன் மகள் இறந்துவிட்டாள். அதற்குப் பிறகு இந்தப் பணம் தங்களுக்கு எதற்கு? அதை உரியவர்களுக்குத் திருப்பி அனுப்புவதன் வழியே அது யாரோ ஒருவருக்குப் பயன்படும் என்று எண்ணுவது எத்தனை உயரிய சிந்தனை. உதவி என்று பணம் அனுப்பியவர்களில் எவரும் கணக்கு கேட்கப்போவது இல்லை. எப்படிப் பணம் செலவழிக்கப்பட்டது என்று கண்காணிக்கப்போவதும் இல்லை. ஆனால், வறுமையான சூழலுக்குள்ளும் அந்தப் பணம் தங்களுக்குத் தேவையற்றது என்று திருப்பித் தரும் மனம் கொண்ட அந்த மனிதர், மிக உயர்வானவராகத் தோன்றினார்.

அன்று இரவு முழுவதும் அதைப் பற்றியே யோசித்துக்கொண்டு இருந்தேன். எங்களிடம் மீதமாக உள்ள பணத்தை நாங்கள் திருப்பிக் கொடுக்க முன்வருகிறோம் என்று யாராவது, எங்காவது சொல்லியோ, நடந்தோ கேள்விப்பட்டு இருக்கிறேனா? நினைவில் இல்லை. பொதுமக்களுக்கு உரிய பணம் கோடிக்கணக்கில் பயன்பாடின்றி முடங்கிக்கிடக்கின்றன. உதவியின் பெயரால் திரட்டப்படும் பெருவாரியான பணம் முறைகேடான வழிகளில் செலவழிக்கப்படும் செய்திகள் வெளியாகி இருக்கின்றன.

மருத்துவச் சேவை செய்வதைப் பணம் சம்பாதிக்கும் வழியாக மாற்றிக்கொண்ட நிறுவனங்கள், தனிநபர்கள் பெருகிவிட்டதைக் காலம் பலமுறை நமக்குச் சுட்டிக்காட்டி இருக்கிறது. இவ்வளவு கெட்டு அழிந்த சூழலுக்குள் அடுத்தவர் பணம் நமக்கு வேண்டாம் என்று திருப்பித் தரும் மனது, ஒரு மனிதருக்கு வருகிறது என்பது, நம்பிக்கை தரும் செயல். இன்றைய மருத்துவச் செலவுகள், நோயைவிடக் கொடிய வலியாக உருவெடுக்கின்றன. நோய்மை உருவாக்கிய பயத்தைவிட, மருத்துவமனைகள் உருவாக்கிய பயம் அதிகமாகிறது.

"நோயின்போதுதான் ஒவ்வொரு மனிதனும் தன் வயதை மறந்து போகிறான். குழந்தையைப்போல யாராவது

தன்னை அரவணைத்துப் பாதுகாக்க வேண்டும் என்று விரும்புகிறான். அன்புக்காக ஏங்கத் துவங்குகிறான். வேறு எந்தச் சூழலைவிடவும், மருத்துவமனையில் அனுமதிக்கப்பட்ட பிறகு கையில் காசு இல்லாமல் போவதுதான் மிகவும் மோசமான துரதிர்ஷ்டம். மருந்துகள், நோயில் இருந்து மனிதனை விடுவிக்கக்கூடும். ஆனால், தொடர்ந்த அக்கறையும் அன்புமே நோயாளியைப் பூரண சொஸ்தமாக்குகிறது. இயல்புக்குத் திரும்பச் செய்கிறது.

வில்மா ருடால்ஃப் என்ற ஓட்டப்பந்தய வீராங்கனையைப் பற்றிய புத்தகம் ஒன்றினை வாசித்தேன். 1960-ஆம் ஆண்டு நடந்த ஒலிம்பிக்கில், மூன்று தங்கப் பதக்கங்கள் பெற்ற அமெரிக்க வீராங்கனை அவர். 'உலகின் மிக வேகமாக ஓடும் பெண்' என்று புகழாரம் சூட்டப்பட்டவள்.

இந்த வெற்றியின் பின்னே ஒரு பெண்ணின் மன உறுதி மறைந்து இருக்கிறது. வில்மா சிறுவயதில் போலியோவால் பாதிக்கப்பட்டு, கால்கள் சூம்பிப் போய், படுக்கையிலே கிடக்கிறாள். அவள் வயதுப் பிள்ளைகள் வீதியில் விளையாடும்போது அவளால் வீட்டுக்குள்கூட நடக்க முடியவில்லை. உதவிக்கு அம்மாவோ, சகோதரிகளோ இல்லாமல் எதுவும் செய்ய முடியாது. வலது கால் வளைந்து இருந்தது.

மருத்துவர்கள், "அவளின் வாழ்நாள் முழுவதும் சூம்பிய கால்களுடன் மூலையில்தான் கிடக்கக்கூடும்" என்று சொன்னார்கள். ஆனால், அதை வில்மாவின் தாய் நம்பவில்லை. "தன் மகள் நடப்பாள், ஓடுவாள், ஏன், பந்தயத்தில் கூட ஓடி வெற்றி பெறுவாள்" என்று உறுதியாகச் சொன்னாள். அது பைத்தியக்காரத்தனமான நம்பிக்கை என்று மருத்துவர்கள் பரிகாசம் செய்தார்கள். அதைக் கண்டு கொள்ளாமல் வில்மாவுக்கு நடக்க உதவி செய்தாள். மற்ற சகோதரிகளும் துணை நின்றார்கள். 10 வயது வரை இந்தச் சிகிச்சை நாள் தவறாமல் நடைபெற்றது.

வில்மா லேசாகக் காலை ஊன்றி நடக்க ஆரம்பித்தாள். தினமும் அவளை ஐந்து மைல் தூரம் நடக்கவைப்பது என்று அம்மா வைராக்கியமாக அவளை இழுத்துக்கொண்டு

நடந்தாள். இரவில் கால் வீக்கம் கண்டுவிடும். வலியில் கண்ணீர் பெருகும். சகோதரிகள் அவள் வீங்கிய காலுக்கு ஒத்தடம் தருவார்கள். ஒவ்வொரு நாளும் சித்ரவதையாக இருக்கிறதே என்று வில்மா கண்ணீர் விடுவாள். ஆனால், அம்மா... அவளை நடக்கவும், ஓடவும் தொடர்ந்து பழக்கினாள். வலி மறந்து போய், ஓட வேண்டும் என்ற வெறி மனதில் உண்டானது. 12 வயதில் தானாக ஓடத் துவங்கினாள். அக்காவுடன் பந்து விளையாடத் துவங்கினாள். அதன்பிறகு, கடுமையான பயிற்சிகள் தரப்பட்டன. சில நாள்கள் அவள் மணிக்கணக்கில் ஓடினாள். வியர்வையும், களைப்பும், வலியும் ஒன்றுசேர்ந்து அவளை அமுக்கின. ஆனால், அவள் துவண்டுவிடவில்லை. 1956–ஆம் ஆண்டு ஒலிம்பிக்கில் ஒரு வெண்கலப் பதக்கம் பெற்றாள். அடுத்த ஒலிம்பிக்கில் மூன்று தங்கப் பதக்கங்கள்.

வில்மாவின் வெற்றிக்கு யார் காரணம்? எங்கே இருந்து அவளது நம்பிக்கை உயிர் பெற்றது என்று ஒரு புத்தக நேர்காணலில் கேட்டபோது, “தன்னால் நோயிலிருந்து விடபட முடியும் என்று அம்மா முழுமையாக நம்பினாள். அதற்குக் குடும்பமே தன்னை மிகுந்த அக்கறையுடன் கவனித்துக் கொண்டது. ஒருவேளை தான் புறக்கணிக்கப்பட்டு இருந்தால், கால்கள் முடங்கி வீட்டில் மூலையில் கிடந்து செத்துப் போயிருப்பேன்” என்று அறிவித்தாள் வில்மா.

அந்தப் புத்தகத்தைப் படிக்கப் படிக்க, எனக்கு வில்மாவை விடவும் அவளது தாய் மிக உன்னதமானவளாகத் தோன்றினாள். எவ்வளவு பெரிய போராட்டம். தன் மகள் பந்தயத்தில் ஓடி வென்றபோது அந்த தாயின் மனது எவ்வளவு உவகை கொண்டிருக்கும். அந்த நிமிடத்தில் அந்தத் தாயின் கண்களில் இருந்து பீறிட்ட நீரைப்போல உலகில் உயர்வானது வேறில்லை. நம்பிக்கை ஒரு விதை. அது மனதில் ஆழமாக ஊன்றிவிட்டால், அதில் இருந்து நிச்சயம் அதிசயங்கள் விளையத் துவங்கிவிடும்.

நம்பிக்கையை உருவாக்குவதும், வளர்த்தெடுப்பதும் எளிதானதல்ல. அது நம் வேலை இல்லை என்றே பெரும்பாலும் நம்புகிறோம். அது உண்மை இல்லை. நம்பிக்கை நாம் அனைவரும் சேர்ந்து உருவாக்க வேண்டிய ஆதாரப் பணி.

ஒரு முறை, 'Pay it Forward' என்ற ஹாலிவுட் படத்தைப் பார்த்தேன். மிகச் சிறப்பான படம் என்று வகைப்படுத்த முடியாது. ஆனால், அவசியம் பார்க்க வேண்டிய படம்.

டிரேவர் மெக்கன்சி என்ற 11 வயதுச் சிறுவன், அமெரிக்கப் பள்ளி ஒன்றில் படிக்கிறான். அவனது பள்ளியில், 'உலகை மாற்ற விரும்பும் ஐடியா ஒன்றினை ஒவ்வொரு மாணவனும் மாதிரித் திட்டமாகத் தயாரித்து வந்து, வகுப்பறையில் விளக்க வேண்டும்' என்று அறிவிக்கிறார்கள்.

டிரேவர் ஒரு திட்டத்தை முன்மொழிகிறான். அந்தத் திட்டம் என்னவென்றால், 'நாம், முகம் அறியாத மூன்று பேருக்கு நம்மால் முடிந்த அளவு உதவ வேண்டும். அந்த மூவர் தனக்குத் தெரிந்த மூன்று பேருக்கு உதவும்படியாகச் சொல்ல வேண்டும். அவர்கள் இது போலத் தொடர்ந்து செய்ய ஆரம்பித்தால், இரண்டு வாரங்களில் 47 லட்சத்து, 82 ஆயிரத்து, 969 பேருக்கு உதவிகள் கிடைத்திருக்கும். இது ஒரு சங்கிலித்தொடர். நாம் செய்ய வேண்டியது, அறிமுகம் இல்லாத மூன்று நபர்களுக்கு உதவ முன் வருவது மட்டுமே' என்கிறான். இதை வகுப்பறையில் மாணவர்கள் கேலி செய்கிறார்கள். ஆனால் ஆசிரியர், "இது அருமையான திட்டம்" என்று பாராட்டுகிறார்.

டிரேவர், இந்தத் திட்டத்தை தானே நடைமுறைப்படுத்த முயற்சிக்கிறான். தனக்கு முன் பின் அறிமுகம் இல்லாத, போதை மருந்து உட்கொள்ளும் ஒருவனை வீட்டுக்கு அழைத்து வந்து உணவு தருகிறான். இந்த உதவும் கரங்களின் சங்கிலி உருவாக்கம் இங்கிருந்து துவங்குகிறது. டிரேவரின் இந்த முயற்சியைப் புரிந்து கொள்ளாத அம்மா, கோபப்படுகிறாள். அவன் வீட்டைவிட்டு வெளியே போகிறான். நண்பனுக்கு உதவி செய்யப்போய், போக்கிரிகளிடம் மாட்டிக்கொண்டு கத்திக்குத்து வாங்குகிறான்.

ஆனால், இந்த உதவும் சங்கிலியால் பலன் பெற்ற ஒரு பத்திரிகையாளன், எளிமையான இந்தத் திட்டம் பற்றி எழுதத் துவங்குகிறான். திட்டம் வெற்றி பெற ஆரம்பிக்கிறது. உலகெங்கும் உதவும் சங்கிலி வளர்ந்து கொண்டே போகிறது. ஓர் ஆள் தன்னால் முடிந்த உதவியை மூன்று பேருக்குச்

செய்தால் போதும்; உலகம் மாறிவிடும் என்கிறது இந்தப் படம்.

இது மறுக்க முடியாத உண்மை. இந்த உதவிக்கு எந்தக் கைம்மாறும் எதிர்பார்ப்பும் இருக்கக்கூடாது. உதவி என்பது செயலாகவோ, பணமாகவோ, கற்றுத் தருவதாகவோ, ஆறுதலாகவோ, அன்பாகவோ, ஒரு நல்ல செய்தியை, சிந்தனையை அடுத்தவருக்குச் சொல்வதாகவோ என எப்படியும் இருக்கலாம். ஆனால், அது விருட்சம் போலக் கிளைவிட்டுக்கொண்டே செல்ல வேண்டும். இந்த சங்கிலித்தொடர் உதவிகள் வழியாக எந்த மாற்றத்தையும் கொண்டுவந்துவிடலாம் என்கிறார்கள்.

இந்தப் படம் உருவாக்கிய பாதிப்பில் இன்று நீண்ட சங்கிலித் தொடர் போல உதவும் முயற்சிகள் உருவாகி உள்ளன. முகம் தெரியாமல் மனிதர்கள் பொருளுதவி செய்கிறார்கள். உலகெங்கும் இந்த இயக்கம் வளர்ந்து வருகிறது.

இதற்கான முதற்பணி, உங்களால் முடிந்த உதவியை மூன்று பேருக்குச் செய்யுங்கள். அறிந்த, சிறந்த விஷயங்களை மூன்று பேரிடம் பகிர்ந்து கொள்ளுங்கள்; கற்றுக்கொடுங்கள். உதவி செய்தவர்களுக்கு நன்றி தெரிவியுங்கள். ஆலமரத்தின் நிழல் மட்டுமல்ல... புல்லின் நிழல்கூட ஏதோ ஒன்றுக்கு இளைப்பாறுதல் தருகிறது என்பதுதான் உண்மை !

இவரே நடமாடும் புத்தகம்!

நம்மில் பலருக்கும் தாத்தாவின் தாத்தா பெயர்கூடத் தெரிவதில்லை. ஆனால், நியூஸிலாந்தில் வசிக்கும் பூர்வகுடிகளில் ஒன்றான மயோரி இனத்தலைவரான கௌமதானா, தனது 45 தலைமுறையின் பெயர்கள், கதைகள், அவர்களில் யார், யாருடைய பிள்ளைகள் என்ற ஆயிரம் ஆண்டுகால விவரத்தைத் தன் நினைவாற்றல் வழியாகத் துல்லியமாக வெளிப்படுத்துகிறார்.

இந்தத் தகவலை ஒருமுறை முழுமையாக அவர் சொல்லி முடிக்க, மூன்று நாட்கள் தேவைப்படுகிறது. அந்த அளவு விரிவான ஞாபக சக்தியும், தன் முந்தைய

தலைமுறை பற்றிய விவரங்களையும் தனக்குள் சேகரித்து வைத்திருப்பவரை 'நடமாடும் புத்தகம்' என்று அழைக்கிறார்கள் ஆதிவாசிகள்.

'ஒரு தனிமனிதன், தன் முன்னோர்கள் குறித்து அறிந்து வைத்திருப்பதில் முன்னோடி, கௌமதானா என்ற இந்த ஆதிவாசிக் கலைஞனே' என்கிறது கலைக் களஞ்சியம்!

27

ஒட்டகத்தின் கண்ணீர்!

நான்கைந்து வருடங்களுக்கு முன்பு, மத்தியப்பிரதேசத்தில் உள்ள ஒரு வன விடுதியில் தங்கியிருந்தேன். அடர்ந்த காட்டினுள் இருந்த விடுதி அது. வனக் காவலர்கள், அரிதாக வரும் ஒன்றிரண்டு வெளிநாட்டுப் பயணிகள் தவிர்த்து, ஆள் நடமாட்டமே இல்லை. மின்சார வசதி கிடையாது. காற்றில் மரங்கள் அசையும் சத்தமும் பூச்சிகளின் கீச்..! ஒலியும் கேட்டுக்கொண்டே இருந்தன.

ஒருநாள் மதியம், யாரோ அறை ஜன்னலைத் தட்டுவதைப்போலச் சத்தம் கேட்டுத் திறந்தேன். யாருமே இல்லை. காற்று தட்டியிருக்கக் கூடுமோ எனச் சாத்திவைத்தேன். மறுபடி தட்டப்பட்டது. கதவைத் தள்ளித் திறந்தபோது அருகிலிருந்த மரத்தில் ஒரு பறவை உட்கார்ந்து இருந்தது. மைனாவைவிடக் கொஞ்சம் பெரிதாக இருந்தது. படபடக்கும் உடல்வாகு, சாம்பல் நிற இறகுகள்.

நான் கதவைத் திறந்ததும் மரத்தைவிட்டு என் அறை வாசலின் முன்பாகக் கிடந்த சிறிய பாறை ஒன்றின் மீது வந்து உட்கார்ந்தது. நான் அந்தப் பறவையைப் பார்த்துக்கொண்டே இருந்தேன். அதுவும் என்னைப் பார்த்தபடியே இருந்தது. யாரும் இல்லாத வன அமைதியில் நாங்கள் இருவரும் மௌனமாக இருந்தோம்.

எஸ். ராமகிருஷ்ணன்

யார் இவன், எதற்காக வந்திருக்கிறான் என்பதுபோல இருந்தது அதன் பார்வை. இருவரும் ஒருவரை ஒருவர் பார்த்துக்கொண்டு இருக்கிறோம். ஆனால், பேசிக்கொள்ள முடியவில்லை. ஒரு பறவையோடு எப்படிப் பேசுவது என்று மனது யோசித்தபடியே இருந்தது.

சூச்சூ..! என்று விரட்டுவதற்குத் தெரிந்துவைத்திருக்கிறோம். ஆனால், பேசுவதற்கு என்ன வழி? பறவை தன் அலகால் பாறையைக் கொத்தியது. நான் என் கைகளால் தரையில் தட்டினேன். அந்தச் சத்தம் அதைத் திகைப்பூட்டியிருக்க வேண்டும். பறக்க எத்தனிப்பது போல அது மேலெழுந்து அடங்கியது. அந்தப் பறவை, பாறையில் அமர்ந்தபடி வெகுநேரம் என்னையே பார்த்துவிட்டு, சட்டெனக் கிளம்பி ஒரு சுழற்றியடித்து காட்டில் மறைந்தது. அது போனபிறகு நான் அந்தப் பாறையைப் பார்த்தபடியே இருந்தேன். இயற்கையில் யாவும் ஒன்றையொன்று ஏதோவொரு விதத்தில் தொடர்பு கொண்டபடியேதான் இருக்கிறது. அதை அவதானிக்க நமக்குத்தான் நேரம் இல்லை.

அந்தப் பறவை வரக்கூடுமோ என்று மறுநாள் காத்திருந்தேன். சரியாக அதே நேரத்தில், அதே பறவை வந்தது. முதல் நாள் போலவே ஜன்னலைத் தட்டியது. நான் மெல்லிய சிரிப்போடு வெளியே வந்து உட்கார்ந்தேன். அதே பாறையில் உட்கார்ந்துகொண்டது.

இரண்டாம் நாளில் மிகப் பரிச்சயமான இரண்டு பேர்களைப் போல நாங்கள் ஒருவரை ஒருவர் பார்த்துக்கொண்டோம். பொதுப் பூங்காவில் இப்படி நடப்பதை நானே கண்டிருக்கிறேன். ஒரு வார்த்தைகூடப் பேசிக்கொள்ளாத ஆனால், அடுத்தடுத்த பெஞ்சில் அமர்ந்திருக்கும் முதியவர்கள் இருக்கிறார்கள். அதுபோன்ற ஓர் உறவுதானா இது?

அந்தப் பறவைக்குச் சாப்பிட ஏதாவது போடலாம் என்று பிஸ்கெட் துண்டுகளை உடைத்துப் போட்டேன். பறவை அதைத் தொட்டுக்கூடப் பார்க்கவில்லை. எனக்கோ, அவமானமாக இருந்தது. அன்றைக்கு, பறவை விருட்டெனப் பறந்து டைவ் அடிப்பதும் மறுபடி பாறையில் வந்து உட்கார்வதுமாக இருந்தது. என்ன விளையாட்டு இது? அதன் தனித்திறமை இதுதானா? இதைக் கவனிக்க யாருமில்லை என்று ஆதங்கப்படுகிறதா? நான் அதை

ரசிக்கத் துவங்கினேன். அந்தப் பறவையின் ஒவ்வொரு சிறு அசைவையும் நான் ரசித்தேன். இந்தச் சந்திப்பு ஒரு வார காலம் நடந்தது.

ஊர் கிளம்பும் நாளின் காலையில் எனக்கு இருந்த ஒரே வருத்தம், இன்றும் அந்தப் பறவை மதியம் என் அறையைத் தேடிவந்து ஜன்னலைத் தட்டும். ஆனால், நான் அறையில் இருக்கமாட்டேன். ஒருவேளை அது அதே பாறையில் காத்திருக்கவும் கூடும். பிரிவை எப்படிப் பறவையிடம் சொல்வது? காட்டுக்குள்ளாகவே ஜீப் சென்றுகொண்டிருந்தது. ஒரு சரிவில் இறங்கும்போது மின்னல் வெட்டுப்போல தாழப் பறந்து ஜீப்பைக் கடந்துபோனது அதே பறவை. என்னால் நம்பவே முடியவில்லை. ஒரு நிமிடம் அது என்னைப் பார்த்துக் கடந்திருக்கக்கூடும். தற்செயலானதுதானா? என்ன உறவு? என்ன பிரிவு?

இயற்கையை நாம் அவதானிப்பதே இல்லை. அதனிடம் இருந்து எதையும் கற்றுக்கொள்வதும் இல்லை. கடற்கரைக்குப் பிள்ளைகளை அழைத்துச் செல்பவர்களில் ஒரு சிலர்கூட, நகரை ஒட்டியுள்ள நீர்நிலைகள், வயல்வெளிகளுக்குச் சிறார்களை அழைத்துச் சென்று அங்கு வரும் பறவைகள், செடி – கொடிகளின் வகைகள், பூக்களின் நிறங்கள், மண்ணின் வாசம் என இயற்கையை நெருக்கம் கொள்ள விடுவதில்லை.

அமெரிக்காவின் புகழ்பெற்ற இயற்கையியலாளர் தோரு, 'இதற்காகவே ஒவ்வொரு மனிதனும் ஆண்டில் ஒரு மாதமாவது கட்டாயம் காட்டுக்குள் வசிக்க வேண்டும். அப்போதுதான் அவன் இயற்கையைப் புரிந்துகொள்ள முடியும்' என்று சொன்னார். தோரு இதைத் தன் வாழ்நாளில் செய்துகாட்டியவர். வால்டன் என்ற காட்டுக்குள் தானே ஒரு குடில் அமைத்துக்கொண்டு இயற்கையோடு இணைந்து வாழ்ந்தார்.

அவரது 'வால்டன் குளம்' என்ற புத்தகம், ஒவ்வொருவரும் அவசியம் வாசிக்க வேண்டியதாகும். தோரு ஒருநாள், காட்டில் ஒரு மரத்தடியில் உட்கார்ந்து ஏதோ பார்த்துக் கொண்டு இருப்பதைக் காட்டின் வழி கடந்து செல்லும் விவசாயிகள்

பார்க்கிறார்கள். அன்று மாலை விவசாயிகள் வேலை முடித்துத் திரும்பும்போதும் அதே இடத்தில் உட்கார்ந்து தோரு ஆர்வமாக அப்போதும் பார்த்துக்கொண்டு இருக்கிறார்.

தோரு, அப்படி என்ன பார்க்கிறார் என்று விவசாயிகள் கேட்கிறார்கள். தோரு ஒரு குழந்தையைப்போல உற்சாகத்துடன் சொன்னார், "சிவப்பு எறும்புகளுக்குள் சண்டை நடக்கிறது. தற்செயலாகக் காலையில் கவனிக்கத் துவங்கினேன். முடிவு இல்லாத சண்டை. இவ்வளவு ஆக்ரோஷமாகச் சண்டையிட்டுக் கொள்வதைக் கண்டதே இல்லை. இந்தச் சண்டை இன்னும் இரண்டு நாட்கள் நீடிக்கக் கூடும் என்றே தோன்றுகிறது" என்றார். எறும்புகளை ஒருநாள் முழுவதும் உட்கார்ந்து அவதானித்திருக்கிறார். இந்தச் சண்டையைப் பற்றி 10 பக்கங்கள் தனது நாட்குறிப்பில் எழுதி இருக்கிறார்.

பிரெஞ்சில் Minuscule என்ற அனிமேஷன் குறும்படங்கள் வெளியாகி உள்ளன. இவை ஆறு குறுந்தகடுகள் ஒன்றுசேர்ந்த ஒரே பேக்காகக் கிடைக்கின்றன. நம் கண்ணுக்குத் தெரியாத பூச்சிகள், உயிரினங்கள், சிறு புல், செடி – கொடி போன்றவற்றின் இயக்கங்களையும் அதில் வெளிப்படும் அற்புதங்களையும் விளக்குவதே இந்த டி.வி.டி. வரிசையின் நோக்கம். உலகம் முழுவதும் பெருவாரியான இயற்கை ஆர்வலர்கள் பாராட்டும் குறும்படங்கள் இவை.

ஓர் ஆப்பிளை ஒரு புழு சாப்பிடுகிறது என்ற ஒரு வரியை ஒரு படமாகத் தயாரிக்கிறார்கள். ஆப்பிளை ஒரு புழு சாப்பிடுவதற்கு மேற்கொள்ளும் எத்தனம். அதைச் சாப்பிடும் அழகு என்று மிக உயர்வான தொழில்நுட்பத்துடன் செய்யப்பட்ட அற்புதமான படங்கள். இயற்கை எத்தனை நுட்பமானது என்பதை இந்தப் படங்கள் சிறார்களுக்கு அழகாகக் கற்றுத்தருகின்றன.

The Story of the Weeping Camel என்ற ஒரு டாக்குமென்டரி படத்தைப் பார்த்தேன். கடுமையான வெக்கையும் குளிரும் கொண்ட கோபி பாலைவனத்தில் மங்கோலிய நாடோடி இன மக்கள் வசிக்கிறார்கள். அவர்களது பிரதான தொழில், ரோமத்துக்கான ஆடு வளர்ப்பது மற்றும் ரோமங்களைப்

பின்னி குளிராடைகள் மற்றும் அலங்காரப் பொருட்கள் தயாரிப்பது. படம் துவங்கும்போது ஒட்டகங்கள் பிரசவிக்கும் காலம் துவங்குகிறது. இதற்காக, ஒட்டகங்களை மேய்ச்சலில் இருந்து இருப்பிடத்துக்குக் கொண்டு வருகிறார்கள். பிரசவத்தின் போது ஒட்டகம் எழுப்பும் வலி நிறைந்த சத்தம் பாலைவனம் எங்கும் எதிரொலிக்கிறது.

பிரசவ நேரம் வந்த ஒட்டகம் ஒன்று குட்டி போடாமல் தவிக்கிறது. ஏன் என்று அந்தக் குடும்பத்துக்குத் தெரியவில்லை. பிரார்த்தனை செய்கிறார்கள். மருத்துவம் பார்க்கிறார்கள். ஒட்டகம், பிரசவிக்கப் போராடுகிறது. குட்டியின் தலை வெளியே வருவதற்குப் பதிலாகக் கால் வெளியே வந்துவிடுகிறது. குடும்பமே ஒன்று சேர்ந்து பண்டுவம் பார்க்கிறார்கள். முடிவில் ஒட்டகம் பிரசவிக்கிறது.

வெள்ளை ரோமங்களுடன் குட்டி ஒட்டகம் உயரமாக இருக்கிறது. தாய் ஒட்டகம் அதை உற்றுப் பார்க்கிறது. குட்டி தன்னைப்போல இல்லாமல் வெள்ளை வெளேரென வேறு நிறத்தில் இருப்பதைக் கண்டு அருகில் சேர்க்காமல் ஒதுக்குகிறது. குட்டி ஆற்றாமையுடன் பால் குடிக்கத் தாவுகிறது. தாய் விடுவதே இல்லை. அது குட்டியைக் காலால் உதைக்கிறது. தள்ளிப்போய் நின்று கொள்கிறது. ஒட்டகத்தைக் கட்டிப்போட்டு குட்டிக்குப் பால் கொடுக்க வைக்கப் பார்க்கிறார்கள். தாய் ஒட்டகம் பால் தர மறுக்கிறது. குட்டியை வெறுக்கிறது. தாய்ப்பாலுக்காகக் குட்டி சுற்றிச் சுற்றி வருகிறது.

ஒரு வார காலம் ஆகிறது. தாய், குட்டியைப் புறக்கணித்து தனியே போய்விடுகிறது. குட்டி, தாயின் பின்னாடியே அலைந்து எப்படியாவது அதன் அன்பைப் பெற்றுவிட முடியாதா என்று துடிக்கிறது. தாய் ஒட்டகம் அதைக் கண்டுகொள்வதே இல்லை. பிரசவ வலிதான் காரணமாக இருந்திருக்கக்கூடும் என்று நினைத்து, அதற்கு மருத்துவம் பார்க்கிறார்கள். ஆனால், தாய் ஒட்டகம் குட்டியைத் தன் அருகில் சேர்க்க மறுக்கிறது.

இப்படியே விட்டால், குட்டி செத்துப் போய்விடுமே என்று பயந்த மங்கோலியக் குடும்பம், பாரம்பரியமான சடங்கு ஒன்றை நிகழ்த்த முடிவு செய்கிறார்கள். அதன்படியே அவர்கள் குட்டியை நெருங்கவிடாத தாய் விலங்குகள், ஒரு

குறிப்பிட்ட இசையைக் கேட்டால் மனதுமாறி குட்டியைத் தன்னோடு சேர்த்துக்கொண்டுவிடும். அதற்காக யாழ் வாசிக்கும் ஒருவரை அழைத்து வாருங்கள் என்கிறாள் அந்த வீட்டின் மூதாட்டி.

அன்று இரவு தாய் ஒட்டகம் கொண்டுவரப்பட்டு ஒரு இடத்தில் கட்டப்படுகிறது. யாழ் இசைப்பவர் அதன் முன்பாக உட்கார்ந்தபடியே தன்னை மறந்து ஒரு பண் இசைக்கத் துவங்குகிறார். மிக அற்புதமான இசை அது. அந்த இசையைக் கேட்டதும் ஒட்டகம் தன்னை அறியாமல் கண்ணீர்விடத் துவங்குகிறது. அதன் முகம் வேதனை கொள்கிறது. இப்போது குட்டி ஒட்டகத்தை அதன் அருகில் விடுகிறார்கள். அது குட்டியைத் தன் நாவால் தடவிக் கொடுக்கிறது. யாழ் இசை தொடர்கிறது. முடிவில் தாய் ஒட்டகம் குட்டியைத் தன்னோடு சேர்த்துக்கொண்டுவிடுகிறது.

மங்கோலியாவில் நடைபெற்ற உண்மைச் சம்பவத்தில் இருந்து உருவாக்கப்பட்ட இந்த ஆவணப் படம், மிகச் சிறப்பானது. இசை, மன உணர்ச்சிகளைச் சாந்தப்படுத்தக்கூடியது. அதற்கு, மனிதர், விலங்கு என்று பேதமில்லை என்பதையே இந்தப் படம் நிரூபணம் செய்கிறது!

இது' உயிர்க் கொலை இல்லாத பட்டு!

ஒரு பட்டுப் புடவையை உருவாக்கப் பல்லாயிரம் பட்டுப்புழுக்கள் கொல்லப்படுகின்றன. பட்டுப்புழுவைக் கொல்லாமல் பட்டுப் புடவை உருவாக்க முடியும். இதற்கு, அகிம்சா பட்டு அல்லது வெஜிடேரியன் பட்டு என்று பெயர். இந்த வகைப் பட்டு நெசவு, இன்று ஆந்திராவில் பிரபலம். கரீம்நகர் மாவட்டத்தில் பட்டுப்புழுக் கூடுகளை வாங்கி, அதில் உள்ள பூச்சிகளைக் கொல்லாமல் அவை உடைத்து வெளியேறும் வரை காத்திருந்த பின்பு, மீதமான கூட்டில் இருந்து நூலைத் தயாரித்து பட்டுப் புடவை, வேட்டி தயாரிக்கிறார்கள். 'இது உயிர்க் கொலை இல்லாத பட்டு' என்று விளம்பரப்படுத்துகிறார்கள். ஆகவே, இதற்கான தனி மார்க்கெட் உலகெங்கும் உருவாகி வருகிறது!

28

இளைஞர்களை நம்பலாமா?

கொண்டாட்டங்களில் மட்டும்தான் இன்றைய இளைஞர்களுக்கு ஆர்வம் இருக்கிறது. யாருக்கும் சமூக அக்கறை கிடையாது. குடி, ஆட்டம், பாட்டம், விரைவாகப் பணம் சம்பாதிக்கும் பேராசை இவைதான் இன்றைய இளைஞர்களின் பொதுகுணம் என்று பரவலாக ஓர் எண்ணம் இருக்கிறது.

நான் இந்த எண்ணங்களுக்கு நேர் எதிரானவன். முன்பு எப்போதையும்விட இன்றுதான் இளைஞர்கள் சமூக அக்கறைகளில் நேரடியாகவும் சுய அர்ப்பணிப்போடும் செயல்படுகிறார்கள். அவர்கள் இந்தச் சமூகத்துக்கு ஒரு பாடத்தைக் கற்றுத்தருகிறார்கள். அது பலரின் கண்ணில் படுவதே இல்லை அல்லது அதன் முக்கியத்துவம் பெரிதாக அடையாளம் தெரியாமலே போய்விடுகிறது.

ஜெர்மனியில் உள்ள கனரகத் தொழிற்சாலை ஒன்றில் உயர்பதவியில் வேலை செய்த 28 வயது இளைஞன், அதை உதறிவிட்டு, சென்னையில் உள்ள மனநலம் குன்றிய வர்களுக்கான தன்னார்வத் தொண்டு நிறுவனத்தில் சேர்ந்து பணியாற்றுவதை நான் அறிவேன். இதுபோலவே, அமெரிக்காவில் பார்த்து வந்த வேலையைத் துறந்துவிட்டு, வனவாசிகளுக்கு என்று சிறப்புப் பள்ளி அமைத்து, கல்வி அறிவு தந்து வரும் இளைஞர்களை அறிவேன்.

எஸ். ராமகிருஷ்ணன்

மருத்துவம், பொறியியல், விஞ்ஞானம் என்று துறை சார்ந்த தங்கள் திறமைகளை மக்கள் மேம்பாட்டுக்காகப் பயன்படுத்த வேண்டும் என்ற பொது அக்கறை, முன் எந்தக் காலத்தையும்விட இன்று அதிகம் காணப் படுகிறது. ஆனால், இவர்கள் சந்திக்கும் தடைகளும் முட்டுக் கட்டைகளும் அதற்கான உரிய அங்கீகாரமின்மையுமே இவர்களின் தொடர்ந்த செயல்பாட்டினைத் தடுத்து விடுகிறது.

உயர் வேளாண்மையில் முனைவர் பட்டம் பெற்று அமெரிக்காவில் பணியாற்றிய ஓர் இளைஞன், விவசாயத்தின் மீது ஆர்வம் கொண்டு சில ஆண்டுகளுக்கு முன்பாக தமிழகம் திரும்பியிருந்தான். ஒருநாள் என்னை வந்து சந்தித்து, தான் கிராமத்தில் விவசாயம் செய்யப் போவதாகத் தெரிவித்தான். முதன்முறையாக விவசாயம் செய்ய விருப்பப்படும் ஒரு படித்த விஞ்ஞானியை நேரில் காண்பது சந்தோஷமாக இருந்தது. விவசாயத்தில் என்ன செய்ய விரும்புகிறான் என்பதைப் பற்றி விசாரித்தேன். தன்னுடைய சொந்தக் கிராமத்தில் கொஞ்சம் இடம் வாங்கி, புதிய விவசாய முறைகளைப் பயன்படுத்தி விவசாயம் செய்ய விரும்புவதாகச் சொன்னான். அந்த இளைஞனின் கண்களில் விவரிக்க முடியாத கனவுகள் மிதந்துகொண்டு இருந்தன.

தமிழ்நாட்டில் கடந்த 20 ஆண்டுகளில் நூற்றுக்கணக்கான பொறியியல் கல்லூரிகள் உருவாகி இருக்கின்றன. ஆனால், எத்தனை விவசாயக் கல்லூரிகள் உருவாக்கப்பட்டு இருக் கின்றன? விவசாயம் சார்ந்த எத்தனை புதிய தொழில்நுட்பங் கள், இயற்கை விவசாயம் சார்ந்த அக்கறை உருவாகியுள்ள சூழலில்கூட, அதை முறையாகக் கற்றுக்கொள்ளவும் நடை முறைப்படுத்தவும் ஏன் கல்வி அமைப்புகள் முன்வரவே இல்லை?

இயற்கை விவசாயம் பற்றி கற்றுக்கொள்ள, ஏன் தனியே ஒரு கல்லூரி அமைக்கக்கூடாது? அதோடு, விவசாயத்தின் ஆதாரப் பிரச்னையான நீர் பங்கீடு, நீராதார மேம்பாடு போன்றவற்றைப் பற்றிய அக்கறைகள் ஏன் கல்வி

நிறுவனங்களில் சிறப்புக் கவனம் பெறவே இல்லை? என்று அன்று நெடுநேரம் பேசிக்கொண்டு இருந்தோம்.

'தன்னிடம் பெரிய கனவுகள் இல்லை. ஆனால், நடைமுறைப் படுத்தக்கூடிய சில சாத்தியங்களைத் தான் வைத்திருப்பதாகவும், அதை ஏதோ ஒரு வணிக நிறுவனத்திடம் விற்பதைக் காட்டிலும், சுயமாகச் செய்து பார்த்து மக்களுக்குப் பயனுள்ளதாக மாற்ற முன்வந்திருப்பதாகவும் தெரிவித்தான், அந்த இளைஞன்.

தன்னுடைய கிராமத்துக்குச் சென்று ஐந்து ஏக்கர் அளவில் நிலம் வாங்கி, அதில் தன்னுடைய விவசாயப் பணிகளைக் கவனிக்கத் துவங்கினான். அவன் சந்தித்த முதல் பிரச்சனை, அவனது அக்கறைகளை அவனது குடும்பம் முட்டாள்தனமான செயலாகக் கருதி, அதற்கு ஒத்துழைப்புத் தர மறுத்தது. விவசாயக் கூலிகளாகத் தாங்கள் வாழ்ந்த கடந்தகாலத்தைப் போலவே மகனும் கிராமத்தில் வந்து விவசாயம் செய்வது, அவர்களை அவமானப்படுத்துவதாக எதிர்ப்புத் தெரிவித்தார்கள். அடுத்த தடை அவனது ஜாதி. இரண்டும் அவனை முடக்க ஆரம்பித்தன. எனக்கு விரிவாக ஒரு கடிதம் எழுதி இருந்தான். 'முன் எப்போதையும்விட இன்று கிராமங்களில் ஜாதியும் ஜாதிய அடையாளங்களும் மிகமுக்கியமாகக் கவனிக்கப்படுகின்றன. தனது விவசாய முயற்சிகளுக்கு, சொந்தக் கிராமத்தில் உள்ள இன்னொரு ஜாதியினர் கடுமையாக எதிர்ப்புத் தெரிவிக்கிறார்கள், ஓர் ஆண்டு முழுவதும் தன்னுடைய விவசாயம் தொடர்பான முயற்சிகளை உள்ளூர் மக்களுக்குப் புரியவைப்பதற்குப் பெரிய போராட்டத்தை மேற்கொண்டான். மக்கள், பாரம் பரியமான விவசாய அறிவைக் காரணம் இல்லாமலே கைவிட்டுவிட்டார்கள். அதேநேரம் புதிய தொழில்நுட்பங் களைக் கற்றுக்கொள்ளவும் இல்லை. விவசாயம் வெறும் வணிக நோக்கமாக மட்டுமே மிஞ்சிவிட்டிருக்கிறது என்பதை அவன் முழுமையாக உணர்ந்தான்.

இதற்கிடையில் உள்ளூர் பஞ்சாயத்தின் இடையூறுகள், விவசாயத்துறை சார்ந்த அதிகாரிகளின் முட்டுக்கட்டைகள்... என்று அவனது முயற்சிகளில் ஒன்றிரண்டுகூடச் செயல்

படுத்தப்படவில்லை. ஆனால், அவனது பணம் ஏதேதோ வழிகளில் அவனை விட்டுப் போய்க்கொண்டே இருந்தது. சற்று மனச்சோர்வு அடைந்து ஆறு மாத காலம் மறுபடியும் அமெரிக்கா சென்றிருந்தான். அங்கிருந்தபடியே தனது கிராமத்தில் உள்ள விவசாயப் பணிகளை வீட்டாரைக் கவனித்துக்கொள்ளச் செய்தான். ஆனால், ஊர் திரும்பி வந்தபோது அவனது விவசாய முயற்சிகள் முழுமையாகக் கைவிடப்பட்டு, சிதைந்து போயிருப்பதைக் கண்டு, மனச்சோர்வும் அதிருப்தியும் அடைந்தான்.

ஆனாலும், அவனது ஆசையைக் கைவிடவில்லை. அடுத்த ஒரு வருடம் விவசாயப் பண்ணை ஒன்றை அமைக்கப் போராடினான். இப்போது அவனது பிரச்சனை, அவன் நிலத்தை ஒட்டிய பகுதிகளை வீட்டுமனையாக விற்பனை செய்துவிட்டிருந்தார்கள். ஆகவே, அவனது நிலத்தையும் வீட்டுமனையாக விற்கத் தயாரா? என்று அடுத்தடுத்து நிலத்தரகர்கள் நெருக்கடி தர முயற்சித்தார்கள். மூன்று ஆண்டுகள் அவன் விடாமல் முயற்சி செய்து தோல்வியைச் சந்தித்தான்.

பின்பு ஒரு நாள், யாரிடமும் சொல்லிக்கொள்ளாமல் தனது பொருட்களை எடுத்துக்கொண்டு ஊரைவிட்டுக் கிளம்பினான். சில ஆண்டுகளுக்கு முன்பு ஒரு புத்தாண்டின் இரவில் எங்கிருந்தோ தொலைபேசியில் என்னிடம் பேசினான். நிச்சயம் வெறுத்துப்போய் அமெரிக்கா போயிருக்கக்கூடும் என்று நினைத்தேன். ஆனால், அவன் அஸ்ஸாமுக்குச் சென்று அங்கே ஒரு விவசாய நிலத்தை விலைக்கு வாங்கி, பண்ணை அமைத்திருப்பதாகவும் அந்தப் பண்ணை சிறப்பாகச் செயல்படுவதாகவும் சொல்லி, அமெரிக்க வேலையை விட்டுவிட்டு, முழுமையாகத் தான் ஒரு விவசாயியாக இருப்பதாகவும் தெரிவித்தான்.

ஒரு பக்கம் சந்தோஷமாக இருந்தது. இன்னொரு பக்கம் விஞ்ஞானம் படித்துவிட்டு விவசாயியாக மாறுவதை ஏன் இவ்வளவு கடுமையாக எதிர்க்கிறோம்? தடைகளை உருவாக்கி அவர்களை இருப்பிடத்தில் இருந்தே விரட்டி அடிக்கிறோம் என்று ஆதங்கமாக இருந்தது. இந்த இளைஞரின் செயல்,

எனக்கு மிகுந்த நம்பிக்கையை உருவாக்கியது. 'விவசாயம் மட்டுமே தனது துறை' என்று தேர்வு செய்து, அதில் தான் விரும்பியதைச் சாதிக்கும் அந்த மன உறுதி மிகுந்த பாராட்டுக்கு உரியது.

தமிழ்நாட்டில் விவசாயக் கல்லூரியில் படித்துவிட்டு தன்னை முழுநேர விவசாயியாகக் கொண்டவர்கள் எண்ணிக்கை மிகவும் குறைவாகவே இருக்கக்கூடும். நாம் வியந்து பார்க்கும் மேற்குலகம் ஒரு பக்கம் தொழில்நுட்பத்தில் எவ்வளவு மேம்பாடு அடைந்தாலும் அடிப்படை விவசாயத்தைக் கைவிடவில்லை. மாறாக, இளைஞர்கள் விவசாயம் சார்ந்த அக்கறையுடன் செயல்படுவதையும் புதிய பண்ணைகள் அமைத்து விவசாயம் மேம்பாடடையச் செய்வதையும் கண்கூடாகக் காண முடிகிறது.

இளைஞர்கள் தங்கள் விருப்பத்தின் பாதையில் போராடத் தயாராகவே இருக்கிறார்கள். அவர்கள் அனுபவத்தில் இருந்து உருவாக்கும் பாடங்களைப் பொதுவெளி அங்கீகரிக்கவே இல்லை. அதுதான் முக்கியக் குறைபாடு. உலகெங்கும் இளைஞர்கள் புதிய சிந்தனைகளுடன், மாற்று முயற்சிகளுடன் துறை சார்ந்து போராடிக்கொண்டு இருக்கிறார்கள். அதன் வெளிப்பாடு இன்று சாதனை செய்தவர்களின் வயது விவரங்களைப் பார்த்தால் துல்லியமாகத் தெரிகிறது.

ஜெர்மனியில் வெளியான 'The Edukators' என்றொரு படம் பார்த்தேன். மூன்று இளைஞர்களின் கதை. ஒரு விடுமுறை நாளின் போது ஜெர்மன் நகரம் வண்ண விளக்குகளால் அலங்கரிக்கப்பட்டு ஊரே கொண்டாட்டத்தில் மிதக்கிறது. அதே நகரில் ஓர் உயரமான இடத்தில் 20 வயது ஆணும் பெண்ணும் ஒன்றாக அமர்ந்தபடியே நகரை வேடிக்கை பார்த்துக்கொண்டு இருக்கிறார்கள்.

இந்த நகரில், மக்கள் தினசரி குறைந்தபட்சம் 6 மணி நேரம் தொலைக்காட்சி பார்க்கிறார்கள். 4 மணி நேரம் குடி, கொண்டாட்டம் என்று செலவிடுகிறார்கள். ஒருவருக்கும் அடுத்த மனிதர் பற்றி அக்கறையே இல்லை. "என்ன வாழ்க்கை இது?" என்று அந்தப் பெண் எரிச்சலடைகிறாள்.

எஸ். ராமகிருஷ்ணன்

அந்த இளைஞன், "எவ்வளவு போராட்டங்கள், யுத்தத்தில் உயிர் இழப்புகள், அத்தனையையும் மக்கள் எளிதாக மறந்து விடுகிறார்கள். பணம் தான் மக்களின் ஒரே ஆதர்சம். ஆனால், இந்த நகரைப் பற்றிக் கவலைப்பட என்னைப்போல் சிலர் இருக்கிறார்கள். இந்த மக்களுக்கு ஒரு பாடம் கற்றுத்தர வேண்டும். அந்தப் பாடத்தைப் பணம் படைத்தவன் உணர வேண்டும்" என்று சொல்கிறான்.

அதுதான் படத்தின் ஆதாரப்புள்ளி. படத்தில் மூன்று இளைஞர்கள் நகரில் உள்ள மிகப்பெரிய பணக்காரர்களின் வீடுகளைத் தேடி அடையாளம் காண்கிறார்கள். அதில் ஒரு வீட்டுக்குள் புகுந்து, அங்குள்ள சோஃபா, கட்டில், நாற்காலி போன்றவற்றை இடம் மாற்றிப் போடுகிறார்கள். 'உங்கள் பாதுகாப்பை மீறி உங்கள் வீட்டுக்குள் எங்களால் உள்ளே வரமுடியும். இப்போது நாங்கள் உங்கள் வீட்டுப் பொருட்களை மாற்றி வைத்துள்ளோம். உங்களை மாற்றிக் கொள்ள வேண்டியது உங்கள் பொறுப்பு. அதை நீங்கள் செய்யத் தவறினால் கடுமையான விளைவுகளைச் சந்திக்க வேண்டி இருக்கும்' என்று ஒரு குறிப்பை இளைஞர்கள் எழுதிவைத்துவிட்டு வந்துவிடுகிறார்கள்.

இப்படி அவர்கள் புகுந்த வீடுகளைச் சேர்ந்த பணக்காரர் ஒருவர் கூட அவர்கள் மீது புகார் கொடுப்பதில்லை. "பணக்காரன் தனது பயத்தை வெளிக்காட்டிக்கொள்ளவேமாட்டான்" என்று ஓர் இளைஞன் ஆத்திரப்படுகிறான். இந்தச் சூழலில் ஒரு பணக்கார வீட்டுக்குள் புகுந்து வீட்டினைத் தலைகீழாக வைத்துக்கொண்டு இருக்கும்போது, பணக்காரன் வந்துவிடுகிறான். வேறு வழி இல்லாமல் அவனை மடக்கி கடத்திக்கொண்டு போகிறார்கள்.

படம், கடத்தப்பட்ட பணக்காரனுக்கும் இளைஞர்களுக்கும் நடக்கும் முடிவு இல்லாத விவாதங்களில்தான் வலிமை அடைகிறது. "6 ஆயிரம் சதுர அடி வீட்டில், கணவன் – மனைவி இரண்டு பேர் வசிக்கிறீர்கள். எதற்காக இத்தனை அறைகள், கார்கள், நீச்சல்குளம், படகு வீடு, விலை உயர்ந்த தொலைக்காட்சிப் பெட்டிகள், ஆடம்பரங்கள்?" என்று இளைஞன் கேட்கிறான்.

அதற்குப் பணக்காரன், "எதையும் தன்னால் விலை கொடுத்து வாங்க முடியும் என்பதுதான் பணக்காரனின் விருப்பம். வாங்கிய பொருட்களை எல்லாம் பயன்படுத்தியே ஆக வேண்டும் என்று நினைப்பது மிடில் கிளாஸ் மனப்பாங்கு" என்று கேலி செய்கிறான் பணக்காரன்.

"பணக்கார வீடுகளில் கணவன்–மனைவியிடையே சண்டை; பிள்ளைகள் ஹாஸ்டலில் வளர்கிறார்கள்; உறவினர்கள் எவரும் வருவதே இல்லை; வீடு முழுவதும் போலித்தனம் ஏன் இதை மாற்றிக்கொள்ளக் கூடாது?" என்று இளைஞன் கேட்கிறான்.

பணக்காரன், "அதை மறைப்பதற்குத்தான் அவ்வளவு பெரிய வீடு, கார், அலங்கார உடைகள் எல்லாமே. உண்மையில் பணக்காரன் நிம்மதியற்றவன். அவனால், ஒருவேளை சந்தோஷமாகச் சாப்பிட முடியாது" என்று உண்மையை ஒப்புக்கொள்கிறான்.

பணக்காரன் மீது படித்த இளைஞர்கள் வருத்தம் கொள் கிறார்கள். அவனை வீட்டில் கொண்டுபோய் ஒப்படைக்க முடிவு செய்கிறார்கள். அவர்களை ஒரு போதும் காட்டிக் கொடுக்கமாட்டேன் என்று சத்தியம் செய்கிறான் பணக்காரன்.

ஒரு நாள் பணக்காரனை அவன் வீட்டில் கொண்டுபோய் விடுகிறார்கள். அவன் உடனே போலீஸில் புகார் செய்து, அவர்களைக் கைது செய்ய முயற்சி எடுக்கிறான். இளைஞர் கள் தப்பிவிடுகிறார்கள். ஓர் இளைஞன் சொல்கிறான், "பணக்காரர்கள் திருந்தவே மாட்டார்கள். அவர்களைத் திருத்துவது எளிதல்ல. ஆனால், இளைஞர்கள் அவர்களைக் கண்காணித்துக்கொண்டே இருக்கிறார்கள். அந்தப் பயம் அவர்களுக்குத் தெரியும்" என்பதோடு படம் நிறைவுறு கிறது.

இன்றைய உலகை, இளைஞர்கள் அக்கறையுடன் கவனித்துக் கொண்டு இருக்கிறார்கள். அந்த அக்கறையை அங்கீகரிக்கவும், மாற்றுச் சக்தியாக மாற்ற வேண்டியதும் நம் அனைவரின் கடமை என்றே தோன்றுகிறது!

விடாமுயற்சியே வெற்றி தரும்!

கல்கத்தா அருகில் உள்ள ஹான்ஸ்புகாரில் சாலையோரம் காய்கறி விற்றுக்கொண்டு இருந்த சுபாஷினி மிஸ்ரி, "தன்னைப்போலவே நடைபாதைவாசிகள் மருத்துவ உதவிகள் இல்லாமல் அவதிப்படுவதைக் கண்டு, அதற்கு மாற்றுவழி ஏற்படுத்த வேண்டும்" என்று எண்ணினார். இதற்காக, தனது சேமிப்பு மற்றும் நன்கொடைகள் மூலம் ஓர் இலவச மருத்துவமனையைத் துவக்கி வெற்றிகரமாக நடத்தி வருகிறார்.

படிக்காத காய்கறி விற்கும் பெண்ணின் விடாமுயற்சி, இன்று ஒரு மாற்று மருத்துவமனையாக உருவாகி, ஆயிரமாயிரம் எளிய மக்களுக்கு உதவி செய்து சாதித்து வருகிறது!

29

நிரம்பி வழியும் பாசாங்குகள்!

தலாய் லாமாவின் சொற்பொழிவு ஒன்றினை இணையத்தில் கேட்டேன். அரிய உண்மைகளை எளிமையான வார்த்தைகளில் வெளிப்படுத்துவதாக இருந்தது. அந்த உரையில் அவர் வலியுறுத்தும் முக்கிய விஷயம், 'மனிதர்களின் சுபாவம் இன்று நிறைய மாறியிருக்கிறது' என்பதே!

'அடுத்தவரை ஏமாற்றுவதைத் தனது திறமை என்று நினைக்கும் மனப்பாங்கு அதிகமாகி வருகிறது. சந்தர்ப்பம் கிடைத்தால், எவரும் எவரையும் ஏமாற்றக்கூடியவர்களே. சற்று கவனமாக உங்களைச் சுற்றிப் பாருங்கள். கிருமிகளைப்போல ஏமாற்றும் போலித்தனமும் பரவுகிறது. உங்கள் வரவேற்பறையில், அலுவலகத்தில், பயணங்களில், பொது வெளிகளில் வெறுப்பும், துவேஷமும், பாசாங்குகளும் நிரம்பி வழிகின்றன' என்கிறார் தலாய் லாமா.

இந்த ஆதங்கம் உலகெங்கும் வெவ்வேறு தளங்களில் எதிரொலித்துக் கொண்டே இருக்கிறது. ஆனால், அந்தக் குரலுக்குச் செவி சாய்ப்பவர்கள் மிகக் குறைவாகவே இருக்கிறார்கள். உலகின் ஐந்து முக்கிய மதங்கள் இந்தியாவில் இருந்துதான் உருவாகியுள்ளன. எவ்வளவோ அறக் கருத்து களும், வாழ்க்கை நெறிகளும் கற்பிக்கப்பட்டு இருக்கின்றன. உலகின் முக்கிய நீதிநூல்களில் பாதி இந்தியாவில் எழுதப் பட்டிருக்கின்றன. ஆனால், அவை இன்று வெறும் காட்சிப் பொருளாக மட்டுமே நம்மிடம் இருக்கின்றன.

புத்தனின் போதனைகள் உலகெங்கும் கொண்டாடப்படுகின்றன. ஆனால், இந்தியா அதை மறந்து பல நூற்றாண்டுகளாகிவிட்டன. தனிநபர் அறம் அல்லது ஒழுக்கம் என்று ஏதாவது இன்று இருக்கிறதா என்ன? கடந்த தலைமுறை, சொல்லை மிக உயர்ந்த இடத்தில் வைத்திருந்தது. ஒருவருக்கு வாக்கு கொடுத்துவிட்டால் அதை உயிரைக் கொடுத்தாவது நிறைவேற்ற வேண்டும் என்ற மனப்பாங்கு இருந்தது. இன்று சொற்கள் வெறும் அலங்காரப் பொருட்கள். சோப்பு நுரைபோல நிமிடத்தில் அழகுகாட்டி மறைந்துவிடும் மயக்கம் மட்டுமே.

மரியா கோல்மென் என்ற எழுத்தாளரின் 'உளவியல் முடிவுகள்' என்ற ஒரு சிறுகதை நினைவுக்கு வருகிறது.

மனிதர்களின் இயல்பு மிகவும் சீரழிந்து போயிருக்கிறது என்று நம்பும் ஓர் உளவியல் மருத்துவர், அதைச் சோதித்துப் பார்க்க மேற்கொண்ட சில நேரடியான நிகழ்வுகளை இந்தக் கதையில் விவரிக்கிறார்.

ஒருநாள் உளவியல் மருத்துவர் ஒரு பல்பொருள் அங்காடிக்குச் செல்கிறார். பொருட்களை வாங்கிக்கொண்டு பணம் தருகிறார். மிச்சம் தர வேண்டிய பணத்தை வேண்டும் என்றே மறந்து போனவரைப்போல் கேட்காமல் வெளியேறுகிறார். கடையில் இருந்த விற்பனையாளன் தானாக அவரை அழைத்து மீதிப் பணத்தைத் தருகிறானா என்று சோதிப்பதுதான் அவரது விருப்பம்.

விற்பனையாளன் அவர் கேட்கவில்லை என்றதும் மிச்சப் பணத்தை உடனே எடுத்து ஒளித்துவைத்துக்கொள்கிறான். அடுத்த ஐந்தாவது நிமிடம் அவர் கடைக்குள் நுழைந்து தனது மிச்சப் பணத்தைக் கேட்கிறார். விற்பனையாளன் அவரிடம் தந்துவிட்டதாகக் குரலை உயர்த்திப் பதில் சொல்கிறான். இருவரும் சண்டை போடுகிறார்கள். விற்பனையாளன் மசியவே இல்லை.

உடனே, மருத்துவர் ஒரு போலீஸ்காரரை வரவழைக்கிறார். விசாரணை நடக்கிறது. இப்போது அந்த விற்பனையாளன் மிச்சப் பணத்தைத் தான் மறந்துவிட்டதாக ஒப்புக்கொண்டு திருப்பித் தருவதோடு, 'நெருக்கடியான வேலைதான் அதற்குக்

காரணம்' என்று ஒரு பொய்யையும் சொல்கிறான். இந்தச் சோதனையில் ஏமாற்றும் குணம் இயல்பாகி இருப்பதை உளவியல் மருத்துவர் உறுதி செய்கிறார்.

அதேபோல, ஒரு நண்பனை வீட்டுக்கு விருந்து சாப்பிட வரவழைக்கிறார். ருசியான உணவு வகைகளை இருவரும் சாப்பிடுகிறார்கள். உணவின் நடுவில் அவர் தன் நண்பனிடம், அவன் தன்னைப் பற்றி வெளியே எப்படியெல்லாம் அவதூறுகள் சொல்கிறான். எவ்வளவு வதந்திகளைப் பரப்புகிறான். தன்னிடம் இருந்து எதையாவது ஏமாற்றி வாங்க எவ்வளவு முயற்சிக்கிறான் என்பதை முகத்துக்கு நேராக விளக்கிச் சொல்கிறார்.

உடனே நண்பன், "சாப்பாடு போட்டு என்னை அவமானப் படுத்துகிறாயா?" என்று கத்துகிறான்.

மருத்துவர் "பிரச்சனை சாப்பாடு இல்லை. நீ ஏன் இரட்டை வேஷம் போடுகிறாய்?" என்று கேட்கிறார்.

அவன் உடனே கோபத்தில் "உன் நட்பே எனக்குத் தேவை இல்லை" என்று வெளியேறிப் போகிறான்.

தனது இரட்டை வேஷத்தை எந்த மனிதனும் ஒப்புக்கொள்வதே இல்லை என்று அடுத்த முடிவையும் மருத்துவர் உறுதியாக்கிக் கொள்கிறார்.

அதுபோலவே தான் காதலிக்கும் பெண்ணின் பிறந்தநாளுக்கு அழகான பரிசு ஒன்றைக் கொண்டு செல்கிறார். அந்தப் பரிசு மிகப் பெரியதாக இருக்கிறது. நிச்சயம் விலைமதிப்புமிக்க ஏதோ ஒன்றைக் கொண்டுவந்திருப்பதாகக் காதலி மகிழ்ச்சி கொள்கிறாள். பிறந்தநாள் கொண்டாட்டம் துவங்குகிறது. பலரது முன்பாக அந்தப் பரிசைப் பிரித்துப் பார்க்கச் சொல்கிறார். உள்ளே திறந்து பார்த்தால், 10, 15 வண்ணத்துப் பூச்சிகள் பறக்கின்றன. அதுதான் பிறந்தநாள் பரிசு.

காதலி மிகவும் கோபப்பட்டு தன்னை அவர் அவமானம் செய்துவிட்டதாகக் கத்துகிறாள். அவர், அந்த வகை வண்ணத்துப்பூச்சிகள் மிக அரிதானவை என்று விளக்குகிறார். அவளோ கோபத்துடன், "அவர் பணம் செலவழிக்கத் தயங்கும் கஞ்சன், காதலைப் புரிந்துகொள்ளாத ரசனையற்ற

முட்டாள்" என்று கத்தி விரட்டுகிறாள். காதலின் பின்னாலும் பணமே ஒளிந்திருக்கிறது. பணம் செலவழிக்காத ஒருவனைக் காதலிக்க எவரும் தயாராக இல்லை என்ற உண்மையை அறிந்து கொள்கிறார்.

இப்படியாக அவரது எளிய சோதனைகள் மனிதனின் பாசாங்குகளை, போலித்தனத்தை உறுதி செய்கின்றன என்று முடிகிறது கதை.

எந்தப் பரிசோதனையாலும் மனித சுபாவத்தை முழுமையாகப் புரிந்துகொள்ள முடியாது என்பதே உண்மை. பச்சோந்திகள் நிறத்தை மட்டுமே மாற்றிக்கொள்கின்றன. மனிதர்கள், நிறத்தை மாற்றிக்கொள்வது இல்லை; மாறாக பச்சை நிறத்தையே சிவப்பு நிறம் என்று நம்பவைக்கும் திறன் பெற்றிருக்கிறார்கள். இதை நம்பவும் செய்கிறார்கள்.

ஒரு பக்கம் நம்பிக்கைகள் பொய்த்துப்போகும் வேளையில், இன்னொரு பக்கம் விளக்கிச் சொல்ல முடியாத அர்ப்பணிப்புகள், அக்கறைகள், தியாகங்கள் உலகில் நடந்தபடியேதான் இருக்கின்றன.

ஒரு முறை டெல்லி ரயிலில் சதுரங்கம் விளையாடியபடியே வந்த 12 வயதுச் சிறுவன் ஒருவனைச் சந்தித்தேன். அவனும் அவனது அப்பாவும், பகலும் இரவுமாக விளையாடியபடியே வந்தனர்.

தற்செயலாக அப்பாவிடம் பேச்சுக் கொடுத்தபோது, "இவன் தன்னுடைய மகன் அல்ல என்றும், தன் வேலைக்காரியின் மகன்" என்றும் சொன்னார். வியப்பாக இருந்தது. "அந்தச் சிறுவனுக்கு அப்பா இல்லை. சதுரங்கத்தில் மிகுந்த ஆர்வமாக இருக்கிறான். போட்டிகளில் கலந்துகொண்டு தொடர்ந்து வெற்றி பெறுகிறான்". ஆகவே, அவனைத் தானே போட்டி நடக்கும் ஊர்களுக்கு அழைத்துப் போய்வருவதாகச் சொன்னார்.

"உங்களுக்கும் சதுரங்க விளையாட்டில் ஆர்வமா?" என்று கேட்டேன். அவர் சிரித்தபடியே "அப்படியெல்லாம் இல்லை. அந்தச் சிறுவனுக்காக நானே இப்போதுதான் கற்றுக் கொண்டேன். எனக்கு மூன்று பிள்ளைகள் இருக்கிறார்கள்.

அவர்கள் எவருக்கும் விளையாட்டில் ஆர்வமில்லை. இவன் ஆர்வமான பையன். ஏதோ என்னால் முடிந்தது, இந்தப் பையனுக்குத் துணையாகச் செல்கிறேன். இவனது வெற்றி என்னை உற்சாகப்படுத்துகிறது" என்றார். அவரது செயல், மிகுந்த பாராட்டுதலுக்கு உரியது என்று தோன்றியது.

அடுத்தவர் பொருட்டு அலைந்து திரிவது எளிதானதல்ல. அதற்கு அக்கறையான மனதும் உண்மையான அன்பும் வேண்டும். அது அந்த எளிய மனிதரிடம் நிறையவே இருக்கிறது. இதுபோன்ற அக்கறையான மனிதர்கள் எங்கோ ஒரு மூலையில் சிறிய அகல்விளக்குபோல ஒளிர்ந்து கொண்டு இருப்பதுதான் உலகின் ஆதார நம்பிக்கை போலும்.

வில் ஸ்மித் நடித்து 2008–இல் வெளியான "Seven Pounds" என்ற படம், இதுபோன்ற ஓர் அரிய மனிதனைப் பற்றியே பேசுகிறது. 'பென் தாமஸ்' என்ற கதாபாத்திரத்தில் வில் ஸ்மித் நடித்திருக்கிறார். இரண்டு வருடங்களுக்கு முன்பாக வில் ஸ்மித் ஓட்டிச் சென்ற கார், எதிர்பாராமல் ஒரு விபத்துக்கு உள்ளாகி, அதில் ஏழு பேர் இறந்துவிடுகிறார்கள். அதில் ஒருவர் அவரது காதலி. அந்த விபத்து அவரை மிகுந்த குற்றவுணர்ச்சி கொள்ளச் செய்கிறது. தனது தவறுகளுக்கு அவர் பிராயச்சித்தம் செய்ய விரும்புகிறார்.

அதற்காக, தனக்கு முன்பின் தெரியாத ஏழு நபர்களுக்கு உதவிகளைச் செய்வது எனத் தேடுகிறான். சரியான நபர்களுக்கு உதவி செய்ய வேண்டும் என்பதற்காக, தனது சகோதரன் பெயரில் தான் வரி வசூல் செய்யும் துறையைச் சேர்ந்தவன் என்ற அடையாளத்துடன் களத்தில் இறங்கித் தேடுகிறான்.

இன்னும் சில மாதங்களில் இறந்துவிடுவாள் என்று தெரியவரும் எமிலி போசா என்ற இதயநோய் சிகிச்சை பெறும் பெண்ணைச் சந்திக்கிறான். அவள் எந்த உறவும் இல்லாமல், தனியே ஒரு நாயுடன் வசிக்கிறாள். நோயும் தனிமையும் அவளை மிக மோசமான நிலையில் வைத்திருக்கிறது. அவளுக்கு உதவி செய்வது என்று முடிவு செய்து மருத்துவமனைக்கே தேடிச்சென்று தேவையான உதவிகள் செய்கிறான். அவள் தன்மீதும் ஒருவர் பரிவு காட்டுகிறார்

என்பதில் நெகிழ்ந்துவிடுகிறாள். பென், ஒரு தாயைப்போல அவளைத் தேற்றுகிறான்; பராமரிக்கிறான். அவளது உடல்நலத்தில் அக்கறை கொள்கிறான்.

பென் ஏன் இதை எல்லாம் செய்கிறான்? தங்களுக்குள் என்ன உறவு இருக்கிறது? என்று அழுகையோடு கேட்கிறாள் எமிலி. அதற்கு பென், அவள் மிகவும் நல்ல பெண். வாழ்க்கையில் அவள் எந்தச் சந்தோஷத்தையும் அனுபவிக்கவே இல்லை. அதற்காகவே அவளுக்கு உதவி செய்வதாகச் சொல்கிறான்.

எமிலி போசாவுக்கு மாற்று இதயம் கிடைத்தால் அவள் உயிர் பிழைக்கக்கூடும் என்ற சந்தர்ப்பம் கிடைக்கிறது. இதுபோலவே ஓர் இசைக் கலைஞருக்குக் கண்கள் தானமாகத் தேவைப்படுகின்றன. ஒரு விளையாட்டுப் பயிற்சியாளருக்கு எலும்பு மஜ்ஜை தானமாகக் கிடைத்தால் உதவியாக இருக்கும் என்று தெரிய வருகிறது. ஒரு ஸ்பானியப் பெண்ணுக்குக் குடியிருக்க வீடு இல்லை என்று தெரியவருகிறது. இன்னொரு பெண்ணுக்கு நுரையீரல் தேவைப்படுகிறது.

பென் தன்னுடைய வீட்டை அந்தப் பெண்ணுக்கு எழுதித் தருகிறான். தன்னால் மற்றவர்கள் சந்தோஷமாக வாழட்டும் என்று முடிவுசெய்து, ஒருநாள் தற்கொலை செய்துகொண்டு தனது உடல் உறுப்புகளைத் தானம் தருகிறான். அவனது உடலின் கண்கள், இதயம், எலும்பு மஜ்ஜை, நுரையீரல் என ஒவ்வொன்றும் ஒருவருக்குத் தானமாகக் கிடைக்கிறது. இப்படியாக ஏழு பேர்களுக்கு அவன் உதவி செய்கிறான்.

மாற்று இதய சிகிச்சையில் புத்துயிர்ப்புகொள்ளும் எமிலி, தனக்காகவே பென் இறந்து இதயத்தைத் தானம் கொடுத்திருக்கிறான் என்று அறிந்து, வெடித்து அழுகிறாள். அவனது உடல் உறுப்புகளைத் தானம் பெற்றவர்களைத் தேடிச் சந்திக்கிறாள். பார்வையற்ற இசைக்கலைஞன் இப்போது பென்னின் கண்களுடன் புதிய மனிதனாக இசை நிகழ்ச்சி நடத்துகிறான். அங்கே வரும் எமிலி அவனைச் சந்தித்து பென்னின் கண்களையே உற்றுநோக்குகிறாள். அவன் பென்னின் இதயம் பொருத்தப்பட்ட எமிலியை அடையாளம் கண்டுகொள்கிறான். அவர்கள், பென் தனது வாழ்க்கையை மற்றவர்களுக்காக வாழ்ந்து முடித்துவிட்டதை கண்ணீர் மல்கப் பகிர்ந்துகொள்கிறார்கள்.

"ஷேக்ஸ்பியரின் வெனிஸ் நகர வணிகன் நாடகத்தில், 'ஷைலாக்' என்ற கதாபாத்திரம், 'தன்னிடம் கடன் பெற்றவர்கள், அதற்குப் பதிலாக உடலில் இருந்து ஒரு ராத்தல் இறைச்சியைத் தரவேண்டும்' என்று சொல்வதாக ஒரு வரி வருகிறது. அப்படித் தன் உடலின் ஏழு பகுதிகளைத் தானம் தந்த ஒருவனின் கதைதான் இந்தப் படம். தனது தவறுகளுக்காக வருந்தும் ஒரு மனிதனின் அன்பு தூய்மையானது. அது எந்த விந்தையையும் உருவாக்கக்கூடியது!

உலகின் அதிசய ரப்பர் மனிதர்!

உடலை வில்லாக வளைப்பது, ஒரு கலை. டேனியல் பிரௌனிங் ஸ்மித் என்ற 29 வயது இளைஞர், 'உலகின் அதிசய ரப்பர் மனிதர் என்ற சிறப்பைப் பெற்றிருக்கிறார். இவரால் தனது உடலை எந்தப் பக்கமும் வளைக்கவோ, சுருக்கவோ முடியும். கை – கால்களை வளைத்து ஒன்று சேர்த்து, தானே சிறிய பந்துபோலாகிவிடும் ஆற்றலும் அவருக்கு உள்ளது. கின்னஸ் விருது பெற்றுள்ள டேனியல், " உடலைக் கட்டுக்குள் வைத்திருப்பதுதான் மனித ஆரோக்கியத்தின் முதல்படி" என்கிறார்.

நடிகர், சாகசக்காரர், கூடைப்பந்தாட்ட வீரர், தொலைக்காட்சி நிகழ்ச்சி நடத்துபவர் என்ற பல முகங்கள் கொண்ட இவர், "சீனாவும் இந்தியாவுமே உடலைப் புரிந்துவைத்திருப்பதில் முன்னோடி நாடுகள். அங்கேதான் மரபான அரிய உடலியல் சாஸ்திரங்கள் உள்ளன" என்கிறார்!

30

பெண்ணின் உயரம் ஏன் துயரம்?

ஒரு திருமண வரவேற்பு நிகழ்ச்சி. பெண்ணின் அப்பா இலக்கிய ஆர்வலர். அதனால் நிறைய நண்பர்கள், தெரிந்தவர்கள் என மண்டபம் நிரம்பி இருந்தது. மணமக்களுக்குப் பரிசளித்துப் புகைப்படம் எடுத்துக்கொள்ள நீண்ட வரிசை இருந்தது.

என் முன்னே இருந்த ஒருவர் உரத்த குரலில், "மாப்பிள்ளையை விடப் பொண்ணு ரொம்ப உயரம். எப்படியும் ஆறடி இருப்பா போலிருக்கே!" என்று சொன்னார்.

அதைக் கேட்டு உடனிருந்தவர், "அப்போ, ஏணி வெச்சுதான் தாலி கட்டவேண்டி இருக்கும்!" என்று சொல்லி பலமாகச் சிரித்தார்.

அப்போது அந்தப் பெண்ணின் உயரத்தைக் கவனித்தேன். சராசரிப் பெண்களை மீறிய உயரம். ஆனாலும், அது அவளுக்குத் தனித்த அழகைத் தந்துகொண்டிருந்தது. அந்த விழாவுக்கு வந்திருந்த பெரும்பான்மையினர், பெண்ணின் உயரத்தைப் பற்றிக் கேலி பேசியபடியே இருந்தது காதில் விழுந்தது. மேடையில் மாப்பிள்ளையிடம் அவரது நண்பர்களும், "ஒரு ஸ்டூல் போட்டு நின்னா சரியா இருக்கும்" என்று பரிகாசம் செய்தார்கள். மாப்பிள்ளை சிரிப்பது போல நடித்துக்கொண்டு இருந்தார். ஆனால், அவருக்கும்

பெண்ணின் உயரத்தில் விருப்பமில்லை என்பது அவரது எத்தனிப்பில் தெரிந்தது.

எத்தனையோ திருமண வீடுகளுக்குச் சென்று இருக்கிறேன். பெரும்பாலும், மணமகனைவிடப் பெண் உயரம் குறைவானவளாகவே இருப்பாள். ஒருபோதும் பெண்ணைவிட மாப்பிள்ளை உயரம் என்பதை எவரும் பரிகாசம் செய்ததே இல்லை. காரணம், அப்படி இருப்பதுதான் இயல்பு என்ற பொதுப் புத்தியே பலருக்கும் இருக்கிறது. உயரம் என்பது, அவரவர் உடல்வாகு மற்றும் மரபணு சார்ந்த ஒன்று. இதில் ஆண், பெண் என்ற பேதமும் பரிகாசங்களும் ஏன் வருகின்றன? என்று புரியவே இல்லை.

தன்னைப் பற்றிய கேலிப் பேச்சுக்களை அந்தப் பெண் உணர்ந்திருப்பாள். ஆனால், வெளிக்காட்டிக்கொள்ளவே இல்லை. ஒருவேளை, சிறு வயதில் இருந்தே கேட்டுப் பழகி சகித்துப் போயிருப்பாளோ என்று தோன்றியது.

நம் ஊரில் மட்டுமல்ல... உலகமெங்குமே உயரமான பெண்கள் காலங்காலமாகப் பரிகாசத்துக்கு உரியவர்களாகவே இருக்கிறார்கள். உயரமானவர்களை நோக்கிச் சில கேள்விகள் எப்போதும் கேட்கப்படுகின்றன. நீங்கள் கூடைப்பந்து விளையாடுகின்றவரா? உங்கள் வீட்டில் அப்பாவோ, அம்மாவோ உயரமானவரா? ரயில் பெர்த்தில் எப்படிப் படுப்பீர்கள்? உங்கள் கால் அளவுக்கு யார் செருப்பு செய்கிறார்கள்? எந்தக் கூட்டத்திலும் நீங்கள் காணாமல் போனால் கண்டுபிடிப்பது எளிதில்லையா? ஏதாவது ஹார்மோன் பிரச்சனையா? உருவத்தை வைத்து ஆளை மதிப்பீடு செய்வது எவ்வளவு பெரிய முட்டாள்தனம். சராசரியாக இருப்பது குறித்து ஏன் இத்தனை பெருமிதம்?

திருமண விழாவில் இருந்து விடைபெறும்போது மணமகளின் தந்தையிடம் பேசினேன். அவரும் தன் பெண்ணைப் பற்றிய அந்தப் பரிகாசங்களைக் கவனித்திருக்கிறார். வருத்தம் கலந்த குரலில் சொன்னார், "எம்.பி.ஏ., படிச்சிருக்கா. நல்ல திறமையான பெண். வங்கியில் வேலை பார்க்கிறாள். ஆனால், இரண்டு வருஷமாக அவளுக்கு மாப்பிள்ளை தேடிக்கிட்டே இருந்தேன். அவள் உயரத்தைப் பார்த்து எவரும் கட்டிக்

எஸ். ராமகிருஷ்ணன்

கொள்ள மறுத்துவிட்டார்கள். எங்க வீட்டிலே இவதான் ரொம்ப உயரம். ஐந்தடி ஒன்பது அங்குலம்.

உயரமா இருக்கிறதால அவ பட்ட அவமானம் நிறைய சார். பள்ளிக்கூடத்துக்கே போகமாட்டேன்னு அழுதிருக்கா. சமாதானப்படுத்தி அனுப்பிவெச்சேன். வாத்தியார்களே கேலி செய்வாங்க. அவங்களே இப்படி இருந்தா நான் யாரைக் குறை சொல்றது. லீவு நாள்ல சொந்தக்காரங்க வீட்டுக்குகூட போகமாட்டா. காலேஜ் படிச்சி முடிச்சு வேலைக்குப் போயிட்டாலும் மாறிமாறி இதே பிரச்சனை. இந்த மாப்பிள்ளையும் உயரமா இருக்கிற பொண்ணைக் கட்டிக்க மாட்டேன்னு ரொம்ப யோசிச்சாரு. 100 பவுன் நகை, கார், வீடு தர்றேனு பேசி முடிச்சிருக்கேன். இன்னிக்கு அவ கல்யாணம். அதுலகூட தலைகுனிந்து போய் இந்த ஏளனத்தை ஏத்துக்கிட்டுதான் நிக்குறா. உயரமா இருக்கிறது அவ தப்பா? ஜனங்க ஏன் இப்படி நடந்துக்கிறாங்க?"

வீடு வந்து சேரும் வரை அந்தத் தந்தையின் ஆதங்கக் குரல் என்னை வருத்தியபடியே இருந்தது. இது தனிநபரின் வேதனை இல்லை. சமூகம், காலம் காலமாகவே இந்த பேதத்தை, எள்ளலைக் கூடவே வைத்திருக்கிறது. மாறிவரும் நாகரிக மாற்றங்கள் எதுவும் இந்த மனப்போக்கை மாற்ற வில்லை.

புகழ் பெற்ற காதல் ஜோடியான சார்லஸ் – டயானா திருமணத்தின்போது, சார்லஸைவிட டயானா உயரமானவள் என்ற சர்ச்சை எழுந்தது. இல்லை, சார்லஸ் அவளைவிட ஓர் அங்குலம் உயரமானவர் என்று இங்கிலாந்து அரண்மனை பதில் தந்தது. பத்திரிகைகள் அது பொய், டயானாதான் அவரைவிட உயரம் என்று புகைப்படங்களை வெளியிட்டன.

உடனே அரண்மனை, அது டயானா அணிந்துள்ள செருப்பின் காரணமாகவே உயரமாகத் தெரிகிறார். சார்லஸ் உயரமான செருப்பை அணிவதில்லை. அவருக்குப் பிரத்யேகமாகக் காலணிகள் செய்யப்படுகின்றன. ஆகவே, சார்லஸே டயானாவைவிட உயரமானவர் என்று அரண்மனை தன் பங்குக்கு புகைப்படங்களை வெளியிட்டன. டயானா, சார்லஸைவிட உயரமானவராக இருந்தால் என்ன தவறு.

அது ஏன் சர்ச்சைக்கு உள்ளாக வேண்டும். உலகெங்குமே பெண் உயரமாக இருப்பதைப் பொது புத்தி கொண்டவர்களால் சகித்துக்கொள்ள முடிவதில்லை போலும்.

பெண்களின் சராசரி உயரம் ஒவ்வொரு தேசத்துக்கும் வேறுபடுகிறது. அமெரிக்கப் பெண்களின் சராசரி உயரம் 5.4. கனடாவில் 5.3. கௌதமாலாவைச் சேர்ந்த பெண்களின் உயரமோ 4.6. ஆப்பிரிக்கப் பெண்களின் சராசரி உயரம் 5.4-க்கும் மேலே. நெதர்லாந்தைச் சேர்ந்த பெண்கள் 5.6. இந்தியப் பெண்களின் சராசரி உயரம் 5.3. அதிலும் வட இந்தியப் பெண்களைவிட தென்னிந்தியப் பெண்களின் உயரம் இரண்டு அங்குலம் குறைவு என்கிறார்கள். இந்த மாற்றங்கள் மரபணுத் தொடர்ச்சியாக வரக்கூடியது. மேலும், இது உணவு மற்றும் உடல் ஆரோக்கியம் சார்ந்தது. பொருளாதாரக் காரணங்களும் இதற்குள் இருக்கின்றன. இதுதான் விஞ்ஞான ரீதியான உண்மை.

உயரமான ஆண்களைப் பெண்கள் அதிகம் விரும்புவார்கள். ஆனால், உயரமான பெண்களை ஆண்கள் விரும்புவதில்லை என்பது ஊடகங்களால் உருவாக்கப்பட்ட ஒரு பிம்பம். உயரம், குள்ளம் என்பதெல்லாம் வெறும் தோற்றமயக்கம். ஆணோ, பெண்ணோ அவர்களின் மன இயல்பும், பரஸ்பர அன்புமே முக்கியமானது. நிறம், உயரம், எடை, அழகு என்று உடல் சார்ந்த பேதங்களை ஆண்களைவிடப் பெண்களே அதிகம் எதிர்கொள்கிறார்கள். அதனால், உருவாகும் வலிகளோடு போராடுகிறார்கள்.

சீனாவில் பெரிய பாதங்களைக் கொண்ட பெண் துரதிர்ஷ்டம் கொண்டவள். அவளால் குடும்பம் சீரழிந்துவிடும் என்ற மூடநம்பிக்கை ஒன்று இருக்கிறது. இந்த நம்பிக்கையால் பெரிய பாதங்களைக்கொண்ட விவசாயக் குடும்பத்தைச் சேர்ந்த பெண்கள் வெறுத்து ஒதுக்கப்பட்டார்கள்; தண்டிக்கப்பட்டும் இருக்கிறார்கள் என்கிறது சீன வரலாறு.

சீனாவின் இளம் தலைமுறை இயக்குநர்களில் ஒருவரான யாங்யாசூ இயக்கிய Pretty Big feet என்ற படத்தைப் பார்த்திருக்கிறேன். இது, பல முக்கிய உலகத் திரைப்பட விழாக்களில் விருதுகளைப் பெற்றிருக்கிறது. அகலமான பாதம் கொண்ட

ஒரு பெண்ணின் போராட்டம் மிகுந்த வாழ்க்கையை இந்தப் படம் விவரிக்கிறது.

ஷாங்மெய்லி பெரிய பாதங்களைக் கொண்டவள். சீனாவின் வறட்சியான பாலைக் கிராமம் ஒன்றில் வசிக்கிறாள். இவளது கணவன் அரசால் மரண தண்டனை விதிக்கப்பட்டு இறந்து போகிறான். மெய்லியின் பாதங்கள் உருவாக்கிய துரதிர்ஷ்டம் அது என்று ஊரார் சொல்கிறார்கள். மெய்லி, தன் கிராமத்தைச் சேர்ந்த ஆடு மேய்க்கும் சிறுவர்களுக்காக ஒரு பள்ளிக்கூடத்தை நடத்துகிறாள். அவள் பள்ளிப்படிப்பு மட்டுமே முடித்தவள். அதனால் அவளுக்குத் தெரிந்ததை மட்டுமே கற்றுத் தருகிறாள்.

தன்னுடைய பள்ளிக்குச் சரியான ஓர் ஆசிரியர் கிடைத்தால் நன்றாக இருக்கும் என்று அவள் முறையிட்டபடியே இருக்கிறாள். படித்த, நகரைச் சேர்ந்த எவரும் இதுபோன்ற கிராமப் பள்ளிக்குச் சேவை செய்ய முன்வருவதே இல்லை. ஒரு நாள் 'ஜியா' என்ற ஆசிரியை அவர்கள் பள்ளிக்குப் புதிதாக வந்து சேர்கிறாள். அவளை மெய்லிக்கு மிகவும் பிடித்துப் போகிறது.

முறையான வகுப்பறைகள், பெஞ்சுகள் எதுவும் இல்லாமல் நடக்கும் அந்தப் பள்ளிக்கூடத்தை ஜியாவுக்குப் பிடிக்கவே இல்லை. நகரத்தில் பிறந்து, படித்து, வாழ்ந்த அவளை, கணவன் விவாகரத்து செய்துவிடுகிறான். அந்த மன வெறுமையில் இருந்து விடுபடவே அவள் தொலைதூரத்தில் உள்ள இந்த கிராமப் பள்ளிக்கு வந்து சேர்ந்திருந்தாள்.

எங்கே ஜியா கோபித்துக்கொண்டு போய்விடுவாளோ என்று பயந்து, மெய்லி அவளுக்காக ஒவ்வொன்றையும் பார்த்துப் பார்த்துக் கவனிக்கிறாள். அந்தக் கிராமத்துக் குடிநீர் நன்றாக இல்லை என்று ஜியா குறைபடுகிறாள். உடனே, மெய்லி பள்ளி மாணவர்களை அழைத்துக்கொண்டு நடந்தே அருகில் உள்ள ஒரு ரயில்நிலையத்துக்குச் சென்று அங்கே பயணிகள் சாப்பிட்டு தூக்கிப் போடும் ஆரஞ்சுப் பழத்தின் தோலைச் சேகரித்து வருகிறாள். அதை உலர வைத்துப் பொடியாக்கி, அந்த ஆரஞ்சுப்பொடியைத் தண்ணீரோடு சேர்த்துக் கொதிக்க வைத்து ஆரஞ்சு மணம் உள்ள சுவை நீரைக் குடிக்கத் தருகிறாள். ஜியாவுக்கு மெய்லியின் மனதும்

அக்கறையும் மெல்லப் புரிகிறது.

ஜியா பள்ளியை மேம்படுத்துவதில் துணை நிற்கிறாள். இந்த நிலையில் ஒருநாள் ஜியா கர்ப்பமாக இருப்பது தெரிய வருகிறது. பிரசவத்துக்காக நிச்சயம் ஜியா நகரத்துக்குப் போய்விடுவாள். பிறகு, தன் கிராமத்துக்குத் திரும்பி வரமாட்டாள் என்ற வேதனை மெய்லிக்குள் வருகிறது. தன் மனைவி கர்ப்பமாக இருந்ததை அறிந்த ஜியாவின் கணவன் அவளை மறுபடி ஏற்றுக்கொள்கிறான். அவள் நகரம் சென்றுவிடுகிறாள். கிராமப் பள்ளிக்கு கம்ப்யூட்டர் வாங்க நிதி திரட்ட மெய்லி மாணவர்களை அழைத்துக்கொண்டு தலைநகரம் செல்கிறாள். ஜியாவின் உதவியால் கம்ப்யூட்டர் வாங்க நிதியுதவி அளிக்கப்படுகிறது.

கிராமப் பள்ளிக்கு நவீன கணிப்பொறிகள் வந்து சேர்கின்றன. வகுப்பறை உருமாறுகிறது. புதிய பள்ளி வளாகத் துவக்கவிழா நடைபெற உள்ளது. விடிந்தால் பள்ளித் திறப்புவிழா. இரவில் அவள் டிராக்டர் ஓட்டிக்கொண்டு போகும்போது அயர்ந்து உறங்கிவிடுகிறாள். கேட் இல்லாத ரயில்வே தண்டவாளத்தில் சிக்கி ரயிலில் அடிபட்டு இறந்துவிடுகிறாள். அந்தத் துக்கம் ஊரைப் பற்றிக்கொள்கிறது. ஜியா தன் குழந்தையுடன் அந்தப் பள்ளிக்குப் புதிய ஆசிரியையாக வந்து சேர்கிறாள். பாதங்கள் மட்டுமல்ல... மெய்லியின் மனதும் மிகப் பெரியது என்ற உணர்வோடு படம் நிறைவுறுகிறது.

மலைகள், மரங்கள், கட்டடம் என்று உயரத்தை எப்போதும் ஒரு பிரமிப்புடன் பார்த்து வியக்கும் நாம், பெண்களிடம் மட்டுமே பேதம் காட்டுகிறோம் என்பது வெட்கப்பட வேண்டிய குற்ற உணர்ச்சியே. இது தவறு என்று நாம் எப்போதுதான் உணரப்போகிறோமோ?

கடவுளின் கிராமம்!

இங்கிலாந்தின் மலைக் கிராமங்களில் ஒன்றான 'பாட்டன்' என்ற குக்கிராமம் (BottonVillage) உலகிலேயே மிக அதிசயமானது. இங்கே கற்றல் குறைபாடு கொண்ட மனவளர்ச்சி அற்றவர்கள் மட்டுமே

வசிக்கிறார்கள். 300 பேர்களுக்கும் குறைவாக வசிக்கும் இந்த ஊரை, தன்னார்வத் தொண்டு நிறுவனம் ஒன்று 50 ஆண்டுளுக்கும் மேலாக நிர்வகித்து வருகிறது.

மனவளர்ச்சி அற்றவர்கள் இங்கே தங்களால் முடிந்த வேலைகளில் ஈடுபடுகிறார்கள். இயற்கையோடு இணைந்து ஒரு குடும்பமாக வாழ்கிறார்கள். சுக – துக்கங்களைப் பகிர்ந்துகொள்கிறார்கள். பண்ணை விவசாயம் மற்றும் அது சார்ந்த கைத்தொழில் பயிலகங்கள் இங்கே உள்ளன. இதைக் 'கடவுளின் கிராமம்' என்று அருகிலுள்ள மக்கள் அழைக்கிறார்கள்!

31

வெளிநாட்டுக்காரர்கள் அறிவுஜீவிகளா?

மதுரை ரயிலில் இரண்டு வெளிநாட்டுப் பயணிகளைச் சந்தித்தேன். அவர் பெயர் ரஃபேல். மனைவி பெயர் ஆடா. பிரேசிலைச் சேர்ந்தவர்கள். தாங்கள் கொடைக்கானலுக்குப் போவதாக அறிமுகம் செய்துகொண்டனர். ஆடா, ஜெர்மனியைச் சேர்ந்தவர் என்பதால், அவரால் சரளமாக ஆங்கிலம் பேச முடியாது என்று மெல்லிய புன்னகையுடன் தெரிவித்தார்.

என் அருகில் அமர்ந்திருந்த கரை வேஷ்டி அணிந்த கவுன்சிலர் வியப்புடன், "வெள்ளைக்காரனுக்கு இங்கிலீஷ் பேசத் தெரியாதுன்னா ஆச்சர்யமா இருக்கில்ல?" என்றார்.

"உலகம் முழுவதும் ஆங்கிலம் பேசப்படுவதில்லை. அந்தப் பெண் ஜெர்மானியர்" என்று அவரிடம் கூறினேன்.

தான் கரெஸ்பாண்டென்ஸ் கோர்ஸில் எம்.ஏ., படித்திருப்ப தாகச் சொல்லி, அவரும் வெள்ளைகாரர்களிடம் தன்னை அறிமுகம் செய்துகொண்டார். அவர்களும் கைகுலுக்கிக் கொண்டார்கள்.

பிறகு கவுன்சிலர் என்னிடம், "இவங்களைப் பார்த்தா அமெரிக்கர்கள் மாதிரி தெரியுது" என்று சொன்னார்.

அந்தப் பெண் 'அமெரிக்கா' என்ற சொல்லைக் கேட்டவுடன் பலமாகச் சிரித்து விட்டார். பிறகு, "இந்தியாவில் எந்த வெளிநாட்டுப் பயணியைப் பார்த்தாலும், 'நீங்கள் அமெரிக்காவா?' என்று ஏன் கேட்கிறார்கள்? அமெரிக்கா மட்டும் தான் இந்தியர்களுக்குத் தெரிந்த வெளிநாடா?" என்று கேட்டார்.

"அது பொதுப் புத்தி. 20 வருடங்களுக்கு முன்புவரை எந்த வெளிநாட்டுப் பயணியைப் பார்த்தாலும், 'நீங்கள் லண்டனில் இருந்து வருகிறீர்களா?' என்று கேட்பார்கள். இப்போது அது மாறியிருக்கிறது" என்று சொன்னேன்.

கவுன்சிலரின் இரண்டு செல்போன்கள் ஒரே நேரத்தில் ஒலிக்கத் துவங்கின. அவர் இரண்டு செல்போன்களையும் எடுத்து ரயில் பெட்டியில் உள்ள அனைவருக்கும் கேட்கும் படியான உச்சக் குரலில் பேசினார். அவர்கள் கண்களாலேயே சிரித்துக் கொண்டார்கள்.

"முதன்முறையாக கொடைக்கானலுக்குப் போகிறீர்களா?" என்று கேட்டேன்.

'ஆமாம்' என்று தலையாட்டினார்கள்.

"எப்படி இருக்கிறது உங்களது இந்தியப் பயணம்?" என்றதும், "இந்தியர்களைப் புரிந்துகொள்ளவே முடியவில்லை. ஒன்று, எங்களை ஏமாற்ற நினைக்கிறார்கள் அல்லது வியந்து வியந்து பார்க்கிறார்கள். படித்தவர்களுக்கேகூட வெளிநாட்டுப் பயணிகளைப் பற்றிய தவறான நம்பிக்கைகள் நிறைய இருக்கின்றன" என்றனர்.

அதை ஆமோதிப்பதுபோல் ஆடா, "வெளிநாட்டுப் பெண்கள் என்றால் வேசைகள் என்றுதான் இந்தியாவில் படித்தவர்கள் கூட நினைக்கிறார்கள். பொது இடங்களில் நாங்கள் பாலுறவு கொள்வோம் என்று நம்பி, பின்னாடியே துரத்துகிறார்கள். எவ்வளவு அபத்தமான கற்பனை இது."

ரஃபேல் தொடர்ந்து பேசினார், "நான் அசைவம் சாப்பிடுவது இல்லை. முழுமையான வெஜிடேரியன். அதை ஒருவர்கூட நம்ப மறுக்கிறார்கள். வெளிநாட்டுக்காரர் எப்படி வெஜிடேரியனாக இருக்க முடியும்? என்கிறார்கள். இதுவாவது பரவாயில்லை. வெள்ளைக்காரர் என்றால்

கட்டாயம் கிரிக்கெட் பிடிக்கும், மைக்கேல் ஜாக்சன் பாடல்கள் கேட்பார்கள், போதை மருந்து சாப்பிடுவார்கள், எல்லோரும் பையில் துப்பாக்கி வைத்திருப்பார்கள் என்று நம்புகிறார்கள்.

ஆந்திராவில் ஓர் ஆட்டோ டிரைவர் எங்களிடம், தான் அனகோண்டா பார்த்திருப்பதாகச் சொல்லி, அது சூப்பராக இருப்பதாகப் பாராட்டினார். அனகோண்டா என்றால் என்னவென்றே புரியவில்லை. பிறகு, விசாரித்தபோது அது ஹாலிவுட் படம் என்று தெரிந்துகொண்டோம்" என்று சிரித்தார்.

கவுன்சிலர் தனது துணிப் பையைத் திறந்து அதிலிருந்து ஒரு பிளாஸ்டிக் டம்ளர், குளிர்பானம் இரண்டையும் வெளியே எடுத்துவைத்தார். பிறகு, இடுப்பில் இருந்து ஒரு குவாட்டர் பாட்டிலை எடுத்து டம்ளரில் ஊற்றிக் கலந்தார். பிறகு, அவர்களிடம் "தன்னிடம் இன்னொரு குவாட்டர் இருப்பதாகவும் தாங்கள் விரும்பினால் சேர்ந்து சாப்பிடலாம்" என்றும் சொன்னார்.

அதற்கு ரஃபேல், "தாங்கள் பயணத்தின்போது குடிப்பதில்லை. அதிலும் பிளாஸ்டிக் டம்ளரில் ஊற்றிக் குடிப்பது பார்க்கவே ரொம்பக் கஷ்டமாக இருக்கிறது" என்றார்.

கவுன்சிலர், "அதெல்லாம் பழக்கமாகிருச்சி சார்" என்றபடியே உணவுப் பொட்டலங்களைப் பிரித்து சாப்பிடத் துவங்கி யிருந்தார். சிக்கன் நூடுல்ஸ் மற்றும் பரோட்டா – மட்டன் சுக்கா வாசனை ரயில் பெட்டி எங்கும் நிரம்பியது.

ரஃபேல் ரகசியமான குரலில், "ஏன் இந்தியாவில் சைனீஸ் ஹோட்டல்கள் மீது இவ்வளவு மோகம். நெடுஞ்சாலையில்கூட சைனீஸ் நூடுல்ஸ் கடைகள் இருக்கின்றனவே, அது எப்படி வந்தது?" என்று கேட்டார்.

"10 வருடங்களுக்குள் இந்திய உணவு முறை பெரிதும் மாறிவிட்டது. இப்போது எல்லா இடங்களிலும் ஃபாஸ்ட் ஃபுட்தான்" என்றேன்.

ரஃபேல் கண்சிமிட்டி, "அது உண்மையில் ஃபாஸ்ட் ஃபுட் இல்லை, ஸ்லோ பாய்ஸன்" என்று சொன்னார்.

எஸ். ராமகிருஷ்ணன்

கவுன்சிலர் தன்னிடம் இருந்த பரோட்டாவில் ஒன்றை அவர்கள் சாப்பிட்டுப் பார்க்கும்படி வற்புறுத்தினார். தாங்கள் இரவு உணவை ஏழு மணிக்குச் சாப்பிட்டுவிட்டதாகச் சொன்னார்கள். அதைக் கவுன்சிலர் நம்பத் தயாராக இல்லை.

ஆடா என்னிடம், "தமிழ் நாட்டில் வெள்ளை உடை அணிந்தவர்கள் அத்தனை பேரும் அரசியல்வாதிகளா?" என்று கேட்டார்.

"இல்லை" என்றேன்.

"பிறகு, ஏன் இவர்கள் பேன்ட் – ஷர்ட் அணிவதில்லை? பெண் அரசியல்வாதிகளுக்கும் இப்படி ஏதாவது டிரெஸ் கோட் இருக்கிறதா என்ன? சுடிதார் அல்லது ஜீன்ஸ் அணிந்த ஒரு பெண் அரசியல்வாதியைக்கூடப் பார்க்க முடியவில்லையே. ஏன் அப்படி? ஏதாவது கலாசாரத் தடையா?" என்று கேட்டார்.

"ஒரு வரியில் இதற்கு விளக்கம் சொல்ல முடியாது. விளக்கிச் சொல்ல முடியாத நம்பிக்கைகள், மரபு மற்றும் கலாசார அடையாளங்கள் இருக்கின்றன" என்றேன்.

அவர் தலையசைத்தபடியே, "எங்களுக்கு இன்னொரு சந்தேகமும் இருக்கிறது. பையன்களுக்குப் பூ வைத்து அலங்காரம் சூடி பெண் போல போட்டோ எடுத்து வைத்திருப்பதைப் பார்த்தோம். அது எதற்காக? அதேபோல சிறுமிகளும் ஆண் வேஷம் போட்டு போட்டோ எடுத்துக் கொள்வார்களா என்ன?" என்றார்.

நான் சிரித்துவிட்டேன். "இந்தியக் குடும்பங்கள் கிரேக்கப் புராணங்களைவிட விசித்திரமானவை. அதன் நம்பிக்கையின் வேர்கள் எங்கே இருந்து துவங்குகின்றன என்று எந்த ஆராய்ச்சியாளனாலும் கண்டுபிடித்துவிட முடியாது. அதுபோலவே அவர்கள் மன இயல்பை அறிந்து கொள்வது மிகப்பெரிய சவால்" என்றேன்.

அவர்கள் உறங்கத் தயராகிவிட்டார்கள். கவுன்சிலர் போதை பற்றாமல் இரவெல்லாம் அலைந்து கொண்டே இருந்தார். வெளிநாட்டுக்காரர்கள் மீதான தோற்ற மயக்கத்தைப் பற்றியே யோசித்துக் கொண்டிருந்தேன்.

சில ஆண்டுகளுக்கு முன் கோவாவில் உள்ள தங்கும் விடுதியில் செக் நாட்டைச் சேர்ந்த ஒருவருடைய அறிமுகம் கிடைத்தது. அவரிடம் மிக ஆர்வமாக காப்கா, மிலன் குந்தேரா, மிலாஸ் ஃபோர்மென் என்று பேசியபோது, அவர் 'அந்தப் பெயர்களைத் தான் கேள்விப்பட்டதே இல்லை' என்றார்.

"உலகப் புகழ்பெற்ற எழுத்தாளர் காப்காவைக் கூடவா தெரியாது?" என்று கேட்டேன்.

அவர், "தனக்குப் படிக்கும் பழக்கமே கிடையாது. தான் ஒரு நீச்சல் வீரர்" என்றார்.

இந்தியாவுக்கு வரும் பெரும்பான்மையான வெளிநாட்டுப் பயணிகள் சுற்றுலா நிமித்தமாக வருபவர்களே. அதுவும் குறைந்த செலவில் இயற்கையை அனுபவிக்க நினைப்பவர்கள். மற்றபடி அவர்களை அறிவு ஜீவிகளாக நினைத்துக்கொள்வது நாமாக ஏற்படுத்திக் கொள்ளும் அறியாமை.

இன்னொரு பக்கம், சேவை மனப்பாங்குடன் வரும் ஆங்கிலேயரையும் கண்டிருக்கிறேன். முன்பு ஒரு முறை தேனாம்பேட்டை சந்திப்பு அருகில் உள்ள கூவம் ஆற்றை இரண்டு வெளிநாட்டுப் பயணிகள் உள்ளே இறங்கி சுத்தப்படுத்திக் கொண்டு இருப்பதைக் கண்டேன். கழிவுகளின் துர்கந்தம் காரணமாக, அருகில் உள்ள வீதிகளில் வசிப்பவர்கள் எவரும் அந்த இடத்தில் நிற்பதுகூடக் கிடையாது. சாலையில் போகிற வருகிறவர்கள் அதை வேடிக்கை பார்த்தார்கள். கேலியாக விமர்சனம் செய்தார்கள். ஆனால், அந்தப் பகுதிகளை வெள்ளைக்காரர்கள் இரண்டு நாளில் தூய்மைப் படுத்தி விட்டார்கள். அந்த தன்முனைப்பு, அக்கறை, நம்மிடம் இல்லாதவை.

எனக்குப் பிரபல ஹாலிவுட் இயக்குநர் மனோஜ் நைட் சியாமளன் இயக்கிய 'Praying with Anger' படம் நினைவுக்கு வந்தது. அது சியாமளனின் முதல் படம். 1992-இல் வெளியானது. பாண்டிச்சேரியைச் சேர்ந்த சியாமளன் அமெரிக்காவில் வளர்ந்தவர். இந்தப் படம் சென்னைக்குப் படிக்க வரும் ஓர் அமெரிக்க இளைஞனைப் பற்றியது.

பொதுவாக, சென்னையில் இருந்து அமெரிக்காவுக்குப் படிக்கப் போகிறவர்கள்தாம் அதிகம். இந்தப் படத்தில் பல வருடங்களாக அமெரிக்காவில் வசித்து வந்த தமிழ்க் குடும்பத்தைச் சேர்ந்த தேவ்ராமன் என்ற இளைஞனை, "ஒரு வருடமாவது சென்னையில் போய்ப் படித்துவிட்டு வா. அப்போதுதான் நமது பராம்பரியம் மற்றும் வேரின் தொடர்ச்சி புரியும்" என்று கட்டாயப்படுத்தி அனுப்பி வைக்கிறார்கள். சென்னையில் உள்ள கல்லூரி ஒன்றில் சேர்ந்து படிக்க ஆரம்பிக்கிறான். அவன் எதிர்கொள்ளும் கலாசாரச் சிக்கல்கள்தாம் படம்.

தமிழ் மக்களிடம், அமெரிக்காவைப் பற்றிய பொதுவான மனப் பிம்பங்கள் நிறைய இருக்கின்றன. அமெரிக்காவில் வசிக்கும் பெரும்பான்மை இளைஞர்கள், பெண் மோகம் கொண்டவர்கள்; இரவெல்லாம் நடனம் ஆடுவார்கள்; பேஸ்பால் விளையாடுவார்கள்; அதிகம் குடிப்பார்கள்; மூன்று வேளையும் பீட்ஸா சாப்பிடுவார்கள்; லட்ச லட்சமாகச் சம்பாதிப்பார்கள் என்பது போன்ற தவறான கற்பிதங்களை சியாமளன் இந்தப் படத்தில் கேலி செய்திருக்கிறார்.

ஆங்கிலம் கற்பிக்கும் ஆசிரியர் அவனிடம், 'நீ அமெரிக்க ஆங்கிலத்தில் பேசினால் பெரிய ஆளாகிவிட முடியாது. நான் 30 வருடங்களாக ஷேக்ஸ்பியர் நடத்துகிறேன்' என்பார்.

அவர் இப்போதும் ஷேக்ஸ்பியர் காலத்திலேயே வாழ்ந்து கொண்டு இருப்பதாக தேவ் சொல்வான். அவனைச் சந்திக்கும் ஒரு பெண், அவன் மைக்கேல் ஜாக்சனைச் சந்தித்திருக்கிறானா? என்று படம் முழுவதும் கேட்டுக்கொண்டே இருப்பாள். அதுபோலவே ஆட்டோ டிரைவர் துவங்கி டீக்கடைக்காரன் வரை அவனிடம் அதிகமாகப் பணம் கேட்பார்கள். அவனைக் காதலிக்கும் பெண் டேட்டிங் பற்றி நிறையப் பேசுவாள்.

இந்திய இசையின் மகத்துவம் பற்றி அவனுக்குத் தினமும் வகுப்பு எடுப்பார்கள். தேவ்ராமனின் உண்மையான பிரச்னை, அமெரிக்கா பற்றிய தமிழ் மக்களின் தவறான கற்பிதங்களே. அதைப் படம் முழுவதும் அவன் விளக்கிச் சொல்கிறான். எவரும் கேட்பதே இல்லை. அமெரிக்காவில் ஆதிவாசிகள் கூட இருக்கிறார்கள் என்பதை அவன் சொல்லும்போது,

அதை ஒருவரும் ஒப்புக்கொள்வதே இல்லை. நீங்கள் கற்பனையான அமெரிக்கா ஒன்றை வைத்திருக்கிறீர்கள். நிஜம் அப்படி இல்லை என்று எரிச்சலுடன் சொல்லி விட்டு, முடிவில் அவன் அமெரிக்கா போய்விடுகிறான். இது தனிநபர் சந்திக்கும் பிரச்சனை மட்டுமல்ல. மாறாக, 300 வருடங்களுக்கும் மேலாக அடிமைப்பட்டுக் கிடந்த ஒரு சமூகத்தின் ஆழ்மனதிலிருந்து உருவான பிம்பங்களே.

இந்தியாவைப் பிரித்துத் துண்டாக்கிய மௌன்ட்பேட்டனை நாம் இன்றும் 'மௌன்ட்பேட்டன் பிரபு' என்றுதான் சொல்கிறோம். இன்னொரு பக்கம், வெளிநாடுகளில் இருந்து திரும்பி வருகிறவர்கள் உருவாக்கும் நம்மைப் பற்றிய தாழ்வான பிம்பம், நம்மை எப்போதுமே குற்ற உணர்ச்சி கொள்ள வைக்கிறது. நம் வரலாற்று நூல்களில் உள்ளவை அதிகார மாற்றத்தின் பிம்பங்களே. உண்மையான இந்திய மக்களின் எழுச்சியும், சமூக, கலாசார மாற்றங்களின் நிஜமான வரலாறும் இன்னமும் முழுமையாக எழுதப்படவும் இல்லை, அறிந்துகொள்ளப்படவும் இல்லை. அதுதான் இந்த அறியாமையை மாற்றுவதற்கான ஒரே வழி!

மிகச்சிறிய நடமாடும் தபால்நிலையம்!

அமெரிக்காவில் உள்ள சான்ஃபிரான்சிஸ்கோவில் வசிக்கும் லியா ரெட்மாண்ட் என்ற பெண், உலகின் மிகச்சிறிய நடமாடும் தபால்நிலையம் ஒன்றை நடத்துகிறார். உள்ளங்கைக்குள் அடங்கிவிடும்படியான சிறிய தபால்களை உருவாக்குவதும் அனுப்புவதுமே அவளது வேலை.

இந்தத் தபால்நிலையம் தினமும் ஓர் இடத்தில் அமைக்கப்படுகிறது. சிறிய எந்திரம் ஒன்றினால் கடிதம் தயாரிக்கப்பட்டு, அரக்கு முத்திரை பதிக்கப்பட்டு அனுப்பப்படுகிறது.

சின்னஞ்சிறு கடிதங்களை அனுப்புவதையும் பரிசாகப் பெறுவதையும் அரிய பரிசாக மக்கள் நினைக்கிறார்கள்!

32. எம்.ஜி.ஆரைப் பார்க்கணும்!

பல்வேறு ஊர்களில் உள்ள சிறுவர் - சிறுமிகள், ஒவ்வொரு நாளும் ஏதேதோ காரணம் காட்டி வீட்டைவிட்டு சென்னைக்கு ஓடி வருகிறார்கள். சாலை ஓரங்களில், சினிமா அரங்குகளில், உணவகங்களில், ரயில்நிலையங்களில் இவர்கள் கண்ணில்படுகிறார்கள். தன்னை யாராவது கவனிக்கிறார்களா? என்று இவர்கள் கண்கள் ரகசியமாக நோக்குகின்றன. யாராவது அழைத்து விசாரிக்கும்போது, வாய் நிறையப் பொய் சொல்கிறார்கள்.

வீட்டை விட்டு ஓடி வந்த ஒவ்வொரு சிறுவனும் ஒரு காரணம் வைத்திருக்கிறான். அந்த உண்மையை அவன் யாரோடும் பகிர்ந்துகொள்வதே இல்லை. கையில் இருக்கும் காசை சாப்பாடு, சினிமா, கூலிங்கிளாஸ், சிகரெட், பீர் என்று இரண்டு நாட்களில் செலவழித்துவிட்டு, அதன்பிறகு ஏதாவது ஓர் உணவகத்தில், கடையில் வேலை செய்கிறான். சில வாரங்கள் அல்லது சில மாதங்களில் அங்கிருந்தும் ஓடிவிடுகிறான்.

அவன் அடைய விரும்பிய சந்தோஷங்கள் சீக்கிரம் வடிந்துவிடுகின்றன. அதன்பிறகு நெருக்கடி அவனைத் துரத்தத் துவங்குகிறது. திசைகெட்டு அலைகிறான். சொந்த அடையாளத்தை மறைத்தபடியே பெருநகரம் ஏதாவது

ஒன்றில் தன்னைக் கரைத்துக்கொள்கிறான். இந்தத் தொடர் சோகம் ஏன் நமக்கு வெறும் செய்தியாக மட்டுமே தெரிகிறது? சாலைச் சிறுவர்கள் மீது ஏன் நாம் அக்கறை காட்ட மறுக்கிறோம்?

பள்ளியில் படித்த நாட்களில் 'சிங்கமுத்து' என்ற என் வகுப்புத் தோழன் ஒருவன், எம்.ஜி.ஆரைப் பார்க்க வேண்டும் என்பதற்காக வீட்டைவிட்டு ஓடிப்போனான். எம்.ஜி.ஆர். இருப்பது சென்னையில் என்றுகூடத் தெரியாமல், அவன் கள்ள ரயில் ஏறி கன்னியாகுமரியில் இறங்கியிருக்கிறான். வேகவேகமாகக் கடற்கரையில் நடந்து போய் எம்.ஜி.ஆர். வீடு எங்கே இருக்கிறது என்று விசாரித்து இருக்கிறான். ஒருவருக்கும் தெரியவில்லை. பசியோடு அலைந்து திரிந்து போலீஸாரிடம் மாட்டிக்கொண்டான்.

அவர்கள் போன் செய்து பெற்றோரை வரவழைத்து ஒப்படைத்துவிட்டார்கள். வீட்டில் அவனுக்குச் சரியான அடி. பள்ளி முழுவதும் விஷயம் பரவி, அவன் பெயரே 'எம்.ஜி.ஆர். என்றானது. ஆறு மாதங்களுக்குப் பிறகு, ஒரு நாள் மாலை சிங்கமுத்து மீண்டும் ஓடிப்போனான். இன்று வரை அவன் வீடு திரும்பவே இல்லை. வருடக்கணக்கில் குடும்பம் அவனைத் தேடி அலைந்து கதறியது. ஆனால், அவன் கிடைக்கவே இல்லை. எம்.ஜி.ஆரைப் பார்த்தானா...? இல்லையா? என்றும் தெரியவில்லை. கண் முன்னே வெள்ளத்தில் சிக்கி அடித்துச் செல்லப்படும் ஜீவராசிகளைப்போல், சிலர் நம் கையைவிட்டுப் போய்விடுகிறார்கள். பின்பு, அவர்கள் நினைவுகள் மட்டுமே மிச்சம் இருக்கின்றன.

நாளிதழ் ஒன்றில், "ஒன்பதாம் வகுப்பு படிக்கும் பையன் ஒருவன், தன் வீட்டில் இருந்து 10 ஆயிரம் ரூபாயைத் திருடிக்கொண்டு நண்பர்களுடன் சென்னைக்கு ஓடிவந்து, இஷ்டம்போலக் குடித்து ஊர் சுற்றி, கையிருப்பு காலியானதும் பேருந்தில் ஒருவரின் செல்போனைத் திருட முயன்று பிடிபட்டான்" என்ற செய்தியைப் படித்தேன்.

வீட்டில் திருடுவது, சிறுவர்களின் அடிப்படை இயல்புகளில் ஒன்று. ஐந்தோ, பத்தோ திருடுவார்கள். அதை வைத்து சினிமா

எஸ். ராமகிருஷ்ணன்

பார்ப்பது, சிகரெட் பிடிப்பது என்று செலவழிப்பார்கள். பின்பு ஒருநாள் பிடிபட்டு அடி வாங்கி இனிமேல் திருந்திவிடுவதாகப் பொய்ச் சத்தியம் செய்வார்கள். அது தலைமுறை தலைமுறையாக மாறாத குணம். ஆனால், பத்தாம் வகுப்பு படிக்கும் மாணவன் அப்பாவின் சம்பளப் பணம் முழுவதையும் திருடிக்கொண்டு, சென்னைக்கு வந்து குடிப்பது, ஒரு நாளைக்கு மூன்று சினிமா பார்ப்பது, வேசைகளைத் தேடித் திரிவது, விதவிதமான காலணிகள் வாங்குவது என்ற அதீத மனப்பாங்கைத்தான் புரிந்துகொள்ள முடியவில்லை.

சிறுவர்கள் ஏன் தங்கள் வயதை மீறி நடந்துகொள்ள எப்போதும் ஆசைப்படுகிறார்கள். ஆறாம் வகுப்பிலே காதல் தோல்வி கண்ட சிறுவர்கள் இன்று இருக்கிறார்கள். ஒன்பதாம் வகுப்புக்குப் போவதற்குள் பாய் ஃப்ரெண்ட், கேர்ள் ஃப்ரெண்ட் எண்ணிக்கை எத்தனை என்று கணக்கிடுகிறார்கள். உல்லாசமாக ஊர் சுற்ற பைக் தேவைப்படுகிறது. செலவழிக்க, கை நிறையப் பணம் வேண்டியிருக்கிறது. இணையத்தின் வழியே எளிதாகக் கிடைக்கும் ஆபாசப் படங்கள் அவர்கள் பாலியல் ஆசைகளைக் கொந்தளிக்கச் செய்கின்றன. விளம்பரங்கள், கனவுகளைத் தூண்டுகின்றன. குற்றத்தைக் கொண்டாடும் திரைப்படங்கள் அவர்களுக்கு முன் உதாரணமாகின்றன.

பதின்வயதுச் சிறுவன், முன் எப்போதையும்விட இன்று அதிகம் தத்தளிப்பும் குழப்பமும் கொண்டிருக்கிறான். அவனைப் புரிந்துகொள்வதற்குப் பெற்றோர்கள், ஆசிரியர்கள் இருதரப்பும் தவிக்கிறது. தமிழகத்தில் முன்பு வறுமையால் வீட்டைவிட்டு ஓடியவர்கள் அதிகம் இருந்தார்கள். இன்று ஓடுகிறவர்களில் பெரும்பான்மையினர் வீடு அனுமதிக்காத உல்லாசங்களைத் தேடியே வெளியேறுகிறார்கள்.

சிறு வயதில் குற்றவாளிகளாகப் பிடிபட்டு, சீர்திருத்தப் பள்ளியில் படித்தவர்கள் இன்று என்னவாக இருக்கிறார்கள்? அவர்களில் எத்தனை பேர் வாழ்வில் உயர்ந்திருக்கிறார்கள்? நேரடியாக அந்தத் தகவல்களை நாம் அறிந்து கொள்ள

முடிவதில்லை. சிறுவர் சீர்திருத்தப் பள்ளியாக உள்ள ஜெயில் எப்படி இருக்கிறது? அங்கே என்ன கற்றுத்தருவார்கள்? யார் பாடம் நடத்துகிறார்கள்? அந்த வகுப்பறை எப்படி இருக்கிறது...? போன்ற அடிப்படை விவரங்கள் பொதுமக்கள் அறியாதவை.

நான் அறிந்தவரை புதுக்கோட்டையில் 40 ஆண்டுகளுக்கும் மேலாக ஒரு சிறுவர் சீர்திருத்தப் பள்ளியை அரசின் சிறைத்துறை நடத்தி வருகிறது. அங்குள்ள சிறுவர்கள் ஓர் இசைக் குழுவை உருவாக்கி உள்ளார்கள். அந்த இசைக் குழுவின் நிகழ்ச்சி ஒன்றை ஒருமுறை கேட்டேன். சிறப்பாக இருந்தது.

வீட்டைவிட்டு ஓடிவந்த சிறுவர்களில் பலர், தவறான ஆட்களிடம் மாட்டிக்கொள்கிறார்கள்; வேறு மாநிலங்களுக்குக் கடத்தப்படுகிறார்கள்; கொத்தடிமைகளாக, கூலியாட்களாக ரத்தம் சொட்டச் சொட்டப் பிழிந்து எடுக்கப்படுகிறார்கள். ஒரு சிறுவன் வீட்டைவிட்டு ஓடுவதற்குப் பெற்றோரின் மனநிலை ஒரு முக்கியக் காரணமே.

இரானில், இளம் குற்றவாளிகளுக்குப் பகிரங்கமாகவே தூக்குத் தண்டனை விதிக்கப்படுகிறது. 17 வயது உடைய பெனாட், மதுக்கடையில் ஏற்பட்ட சண்டையில் எசான் என்பவனைப் பாட்டிலால் தாக்கிக் கொன்றுவிடுகிறான். அதற்காக அவனுக்கு நீதிமன்றம் தூக்குத் தண்டனை நிறைவேற்ற ஆணையிட்டது. மூன்று ஆண்டுகள் மேல் முறையீடு நடைபெற்றது.

இதற்கிடையில், பெனாட்டின் அப்பா மற்றும் உறவினர்கள், நண்பர்கள், எசானின் தாய் – தந்தையிடம் மண்டியிட்டு அவனை மன்னிக்கும்படி வேண்டினார்கள். எசானின் பெற்றோர் அவனை மன்னிக்கவே இல்லை. முடிவில் தூக்குத் தண்டனைக்கு முன்தினம் பெனாட், எசானின் தாயைச் சந்தித்து, அவள் காலில் விழுந்து கண்ணீர்விட்டுத் தன்னை மன்னித்துவிடும்படியாக அழுதான்.

"நாளை உன் கழுத்தை இறுக்கப்போகும் சுருக்குக் கயிற்றை வேடிக்கை பார்க்கவே நான் காத்திருக்கிறேன்" என்று

அவனை விலக்கித் தள்ளிவிட்டாள் எசானின் தாய். மறுநாள் பெனாட் கழுத்தில் தூக்குக்கயிறு மாட்டப்பட்டு ஒரு முக்காலி மீது நிறுத்தப்பட்டு இருந்தான். எசானின் தாய், அந்த முக்காலியைத் தன் காலால் உதைத்து பெனாட்டின் தூக்குத் தண்டனையை நிறைவேற்றி வைத்தாள். அவள் கண் முன்னே பெனாட்டின் சாவு நடந்தேறியது. புரிந்து கொள்ள முடியாத மனித உணர்வு எழுச்சியின் நாடகம் அது.

வீட்டைவிட்டு ஓடிவந்த சிறுவர்களின் வாழ்க்கை குறித்து தமிழில் அதிகம் எழுதப்படவில்லை. திரைப்படங்களில் அது வெறும் உத்தி மட்டுமே. ஆனால், அஸ்ஸாமியின் புகழ்பெற்ற இயக்குநரான ஜானு பருவா 'Konikar Ramdhenu' என்ற படத்தை இயக்கி இருக்கிறார். இதை டெல்லித் திரைப்பட விழாவில் பார்த்திருக்கிறேன். மிகச் சிறப்பான படம். இந்தப் படம் வீட்டை விட்டு ஓடிவரும் சிறுவனின் பார்வையிலே விவரிக்கப்படுகிறது.

குக்கூ... 11 வயது கிராமத்துச் சிறுவன். ஒருநாள் வீட்டைவிட்டு ஓடி கௌஹாத்தி நகருக்கு வந்துவிடுகிறான். நகரில் எங்கே போவது? என்ன செய்வது? என்று தெரியவில்லை. ஒரு கார் மெக்கானிக் பட்டறையில் வேலைக்குச் சேருகிறான். அங்கே அவனைப்போல ஓடிவந்த சில சிறுவர்கள் வேலை பார்க்கிறார்கள். பட்டறையிலே உறங்குகிறான். ஒருநாள் குக்கூவை, மெக்கானிக் வன்புணர்ச்சி கொள்ள முயற்சிக்கிறான். பயந்துபோன குக்கூ, அவனை இரும்பு ஸ்பானரால் ஓங்கி அடிக்க, அந்த மெக்கானிக் இறந்துவிடுகிறான்.

குக்கூவை, போலீஸ் கைது செய்து நீதிமன்றம் கொண்டு செல்கிறார்கள். அங்கே குக்கூ உண்மையைச் சொல்ல மறுக்கிறான். ஆனால், குற்றத்தை ஒப்புக்கொள்கிறான்.

மிகப் பழமையான சிறுவர் சீர்திருத்தப் பள்ளி ஒன்றுக்கு குக்கூ அனுப்பப்படுகிறான். அந்தப் பள்ளியில், சிறுவர்களுக்கு வழங்கப்படும் உணவு மிகவும் மோசமாக இருக்கிறது. அதில் இரண்டு ஒப்பந்தக்காரர்கள் காசு அடிக்கிறார்கள். அங்கும் சிறுவர்கள் கட்டாய பால் இச்சைக்கு உட்படுத்தப்

படுகிறார்கள். ஊழல் மோசடி பரவலாக இருக்கிறது. அந்தச் சூழலை குக்கூவால் தாங்க முடியவில்லை. வன்புணர்ச்சியை எதிர்க்கும் அவனை, சக சிறுவர்களும் சிறைக்காவலர்களும் அடித்துத் துன்புறுத்துகிறார்கள். அவன் இந்த நரகத்தில் இருந்து எப்படித் தப்பிப்பது? என்று தெரியாமல் போராடு கிறான்.

சீர்திருத்தப் பள்ளிக்கு வந்தபோதும், தான் ஏன் மெக்கானிக்கைக் கொன்றேன்? என்ற உண்மையை குக்கூ சொல்லவே இல்லை. அதை விசாரித்து அறிக்கை அனுப்பும்படி சிறை வார்டனுக்கு நீதிமன்றம் உத்தரவிடுகிறது. 'பிஸ்வபாரோ' என்ற அந்த வார்டன் மிக நல்லவர். குக்கூவோடு அன்பாகப் பழகி, அவன் ஏன் வீட்டைவிட்டு ஓடி வந்தான்? என்பதை அறிந்து கொள்ள முயற்சிக்கிறார். குக்கூ, தன் ஊர் மிக அழகான கிராமம் என்றும் அங்கே தனது வீடு மிகப் பெரியது என்றும் கதைவிடுகிறான்.

அவனைப் பற்றிய விவரங்களை அறிந்துகொண்ட வார்டன், ஒரு நாள் கிளம்பி அந்தக் கிராமத்துக்குப் போகிறார். அது மிகவும் பின்தங்கிய கிராமம். எந்த அடிப்படை வசதியும் இல்லை. குக்கூவின் அம்மா இறந்துபோய்விட, மாற்றாந்தாய் அவனை மிகவும் துன்புறுத்தி இருக்கிறாள். குடும்பம் மிகுந்த வறுமையில் இருக்கிறது. அதனால்தான் வீட்டைவிட்டு ஓடி வந்திருக்கிறான்.

இந்த உண்மைகளை அறிந்த வார்டன், குக்கூவின் பிரச்சனை எங்கிருந்து துவங்கியது என்பதை அறிந்துகொள்கிறார். அவரே மெக்கானிக் பட்டறைக்கும் சென்று விசாரிக்கிறார். உண்மை முழுமையாகப் புலப்படுகிறது.

முடிவில், அவர் நீதிமன்றத்தில் உண்மையை எடுத்துச்சொல்லி, குக்கூவை விடுவிக்கிறார். அவன் ஊருக்குக் கிளம்புகிறான். அவனோடு தானும் கிராமத்துக்கு வரப்போவதாக பிஸ்வபாரோ சொல்லவே, உண்மையைச் சொல்லிவிடுகிறான் குக்கூ. தனக்கு அந்த உண்மைகள் யாவும் முன்பே தெரியும் என்று அவனை அணைத்துக்கொள்ளும் பிஸ்வா, முடிவில் குக்கூவைத் தனது பையனாகத் தத்தெடுத்துக் கொள்கிறார்.

சீர்திருத்தப் பள்ளியில் சிறுவர்கள் எப்படி நடத்தப்படுகிறார்கள்? ஏன் சிறுவர்கள் குற்றவாளி ஆக்கப்படுகிறார்கள்? என்பதை இந்தப் படம் மிக நுட்பமாக வெளிப்படுத்துகிறது.

வீட்டை விலக்கி ஓடிய கால்கள் எவ்வளவு தூரம் கடந்து போனாலும், கண்ணில் விழுந்த மணல் துகள் போல வீட்டின் நினைவுகள் மனத்தில் உறுத்திக்கொண்டே இருக்கக்கூடும். அதுதான் என்றாவது அவர்களை ஊருக்கு அழைத்துவரும் ஒரே துணை!

மிஸ்டர் மணிப்பூர் to மிஸ்டர் வேர்ல்டு!

மணிப்பூரின் தலைநகரான இம்பாலாவில் வசிக்கும் கே.பிரதீப்குமார் ஓர் எயிட்ஸ் நோயாளி. நோயால் மனம் தளர்ந்துவிடாமல் தன் உடலை முறையாக உடற்பயிற்சி செய்து உறுதியாக்கி, 60 கிலோ எடை பிரிவில் வெற்றிபெற்று, 'மிஸ்டர் மணிப்பூ'ராக 2000-ஆம் ஆண்டு தேர்வு பெற்றார்.

எயிட்ஸ் நோயாளிகள் ஒதுக்கப்பட வேண்டியவர்கள் இல்லை. அவர்களாலும் சாதிக்க முடியும் என்பதை நிரூபிப்பதே தனது முக்கியப் பணி எனும் பிரதீப்குமார், "தனது ஒரே ஆசை 'மிஸ்டர் வேர்ல்டு' பட்டத்தை வெல்வதுதான்" என்கிறார்.

பொதுவாக, எயிட்ஸ் நோயாளிகள் உடல் நலிவுற்று நோயாளியாகவே வாழ்ந்து இறக்க நேரிடும் என்ற அவநம்பிக்கையை உருமாற்றி, தொடர் சாதனைகளை நிகழ்த்தி வருகிறார் பிரதீப்குமார்!

33

"பெற்றால்தான் பிள்ளையா?"

அந்தப் பையனுக்கு 14 வயதிருக்கும். சென்னையில் நடைபெற்ற பள்ளி மாணவர்களுக்கான சம்மர் கேம்ப் ஒன்றில் அவனைச் சந்தித்தேன். ஓவியப் போட்டி, கதை சொல்லுதல், பாட்டுப் போட்டி என்று நான்கைந்து முதல் பரிசுகள் வாங்கியிருந்தான்.

உற்சாகம் பொங்கும் தோற்றம். வெளிறிய மஞ்சள் நிற உடல்வாகு. சப்பையான முகம். செம்பட்டை படிந்த தலை. 'நிச்சயம் இவன் வேறு மாநிலத்தைச் சேர்ந்தவனாகத்தான் இருக்கக்கூடும்' என்று நினைத்தேன்.

சம்மர் கேம்ப் ஏற்பாடு செய்திருந்த பள்ளியின் நிர்வாகி மைக்கில் பேசத் துவங்கினார், "நமது பள்ளியில் பணிபுரியும் சுப்ரஜா டீச்சரால் இரண்டு வயதிலேயே தத்தெடுக்கப்பட்ட 'அஸ்வின்' என்ற நேபாளத்தைச் சேர்ந்த இந்தச் சிறுவன், இன்று ஐந்து முதல் பரிசுகள் வென்றிருப்பது சந்தோஷமாக இருக்கிறது. யாவரும் அதைக் கைதட்டி வரவேற்போம்" என்றார். மாணவர்கள் ஆரவாரம் செய்தார்கள். ஆனால், அஸ்வின் முகத்தில் இருந்த சந்தோஷம் அப்படியே வடிந்திருந்தது. அவன் அவசரமாக மேடையைவிட்டு இறங்கி ஓடினான்.

எதற்காக அவனைத் தத்துப்பிள்ளை என்று அறிமுகம் செய்துவைக்க வேண்டும்? என்று எனக்குப் புரியவில்லை.

எஸ். ராமகிருஷ்ணன் □ 243

மேடையில் பேசியது போதாது என்பது போல, என் அருகில் உட்கார்ந்த நிர்வாகி, "இந்தப் பையனின் அப்பா–அம்மா எல்லாம் நேபாளிகள். ஸ்வெட்டர் விற்க வந்த ஆள்கள். புருஷன் விட்டுட்டுப் போயிட்டான். நேபாளிப் பெண்ணாலே பிள்ளையை வளர்க்க முடியலை. டீச்சருக்கும் கல்யாணமாகி ஏழு வருஷமாப் பிள்ளை இல்லை. அதனால், இந்தப் பையனைப் பெரிய மனசு பண்ணி தத்து எடுத்துக்கிட்டாங்க. இப்போ டீச்சர் பேரைக் காப்பாத்துற மாதிரி படிக்கிறான். எங்கே பிறந்தா என்ன? எல்லாம் நாம் வளர்க்கிறதுலதானே இருக்கு" என்று சொன்னார்.

என்னால் அந்த அசட்டு உளறல்களைத் தாங்க முடியவில்லை. "அந்தப் பையனை நீங்கள் அவமானப்படுத்திவிட்டீர்கள்" என்று முகத்துக்கு நேராகச் சொன்னேன்.

அவரோ, "உண்மையைத்தானே சொன்னேன். இதில் என்ன அவமானப்படுத்த இருக்கிறது?" என்றார்.

"அந்த உண்மை உங்களால் ஏற்றுக்கொள்ள முடியாதது. அது உங்களை உறுத்திக்கொண்டே இருக்கிறது. அதான் இப்படிப் பேசுகிறீர்கள்" என்று கடுத்த குரலில் சொன்னேன். அவர் முகத்தைத் திருப்பிக்கொண்டார். அன்றெல்லாம் ஆத்திரம் எனக்குத் தணியவே இல்லை.

திருமணமாகிச் சில ஆண்டுகள் குழந்தை இல்லாமல் போனால், தம்பதிகள் சந்திக்கும் கேலிகளும், ஏளனப் பேச்சுக்களும், இலவச ஆலோசனைகளும் சகிக்க முடியாத வேதனைகள். குழந்தை பெற்றுவிட்டதைப் பெரிய சாதனை போலப் பேசும் பலரைக் கண்டிருக்கிறேன். அது போலவே குழந்தை இல்லாதவர்கள் என்ன தான் படித்து, உயர் வேலை செய்து வசதியாக வாழ்ந்தபோதும் அவர்களை விரல் நீட்டி, 'உங்களுக்குத்தான் பிள்ளை இல்லையே' என்று இளக்காரமாகப் பேசுவதையும் கேட்டிருக்கிறேன்.

திருமணம், ஆணைவிடப் பெண்களுக்குப் பெரிய சவாலாகவே இருக்கிறது. உலகில் எந்த ஆணும் தான் பிறந்த வீட்டைவிட்டு இன்னொரு வீட்டுக்குப் போய் அவர்களது சாப்பாட்டை, பழக்கவழக்கத்தை, இனிஷியலைப் போட்டுக்கொண்டு

தங்கிவிட வேண்டும் என்று சொன்னால் ஒப்புக்கொள்ளவே மாட்டான்.

ஏதோ சில சலுகைகளுக்காக அப்படி முன்வரும் ஒரு சிலர்கூட, அதைப் பெரிய தியாகச் செயல்போலத்தான் காட்டிக்கொள்வார்கள். ஆனால், பெண்கள் திருமணமான உடனே தங்கள் கடந்த காலத்தை மறந்துவிடவேண்டும் என்று ஆசைப்படுகிறோம். அவர்கள் வீட்டு உணவின் ருசியோ, பழக்கமோ எதுவும் இருக்கக்கூடாது என்று கட்டாயப்படுத்து கிறோம். எவ்வளவு அபத்தமான முரண் இது.

குழந்தைப்பேற்றின்மைக்கு மன நலம், உடல் நலம் சார்ந்த எவ்வளவோ காரணங்கள் இருக்கின்றன. ஆனால், அதை நாம் யோசிப்பதே இல்லை. குழந்தை இல்லை என்று மறுமணம் செய்துகொண்ட ஆண்கள் பலரைக் கண்டு இருக்கிறேன். அப்படி ஒரு பெண்ணைக்கூட நாம் அனுமதிக்கவில்லையே, அது ஏன்?

'குழந்தை இல்லாமல் இருப்பதைக்கூட ஏற்றுக்கொள்கிறோம். ஆனால், யாரோ ஒரு குழந்தையைத் தத்தெடுப்பதை என் உயிர் உள்ளவரை அனுமதிக்கமாட்டேன்' என்று வீம்பு பேசுபவர்கள் பல வீடுகளில் இருக்கிறார்கள். இவர்களுக்குப் பயந்து தத்தெடுப்பதைக் கைவிட்ட பலரையும் கண்டிருக்கிறேன்.

எனக்குத் தெரிந்த ஒரு நண்பர் வங்கியில் பணிபுரிகிறார். அவருக்குத் திருமணமாகி ஒன்பது ஆண்டுகளாகக் குழந்தைப்பேறு இல்லை. கணவன் – மனைவி இருவருமாகச் சேர்ந்து பேசி, ஒரு பெண் குழந்தையைத் தத்து எடுத்தனர். அந்தக் குழந்தைக்குப் பெயர் சூட்டும் விழாவுக்கு யாவரையும் அழைத்திருந்தார். நண்பரின் தாய் – தந்தை மற்றும் அவர் மனைவியின் உறவினர் என்று வந்திருந்த அத்தனை பேரும், "ஏன் இப்படிச் செய்தீர்கள்? இந்தப் பிள்ளை என்ன ஜாதியோ? என்ன குலமோ? ஏதாவது நோய் இருக்குமோ? இவள் நிறத்தைப் பாருங்கள்... அட்டைக் கரி. சிவப்பான பிள்ளையைத் தத்து எடுத்திருக்கலாமே" என்று குற்றம் சொன்னதோடு, ஒருவரும் குழந்தையைத் தொட்டுத் தூக்கவோ, கொஞ்சவோ இல்லை.

எங்கோ கோயிலில் பார்க்கும் அடுத்தவர் குழந்தையைக்கூட ஆசையாகத் தொட்டுத் தூக்கும் நண்பரின் அம்மா, தன் மகன் யாரோ ஓர் அநாதைக் குழந்தையைத் தத்து எடுத்து விட்டானே என்று, கடைசிவரை குழந்தையைத் தொடவே இல்லை. 'தத்தெடுப்பதாக ஆசை இருந்தால் சொந்தத்தில் எடுத்திருக்கலாமே' என்று அவரது அப்பா ஆதங்கப்பட்டார். 'இவர்களை ஏன் அழைத்தோம்?' என்று நண்பருக்கு மனச் சோர்வாகிப்போனது.

அந்தக் குழந்தையை எங்கே அழைத்துச் சென்றாலும், இதே கேள்விகள்... அபத்தமான அறிவுரைகள் அவர்களை ரணப்படுத்தின. ஒருமுறை மருத்துவமனையில், "இது உங்க வயித்துல வளர்ந்த பிள்ளை இல்லையா? அதான் பிள்ளை இப்படி மெலிஞ்சிபோயிருக்கு" என்று ஒரு நர்ஸ் முகத்துக்கு நேராகச் சொல்லியதும், நண்பரின் மனைவி வாய்விட்டு அழுதிருக்கிறார்.

அதற்காகவே அவர்கள் குடும்ப நிகழ்ச்சிகள் எதிலும் கலந்து கொள்வதில்லை. நண்பர்கள் வீடுகளுக்குக்கூட வருவதில்லை. அந்தக் குழந்தை பள்ளிக்குச் செல்ல ஆரம்பித்தபோதுதான் அவர்கள் இயல்பானார்கள். ஆனால், அப்போதும் ஊரில் இருந்து வந்து போகும் யாராவது அந்தப் பிள்ளையின் முன்னால் அது தத்துப்பிள்ளை என்று சொல்லி மனதை நோகடிப்பார்கள்.

அப்படி ஊரில் இருந்து வந்த மாமா ஒருவர் அந்தச் சிறுமியைப் பார்த்து, "இதுதான் அடாப்டட் சைல்டா? நோகாம பிள்ளை பெத்துக்கிடறதுன்னு சொல்வாங்க. அது உங்க விஷயத்துல நடந்திருக்கு. பெத்த பிள்ளைகளையே நம்ப முடியலை. தத்துப்பிள்ளைன்னா ரொம்ப ஜாக்கிரதையா இருங்க. எவனையாவது இழுத்துக்கிட்டு ஓடிப்போயிரும். பிறகு, நாமதான் தெருவுல நிக்கணும்" என்று கமென்ட் அடித்திருக்கிறார்.

நண்பர் இந்த வலியைத் தாங்கிப் பழகியதால், அதைப் பொருட் படுத்தாமல் வந்துவிட்டார். ஆனால், அந்தச் சிறுமி, அந்தச் சொல்லால் மிகவும் காயமடைந்துவிட்டாள். இரவெல்லாம் சாப்பிடாமல் அழுதிருக்கிறாள். அவளுக்காகவே நண்பர் வட இந்தியாவுக்கு மாறுதல் வாங்கிக்கொண்டு சென்றார்.

100 கோடிக்கும் மேலாக மக்கள்தொகை உள்ள நாட்டில், குழந்தை இல்லை என்பது பற்றி எரியும் பிரச்னையாக இருப்பது எவ்வளவு பெரிய அபத்தம். முந்தைய தலைமுறைகள் போலத் தத்தெடுப்பதற்கு இன்றைய பெற்றோர்கள் அதிகம் யோசிப்பதோ, தயக்கம் காட்டுவதோ இல்லை. ஆனால், அவர்களின் மனதைப் புரிந்துகொள்ளாமல் காயப்படுத்து பவர்கள் பெரிதும் குடும்பத்து நபர்களே.

காலங்காலமாகவே நமது சமூகம் குழந்தைப்பேற்றை மிகப்பெரிய சாதனையாகக் கொண்டாடுகிறது. குழந்தை இல்லாதவர்கள் பாவிகள்; சபிக்கப்பட்டவர்கள் என்ற பொதுப் பிம்பத்தை உருவாக்கி வைத்திருக்கிறது. இரண்டும் இன்று மறுபரிசீலனைக்கு உள்ளாகி அர்த்தமற்றவையாக ஒதுக்கப்பட்டு இருக்கின்றன. குழந்தைகள் உலகுக்கு ஒளியாக வருகிறார்கள். ஒளியில் ஏது பேதம்? உண்மையில் குழந்தைகள் நம் நம்பிக்கைகள், கனவுகள். அன்பை முன்னெடுத்துச் செல்கிறார்கள். நாம் வாழ்ந்த நினைவுகளை, நாம் வசித்த வீடும், ஊரும், சேர்த்த பணமும், செல்வமும் தேக்கி வைப்பதில்லை. ஆனால், நம் குழந்தைகளிடம் மட்டுமே நம் நினைவுகள் எஞ்சியிருக்கின்றன. நெஞ்சில் வைத்துக் காப்பாற்றப்படுகின்றன.

உலகமே பார்த்து ஆச்சர்யப்படும் 'சூப்பர்மேன்' கதாபாத்திரம் தத்து எடுக்கப்பட்டு வளர்க்கப்பட்ட பிள்ளையே. நம் காலத்தின் மாபெரும் தத்துவவாதியும் சிந்தனைவாதியுமான ஜெ. கிருஷ்ணமூர்த்தி, அன்னி பெசன்ட் அம்மையாரால் தத்தெடுக்கப்பட்டு வளர்க்கப்பட்டவரே. செட்டிநாட்டில் ஆண் வாரிசுக்காகத் தத்து எடுப்பது தலைமுறை வழக்க மாகவே இருந்து வருகிறது. தத்துப்பிள்ளை என்பதற்காக அங்கே எந்தப் பேதமும் காட்டப்படுவது இல்லை.

ஷென் கேஹே இயக்கிய "Together" என்ற ஒரு சீனப் படத்தைப் பார்த்தேன். அந்தப் படம், 13 வயதுச் சிறுவன் ஒருவனையும் அவன் அப்பாவையும் பற்றியது. அந்தச் சிறுவனுக்கு வயலின் வாசிப்பதில் மிகவும் அசாத்திய மான திறமை இருக்கிறது. அப்பாவோ, சாதாரணத் தொழிலாளி.

தன் மகனை மொசார்ட் போல நாடறிந்த இசைக்கலைஞனாக மாற்ற பீகிங் அழைத்து வருகிறார் அப்பா. 'அங்கே நடைபெற இருக்கும் இசைப்போட்டி ஒன்றில், மகனும் கலந்துகொள்ள வேண்டும்' என ஆசைப்படுகிறார். அந்தப் போட்டியில், நாடு முழுவதும் உள்ள மிகச் சிறந்த இளம் இசைக்கலைஞர்கள் பலர் கலந்துகொள்ள இருக்கிறார்கள். ஆகவே, அவனுக்குச் சிறப்புப் பயிற்சியளிக்க நல்ல ஆசான் ஒருவர் தேவை என்று அறிந்து, சீனாவின் புகழ்பெற்ற இசைக்கலைஞர் ஒருவரைத் தேடிச்சென்று, தன் மகன் அவரிடம் பாடம் படிக்க அனுமதிக்கும்படி கேட்கிறார். அதற்கு நிறையப் பணம் செலவாகும் என்றபோதும், தன்னிடம் உள்ள பொருட்களை விற்றும், கடன் வாங்கியும் அவனைப் படிக்க அனுமதிக்கிறார்.

சிறுவனுக்கோ, பதின் பிராயத்தில் தோன்றும் ஊர் சுற்றும் ஆசையும், பெண்கள் மீது தோன்றும் ஏக்கம் காரணமாக அவன் திசை தடுமாறத் துவங்குகிறான். அப்பா அவனைக் கண்டிக்கிறார். இசையில் சாதனை செய்வது மட்டுமே அவனது உலகம் என்று திட்டுகிறார். அவன் தேர்ந்த இசைத் திறனுடன் இருந்தபோதும், 'அப்பாவின் ஆசைக்காக எதற்கு தான் சாதிக்க வேண்டும்' என்று வீண்பிடிவாதம் கொள்கிறான். அப்பா சொன்ன இசைக்கலைஞரிடம் மனமில்லாமல் பாடம் படிக்கிறான்.

"போட்டி நடக்கும் நாளில் தனக்கு இசை முக்கியமல்ல என்று விலக முடிவு செய்கிறான். அப்பா ஆத்திரமாகி அவனைப் பிரிந்து போகிறார். அப்போதுதான், 'அவன் ஒரு தத்துப்பிள்ளை, அவனைக் குழந்தையாக யாரோ ரயில் நிலையத்தில் போட்டு விட்டுப் போய்விட்டார்கள். அப்பா அவனைக் கண்டெடுத்து வளர்த்து இசைக் கலைஞனாக உருவாக்க மிகவும் போராடியிருக்கிறார்' என்ற உண்மைகள் அவனுக்குத் தெரிய வருகின்றன.

"போட்டியில் வெல்வதைவிடவும், தன்னைப் பிரிந்து போகும் அப்பாவிடம் மன்னிப்பு கேட்க வேண்டும் என்பதற்காகத் தனது வயலினுடன் ரயில் நிலையம் ஓடி வருகிறான். அங்கே பெரும் ஜனத்திரள் ததும்பி வழிகிறது. அப்பாவைத் தேடிக் காணாமல் மனம் உடைந்து வயலின் வாசிக்கத் துவங்குகிறான். மிக அற்புதமான வயலின் இசை, ரயில்

நிலையத்தையே ஸ்தம்பிக்க வைக்கிறது. இசை முடிவில் பொதுமக்கள் அவனைக் கைதட்டிக் கொண்டாடுகிறார்கள். பொதுமக்களில் ஒருவனாக நின்றிருந்த தந்தையைப் பார்த்து, 'தன்னை வளர்ப்பதற்குத் தாங்கள் எவ்வளவு சிரமப் பட்டிருக்கிறீர்கள்' என்பதை உணர்ந்து, அவரிடம் மன்னிப்புக் கேட்டு அழுகிறான் மகன். அவர்கள் ஒன்று சேர்கிறார்கள். தனது சொந்த வாழ்க்கையை மறந்து, தான் கண்டெடுத்த பிள்ளையின் திறமையை உலகம் பாராட்ட வேண்டும் என்று ஆசைப்படும் அப்பாவின் மனதுதான் இந்தப் படம்.

இது எங்கோ... யாரோ ஓர் அப்பாவின் ஆசை மட்டுமல்ல. பிறப்பில் பேதமில்லை என்ற உறுதியான நம்பிக்கையுடன் குழந்தையைத் தத்தெடுத்து வளர்த்து உன்னத நிலையை அடையவைக்க ஆசைப்படும் பலரது மனதும் இதுவே!

அபராதத்தொகை 360 டாலர்!

நூலகங்களில் படிப்பதற்காக இரவல் வாங்கிய புத்தகங்களைப் பலர் திருப்பித் தராமல் ஒளித்து வைத்து விடுகிறார்கள். ஆனால், அமெரிக்காவின் நியூபெட்ஃபோர்ட் நகரில் உள்ள அரசுப் பொது நூலகத்துக்குள் நுழைந்த 75 வயதான மான்ஸ்ஃபீல்ட், அவரது அம்மா 1910-ஆம் ஆண்டு எடுத்துப்போய் திருப்பித் தராமல் விட்டுப்போன புத்தகம் ஒன்றை 99 வருடங்களுக்குப் பிறகு திரும்ப ஒப்படைத்திருக்கிறார்.

அவரது நேர்மையைப் பாராட்டி, அந்தப் புத்தகத்துக் கான அபராதத் தொகை 360 டாலரை அரசு ரத்து செய்திருக்கிறது. 1894-இல் அச்சிட்ட அந்தப் புத்தகம், இன்று கண்காட்சிப் பொருளாகியதுடன், ஒரு பொறுப்புள்ள முன்னோடியாகவும் மான்ஸ்ஃபீல்ட் சிறப்பிக்கப்படுகிறார்!'

எஸ். ராமகிருஷ்ணன்

34

சொல்லின்றி அமையா உலகு!

புது வருடம் பிறந்த மகிழ்ச்சியில், எங்கு பார்த்தாலும் ஒருவருக்கு ஒருவர் வாழ்த்துச் சொல்கிறார்கள்; கை அசைக்கிறார்கள்; சாலை நடுவே நின்று ஒருவன் பலூனைப் பறக்க விடுகிறான். உற்சாகம் நிறைந்த கொண்டாட்டம், நகர் எங்கும் நடனம் அரங்கேறுகிறது. காரில் செல்பவர்கள் கண்ணாடியை இறக்கிவிட்டுக் கத்துகிறார்கள்.

இந்த வாழ்த்தொலிகள், தன்னுடைய சந்தோஷத்தை முன்பின் அறியாத ஒருவரோடு பகிர்ந்துகொள்வது என்ற பழக்கம் ஏன் மற்ற எந்த நாளிலும் இருப்பதே இல்லை? என்று ஆதங்கமாக இருந்தது.

புத்தாண்டு வாழ்த்துச் சொல்லும்போது ஒன்றைக் கவனித்தேன். யாருக்கும் சுயமாக வாழ்த்துச் சொல்லத் தெரியவில்லை. ‘ஹேப்பி நியூ இயர்’ என்ற ஒரே ஒரு சொல்லை மட்டுமே அத்தனை பேரும் திரும்பத் திரும்பச் சொல்கிறார்கள். சந்தோஷங்களை வெளிப்படுத்த ஏன் வார்த்தைகள் இல்லாமல் போனது? கிளிப்பிள்ளைபோல யாரோ சொல்லிக்கொடுத்ததை மட்டுமே நாம் ஏன் திரும்பத் திரும்பப் பேசுகிறோம்?

முன்பெல்லாம், புத்தாண்டு, தைப்பொங்கலுக்குரிய வாழ்த்து அட்டைகள் தபாலில் வந்து சேரும். அதுவும் நமக்குப்

பிடித்தமானவர்கள் அனுப்பிய வாழ்த்து அட்டைகளை மறுபடி மறுபடி படித்துக் கொண்டே இருப்போம். இப்போது மின்னஞ்சல்கள், குறுஞ்செய்திகள் மட்டுமே! அதுவும் ஒரே வாழ்த்துச் செய்தியை நகல் எடுத்து நூறு பேருக்கு அனுப்பி விடுகிறோம். நம்மை வெளிப்படுத்திக்கொள்ள நம்மிடம் சொற்கள் இல்லையா? ஓர் ஆளைத் திட்டுவதற்கு நம்மிடம் நூறு சொற்களுக்கும் மேலாக இருக்கின்றன; ஆனால், பாராட்டுவதற்கு நான்கைந்து சொற்களுக்கு மேல் இல்லை. ஏன் இந்த முரண்?

உண்மையில் சந்தோஷத்தைக் கொண்டாட நமக்குத் தெரிய வில்லை. சேர்ந்து குடிப்பதைத் தவிர, வேறு வழிகளை நாம் அறிந்து வைத்திருக்கவில்லை.

புத்தாண்டு நாளின் காலையில் போதை கலையாத முகத்துடன், அடிவயிற்றைப் பிடித்துக்கொண்டு எக்கி எக்கி வாந்தி எடுத்துக்கொண்டு இருக்கிறான் ஒருவன். பலர் மதியம் வரை தூங்கிக்கொண்டு இருக்கிறார்கள். குழந்தைகள் சேர்ந்து விளையாட ஆள் இன்றி தொலைக்காட்சியின் முன் அமர்ந்து தனியே பேசிக்கொண்டு இருக்கின்றன.

நடுத்தரவர்க்கக் குடும்பங்கள் நீண்ட வரிசையில் காத்திருந்து, கடவுளிடம் ஆண்டுக்கான மொத்தக் கோரிக்கைகளையும் பட்டியலிடுகின்றன. கைவிடப்பட்ட முதியவர்கள் யாரோ கொண்டுவந்து தந்த இனிப்புகளைச் சாப்பிட மனதின்றி வெறித்துப் பார்த்துக்கொண்டு இருக்கிறார்கள். சாலையோரப் பிச்சைக்காரச் சிறுமி, காரின் மூடிய கண்ணாடிக் கதவுகளைத் தட்டி, என்றைக்கும்போலவே பிச்சை எடுக்கிறாள். புத்தாண்டு மிகச் சந்தோஷமாகத் துவங்கியிருக்கிறது.

இணையத்தில் "The Story of a Sign" என்ற குறும்படத்தைப் பார்த்தேன். மெக்ஸிகோவைச் சேர்ந்த அலான்சோ அல்வெரஸ் பரேதா இயக்கியது. கேன்ஸ் திரைப்பட விழாவில் பரிசு பெற்றது.

சாலையோரம் பார்வையற்ற ஒருவர் உட்கார்ந்திருக்கிறார். அவர் முன்னால் 'எனக்குக் கண் தெரியாது. உங்களால் முடிந்த உதவி செய்யுங்கள்' என்ற அறிவிப்புப்பலகை உள்ளது.

எஸ். ராமகிருஷ்ணன்

அவரைக் கடந்து செல்பவர்கள் அதைக் காண்கிறார்கள். ஆனால், எவருமே உதவி செய்யவில்லை. பார்வையற்றவர், ஆதங்கத்துடன் யாராவது காசு போடமாட்டார்களா என்று காத்திருக்கிறார். சாலையைப் பல நூறு கால்கள் கடந்து போகின்றன. ஆனால், எவரும் பார்வையற்றவரைப் பொருட் படுத்தவே இல்லை.

அப்போது கறுப்பு நிறக் காலணிகள் அணிந்த இளைஞன் ஒருவன் அந்தப் பக்கமாக வருகிறான். அவன் பார்வை யற்றவரைக் கவனிக்கிறான். அருகில் சென்று அந்த அறிவிப்புப் பலகையைக் கையில் எடுத்து, அதன் பின்பக்கத்தில் ஏதோ எழுதி, அவர் அருகில் வைத்துவிட்டுப் போய் விடுகிறான். இளைஞன் என்ன செய்தான் என்று அவருக்குப் புரியவில்லை..

சில நிமிடங்களில், அந்தப் பக்கம் போகிற வருகிற ஒவ்வொருவரும் அந்த அறிவிப்புப் பலகையைப் பார்க்கிறார்கள். தங்களிடம் உள்ள காசை எடுத்து குவளையில் போட்டுவிட்டுப் போகிறார்கள்.

காசு விழும் சத்தம் கேட்டு, பார்வையற்றவர் சந்தோஷம் கொள்கிறார். மாலைக்குள் அந்தக் குவளை நிரம்பிவிடுகிறது. தரையிலும் நாணயங்கள் சிதறிக்கிடக்கின்றன. கை நிறைய அதை அள்ளிச் சந்தோஷம் அடைகிறார்.

காலையில் வந்த அதே இளைஞன் இப்போதும் வருகிறான். அவன் பார்வையற்றவர் முகத்தில் தெரியும் சந்தோஷத்தைப் பார்த்தபடியே நிற்கிறான். இளைஞனின் கால்களைத் தொட்டு அடையாளம் கண்டுகொண்டவர், "அப்படி என்ன எழுதி வைத்திருக்கிறாய்?" என்று கேட்கிறார்.

"இன்று மிக அழகான நாள். ஆனால், அதை என்னால்தான் பார்க்க இயலாது என்று எழுதி இருக்கிறேன். உங்களிடம் உள்ள குறையைச் சொல்வதற்குக்கூடச் சரியான வார்த்தைகள் வேண்டும். உண்மையில் சரியான வார்த்தைகள் நம்மை மாற்றிவிடும். நம்மை வெளிப்படுத்திக்கொள்ளத் தேவையான வார்த்தைகள் நம்மிடம் இல்லை. அதை அறிந்துகொண்டு விட்டால் வாழ்க்கை மாறிவிடும்!" என்று சொல்லிக் கடந்து போகிறான்.

ஆறு நிமிடக் குறும்படத்தில் ஆயிரம் வருட உண்மையைச் சொல்லியதுபோல் இருந்தது. நம்மை மாற்றிக்கொள்வதற்கு முக்கியத் தேவை சொற்களே! எதை, எப்படிப் பேச வேண்டும் என்று அறிந்திருக்கவில்லை. மனதில் உள்ளதை வெளிப்படுத்தும் சொற்களை நாம் கற்றுக்கொள்ளவில்லை. சொற்கள் வெறும் சத்தங்கள் இல்லை. அவை விதைகள். அதை இடம் அறிந்து விதைத்தால், அதில் இருந்து நமக்குக் கிடைக்கும் பலன் மிகப்பெரியது.

சொற்கள் தரும் நம்பிக்கை அலாதியானது. மருத்துவர் தன்முன்னே உள்ள நோயாளியிடம், 'உனக்கு ஒன்றும் இல்லை. நீ நலமாக இருக்கிறாய்!' என்று சொல்லும் சொற்கள், எந்த மருந்தையும்விட வலிமையானவை. 'உன்னால் நன்றாகப் படிக்க முடியும்' என்று ஆசிரியர் சொன்ன சொற்கள் எத்தனையோ பேரைப் படிக்க வைத்திருக்கின்றன. 'உனக்கு நல்ல திறமை இருக்கிறது. ஒருநாள் நீ பெரிய ஆளாக வருவாய்!' என்று முதுகில் தட்டி உற்சாகம் தந்த சொற்கள் தான் பலரைச் சாதிக்க வைத்திருக்கின்றன. ஒவ்வொருவரும் ஏதோ சில சொற்கள் தந்த நம்பிக்கையால்தான் மேலே வந்திருக்கிறோம். அதுபோலவே, கடுஞ்சொற்கள் தந்த அவமதிப்பால், புறக்கணிப்பால் தோற்றுப்போய் இருக்கிறோம்.

சொல்லை அறிவதும், பயன்படுத்துவதும் ஒரு கலை. மகாபாரதத்தில் வரும் விதுரன், சொற்களின் தூய்மை பற்றிப் பேசுகிறான். "நம் மனதின் கசடுகளும், கசப்பும், அருவருப்பும், அடுத்தவர் மீதான பொறாமையும் நமது சொற்களின் மீது படிந்து விடுகின்றன. சொற்களை அஸ்திரம் போலவே பயன்படுத்துகிறோம்; அது தவறு. சொற்கள் நமது ஊன்றுகோல்கள். அதைக்கொண்டே நாம் வாழ்க்கையைக் கடந்து போகிறோம். நல்ல சொல் ஒன்றுக்காகக் காத்திருப்பதும் பெறுவதும் மனிதனின் முக்கியமான கடமை" என்கிறான் விதுரன்.

விதுரன், நாட்டைவிட்டு வெளியேறி கானகத்தில் துறவியாக அலையும்போது, தன்னுடைய நாக்கில் தன்னை அறியாமல் சொற்கள் புரண்டு வந்துவிடக்கூடாது என்று கூழாங்கற்களை இடுக்கிக்கொண்டு மௌனமாகவே இருந்தான். அந்த மகா மௌனம், பூமியில் புதையுண்ட கரித்துண்டு, கால

வெள்ளத்தில் ஒளிவீசும் வைரமாக மாறிவிடுவது போன்று விதுரனின் உடலை ஒளிகொள்ள வைத்தது என்கிறது மகாபாரதம்.

டால்ஸ்டாயின் கதை ஒன்றில், செய்யாத குற்றம் ஒன்றுக்காக ஒரு வணிகன் சைபீரியச் சிறைக்கு அனுப்பப்படுகிறான். தான் அந்தக் கொலையைச் செய்யவில்லை என்று அழுது புலம்புகிறான். ஆனால், அதை ஒருவரும் ஏற்றுக்கொள்ள வில்லை. கடவுளிடம் மன்றாடுகிறான். சிறைச் சுவர்களில் மோதி மோதி, நான் அப்பாவி என்று சொல்கிறான். அந்தக் குரல் எவரது மனதையும் மாற்றவே இல்லை.

இனி, தன் வாழ்க்கை இந்தச் சுவர்களுக்குள் தான் என்று உணர்ந்து, மிச்சம் இருக்கும் வாழ்க்கையைச் சேவை செய்வது என்று முடிவுசெய்து, செருப்பு தைக்கப் பழகுகிறான். பிறகு, சிறையில் உள்ள கைதிகளுக்கு செருப்புத் தைத்து இலவசமாகத் தருகிறான். யாரோடும் ஒரு வார்த்தை பேசுவது கிடையாது. அவனை மற்ற கைதிகள் அன்பாக நடத்துகிறார்கள். காலம் கடந்து போகிறது. குளிரும், பனியும், கோடையுமாகப் பகலிரவுகள் மாறுகின்றன.

சிறைக்குப் புதிய கைதி ஒருவன் வந்து சேருகிறான். அவன், வயதான இந்த வணிகனிடம் நெருக்கமாகிவிடுகிறான். ஒருநாள் இரவு, வணிகன் செய்ததாக இவ்வளவு நாள் நம்பப்பட்டு வந்த கொலையைச் செய்தது தான்தான் என்று சொல்கிறான். அதைக் கேட்டதும் கிழவனுக்கு உடம்பு நடுங்குகிறது. இந்த உண்மையை உலகுக்கு எப்படித் தெரியவைப்பது? என்று தடுமாறுகிறான். இரவெல்லாம் அழுது புலம்பு கிறான்.

அடுத்த நாள் புதிய கைதி சிறையில் இருந்து தப்பிப்போக முயற்சிக்கிறான். அதைக் கிழவன் பார்க்கிறான். அவனைத் தடுக்கவில்லை. ஆனால், தப்பிப்போன கைதி சிறைக் காவலர்களால் கைது செய்யப்படுகிறான். விசாரணை நடக்கிறது. கிழவனைச் சாட்சியாக அழைக்கிறார்கள். இப்போது கிழவன் நினைத்தால், அந்தப் புதிய கைதியைக் காட்டிக் கொடுத்து விடலாம். சிறையைவிட்டுத் தப்பியதற்காக உடனே மரண தண்டனை வழங்கப்பட்டுவிடும்.

ஆனால் கிழவன், அவனை தான் தான் வேலையாக அனுப்பியதாகப் பொய் சொல்கிறான். தண்டனையில் இருந்து புதிய கைதி தப்பிக்கிறான். ஆனால், தான் செய்த குற்றம் ஒன்றுக்காக இத்தனை வருடங்கள் கிழவன் சிறையில் இருக்கிறானே என்ற குற்ற உணர்ச்சி தாங்க முடியாமல், "இவர் நிரபராதி. நான்தான் அந்தக் கொலையைச் செய்தேன்" என்று கதறி அழுகிறான் புதிய கைதி.

கிழவன், "இந்த ஒரு வார்த்தைக்காக எத்தனை நாட்களாகக் காத்திருந்தேன்" என்று கண்ணீர் மல்கச் சொல்லி, நிம்மதியாக இறந்துவிடுகிறான்.

வார்த்தைகள் உலகைக் காப்பாற்றி இருக்கின்றன... மாற்றி இருக்கின்றன. வரலாறு கற்றுத்தரும் பாடம் அதுதான்.

பத்து வருடங்களுக்கு முன்பு ஆப்பிரிக்க நாடான 'மாலி'யில் உள்நாட்டுக் கலவரம் பற்றி ஒரு நீதி விசாரணைக்கு அரசு உத்தரவிட்டது. அதற்காகக் கைது செய்யப்பட்ட பலர் கொண்டுவரப்பட்டனர். அதில் வயதான ஆதிவாசி ஒருவர் இருந்தார். கோர்ட் துவங்கியது முதலே அவர் சாட்சிக் கூண்டைப் பார்த்தபடியே இருந்தார். திடீரென எழுந்து போய், தானே சாட்சிக் கூண்டில் நின்றுகொண்டார். நீதிபதிகள் அவரிடம், "தாங்கள் அழைக்கும்போது வந்து சொன்னால் போதும், இப்போது நீங்கள் போகலாம்" என்று சொன்னார்கள்.

அதற்கு அந்த ஆதிவாசி, "நீங்கள் அழைக்கும்போது என் மனதில் சொற்கள் தோன்றா. மனதில் சொற்களைத் தேக்கி வைத்திருப்பது மிகப்பெரிய வேதனை. அந்தச் சொற்கள் பாம்பின் விஷம் போல என் உடலை வருத்து கின்றன. எங்களால் சொற்களைச் சேகரித்து வைத்து, நினைத்தபோது பயன்படுத்தத் தெரியாது. மனதில் எப்போதாவதுதான் சொற்கள் முளைக்கின்றன. அதை உடனே வெளிப்படுத்திவிடுவோம்" என்று சொல்லி நீதிமன்ற உத்தரவை மீறி தன் மனதில் உள்ள உண்மைகளைக் கொட்டி விடுகிறார்.

உண்மையில், நம்மில் பலரும் அந்த ஆப்பிரிக்க மனிதரைப் போலவே மனதில் வலி நிரம்பிய சொற்களைச் சுமந்துகொண்டே

எஸ். ராமகிருஷ்ணன்

அலைகிறோம். அதைப் பகிர்ந்துகொள்ள ஆள் இல்லை. நமது குழந்தைகள், மனைவி, நண்பர்கள், பெற்றவர்களிடம் பேசுவதற்கான சொற்களை இழந்து போயிருக்கிறோம். நமது சொல்லற்ற தனிமையைத்தான் தொலைக்காட்சியும் கேளிக்கை ஊடகங்களும் கைப்பற்றிக்கொண்டன. நம்மை அடையாளம் கொள்ள வைப்பவை நமது சொற்களே! அதைக் கண்டடைவதும், கவனமாகப் பிரயோகம் செய்வதும், வளர்த்துக்கொள்வதும் நமது அவசியமான செயல்கள்.

காப்போம் கிராமியக் கலைகளை!

கர்நாடக மாநிலத்தின் பெல்லாரி மாவட்டத்தில் உள்ள யத்ராமம் கிராமத்தில் வசிக்கிறார், பொம்மலாட்டக் கலைஞர் பிரம்மப்பா. பாரம்பரியமான தோல்பாவைக் கூத்துக் குடும்பத்தைச் சேர்ந்த இவர், ராமாயண – மகாபாரதக் கதைகளுக்குப் பதிலாக காந்தியின் வாழ்க்கையைத் தோல்பாவைக் கூத்தாக நடத்து கிறார்.

காந்திஜியின் வாழ்க்கையை மூன்று மணி நேர நிகழ்ச்சியாக்கி, அற்புதமான இசைப் பாடல்களுடன் கிராமம் கிராமமாகச் சென்று காட்டுகிறார். இந்தக் குழு, ஜெர்மனி, ஃபிரான்ஸ் மற்றும் பல நாடுகளிலும் பயணம் செய்து, காந்தியை அறிமுகம் செய்து வருகிறது. அழிந்து வரும் கிராமியக் கலைகளைப் புத்துருவாக்கம் செய்ய இதுவே சரியான வழி!

35

அடிமனதில் அமிழ்ந்த ஆசை!

கற்றுக்கொள்வதைப் பற்றி எப்போது நினைத்தாலும் மனதில் ததும்பும் ஒரு புத்தகம்... 'டோட்டோ சான்'. ஜப்பானிய மொழியில் டெட்சுகோ குரோயாநாகி எழுதி பல லட்சம் பிரதிகள் விற்பனையான இந்தப் புத்தகம், தமிழிலும் வெளியாகி உள்ளது.

ஒவ்வொரு நாளும் பிள்ளைகளைப் பள்ளிக்கு அனுப்புவதற்கு வீட்டில் அம்மாக்கள் போராடுவதையும், அழுது வீங்கிய முகத்துடன் பிள்ளைகள் பள்ளிக்குப் போவதையும் காணும்போது இந்தப் புத்தகம்தான் நினைவுக்கு வரும்.

பள்ளிக்கூடம் ஏன் பயமாகிப்போனது? மாணவன் ஏன் வகுப்பறையைவிட்டுத் தப்பி ஓடுவதைப் பற்றியே நினைத்துக் கொண்டு இருக்கிறான்? அச்சம் இல்லாத இயல்பான பள்ளிகளே உலகில் கிடையாதா? 1937–இல் டோக்கியோவில் அப்படி ஒரு பள்ளி இருந்தது. அதன் பெயர் டோமாயி. அதை உருவாக்கியவர் கோபயாஷி. அந்தப் பள்ளியில் படித்த ஒரு மாணவி எழுதிய புத்தகமே 'டோட்டோ சான்'.

இது ஒரு 'மாதிரிப் பள்ளி'. ஆறு ரயில் பெட்டிகளை வாங்கி, அதையே வகுப்பறையாக அமைத்திருந்தார் கோபயாஷி. மாணவர்கள் சுயமரியாதை மற்றும் தனித்தன்மையுடன் கல்வி கற்றுக்கொள்ள வேண்டும் என்பதே அவர் விருப்பம்.

எஸ். ராமகிருஷ்ணன்

அதற்கு அவர்கள் இயற்கையோடு இணைந்த வழியில் கற்பது ஒன்றே வழி. ஒரு வகுப்பில் நிறைய மாணவர்கள் இருந்தால், கற்றுத்தருவது சிரமமாகிவிடும்; அக்கறை இல்லாமல் போய்விடும். ஆகவே, அவர் முன்மாதிரிப் பள்ளி ஒன்றை உருவாக்கினார்.

இங்கே மாணவர்கள், கெடுபிடிகள், தண்டனைகள் எதுவும் இல்லாமல் படித்தார்கள். பள்ளி முடிந்த பிறகும் அவர்கள் வெளியே செல்ல மனம் இல்லாமல் பள்ளி வளாகத்துக் குள்ளேயே சுற்றி அலைவார்கள். அந்த அளவுக்குப் பள்ளி அவர்களைச் சுதந்திரமாக வைத்திருந்தது.

கற்றுத்தருவதன் பல முன்மாதிரிகளை இந்த நூல் விரிவாக விளக்குகிறது. இரண்டாம் உலகப்போரின்போது டோக்கியோ நகரம் தாக்கப்படுகையில், இந்தப் பள்ளியும் இடிந்து தரைமட்டமாகியது. அந்தப் பள்ளி உருவாக்கிய மாணவர்கள், ஜப்பானின் தலைச்சிறந்த மனிதர்களாக விளங்கினார்கள். அவர்கள் ஒருநாளும் டோமாயி பள்ளியை மறக்கவில்லை. கற்றுக்கொள்ளல் வயது வரம்பற்றது. அதற்குத் தேவை, விருப்பமும், பொருளாதார உதவிகளும், இடைவிடாத தன்னம்பிக்கையும் மட்டுமே.

என் நண்பரின் தந்தை அரசு ஊழியராகப் பணியாற்றி, இரண்டு ஆண்டுகளுக்கு முன்பு ஓய்வுபெற்றார். அதற்காக அவரது வீட்டில் சிறிய விருந்து நிகழ்ச்சி நடந்தது. அதில் நானும் கலந்துகொண்டேன்.

ஓய்வுபெற்ற பிறகு, அடுத்து என்ன செய்யப்போகிறார் என்ற பேச்சு வந்தது. கோயில்களுக்கு க்ஷேத்ராடனம் போய் வரலாம், பகுதிநேர வேலை செய்யலாம், வீட்டில் முழுமையாக ஓய்வு எடுக்கலாம் என்று பல்வேறு யோசனைகள் சொல்லப்பட்டன. ஆனால், நண்பரின் தந்தை எல்லாவற்றையும் மறுத்துவிட்டு, தான் படிக்கப் போவதாகச் சொன்னார். பலரும் அவரைக் கேலியாகப் பார்த்தார்கள். அவரோ தொலைதூரக் கல்வி மூலமாக, தான் எம்.ஏ., படிக்கப் போவதாகச் சொன்னார்.

இனிமேல் எதற்காகப் படிக்க வேண்டும் என்று உறவினர்கள் கேட்டபோது, அவர் உற்சாகத்துடன், "இனிமேல்தான் படிக்க

வேண்டும். 20 வயதில் கல்லூரியில் சேர்ந்து வரலாறு படிக்க வேண்டும் என்று விரும்பினேன். வரலாறு படித்தால் வேலை கிடைக்காது என்று சொல்லி, என்னை சிவில் இன்ஜினீயரிங் படிக்க வைத்தார்கள். அதைப் படித்து வேலைக்குப் போய் 35 வருடங்கள் வேலையும் பார்த்து முடித்துவிட்டேன். ஆனால், எம்.ஏ., வரலாறு படிக்க வேண்டும் என்ற ஆசை அடிமனதில் அப்படியே இருக்கிறது.

இப்போதுதான் சுதந்திரமாக நான் படிக்க முடியும். வேலையை எதிர்பார்க்காமல் படிக்கும்போதுதான் படிப்பின் உண்மையான அர்த்தம் புரியும். ஓய்வுபெற்ற பிறகு படிக்கத் துவங்குவதால், மனது மீண்டும் மாணவப் பருவத்தின் உற்சாகத்துக்குத் திரும்புகிறது. பேரன் பேத்திகளுடன் போட்டியிட்டுக்கொண்டு நானும் படிக்கப்போகிறேன் என்பது சந்தோஷம் தருவதாக இருக்கிறது. என்னைப் புதுப்பித்துக்கொள்வதற்கு இதைவிட வேறு நல்ல வழி எனக்குத் தெரியவில்லை" என்றார்.

எனக்கு மிக சந்தோஷமாக இருந்தது. 58 வயதில் வாழ்க்கை முடிந்து விட்டதோ என்று தடுமாறும் பலருக்கு நடுவில், வாழ்க்கையை இப்படிப் புதுப்பித்துக்கொள்ள அவர் மேற்கொண்ட விருப்பம் உன்னதமாக இருந்தது. அவரது விருப்பத்தை வீடும் சந்தோஷமாக ஏற்றுக்கொண்டது. நண்பரின் தந்தை, இரண்டு ஆண்டுகளில் எம்.ஏ., படித்து முடித்து, முதல் வகுப்பில் தேர்ச்சியும் பெற்றுவிட்டார். அவருக்கு நேரில் சென்று வாழ்த்து சொன்னேன். உற்சாகத்துடன் அவர் தன் மனதில் இருந்ததைப் பகிர்ந்துகொண்டார்.

"இத்தனை வருட வாழ்வில் நான் அடைந்த மிகப்பெரிய சந்தோஷம் இதுவே. இந்த இரண்டு ஆண்டுகளில் என்னை ஒரு மாணவனைப் போலவே நினைத்துக்கொண்டேன். நூலகத்துக்குச் சென்று படிப்பது, பரீட்சைக்குத் தயார் செய்வது, என்னோடு படிக்கும் இளைஞர்களுடன் கலந்துரையாடுவது என்று நாள்கள் போனதே தெரியவில்லை.

பரீட்சைக்கு முதல் நாள் என்னுடைய பேத்தி எனக்காகப் பேனா வாங்கி பரிசு தந்தாள். வீடே உற்சாகமாக என்னைப் பரீட்சைக்கு அனுப்பிவைத்தது. எத்தனை ஆண்டுகளுக்குப் பிறகு பரீட்சை எழுதப் போகிறேன் என்று உள்ளூர

நடுக்கமாக இருந்தது. பள்ளி வயதில் வீட்டில் அம்மா என் தலைக்கு எண்ணெய் தேய்த்து, நெற்றியில் திருநீறு பூசி, மனம் நிறைய வாழ்த்தி பரீட்சைக்கு அனுப்பிவைத்தது நினைவில் ஊசலாடியது. அந்த மனவெழுச்சியுடன் சென்று பரீட்சை எழுதினேன். ஜெயித்தும்விட்டேன். இனி, அடுத்து எம்.ஏ., பிலாசஃபி படிக்கலாமா என்று யோசித்துக் கொண்டிருக்கிறேன்" என்றார்.

கற்றல் தரும் சந்தோஷத்துக்கு இணையாக வேறு என்ன இருக்கிறது! என்ன படிப்பது என்பது அவரவர் விருப்பம். சிலருக்கு அது இசை, நாடகம், ஓவியம் போன்ற கலைத் துறையாக இருக்கலாம். சிலருக்கு விளையாட்டாக இருக்கலாம். விரும்பினால், வேற்று மொழிகளில் ஏதாவது ஒன்றைக் கற்றுக்கொள்ளலாம். கற்றுக்கொள்வதால் இனி என்ன பிரயோசனம் இருக்கிறது? என்று யோசிக்க வேண்டாம். மாறாக, எந்த ஒன்றைப் புதிதாகக் கற்றுக்கொள்ளும் போதும் நம் மனது விசாலமடைகிறது. அக்கறைகொள்ளத் துவங்குகிறது. நம்மைப் புத்துருவாக்கம் செய்ய வைக்கிறது. அதற்காகவாவது நாம் கற்றுக்கொள்ள வேண்டும்.

புத்தகம் படிப்பதில் யார் அக்கறை காட்ட மறுக்கிறார்கள் என்பதைப் பற்றி, அமெரிக்காவில் ஒரு கணக்கெடுப்பு நடந்தது. அதில் 40 வயதில் இருந்து 55 வரை இருப்பவர்கள் படிப்பதே இல்லை. அவர்களில் 80 சதவிகிதம் பேர் வருடத்துக்கு ஒன்றிரண்டு புத்தகங்களைக் கூட வாசிப்பது இல்லை என்று அறிக்கை சுட்டிக்காட்டுகிறது. உலகம் முழுவதும் இதுதான் உண்மை. வேலைக்குச் சேர்ந்து சம்பாதிக்கத் துவங்கிய வுடன், படிப்பை முற்றாகக் கைவிட்டுவிடுகிறோம். அது பட்டப்படிப்பு என்றில்லை; விருப்பத்துக்காகக்கூட எதையும் தேடிப் படிப்பதில்லை. மத்திய வயது தடுமாற்றம் நிரம்பியது. குழப்பத்தின் விளைநிலம் அது. ஆனாலும், நமது அக்கறையே நம்மை வழிகாட்டக்கூடியது.

ரூதா நாடா என்ற பெண் இயக்குநரின் கனேடியத் திரைப் படமான 'Sabah', மத்திய வயதின் தடுமாற்றங்களை அழகாகச் சித்திரிக்கிறது. ஷாபா என்ற 40 வயதுப் பெண்ணின் கதையே இந்தப் படம். அவள் கணவன் இறந்துபோகிறான்.

மகள் மற்றும் வயதான தாயுடன் தனியே வாழ்ந்துகொண்டு இருக்கிறாள். மரபான இஸ்லாமியக் குடும்பம். ஷாபாவின் சகோதரன் அதே நகரில் மனைவியோடு வசிக்கிறான். அவன் தீவிர மத நம்பிக்கை கொண்டவன்.

ஷாபாவின் பிறந்தநாளில் படம் துவங்குகிறது. அவளுக்குப் பிறந்தநாள் பரிசாகச் சிறு வயதில் அவள் அப்பாவோடு எடுத்துக்கொண்ட புகைப்படம் ஒன்றை சகோதரன் தருகிறான். அதைக் கண்ட ஷாபா மிகவும் சந்தோஷம் கொள்கிறாள்.

அந்தப் புகைப்படத்தில் ஷாபா, ஒரு நீச்சல் குளத்தில் 10 வயதுச் சிறுமியாக அப்பாவுடன் ஈரம் சொட்டச் சொட்ட நிற்கிறாள். அதைக் கண்ட ஷாபாவின் மகள் ஆச்சர்யத்துடன், "அம்மா உனக்கு நீச்சல் தெரியுமா? நீ நீந்துவாயா?" என்று கேட்கிறாள். அப்போதுதான் ஷாபா தான் பல வருடங்களாக நீந்தவேயில்லை என்பதை உணர்கிறாள்.

அவளின் பள்ளி வயதுக்குப் பிறகு, நீந்துவதற்கு அனுமதிக்கப் படவே இல்லை. வயது வந்த பெண் நீச்சல் உடை அணிவது மோசமானது என்ற குடும்பத்தின் கட்டுப்பாடு காரணமாக அவள் நீச்சல்குளத்துக்குப் போவதே நின்றுபோனது.

மறுபடியும் ஒரு முறை குளத்தில் இஷ்டம்போல நீந்திக் குளிக்க முடியுமா என்று ஆசை கொள்ளத் துவங்குகிறாள். வீட்டில் அவளது மகளுக்கு நீந்தத் தெரியாது. துணைக்கு ஆள் யாரும் இல்லை.

ஒரு நாள், அவளே தனியாகக் கடைக்குச் சென்று நீச்சல் உடை வாங்குகிறாள். ஆள் அதிகம் வராத ஒரு நேரத்தில் நீச்சல்குளத்துக்குச் சென்று நீந்துகிறாள். அப்போது அவள் கொள்ளும் சந்தோஷம் அளவில்லாதது. தன்னை மறந்து ஷாபா நீந்துகிறாள். யாரோ ஆள் வரும் சத்தம் கேட்டு அவசரமாக ஓடி ஒளிகிறாள்.

அன்றிலிருந்து வீட்டுக்குத் தெரியாமல் தனியே நீந்துவதற்குச் செல்கிறாள். ஒருநாள் அப்படி நீந்தும்போது, அவள் வயதை ஒட்டிய ஓர் ஆண் அருகில் நீந்துவதைக் கவனிக்கிறாள். அவன் தினமும் அவளைக் கவனித்துக்கொண்டே இருந்திருக்கிறான். ஆகவே, புன்சிரிப்போடு, "எதற்காக இப்படிப் பயந்து

பயந்து நீந்துகிறீர்கள்?" என்று கேட்கிறான். அவளுக்குப் பதில் சொல்ல நா வரவில்லை. ஓடிவிடுகிறாள். ஆனால், அடுத்தமுறை அவனிடம் ஒன்றிரண்டு வார்த்தைகள் பேசத் துவங்குகிறாள்.

நீச்சல் அவளுக்கு ஒரு நண்பனை உருவாக்கித் தருகிறது. அவர்கள் ஒன்றாகக் குளத்தில் நீந்துவதில் சந்தோஷம் கொள்கிறார்கள். அதைத் தவிர, அவர்களுக்குள் வேறு எந்த உறவும் இல்லை. இந்த நட்பு தன்னுடைய வீட்டுக்குத் தெரிந்தால் தன்னைத் துரத்திவிடுவார்கள் என்று பயப்படுகிறாள் 40 வயது ஷாபா. இதற்காக வீட்டில் நாடகம் ஆடுகிறாள்.

ஒரு நாள் மகள் அவளை அழைத்து, "அம்மா உன் பையில் புதிதாக நீச்சல் உடைகள் இருக்கின்றன. நீ ஆளே மாறிக் கொண்டு இருக்கிறாய். யார் அந்த உன்னுடைய புது நண்பன்?" என்று கேட்கிறாள்.

எப்படிக் கண்டுபிடித்தாள் என்று புரியாமல் தாய் தன் மகளிடம் தனது நீச்சல்குள் அனுபவங்களைச் சொல்கிறாள். அதைக் கேட்ட மகள், "இதில் என்ன தப்பு இருக்கிறது. நீ யாருக்கும் பயப்பட வேண்டாம்" என்கிறாள். ஆனால், ஷாபா நினைத்தது போலவே அவளது சகோதரன் இதைக் கண்டுபிடித்து, அவளைத் திட்டுகிறான். "நீச்சல் குளத்துக்குப் போனால் காலை உடைத்துவிடுவேன். வயதாகியபோதும் உனக்கு அறிவே இல்லை. குடும்ப மானத்தைக் கெடுக்கிறாய்" என்று கூச்சலிடுகிறான்.

ஷாபாவின் வயதான தாய் ஆத்திரமாகி, "நீந்திக் குளிப்பதற்குக்கூட ஒரு பெண் எவ்வளவு போராட வேண்டி இருக்கிறது. ஏன் அதைப் புரிந்துகொள்ள மறுக்கிறாய்?" என்று கோபப்படுகிறாள். ஷாபாவின் சகோதரன் அதை ஒப்புக்கொள்ளவே இல்லை. இந்த மறுப்பும் பிடிவாதமும் ஷாபாவை நிறைய யோசிக்க வைக்கிறது. ஏன் அந்த ஆணோடு தான் சேர்ந்து வாழக்கூடாது என்று முடிவு செய்கிறாள். அவனைக் காதலிக்கவும் துவங்குகிறாள். முடிவில் அவர்கள் ஒன்று சேர்க்கிறார்கள்.

இந்தப் படம் பார்க்கையில், இன்றுள்ள இளைஞர்களில் பெரும்பான்மையினருக்கு நீச்சல் தெரியாது என்ற உண்மை

நினைவில் வந்தபடியே இருந்தது. எதற்காக நீச்சல் கற்றுக் கொள்ள வேண்டும் என்றுதான் பலரும் நினைக்கிறோம். நீந்துதல் ஒரு தனித்துவமான அனுபவம். அது தரும் சந்தோஷம் சொல்லில் அடங்காது. இன்னொரு பக்கம் பெண்கள் நீந்திக் குளிப்பதற்கு இன்றும் எண்ணிக்கையற்ற தடைகள் இருப்பதை உணர முடிகிறது.

பிளாஸ்டிக் வாளிகளில் தண்ணீர் வைத்துக் குளிக்கும் அவசர உலகில், நீச்சல்குளம் பற்றிப் பேசுவது அர்த்தமற்ற கனவுபோல இருக்கிறது. ஆனாலும், நீந்துதல் மகிழ்ச்சியோடு சிறப்பான உடற்பயிற்சியும்தானே! அதை ஏன் விலக்கி வைத்திருக்கிறார்கள் என்பதே என் ஆதங்கம்!

சாதித்த சந்தோஷம்!

இரண்டாம் உலகப் போர் காரணமாகத் தனது பள்ளிப் படிப்பைப் பாதியில்விட்ட துருக்கியைச் சேர்ந்த ஹாலிஸ் பேஹனால், தனது 86-ஆ வது வயதில் பல்கலைக்கழகத்தில் சேர்ந்து நான்கு வருடங்கள் படித்துப் பட்டம் பெற்றிருக்கிறார்.

இவர் படித்துப் பேராசிரியர் ஆக வேண்டும் என்று சிறு வயதில் ஆசைப்பட்டார். ஆனால், அது நிறைவேறாமல் போய்விட்டது. அதற்காகவே இன்று படித்து முடித்திருக்கிறார். "இனி, பேராசிரியர் ஆக முடியாது. ஆனாலும் நினைத்ததைச் சாதித்த சந்தோஷம் இருக்கிறது" என்கிறார், ஐந்து பேரக்குழந்தைகள் உள்ள இந்த முதியவர்!

36

திறமையே அதிர்ஷ்டம்!

ஓர் அறையில் 15 நாற்காலிகள் போடப்பட்டு இருந்தன. ஒரே ஒரு நாற்காலி கால் உடைந்து இருந்தது. அந்த அறைக்குள் ஒரு மனிதன் நுழைகிறான். அவன் எந்த நாற்காலியில் உட்கார்வது என்று தெரியாமல், ஒரு நிமிடம் யோசிக்கிறான். பிறகு, அதில் ஒன்றைத் தேர்வு செய்து, அதில் போய் உட்காருகிறான். அவன் தேர்வு செய்தது கால் உடைந்த நாற்காலி. அதில் உட்கார்ந்ததுமே நாற்காலி முழுவதும் உடைந்து, அவன் கீழே விழுந்து அடிபடுகிறான். அது தன்னுடைய துரதிர்ஷ்டம் என்று அலுத்துக்கொண்டு எழுந்து வெளியே போய்விடுகிறான்.

உடனே, அந்த அறையில் மறைந்திருந்து அதைக் கவனித்துக் கொண்டிருந்த வயதான மனிதர், "சிலருக்கு துரதிர்ஷ்டம் எப்போதாவது நடக்கும். இவனுக்கோ துரதிர்ஷ்டம் மட்டும்தான் நடக்கும். மறுபடியும் சோதனை செய்கிறேன், பாருங்கள்" என்கிறார். ஏழெட்டுக் கண்ணாடி டம்ளர்களில் தண்ணீரை நிரப்பி வைத்துவிட்டு, அதில் ஒன்றில் மட்டும் உப்பைக் கலந்துவிடுகிறார். அதே மனிதன் திரும்ப உள்ளே நுழைகிறான். முன்புபோலவே எதை எடுத்துக் குடிப்பது என்று யோசிக்கிறான். மிகச் சரியாக உப்பிட்ட தண்ணீரை மட்டும் குடிக்கிறான். பிறகு, தனது துரதிர்ஷ்டம் என்று அலுத்துக்கொள்கிறான்.

ஃபிரெஞ்சு மொழியில் 1982–ஆம் ஆண்டு வெளியான 'The Goat' என்ற படம் இப்படித்தான் துவங்குகிறது. ஃபிரான்சிஸ் வெபர் என்ற இயக்குநர் இந்தப் படத்தை இயக்கி இருந்தார்.

நம்மில் பெரும்பாலானோர், இந்தப் படத்தில் வரும் மனிதனைப்போல தவறான ஒன்றை மிகச் சரியாகத் தேர்வு செய்கிறவர்களாக இருக்கிறோம். நம்மை அதிர்ஷ்டம் அற்றவன் என்று குறை கூறிக்கொள்கிறோம். மன வருத்தம் அடைகிறோம். கிடைக்கும் சந்தர்ப்பங்களில் எல்லாம் அதைப் பற்றிப் புலம்புகிறோம். இந்தப் படத்தின் ஆரம்பக் காட்சியில் இப்படி அறிமுகமாகும் ஃபிரான்சிஸ் பெரின், முடிவில் என்னவாகிறான் என்று தெரிந்து கொண்டால், பிறகு எது அதிர்ஷ்டம்... எது துரதிர்ஷ்டம் என்று நீங்களே முடிவுசெய்துவிடுவீர்கள்.

பாரீஸின் மிகப் பிரபலமான ஒரு வணிக நிறுவனம். அதன் தலைவருக்கு ஒரே மகள்; செல்ல மகள். பெயர் மேரி. அவளுக்கு எதைத் தொட்டாலும் பிரச்னை. விமான நிலையத்துக்குச் சென்றால், விமானம் இயந்திரக் கோளாறு ஆகிவிடுகிறது. லிஃப்ட்டில் ஏறினால் பாதியில் நின்றுவிடுகிறது. அறைக்குச் சென்றால் கதவைத் திறக்க முடியவில்லை. டி.வி–யைப் போட்டால் அதில் சத்தமே வருவதில்லை. இப்படி துரதிர்ஷ்டம் அவளது கூடப்பிறந்த நிழல்போல வருகிறது.

ஒரு நாள், மெக்ஸிகோ கடற்கரை விடுதியில் தங்கியிருக்கும் அவள், தன் அப்பாவுடன் போனில் பேசிக்கொண்டு இருக்கும் போது, தடுமாறி நீச்சல் குளத்தில் விழுந்து மூர்ச்சையாகி விடுகிறாள். அவளை யாரோ கடத்திக்கொண்டு போய் விடுகிறார்கள். தன் மகளை மீட்பதற்கு 'கம்பனா' என்ற துப்பறியும் நிபுணரை நியமிக்கிறார். அவரால் அலைந்து திரிந்தும் கண்டுபிடிக்க முடியவில்லை. அப்போது அவளைப் போலவே துரதிர்ஷ்டம் மிக்க ஒருவனைச் சோதனை எலிபோல கூடவே வைத்துக் கொண்டால் கண்டுபிடித்து விடலாம் என்று மனோதத்துவ டாக்டர் ஒரு யோசனை சொல்கிறார். அதற்காகத்தான் பெரினுக்கு ஆரம்பகட்டத் தேர்வுகள் நடைபெறுகின்றன.

பெரின், 'என் வாழ்வில் ஒருமுறைகூட அதிர்ஷ்டம் வந்ததே இல்லை' என்று வருந்துகிறான். தன்னைப் பரிசோதனை எலியாக நடத்தப்போகிறார்கள் என்று தெரியாமல், அவன் அந்த வேலைக்கு ஒப்புக்கொள்கிறான். அவனுக்கு நேர் எதிர் கம்பனா. எதையும் திட்டமிட்டுத் துல்லியமாகச் செய்பவன். அதிர்ஷ்டம் எப்போதும் தன் பக்கம் என்று நம்புகிறவன். தன்னைப் பற்றியே பெருமை அடித்துக் கொண்டிருப்பவன்.

அதிர்ஷ்டக்கார கம்பனாவும் அதிர்ஷ்டம் கெட்ட பெரினும் பெண்ணைத் தேடிப் பயணம் போகிறார்கள். அவளுக்கு நடந்ததைவிட மிக மோசமாக பெரினுக்கு நடக்கிறது. தண்ணீர் பிடிக்கப் போகிறான். குழாய் உடைந்து அவன் மீது பீய்ச்சியடிக்கிறது. சாப்பிட உட்காருகிறான். சூப் கொட்டி உடை முழுவதும் அசிங்கமாகிவிடுகிறது. அறைக்குப் போனால், மின்சாரம் வருவதில்லை. ஆத்திரமாகி வெளியே போனால், அங்கே சாலைச் சண்டையில் ஒருவன் பெரினை அடித்துப் போட்டுவிடுகிறான். பெண்ணைத் தேடிக் கண்டு பிடிப்பதைவிட, இந்தத் துரதிர்ஷ்டசாலியை வைத்துக் கொண்டு அல்லாடுவதில் மிகுந்தச் சிரமம் கொள்கிறான் கம்பனா. 'என்ன மனுஷன் இவன்... எதைத் தொட்டாலும் கரியாகி விடுகிறதே!' என்று பயப்படுகிறான்.

ஆனால், பெரின் இந்தத் தடைகளால் உற்சாகம் இழப்பதே இல்லை. அவன் ஆர்வமாக எதையும் செய்ய முன்வருகிறான். இருவரும் குதிரையில் ஏறி பெண்ணைக் கண்டுபிடிக்கப் போகிறார்கள். பெரின் ஏறிய குதிரை, வெறிபிடித்து அவனை இழுத்துக்கொண்டுபோய் தூக்கி எறிகிறது. எழுந்து அடிபட்ட உடம்போடு நடந்துவந்து ஓசி கார் ஒன்றில் ஏறுகிறான். அந்த காரை ஒரு லாரி இடித்து விடுகிறது. கிழிந்த உடையோடு அறைக்குப் போய் கதவைத் திறந்தால், பூட்டு பிரச்னை பண்ணுகிறது. தன்னை மீறிக் கத்துகிறான் கதவு திறக்கப்படுகிறது. தனது துரதிர்ஷ்டத்தைச் சபித்தபடி பசியோடு படுத்துக்கொள்கிறான். உறக்கம் வரவில்லை. மனம் உடைந்து அழுகிறான்.

மறுநாள் காலை அவன் அறைக்கு கம்பனா போன் செய்து, "உன் அறையில் தண்ணீர் வருகிறதா?" என்று கேட்கிறான்.

பெரின் திறந்து பார்த்துவிட்டு, "நன்றாக வருகிறதே" என்கிறான். ஆனால், கம்பனா அறையில் தண்ணீர் வரவில்லை. குளித்து முடித்து சாப்பிட வருகிறான் பெரின். ஆனால், அழுக்கடைந்துபோய் வந்து உட்காருகிறான் கம்பனா. பெரினுக்கு மிக ருசியான உணவு வருகிறது. ஆனால், கம்பனாவின் மீது சூப்பைக் கொட்டிவிடுகிறார் சர்வர்.

அதிர்ஷ்டம் இப்போது பெரின் பக்கம் திரும்பி இருக்கிறது. அவனது துரதிர்ஷ்டம் தன்னைப் பிடித்துக்கொண்டுவிட்டது என்று கத்துகிறான் கம்பனா. அவன் பயந்தது போலவே அடுத்தடுத்து நடக்கிறது. கம்பனா எதைச் செய்தாலும் அது தப்பாகி, பிரச்னை உருவாகிறது. ஆனால், இத்தனை நாளாக அதிர்ஷ்டம் கெட்டவன் என்று சபிக்கப்பட்ட பெரின், எதைச் செய்யும்போதும் அது வெற்றியாகி, தனி ஆளாக அவனே அந்தப் பெண்ணைத் தேடிக் கண்டுபிடிக்கிறான். படத்தின் முடிவில் அவ்வளவு பெரிய கோடீஸ்வரி மேரி, பெரினை விரும்பத் துவங்குகிறாள்.

படத்தின் ஒரு காட்சியில் அவனது அதிர்ஷ்டம் எப்படிச் சாத்தியமானது என்று கேட்டபோது பெரின் சொல்கிறான், "தனது திறமைகளின் மீது நம்பிக்கை இல்லாதவன்தான் அதிர்ஷ்டத்தை நம்புகிறான். தனது சுய உழைப்பையும், தனித் திறமையையும் நம்புகிறவன் ஒருபோதும் அதிர்ஷ்டத்தை நம்புவதில்லை. அவன் அதிர்ஷ்டம் தன்னைத் தேடிவரும் என்று காத்திருப்பதில்லை. அதிர்ஷ்டத்தை உருவாக்கிக் கொள்கிறான். என்னை நான் உணரவே இல்லை. அதனால் தான் அத்தனை பிரச்னைகள். எனது தவறுகளை அடையாளம் கண்டு சரி செய்தேன். எது எனது குறையோ அதை வைத்தே எனது பலத்தை உருவாக்கினேன். அதே நேரம், கம்பனா தன்னைப் பற்றி சுய பெருமை அடித்துக் கொண்டிருந்தான். *அதுதான் அவனது துரதிர்ஷ்டமாகியது*" என்கிறான்.

வாய்விட்டுச் சிரிக்க வைத்த இந்தப் படம், மனித வாழ்வில் எது அதிர்ஷ்டம் என்பதை ஆராய்கிறது. கடைசிவரை பெரின் எதையும் வேடிக்கையாகவே எதிர்கொள்கிறான். தனது கஷ்டங்களுக்குப் புலம்புவதும்

இல்லை, தனது திறமைகளுக்காகப் புல்லரிப்பதுமில்லை. அவன் ஒவ்வொன்றையும் முழுமையாக எதிர்கொள்கிறான். அதுவே அவனது பலம். படத்தின் அடிநாதம்போல நம்பிக்கையின் வெளிச்சம் பரவுகிறது.

நம் காலம் இலவசத்தின் காலம். எதை இலவசமாகத் தந்தாலும் வாங்கிக்கொள்ள ஆயிரம் பேர் காத்திருக்கிறார்கள். வீட்டுக் கழிப்பறையைச் சுத்தம் செய்யும் பினாயில் விற்பவன், உங்கள் வீட்டுக்கு அதிர்ஷ்டம் வந்திருக்கிறது என்று ஒரு துடைப்பத்தைப் பரிசாகத் தந்து போகிறான். அதை வாங்கத் தள்ளுமுள்ளு. அடிதடி போட்டிகள். காத்திருப்புகள்.

இன்னொரு பக்கம், தொலைக்காட்சியில் விருப்பமான பாடல் ஒன்றைக் கேட்பதற்கு தொலைபேசி இணைப்பு கிடைத்து விட்டால்கூட, 'இன்னிக்கு நான் ரொம்ப அதிர்ஷ்டசாலி' என்று பெருமைப்படும் மத்தியதரத்து மனிதர்கள். 'நல்லவேளை! ஹோம் வொர்க் இல்லே. ஐ ஆம் லக்கி' என்று குதூகலிக்கும் 'பள்ளிக் குழந்தை' என்ற அதிர்ஷ்டம் நம்மிடம் சிக்கிக்கொண்டு பாடாய்ப்படுகிறது. விளையாட்டில் துவங்கி, விண்வெளிப் பயணம் வரை உழைப்பைவிட அதிர்ஷ்டமே பிரதானமாகப் பேசப்படுகிறது.

இந்த அலுப்புகள், சலிப்புகள், நமது பொது வருத்தங்களை ஒன்றாகத் தொகுத்து, 'மர்ஃபி விதிகள்' என்று வைத்திருக்கிறார்கள். நமக்கு மட்டும் ஏன்தான் இப்படி நடக்குதோ என்று நாம் சலித்துக்கொள்ளும் தருணங்களைத்தான் 'மர்ஃபி விதி' நினைவூட்டுகிறது. எட்வெர்ட் மர்ஃபி தொகுத்த விதிகள். நம் அதிர்ஷ்டக் குறைவின் அடையாளச் சின்னங்கள் அல்லது ஆதங்கங்கள்.

நாம் ஒரு வரிசையில் நின்றிருந்தால் நமக்குப் பக்கத்து வரிசைதான் வேகமாக நகரத் துவங்கும். ஆசிரியருக்கு மிக ஆர்வமாக இருக்கும் பாடம், மாணவர்களுக்கு மிக அறுவையாக இருக்கும். நீங்கள் பேரம் பேசி ஒரு பொருளை வாங்கி வந்த மறுநாள், அதன் விலை மிகவும் குறைந்து இருக்கும். நீங்கள் ஒரு பெண்ணை மிக அழகாக இருக்கிறாள் என்று ரசித்தால், அவள் ஏற்கெனவே திருமணம் ஆனவளாக இருப்பாள். இப்படி ஆயிரக்கணக்கில் மர்ஃபி விதிகள்

நீள்கின்றன. இவை வெறும் விதிகள் அல்ல. நமது காரணமற்ற ஆதங்கங்கள். இந்தத் தடைகள் ஒன்றுக்கு மேற்பட்ட முறை நடைபெறும் போது, ஒருவன் தனது அதிர்ஷ்டத்தைக் கேள்வி கேட்கத் துவங்குகிறான். மறுபரிசீலனை செய்கிறான். பயப்படத் துவங்குகிறான்.

இன்றுவரை எத்தனையோ பேர் கோடி ரூபாய் லாட்டரிச் சீட்டுகள் மூலம் எதிர்பாராத பரிசு மழைகளில் வெற்றி பெற்றிருக்கிறார்கள். அவர்களது புகைப்படத்தையும் நாளிதழ் களில் பார்த்திருக்கிறேன். ஆனால், அதன் பிறகு அவர்கள் என்னவானார்கள், அந்த அதிர்ஷ்டக்காரர்களில் ஒருவராவது வாழ்வில் நிம்மதியாக உயர்ந்த நிலைக்கு வந்திருக்கிறார்களா என்று இன்றுவரை தெரியவில்லை. மாறாக, எதிர்பாராமல் கிடைத்த பணம் அவர்களது நிம்மதியைக் கெடுத்திருக்கிறது. குடும்பங்களில் பிளவை ஏற்படுத்தி இருக்கிறது.

வறுமையில்கூடச் சேர்ந்து வாழ்ந்தவர்கள், பணம் வந்தவுடன் சண்டையிட்டுப் பிரிந்து போய்விடுகிறார்கள். அதிர்ஷ்டம் எப்போதும் தனித்து வருவதில்லை; பிரச்சனை என்ற தனது தோழனையும் அழைத்துக்கொண்டுதான் வருகிறது போலும். உண்மையில் தடைகள், பிரச்னைகள், சிக்கல்கள்கூட ஒருவித மான அதிர்ஷ்டமே என்கின்றன வாழ்வியல் நிகழ்வுகள்.

இரண்டாம் உலகப்போரின்போது ஜப்பானின் ஹிரோஷிமா நகரின் மீது அணுகுண்டு வீசப்பட்டது. சுதமோ யமோகுசி என்பவர் அன்று தனது அலுவலக வேலை காரணமாக அந்த நகருக்கு வந்து சேர்ந்திருக்கிறார். அணுகுண்டு வீச்சு பற்றி எதுவும் தெரியாமல் அதில் மாட்டிக்கொண்டுவிட்டார். அணுவீச்சின் காரணமாகத் தோல் உரிந்துபோய் கண் பார்வை மங்கி, இனிமேல் அங்கே இருந்தால் தன்னால் பிழைக்க முடியாது என்று உடனே கிளம்பி அவர் நாகசாகி நகருக்குச் சென்றுவிட்டார்.

அவரது நேரம், நாகசாகியில் இரண்டு நாட்களில் அணுகுண்டு வீசப்பட்டது. நகரமே அழிந்து, பல்லாயிரம் மனிதர்கள் இறந்து போனார்கள். உடல் சிதைவுற்று ஆனால், உயிர் பிழைத்துக்கொண்டார் யமோகுசி. இரண்டு அணு குண்டு வீச்சிலும் பாதிக்கப்பட்ட ஒரே மனிதர் அவர் மட்டுமே!

அதை துரதிர்ஷ்டம் என்று அவர் நினைத்துக்கொண்டார். ஆனால், ஜப்பானிய மக்கள் இரண்டு அணு குண்டு வீச்சில் மாட்டிக்கொண்டும் பிழைத்த அதிர்ஷ்டக்காரர் என்று அவரைக் கொண்டாடினார்கள். அவர் நம்பிக்கையின் சின்னமாக உருவானார். தன் 93 வயது வரை வாழ்ந்த யமோகுசி, அணு ஆயுத எதிர்ப்பு இயக்கத்தை வலுவாக நடத்தி வந்தார்.

ஒவ்வொருவரின் வாழ்க்கைக்கும் ஓர் அர்த்தமும் தேவையும் இருக்கிறது. அதை அவர்கள் உணர்ந்து கொள்ளத் துவங்கும்போது அதிர்ஷ்டம், துரதிர்ஷ்டம் என்பதெல்லாம் இரண்டாம்பட்சம் ஆகிவிடும் என்பதே நிஜம்!

ஓவியங்களின் தனித்திறன்!

ராபர்ட் ஃபாசெட் (Robert Fawcett) என்ற அமெரிக்க ஓவியர், ஷெர்லாக் ஹோம்ஸ் கதைகளுக்குச் சித்திரம் வரைந்ததன் மூலம் மிகவும் புகழ்பெற்றவர். ஆனால், இவருக்கு நிறங்களைத் தனித்து அடையாளம் காண முடியாத பார்வைக் குறைபாடு இருந்தது.

நிறக்குருடு என்ற நோயுற்ற ராபர்ட்டுக்கு, அவரது மனைவி ஒவ்வொரு வண்ணமாக எடுத்துச் சொல்வார். அவருடைய வழிகாட்டுதலில் வரைந்த சித்திரங்கள் உலகின் தனித்திறன் கொண்ட ஓவியங்களாக விளங்கியதோடு, சிறந்த வண்ண ஓவியங்களுக்கான தங்கப் பதக்கங்களையும் வென்றிருக்கின்றன!

37. நீங்கள் அன்பளித்தது எப்போது?

திருமண நாள், பிறந்தநாள், பண்டிகை... அல்லாமல் வேறு எப்போதாவது, யாருக்காவது நீங்கள் பரிசளித்து இருக்கிறீர்களா? எந்த முன் பரிச்சயமும் இல்லாத எவராவது உங்களுக்காக ஏதாவது பரிசளித்து இருக்கிறாரா? உங்கள் வீட்டு வாசலில் என்றாவது ஒரு நாள் அழகான பரிசு ஒன்று, யார் அனுப்பியது என்று தெரியாமல் கிடைத்திருக்கிறதா? நம்மில் பெரும்பான்மையினர் இந்த மூன்று கேள்விக்கும், இல்லை என்றுதான் பதில் சொல்வோம்.

கல்யாண வீட்டுக்குப் போகும் நாளில்தான், ஏதாவது பரிசு வாங்க வேண்டும் என்ற எண்ணமே ஏற்படுகிறது. அதற்காக அதிக கவனம் எடுத்துக்கொள்வதும் இல்லை. கடிகாரம், தேநீர்க் குவளைகள், போட்டோ ஃப்ரேம், பேனா, பொம்மை அல்லது குக்கர், மிக்ஸி இதைத் தவிர எதையும் எவரும் வாங்கித் தருவதில்லை.

அடுத்தவருக்கான பரிசு என்பதில், எப்போதுமே நமது அக்கறை இரண்டாம் பட்சம்தான். இதையே உங்களுக்காக ஒரு பரிசு தேர்வு செய்து கொள்ளுங்கள் என்று யாராவது சொன்னால், எவ்வளவு கவனமாக, தேடிச் சலித்து விரும்பியதைத் தேர்வு செய்வோம்! இன்று, பரிசு தருவது என்பதை வெறும் சடங்காக்கி விட்டோம். நமது குழந்தைகளுக்குக்கூட அவர்களின் பிறந்தநாள் தவிர, வேறு நாட்களில் நாம் பரிசு

எஸ். ராமகிருஷ்ணன்

அளிப்பதில்லை. அப்போதும்கூட அவர்களது விருப்பத்தைப் பெரும்பாலும் கேட்பதே இல்லை.

என் நண்பர் ஒருவர், கிராமத்தில் வசிக்கும் தன் வயதான தாய்க்கு ஒரு செல்போன் பரிசாகத் தந்தார்.

அம்மாவோ, "எனக்கு எதுக்கு செல்போன்? இதில் எப்படிப் பேசுவது... எனக்கு வேண்டாம்!" என்று மறுத்தார்.

"வெச்சுக்கோம்மா... இருக்கட்டும்!" என்று நண்பர் தந்துவிட்டு ஊர் திரும்பியதும், அம்மாவின் மகிழ்ச்சி கரைபுரண்டு ஓடியது. இத்தனைக்கும் அவர் செல்போனை உபயோகிக்கவே இல்லை. அதை இயக்கக்கூடக் கற்றுக்கொள்ளவில்லை. ஆனால், போகிற வருகிறவர்களிடம் அதைக் காட்டிக் காட்டி அடைந்த சந்தோஷம் அளவில்லாதது. அத்துடன், நண்பரின் அப்பா இறந்துபோன இந்த ஆறு வருடத்தில், யாரும் ஒருபோதும் தனக்காக எதையும் வாங்கித் தந்ததே இல்லை; இதுவே தனக்குக் கிடைத்த முதல் பரிசு என்று அம்மா கண்ணீர்விட்டிருக்கிறார்.

"வருடந்தோறும் புத்தாடை வாங்கித் தருகிறேன்; மாதம் பணம் அனுப்பிவிடுகிறேன்; இதையெல்லாம் அம்மா பெரிதாக நினைக்கவே இல்லை. இந்தப் பரிசு தந்த சந்தோஷம் அவரிடம் முழுமையாக வெளிப்படுகிறது. ஏன் அப்படி?" என்று நண்பர் என்னிடம் கேட்டார்.

"நாம் எப்போதும் ஒரு பரிசினைப் பெறும்போது வயதை மறந்து குழந்தையாகிவிடுகிறோம். அதிலும் வயது அதிகமாக அதிகமாகப் பரிசை எதிர்பார்ப்பதும் அதிகமாகிறது. ஆனால், அதைக் காட்டிக்கொள்வது இல்லை. பிரிக்கப்படாமலேயே, பரிசை தன் முன் வைத்துப் பார்த்துக்கொண்டே இருக்கும் முதியவர்களைக் கண்டிருக்கிறேன். அது ஒரு நம்பிக்கை. நாம் அவர்கள் மீது வைத்துள்ள அன்பின் வெளிப்படையான வடிவம். பரிசு கொடுத்துப் பாருங்கள்; உங்களுக்கும் பரிசு கிடைக்கும்" என்றேன்.

தமிழ்ச் சிறுகதை ஆசிரியரான கு.அழகிரிசாமி 'அன்பளிப்பு' என்றொரு கதை எழுதி இருக்கிறார். மனச்சாட்சியை

உலுக்கும் கதை அது. பத்திரிகை அலுவலகத்தில் வேலை செய்யும் ஓர் எழுத்தாளர், தன் தாயுடன் ஒரு சிறிய வீட்டில் வசித்து வருகிறார். அந்த வீட்டுக்கு அருகில் நாலைந்து சிறுவர்கள் இருக்கிறார்கள்.

அவர்கள், எந்த நேரமும் எழுத்தாளர் வீட்டில் விளையாடுவது, கதை பேசுவது, சதுரங்கம் ஆடுவது வழக்கம். அவருக்கும் குழந்தைகள் என்றால் உயிர். அதில் 13 வயது சுந்தரராஜனும், ஒன்பது வயது சித்ராவும் அவருக்குப் பிடித்தமான குழந்தைகள். இருவரும் பணக்கார வீட்டுப் பிள்ளைகள் என்பதால் அதிகம் செல்லமாக வளர்க்கப்பட்டவர்கள். இந்தக் குழந்தைகளுக்கு மாறாக, சாரங்கன் என்ற சிறுவனும் பிருந்தா என்ற சிறுமியும் ஏழை வீட்டுப் பிள்ளைகள். அவர்களும் தினமும் விளையாட வருவார்கள்.

இதில், சாரங்கன் மிக கவனமாக நடந்துகொள்ளும் சிறுவன். எதையும் வாய்விட்டுக் கேட்க மாட்டான். ஒருநாள் அவர்கள் விளையாடும்போது, அலமாரியில் இருந்த புத்தகங்களைத் தள்ளிவிடுகிறார்கள். எங்கே எழுத்தாளர் கோபித்துக் கொள்வாரோ என்று பயந்து நிற்கையில், அவர் அது ஒன்றும் பெரிய தவறில்லை என்றதோடு, தான் படித்து முடித்து வைத்திருந்த புத்தகத்தில் சிலவற்றை எடுத்து 'சித்ராவுக்கும் சுந்தரராஜனுக்கும் தனது அன்பளிப்பு' என்று கையெழுத்துப் போட்டுப் பரிசாகத் தருகிறார்.

அதை கண்ட பிருந்தா, “மாமா! எனக்கும் ஒரு பரிசு வேண்டும்!” என்று வாய்விட்டுக் கேட்கிறாள்.

அவரோ, “சித்ரா படித்த பிறகு அதை வாங்கிக் கொள்” என்கிறார். பிருந்தாவுக்கு மிகுந்த ஏமாற்றமாகி விடுகிறது. அந்த ஏக்கத்திலேயே மறுநாள் அவளுக்குக் காய்ச்சல் வந்து விடுகிறது. அப்போதும் அவர் குழந்தைகளிடம் பேதம் காட்டுவதைப் பற்றி யோசிக்கவே இல்லை.

சில நாட்களில் புது வருடம் துவங்குகிறது. அழகான சிவப்பு நிற டைரிகள் இரண்டு வாங்கி வந்து, சித்ராவுக்கும் சுந்தரராஜனுக்கும் பரிசாகத் தருகிறார். சாரங்கனுக்குப் பரிசு தரவில்லை. அவன் ஆதங்கத்துடன் எழுத்தாளரைப் பார்த்தபடியே இருக்கிறான். வாய்விட்டுக் கேட்க அவனுக்கு மனம் வரவில்லை. அங்கிருந்து வெளியேறிவிடுகிறான்.

மறுநாள், யாரும் இல்லாத நேரம் பார்த்து வரும் சாரங்கன், தன் பாக்கெட்டில் இருந்து ஒரு டைரியை எடுத்து அவர் முன் நீட்டுகிறான். அது, அவர் சித்ராவுக்கு தந்தது போன்ற டைரி. சாரங்கன், தான் விலைக்கு வாங்கியதாகச் சொல்கிறான். பிறகு, தலைகவிழ்ந்தபடியே "சாரங்கனுக்கு 'அன்புப் பரிசு' என்று கையெழுத்துப் போட்டாவது கொடுங்கள்" என்று கேட்கிறான். அது எழுத்தாளரது முகத்தில் அறைவதுபோல் இருக்கிறது என்று கதை முடிகிறது.

ஏன் வருடத்துக்கு ஒரே ஒருமுறை மட்டும் பிறந்தநாள் வருகிறது, பலமுறை வந்தால் நன்றாக இருக்குமே என்று நினைக்கக்கூடியவர்கள் சிறுவர்கள். அதற்கு முக்கியக் காரணம், பரிசுகள். அந்த எதிர்பாராமை தரும் சந்தோஷம் அவர்களை உற்சாகமூட்டுகிறது. ஆனால், ஒரு குழந்தைக்குப் பரிசு கிடைத்து மற்றொரு குழந்தைக்குப் பரிசு கிடைக்காமல் போய்விட்டால், அவமானம் தாங்க முடியாமல் தேம்பி அழுகிறது. அதைச் சமாதானம் செய்வது எளிதானதல்ல. இந்த மனப்பாங்கு பெரியவர்கள் ஆனாலும் மறைந்து விடுவதில்லை. மறைத்துக்கொள்ளப்படுகிறது; ஏளனம் செய்வார்களே என்று ஒளித்துவைக்கப்படுகிறது.

லண்டனில் உள்ள வணிக நிறுவனம் தனது புதிய கிளை ஒன்றினைத் துவங்கும்போது, நகரில் உள்ள ஜேப்படித் திருடர்களைப் பயன்படுத்தி, பயணிகளுக்குத் தெரியாமல் அவர்களது பாக்கெட்டில் தங்களது பரிசுப் பொருளை வைத்துவிட்டார்கள். எதிர்பாராத பரிசைக் கண்ட மக்கள், அந்த நிறுவனத்தின் புதிய கிளை திறக்கப்படும் நாளில் பெருந்திரளாகக் குவிந்து சந்தோஷத்தைத் தெரிவித்தார்கள். வழிமுறை தவறாக இருந்தாலும் அந்த உத்தி, நிறுவனத்தின் வெற்றிக்குத் துணையாக இருந்தது.

ஏதாவது ஒரு காரணத்துக்காகக் கொடுக்கப்படும் பரிசு பெரிய விஷயம் இல்லை. மாறாக, எதிர்பாராத நிமிடத்தில் தரப்படும் பரிசே அரியது. அது அகவிருப்பத்தில் இருந்து உருவாகிறது. உங்கள் மனைவிக்கு, குழந்தைகளுக்கு, நண்பர் களுக்கு, சக ஊழியர்களுக்கு என்று எதிர்பாராமல் ஒரு பரிசைத் தந்து பாருங்கள். அது அவர்களிடம் முன்னில்லாத மாற்றத்தை உருவாக்கும். ஓர் ஆண்டில் குறைந்தபட்சம் பத்துப் பேருக்காவது பரிசு தந்து பாருங்கள். அது

சந்தோஷத்தை விதைப்பது போன்ற செயல். பின்னாளில் அதன் பலன் உங்களுக்கு வந்து சேரும்.

மைக் டாலின் இயக்கத்தில் ஹாலிவுட்டில் வெளியான 'ரேடியோ' (Radio) என்ற படம், 'அன்பு' ஒரு மனிதனை எவ்வளவு மேம்படுத்துகிறது என்பதையும், அதற்குப் பரிசு தருதல் எவ்வளவு பெரிய வினையாற்றுகிறது என்பதையும் சுட்டிக்காட்டுகிறது.

'ரேடியோ' என்பது, ஜேம்ஸ் ராபர்ட்டின் கேலிப் பெயர். பதின்வயதைச் சேர்ந்த அவன் மனவளர்ச்சி குன்றியவன். யாருடனும் ஒரு வார்த்தை கூடப் பேச மாட்டான். ஒரு தள்ளுவண்டியை வைத்துக்கொண்டு உபயோகமற்றதாகக் கருதி தூக்கி எறியப்படும் பொருட்களைச் சேகரித்துக்கொண்டு வருவது அவனது வேலை.

ஒரு நாள், அவன் மைதானம் ஒன்றின் அருகில் நின்று கால்பந்து விளையாட்டை வேடிக்கை பார்த்துக் கொண்டிருந்தபோது, வேகமாக உதைக்கப்பட்ட பந்து வெளியே வந்து விழுகிறது. அதைத் தனக்கு வேண்டும் என்று எடுத்து வைத்துக் கொள்கிறான் ரேடியோ. பந்தை அவனே வைத்துக்கொள்ளட்டும் என்று 'கோச்' ஜோன்ஸ் விட்டுவிடுகிறார். ஆனால், விளையாட்டு வீரர்கள் அவனைத் தனியே மடக்கிப் பிடித்து அடித்து பந்தைப் பிடுங்குகிறார்கள். பிறகு, அவன் கால் – கையை கட்டி ஓர் அறையில் தள்ளிவிடுகிறார்கள். அவன் கத்திக் கூப்பாடு போடுகிறான். கோச் வந்து அவனை விடுவிக்கிறார். அவன் மீது அவருக்குப் பாசம் உருவாகிறது. மறுநாள் முதல், படிப்பதற்காகப் பள்ளிக்கூடத்துக்கும், ஓய்வு நேரங்களில் மைதானத்துக்கும் வந்து உதவி செய்ய வேண்டும் என்று அவனுக்கு உத்தரவிடுகிறார். அவனும் வரத் துவங்குகிறான்.

ஒரு நாள், புதிய ரேடியோ ஒன்றை அவனுக்குப் பரிசாகத் தருகிறார் கோச். அது தந்த உற்சாகம் அவனை மாற்றத் துவங்குகிறது. நமக்குப் பிடித்தமான பாடல்களைப் போட்டு உற்சாகப்படுத்துவதுதானே ரேடியோ கருவியின் வேலை! அது தனக்குப் பிடித்து இருக்கிறது என்று ரேடியோவை எப்போதும் கையில் வைத்துக் கேட்டுக்கொண்டே இருக்கிறான்.

எஸ். ராமகிருஷ்ணன்

தனது உடல் குறைபாடுகளை மீறி ரேடியோ எப்போதும் சிரித்துக்கொண்டே இருக்கிறான். மற்றவர்களைத் தன்னால் முடிந்த அளவு உற்சாகப்படுத்துகிறான். யாரைப் பார்த்தாலும் கட்டிப்பிடித்து அன்பைத் தெரிவிக்கிறான். அவனது புன்னகை அலாதியானது என்பதை கோச் கண்டுகொள்கிறார். ஒவ்வொரு போட்டியின்போதும் அவன் தனது அணியின் வெற்றிக்காகக் கூச்சலிடுகிறான். வென்றவர்களை ஆரத்தழுவிப் பாராட்டுகிறான்.

ஒரு நாள், ஃபுட்பால் அணியின் பிளேயர் ஒருவன், 'பெண்கள் குளியல் அறையில் உதவி கேட்டு யாரோ கூப்பிடுகிறார்கள்' என்று ரேடியோவிடம் கூறுகிறான். அறியாப் பையனான ரேடியோ பெண்கள் குளியல் அறைக்குள் நுழைந்துவிடவே, அது பெரிய பிரச்சனையாகிறது. முடிவில் உண்மை தெரிந்து, கோச் அந்த பிளேயரைத் தண்டிக்கிறார். தவறு தன்னுடையது என்று வருந்துகிறான் ரேடியோ.

அப்போது கிறிஸ்துமஸ் வருகிறது. விளையாட்டு வீரர்கள், பள்ளி நண்பர்கள் எனப் பலரும் ரேடியோவுக்குப் பரிசு தருகிறார்கள். ஒரு கார் நிறையப் பரிசு சேர்ந்துவிடுகிறது. மறுநாள் விடிகாலை அதை ஒரு தள்ளு வண்டியில் வைத்து ஒவ்வொரு வீடாகப் போய் அவர்களின் அடைத்த கதவின் முன் ஒரு பரிசை வைத்து வாழ்த்துச் சொல்லிப் போகிறான் ரேடியோ.

அதைக் கண்ட ரோந்து போலீஸ்காரர் ஒருவர், ரேடியோவைத் 'திருடன்' எனச் சந்தேகம் கொண்டு கைது செய்து சிறையில் அடைக்கிறார். முடிவில் உண்மையைத் தெரிந்து அந்தப் போலீஸ்காரர், போலீஸ் காரிலேயே வீடு வீடாகப் போய் பரிசு தர ஏற்பாடு செய்கிறார். ரேடியோவைப் பள்ளியிலிருந்து விலக்க வேண்டும் என்று பள்ளி முடிவு செய்யும்போது, 'உண்மையில் நாம் எதையும் அவனுக்கு கற்றுத் தரவில்லை. அவன்தான் நமக்கு நிறையக் கற்றுத் தந்திருக்கிறான். தனக்குக் கிடைத்த பரிசு மொத்தமும் மற்றவர்களுக்குத் தருவதற்கு பெரிய மனது வேண்டும். அது ரேடியோவிடம் இருக்கிறது' என்று ஜோன்ஸ் உணர்ச்சிவசப்பட்டுப் பாராட்டி விட்டு, தான் கோச் வேலையைவிட்டு விலகிக்கொள்வதாக விடைபெறுகிறார். முடிவில், பள்ளிக்கூடம் ரேடியோவுக்கு கௌரவப் பட்டம் வழங்குகிறது. அவன் பள்ளியில்

கால்பந்து பயிற்சியாளராக வேலைக்குச் சேர்கிறான். நிறைய பிளேயர்களை உருவாக்குகிறான்.

இது ஓர் உண்மைச் சம்பவத்திலிருந்து உருவான கதை. ஒரு பரிசு ஒரு மனிதனின் வாழ்வைப் புரட்டிப் போட்டுவிடும் என்பதையும், நாம் எவரைத் துச்சமாக நினைக்கிறோமோ அவர் நம்மைவிடப் பல நேரங்களில் உயர்வானவர் என்பதையும் இந்தப் படம் மிக அழகாக வெளிப்படுத்துகிறது. வாழ்வின் உண்மைகள் மிக எளிமையானவை. அதை உணர்ந்து கொள்ள நாம் தவறிவிடுகிறோம் என்பதே நிஜம்!

இவளே' உலகின் வழிகாட்டி!

அமெரிக்காவில் 1996-ஆம் ஆண்டு, நான்கு வயதான அலெக்சாண்ட்ரா என்ற சிறுமிக்குப் புற்றுநோய் பாதிப்பு இருப்பது கண்டுபிடிக்கப்பட்டது. ஆரம்பக்கட்ட சிகிச்சைகளில், அவள் அதிக நாள் உயிர் வாழமாட்டாள் என்பது தெரிந்துவிட்டது. சிறுமியோ மனம் தளராமல் ஆரம்ப சிகிச்சை முடிந்து வீடு திரும்பியதும், தன் வீட்டு வாசலில் எலுமிச்சை ஜூஸ் விற்கும் கடை திறந்தாள்.

அதன் முக்கிய நோக்கம், அதில் கிடைக்கும் பணத்தில், தன்னைப்போல புற்றுநோய் பாதித்த சிறுவர்களுக்கு உதவி செய்வது. அந்த அக்கறையும் ஈடுபாடும் 2,000 டாலரை ஒரே வருடத்தில் வசூல் செய்து தந்தது. தன்னையொத்த சிறுவர்களின் நலனுக்காக அதைச் செலவிட்ட அலெக்சாண்ட்ரா, நோய் முற்றி 2004-ஆம் ஆண்டு இறந்துவிட்டாள். ஆனால், அவள் துவக்கிவைத்த எலுமிச்சை ஜூஸ் கடைகள் உலகெங்கும் பரவி, இன்று சிறுவர்களைப் புற்றுநோயில் இருந்து காக்க உதவும் அரிய திட்டமாக வளர்ந்திருக்கின்றன.

ஒரு சிறுமி முன்னெடுத்த காரியம், இன்று பல கோடி நிதி திரட்டி, உலகுக்கே வழிகாட்டிக் கொண்டிருக் கிறது!

38

உங்களை இயக்கும் ஒரே சக்தி?!

பயந்து பயந்து சாப்பிடுவதைப்போன்ற கொடுமை உலகில் வேறு எதுவுமே இல்லை. சாப்பாட்டை அள்ளி விழுங்குவது அதற்குச் செய்யும் அவமானம். ஆனால், அந்த அவமானம் பலரது வாழ்விலும் சிலமுறையாவது நடந்தேறி இருக்கும்.

சார்லி சாப்ளினின் எல்லாப் படங்களிலும் சாப்பிடும் காட்சி ஒன்று கட்டாயம் இடம் பெறும். அதில், பசியால் வாடிய சாப்ளின், எதையாவது திருடிச் சாப்பிட முற்படுவார் அல்லது யாராவது அவருக்குச் சாப்பாடு போடுவார்கள். அதை யாராவது தட்டிப் பறித்து விடுவார்களோ என்ற பயத்தோடு அவர் அவசர அவசரமாக விழுங்குவது மிக வேடிக்கையாக இருக்கும். இது நமக்கு வேடிக்கை. சாப்ளினுக்கோ, அவரது கடந்த வாழ்க்கையின் வடு.

தன்னை எப்போதுமே இயக்கிக் கொண்டிருக்கும் ஒரே சக்தி பசிதான் என்கிறார் சாப்ளின். 'கோல்டு ரஷ்' என்ற சாப்ளின் படத்தில், பசி தாங்க முடியாத ஒரு தங்க வேட்டைக்காரன், சாப்ளினை ஒரு கோழியென நினைத்து, அடித்துச் சாப்பிடத் துரத்துவான். அவனிடம் இருந்து தப்பி ஓடுவார் சாப்ளின். அவராலும் தனது பசியைத் தாங்கிக்கொள்ள முடியாது. வேறு வழி இல்லாமல், தனது பூட்ஸை வேக வைத்துச் சாப்பிடுவார். தோலால் ஆன பூட்ஸை அவர் ரசித்துச்

சாப்பிடும்போது, அவரது முகத்தில் தோன்றி மறையும் ஆனந்தம் மனிதனின் ஆதார உணர்ச்சிகளில் ஒன்று.

இன்றைக்கும் சில வயதானவர்கள், ஓரமாக யாரும் பார்க்காமல் தனியே உட்கார்ந்துதான் சாப்பிடுகிறார்கள். அதற்குக் காரணம், தன்னை யாராவது உற்றுப்பார்க்கிறார்களோ என்ற சந்தேகம்தான். அதுபோலவே இன்னும் கொஞ்சம் வேண்டும் என்று கேட்டால், ஏதாவது நினைத்துக் கொள்வார்களோ என்ற பயத்துடன் சாப்பிட்ட தட்டை வெறித்துப் பார்ப்பார்கள். பசியோடு உள்ளவர்களின் கண்கள் பேசக்கூடியவை. அவை வார்த்தைகள் இல்லாமல் யாசிக்கின்றன.

உலக யுத்தத்தின்போது, ரஷ்யப்படை ஒன்று ஜெர்மன் எல்லைக்குள் நுழைகிறது. ரஷ்ய ராணுவ வீரன் ஒருவனுக்குக் கால் உடைந்து போகிறது. அவனது படைப்பிரிவு அவனைத் தனியே விட்டுவிட்டுப் போய்விடுகிறது. வீரனால், நடந்து போகவும் முடியவில்லை; பசியும் தாங்க முடியவில்லை. கையில் துப்பாக்கி மட்டுமே இருக்கிறது. ஏதாவது சாப்பிடக் கிடைக்குமா என்று, கைகளால் ஊன்றி ஊன்றி அலைந்து, நான்கு நாள்கள் தேடுகிறான். எதுவுமே கிடைக்கவில்லை.

ஓர் இரவு, அவன் கையூன்றி நடந்தபோது தொலைவில் ஒரு வீடு கண்ணில் தென்படுகிறது. பதுங்கிப் பதுங்கி அந்த வீட்டை நெருங்கிச் சென்று, துப்பாக்கி முனையில் அங்குள்ள வயதான ஜெர்மனியப் பெண்ணை மிரட்டுகிறான்.

அவள், "என்னிடம் உணவு எதுவும் இல்லை!" என்று சொல்கிறாள்.

"சாப்பிட ஏதாவது தா! இல்லாவிட்டால் உன்னைக் கொன்று விடுவேன்" என்று மிரட்டுகிறான்.

அந்தப் பெண் தன்னிடம் இருந்த தானியத்தைக்கொண்டு சூடாகக் கஞ்சி தயாரித்துத் தருகிறாள். கஞ்சியைக் கண்டதும், ராணுவ வீரன் வாய்விட்டுக் கதறி அழுகிறான். அவனால் அழுகையைக் கட்டுப்படுத்த முடியவில்லை. கேவிக் கேவி அழுகிறான்.

அந்தப் பெண் ஒரு குழந்தையைத் தூக்கிவைத்து உணவு புகட்டுவதைப்போல, ரஷ்ய வீரனுக்கு உணவு புகட்டுகிறாள். சாப்பிட்ட பிறகு, அவன் தன் துப்பாக்கியைத் தூக்கி எறிந்துவிட்டு அவள் கால்களைப் பற்றிக்கொண்டு, "பசியோடு அலைந்தபோது 'கடவுள் என்ற ஒருவர் உலகில் இல்லை' என்று ஆத்திரமாகக் கத்தினேன். இப்போது கடவுள் இருப்பதை உணர்கிறேன். நீதான் எனது கடவுள்!" என்று புலம்புகிறான்.

பசியின் முன்னால் நண்பர்கள் – எதிரிகள் இல்லை. நம் வயதும் படிப்பும்கூடக் காணாமல் போய்விடுகின்றன. பசித்த வயிறுதான் உலகை இயக்கிக் கொண்டிருக்கிறது. அதைப் புரிந்துகொள்ளத் தவறும் புள்ளியில் இருந்தே பிரச்னைகள் ஆரம்பமாகின்றன.

'இரண்டு குழந்தைகள்' என்று ஜெயகாந்தன் ஒரு சிறுகதை எழுதி இருக்கிறார். பசியைப் பற்றிய மிக அற்புதமான கதை.

ராமநாதபுரம் மாவட்டத்தில் இருந்து பஞ்ச காலத்தில் பிழைக்க வழியில்லாமல் 'சிவப்பி' என்ற பெண் தஞ்சைப் பகுதிக்குச் செல்கிறாள். அங்கே ஓடியாடி வீட்டுவேலைகள் செய்கிறாள். கிடைத்ததை வைத்து வயிற்றை நிரப்புகிறாள். அவளுக்கு ஒரு பையன். எப்போதும் அம்மாவின் இடுப்பிலே தொற்றிக்கொண்டு இருக்கிறான்.

ஏதாவது வேலை வரும்போது பையனை ஓர் இடத்தில் உட்காரவைத்து, அவன் கையில் ஒரு முறுக்கைக் கொடுத்து விட்டு சிவப்பி அந்த வேலையைக் கவனிக்கச் சென்று விடுவாள். சிவப்பி எங்கே சுற்றினாலும், மதிய நேரம் சுப்பையர் வீட்டுக்குப் போய்விடுவாள். அதற்கான காரணம், அவர்கள் வீட்டில் கிடைக்கும் வடித்த கஞ்சிதான். அந்தக் கஞ்சியின் ருசி அவளுக்கு மிகவும் பிடித்தமானது. அதற்காகத் தன் பிள்ளையைத் தூக்கிக்கொண்டு போய் வடிகஞ்சியை யாசிப்பது வழக்கம்.

சுப்பையரின் மனைவிக்கு அவள் மீது வாஞ்சை உண்டு. ஆனால் சுப்பையர், வடிகஞ்சியில் நாலைந்து பருக்கைகள்

சேர்ந்து விழுகிறதா? என்று கண் கொத்திப் பாம்பாகப் பார்க்கக்கூடியவர். அதனால், மனைவி யாரோ ஒரு வேலைக்காரப் பெண்ணுக்கு வடிகஞ்சியைத் தானம் கொடுப்பதைத் தாங்க முடியாமல், "இனிமேல் சாதத்தைப் பொங்கிவிடு, வடிக்காதே!" என்று திட்டுகிறார்.

"ஒரு குவளை வடித்த கஞ்சியைத் தருவதால் என்ன குறைந்து விடப்போகிறது?" என்று மனைவி மறுமொழி தரும்போது, "நெல்லு ஒண்ணும் உங்க அப்பன் வீட்டில் இருந்து வந்ததில்லை" என்று குத்திக்காட்டுவார். இதனால், அந்த வீட்டில் வடிகஞ்சிச் சண்டை நித்தம் நடைபெறுகிறது.

ஒரு நாள் மதியம், பசி தாங்கமுடியாமல் சிவப்பி அந்த வீட்டின் வாசலில் நின்று குரலிடுகிறாள். அன்று சுப்பையர் வீட்டில் விருந்து. ஆகவே, அவர்கள் அவளைக் கவனிக்கவே இல்லை. குழந்தை பசி தாங்க முடியாமல் கதறுகிறது. சிவப்பியைக் கண்ட மாமி, அவளைக் கிணற்றில் தண்ணீர் இறைத்து ஊற்றச் சொல்கிறாள். வேறு வழி இல்லாமல் அவள் குழந்தையை வாசலில் பசியோடு உட்கார வைத்துவிட்டுப் போகிறாள். வேலைக்காரியின் பிள்ளை இவ்வளவு திடமாக, ஆரோக்கியமாக இருக்கிறானே என்று அந்தக் குழந்தையின் மீதும் ஐயருக்கு எரிச்சல். ஆகவே, அவனை ஒரு விளையாட்டுப் பொம்மைபோலத் தன் பேத்திக்கு வேடிக்கை காட்டுகிறார்.

வேலைக்காரியின் மகனோ, நோஞ்சானாக உள்ள சுப்பையரின் பேத்தி அழுவதைக் கண்டு வாய்விட்டுச் சிரிக்கிறான். அதை அவரால் தாங்க முடியவில்லை. அந்தக் குழந்தையை அவமானப்படுத்த, சாப்பிட்ட எச்சில் இலையில் கிடக்கும் ஜாங்கிரியை எடுத்துச் சாப்பிடும்படியாகத் தூண்டிவிடுகிறார்.

குழந்தை, இனிப்பு கிடைக்கிறதே என்று எச்சில் இலையில் கிடந்த ஜாங்கிரியை எடுத்துச் சுவைக்கிறான். இதைக் கண்டு ஓடிவரும் சிவப்பி, "உனக்காகத்தானே நான் உழைத்து உயிரை விடுகிறேன். ஏன் இப்பிடி எச்சில் இலையில் உள்ளதை எடுத்துத் தின்கிறாய்?" என்று மகனை அடி அடியென அடிக்கிறாள். அந்தச் செயலுக்குக் காரணம் யார் என்று அவளுக்குத் தெரிகிறது. அவரைக் கோபத்துடன்

முறைத்துவிட்டு, தன் பிள்ளையைத் தூக்கிக்கொண்டு போகிறாள். அதன்பிறகு, அந்த வீட்டுக்கு சிவப்பி வருவதே இல்லை என்று கதை முடிகிறது.

பசி, எப்போதுமே அவமானத்தைத் துணைக்கு அழைத்துக் கொள்கிறது என்பதையே இந்தக் கதை மறுபடியும் நினைவு படுத்துகிறது. இன்னொரு பக்கம் குழந்தைகளைக்கூட பேதம் பார்க்கவும், அவர்களின் பசியை ஏளனம் செய்யவும் பழகி இருக்கிறோம் என்ற அவலத்தையும் சுட்டிக்காட்டுகிறது. அதேநேரம், எளிய மனிதர்கள் பசித்த வயிறுடன் இருந்தாலும், தன்மானத்தை இழப்பதில்லை என்பதையும் கதை நினைவூட்டுகிறது.

பசித்த மனிதனின் கண்கள் உலகை எரிக்கின்றன. அவன் தன் பசியை வாய்விட்டுச் சொல்லிக்கொள்வதில்லை. ஆனால், உலகம் தன்னை ஏன் இவ்வளவு கீழான நிலையில் வைத்திருக்கிறது என்று உள்ளூர அழுகிறான். காரணம் அறியாமல், தன் மீதே கோபப்படுகிறான்.

வெகுநாட்களுக்குப் பிறகு, இரு சக்கர வாகனங்களைப் பழுது பார்க்கும் பட்டறையில் ஒரு மெக்கானிக்கைப் பார்த்தேன். அவர் நின்றபடியே சாப்பிட்டுக் கொண்டிருந்தார்.

"ஏன், அப்படி உட்கார்ந்து சாப்பிடலாமே?" என்றேன்.

"இப்படியே பழக்கமாகிவிட்டது சார்" என்று சிரித்தார். "18 வயதில் இதுபோல ஒரு மெக்கானிக் ஷாப்பில் வேலைக்குச் சேர்ந்தபோது, ஒருநாளும் என்னை உட்கார்ந்து சாப்பிட விடமாட்டார்கள். தினமும் மதியச் சாப்பாடு நாலு மணிக்குத்தான் கிடைக்கும். அதுவும் நின்றபடியேதான் சாப்பிட வேண்டும். சாப்பாட்டை ஐந்து நிமிடங்களுக்குள் முடித்துவிட வேண்டும். இல்லாவிட்டால் முதலாளி கத்துவார். அப்படியே பழகிவிட்டது. சொன்னால் சிரிப்பீர்கள், வீட்டில்கூட நான் உட்கார்ந்து சாப்பிடுவதில்லை" என்றார்.

உழைப்பு அந்த மனிதரை இன்று முதலாளியாக்கி இருக்கிறது. ஆனால், பசி ஆறாத அடிமனது இன்றும் அவரை நிற்க

வைத்திருக்கிறது. இந்த ஆறாத ரணம், பலரையும் இன்றும் சாப்பிடும் வேளைகளில் பதற்றம் கொள்ள வைக்கிறது. பசியின் சரித்திரம் மிகப்பெரியது. அதை எழுதித் தீர்த்துவிட முடியாது.

இணையத்தில், Chicken ala Carte என்ற குறும்படம் ஒன்றினைப் பார்த்தேன். ஆறு நிமிடங்களே ஓடக்கூடியது. உலகின் மிகச்சிறந்த குறும்படங்களில் ஒன்றாக விருது பெற்றிருக்கிறது.

இரவு நேரம் இரண்டு இளம் பெண்கள் ஓர் உணவகத்துக்குச் செல்கிறார்கள். சாப்பிடுவதற்காகப் பொரித்த சிக்கன் மற்றும் சாதம் ஆர்டர் செய்கிறார்கள். சூடான உணவு தயாராகி வருகிறது. அதை எடுத்து இரண்டு வாய் சாப்பிடுவதற்குள் செல்போன் அடிக்கத் துவங்குகிறது. யாருடனோ பேசியபடியே அந்தப் பெண்கள் சாப்பாட்டை அப்படியே வைத்துவிட்டு வெளியேறிப் போகிறார்கள்.

வீணடிக்கப்பட்ட உணவுப்பொருட்களைச் சேகரித்துச் செல்ல தள்ளுவண்டியில் ஒரு மனிதன் வருகிறான். அவன் குப்பைத்தொட்டியில் இருந்து மீதமான உணவைச் சேகரித்துப் போகிறான். அதே நகரின் இன்னொரு பகுதியில் வசிக்கும் பசித்த வயிறுடைய ஏழைக் குழந்தைகள் இந்த உணவை நாய்களுடன் போட்டியிட்டு பகிர்ந்து சாப்பிடத் துவங்குகின்றன. அந்தக் குழந்தைகளின் தலையில் சோற்றுப்பருக்கைகள் ஒட்டிக்கொண்டு இருக்கின்றன. யாரோ தின்றுபோட்ட கோழிக்கறி தனக்குக் கிடைத்ததற்குக் குழந்தை கடவுளுக்கு நன்றியுடன் பிரார்த்தனை செய்கிறது. ஆசையோடு உணவைச் சாப்பிட்டு மனம் நிறைந்து சிரிக்கிறது.

'இந்தச் சிரிப்பு எனக்கு அழுகையைத் தூண்டுகிறது' என்ற பாடல் பின்னணியில் ஒலிக்கிறது. 'ஒவ்வொரு நாளும் பசியால் உலகில் 20 ஆயிரத்துக்கும் மேற்பட்ட மக்கள் இறந்து கொண்டிருக்கிறார்கள். ஆகவே, உணவை வீணடிக்காதீர்கள்!' என்ற வாசகத்தோடு படம் நிறைவுபெறுகிறது.

பெரும்பான்மையான திருமண வீடுகளில் உணவுகள் வீணடிக்கப்படுகின்றன. ஒருவர் எவ்வளவு சாப்பிட முடியும்

என்பதைத் தாண்டி, தான் எவ்வளவு பணம் படைத்தவர் என்பதைக் காட்டுவதற்காகவே விருந்து அளிக்கப்படுகிறது. இன்னொரு பக்கம் கோவிலில் மாலை மாற்றித் திருமணம் முடிந்த கையோடு மாப்பிள்ளை, பெண் உள்ளிட்ட குடும்பம் ஹோட்டலில் அளவுச் சாப்பாட்டுக்கு டோக்கன் வாங்கிச் சாப்பிடும் காட்சியும் கடந்துபோகிறது.

அன்றாடம் உணவகம், வீடுகள் என்று வீணடிக்கப்படும் உணவின் அளவு, நாம் உட்கொள்ளும் அளவைவிட அதிகமானது. ஒவ்வொரு முறை சாப்பிடும்போதும், எங்கோ உலகின் மூலையில் இருந்து பசித்த கண்கள் நம்மை உற்று நோக்கிக் கொண்டிருக்கின்றன என்பதை உணருங்கள். உணவு, வெறும் பொருள் அல்ல... அது அக்கறை! அது உயிர் வளர்க்கும் சக்தி. பகிர்ந்துகொள்ளப்பட வேண்டிய சந்தோஷம். அந்த நினைவு இருந்தால் நாம் பசியைப் புரிந்து கொள்ளவும் ஆற்றுப்படுத்தவும் முடியும்!

உலகிலேயே மிகப்பெரிய குடும்பம் தன்னுடையது!

பசித்த மனிதர்களைப் பற்றியே கவலைப்படாதவர்கள் மத்தியில் பசித்த நாய்கள், பூனைகள், பறவைகள் உள்ளிட்ட 750 உயிரினங்களுக்குத் தினமும் உணவு படைத்து வருகிறார் கென்யாவைச் சேர்ந்த பவுல் ரவுசபெங்கா. இவர் தெரு நாய்கள், பூனைகள் போன்றவற்றுக்கு மூன்று வேளையும் உணவு தருகிறார்.

இதற்காக அண்டை அயலார் வீட்டில் மீதமான உணவைச் சேகரிப்பதுடன், தெருவில் நின்று பிச்சையும் எடுக்கிறார். தனது யாசித்தல் காரணமாக மிருகங்கள் சந்தோஷமாக வாழ்கின்றன என்று பெருமையுடன் கூறும் இவர், "உலகிலேயே மிகப்பெரிய குடும்பம் தன்னுடையது" என்கிறார் மலர்ச்சியாக.

39

உடைகள் பேசும் உண்மை!

உடைகள் நமது ரசனையின் முதல் அடையாளங்கள். என்ன நிறம் நமக்குப் பிடிக்கிறது? ஏன் அதுபோன்ற ஆடையைத் தேர்வுசெய்கிறோம்? போன்றவை பிறரோடு பகிர்ந்து கொள்ளப்படாத ரகசியங்கள். புத்தாடைகள், எப்போதுமே நம்மை உற்சாகம் கொள்ள வைக்கின்றன.

மற்றவர்கள் நம்மைக் கவனிக்கிறார்கள் என்று உள்ளூர மனது சந்தோஷம் கொள்கிறது. சரியாக உடை அணியாத நாளில் மனம் சோர்ந்து விடுகிறது அல்லது கோபம் கொள்கிறது.

சிறுவயதில் விதவிதமான ஆடைகளுக்கு ஆசைப்பட்டுக் கிடைக்காமல்போன ஆதங்கம் அனைவர் மனதிலும் ஓரமாக இருக்கவே செய்கிறது. புத்தாடை கிடைக்கும் என்பதற்காகவே வருடத்தில் இரண்டு, மூன்று முறை பிறந்தநாள் வராதா என்று ஏங்கியிருக்கிறேன். பால்ய வயதின் நிராசைகளை, வளர்ந்து பெரியவர்களாகி சம்பாதிக்கத் துவங்கியதும் தீர்த்துக்கொள்ளத் துவங்குகிறோம்.

தன்னுடைய முதல் சம்பளத்தில் புத்தாடை வாங்குவதில் ஒரு பெருமை இருக்கிறது. அப்படி வாங்கி அணியும் உடை, மற்ற உடைகளை விட மிக அழகாகவும் பெருமையாகவும் இருப்பது போலத் தோன்றக் கூடும். அவை வெறும் மன மயக்கங்கள்தாம் என்றாலும், அந்த மயக்கம் தேவையாக இருக்கிறது.

எஸ். ராமகிருஷ்ணன்

உடைகள் ஏற்படுத்தும் கனவுகள் வாழ்வில் மறக்க முடியாதவை. ஒவ்வொரு வயதிலும் ஒருவித உடை ஆதங்கமாகவே இருந்து வந்திருக்கிறது. எனது பள்ளி வயதில் என்னோடு படித்த ஒரு சிறுவன் சிவப்பு நிறத்தில் இளமஞ்சள் வட்டமிட்ட புதிய சட்டையை அணிந்து வந்திருந்தான். அதுபோன்ற ஒரு சட்டை தனக்குக் கிடைக்காதா என்று வகுப்பில் இருந்த ஒவ்வொரு பையனும் ஆசைப்பட்டார்கள்.

"அந்த சட்டைத்துணி எங்கே கிடைக்கிறது? எந்த டெய்லரிடம் அதைத் தைத்தாய்?" என்று மாறிமாறி விசாரித்தார்கள்.

பையனோ பெருமிதத்துடன், "எனது அப்பா மிலிட்டரியில் இருந்து திரும்பி வரும்போது, நாக்பூரில் வாங்கி வந்தது" என்றான்.

"ஏன் நமது அப்பாக்கள் மிலிட்டரியில் வேலை செய்யவில்லை?" என்று என் பக்கத்தில் உட்கார்ந்திருந்த சிறுவன் பெருமூச்சு விட்டான்.

இவனுக்காகவே அதுபோன்ற ஒரு சட்டையை எப்படியாவது வாங்கிவிட வேண்டும் என்று துடித்தேன். அடுத்த பிறந்தநாளுக்குச் சட்டை வாங்கச் சென்றபோது அதே நிறம், அதேபோன்ற இளமஞ்சள் வட்டமிட்ட சட்டை கிடைத்து விடாதா என்று கடை கடையாகத் தேடினேன். ஆனால், அதுபோன்ற சட்டை கிடைக்கவே இல்லை.

வேறு நிறத்தில் புதுச் சட்டை வாங்கியபோதும் மனதின் ஆதங்கம் தீரவில்லை. அந்தச் சிறுவன் பள்ளி மாறி வேறு ஊருக்குச் சென்றுவிட்டான். அவன் பெயர்கூட இன்று மறந்துவிட்டது. ஆனால், அந்தச் இளமஞ்சள் நிற வட்டம் போட்ட சட்டை மனதில் அப்படியே இருக்கிறது. இப்படி உடைகள் நமக்குள் மறக்க முடியாத சில ஏக்கத்தை உருவாக்கி விடுகின்றன. அவை ஒருபோதும் தீராதவை.

கல்லூரி வயதில் நட்பே பிரதானம். அப்போது ஒன்றுபோல் ஒரே நிறத்தில் உடை அணிந்துகொள்வது நட்பின் அடையாளம். ஒருவர் சட்டையை மற்றவர் போட்டுக்கொள்வார்கள். நண்பர்களை இப்படிப் போட்டுக்கொள்ள அனுமதிக்கும்

மனது, வீட்டில் உள்ள அண்ணனோ, தம்பியோ அதே சட்டையைக் கேட்காமல் எடுத்துப்போட்டுவிட்டால் கோபம் கொள்ளும்; சண்டை போடத் தூண்டும். உடைகள் குறித்த விசித்திரங்களில் இதுவும் ஒன்று.

உடைகள் உருமாறிக்கொண்டே இருக்கின்றன. அதன் பயன்பாடு வியப்பானது. அம்மாவின் சேலை குழந்தைக்குத் தொட்டில் ஆவதும், தங்கையின் தாவணியாவதும், தலையணை உறையாவதும், பின்பு அங்கிருந்தும் இடம் பெயர்ந்து சமையலறையின் கைப்பிடித் துணியாவதுமாக ஒரு பெரிய காலமாற்றத்துக்கு உள்ளாகிறது. ஆண்களின் வேட்டியோ, இட்லித் துணியாகவோ, தரை துடைக்கும் கிழிந்த துணியாகவே மாறுவதோடு தன் பணியை முடித்துக் கொள்கிறது. பேன்ட் – சட்டைகள் அதற்கும் பயன்படுவ தில்லை. அவை பயன்பாடு கடந்தவுடன் யாருக்காவது கொடுக்கப்படுகின்றன. நமது உடைகளில் நமது ஆசைகள் ஒட்டி இருக்காதா?

தனக்கு விருப்பமான சேலை கறைபட்டதற்கு, கிழிந்ததற்கு அழும் பெண்களைப் பார்த்திருக்கிறேன். நிஜமான வலி அது. நினைத்து நினைத்து பல வருடங்கள் அழுபவர்கள் இருக்கிறார்கள். உடை விஷயத்தில் ஆண்கள் அதிகம் உணர்ச்சிவசப்படுவதில்லை. அரிதாகவே சிலர் அப்படி இருக்கிறார்கள்.

ஆண்களில் பலர், நாற்பது வயதைக் கடந்தவுடன் உடைகள் மீதான ரசனை உணர்வை இழக்கத் துவங்குகிறார்கள். பெண்களுக்கோ, வயது அதிகமாகும்போதுதான் உடைகளின் மீதான ரசனையும் அக்கறையும் அதிகமாகிறது. பார்த்துப் பார்த்து தேர்வு செய்கிறார்கள். புதுவித உடையை அணிந்து பார்க்க ஆசைப்படுகிறார்கள். மயில்கழுத்து நிறம், கத்திரிப்பூ நிறம், துத்தநாக கலர் என்று துல்லியமாக நிறத்தைச் சொல்லி கடைகளில் தேடுகிறார்கள். உடைகளைப் பகிர்ந்துகொள்வதிலும், தேர்வு செய்வதிலும் ஆண்களைவிடப் பெண்களே அதிக ஆர்வமுடையவர்கள். உடைகள் குறித்துப் புரிந்துகொள்ள முடியாத அதீத பற்றும், காரணமற்ற கோபமும் பெண்களின் இயல்பாக இருக்கிறது.

இந்தி இலக்கியத்தின் முக்கிய எழுத்தாளரான பிரேம்சந்த், 'பட்டுச்சட்டை' என்று ஒரு கதை எழுதியிருக்கிறார்.

ஒரு கிராமத்தில் இரண்டு சிறுவர்கள் ஒரே பள்ளியில் படிக்கிறார்கள். ஒருவன் பணக்கார வீட்டைச் சேர்ந்தவன். மற்றவன் சலவைத் தொழிலாளியின் பிள்ளை.

பணக்காரச் சிறுவனுக்குத் தினம் ஒரு புது உடை கிடைக்கிறது. ஏழைச் சிறுவன் எப்போதுமே கிழிந்த டவுசர் – சட்டைகளை அணிந்து வருகிறான். அதற்காக 'தபால்பெட்டி' என்று கேலி செய்யப்படுகிறான். 'என்றாவது ஒரு நாள் தானும் பணக்காரச் சிறுவனைப்போல உடை அணிய வேண்டும்' என்று கனவு காண்கிறான்

ஒருநாள், பணக்காரச் சிறுவனின் சில்க் சட்டை சலவைக்காகத் தனது வீட்டில் கிடப்பதை ஏழைச் சிறுவன் பார்க்கிறான். அதை ஒரு முறை அணிந்து பார்க்க விரும்பி, யாரும் அறியாமல் எடுத்துப் போட்டுக்கொள்கிறான். அந்த உடை அவனை மிகவும் சந்தோஷம் கொள்ள வைக்கிறது. உற்சாகத்தோடு அவன் ஆற்றின் பக்கம் ஓடுகிறான். அங்கே பணக்காரப் பையனின் வீட்டு வேலையாள் அதைக் கண்டு பிடித்துவிடுகிறான்.

பொது இடத்தில் நிறுத்தி வைத்து, அந்தச் சிறுவனின் சட்டை – டிராயரை உருவி எடுக்கிறார்கள். சிறுவன் அவமானம் தாங்க முடியாமல் தலைகவிழ்ந்து நிற்கிறான். 'உனக்குப் பட்டுச்சட்டை கேட்குதா?' என்று பிரம்பால் அடி அடியென அடிக்கிறார்கள். அதைப் பணக்காரச் சிறுவன் பார்த்துக் கைதட்டிச் சிரிக்கிறான். ஏழைச் சிறுவன் அணிந்த பட்டுச்சட்டையை, அவன் கண் முன்னாலே தீ வைத்து எரித்துவிடுகிறார் பணக்கார அப்பா. அவமானப்பட்ட சிறுவனை, அவனது தந்தை பள்ளியை விட்டே நிறுத்தி விடுகிறார். அதன் பிறகு, அவனும் சலவைத் தொழிலாளியாகவே வளர்கிறான். காலம் மாறுகிறது.

அந்தச் சிறுவன் கொல்கத்தாவுக்குப் போகிறான். வளர்ந்து அங்கேயே வாழத் துவங்குகிறான். ஒருநாள் சாலையோரம்

ஒரு பிச்சைக்காரன் செத்துக்கிடக்கிறான். அவனது இறுதி காரியத்துக்காகப் போகிற வருகிறவர்களிடம் வசூல் செய்கிறான் இன்னொரு பிச்சைக்காரன். அதைக் கண்ட சலவைத் தொழிலாளி, கூட்டத்தை விலக்கி எட்டிப் பார்க்கிறான். சிக்குப் பிடித்த தாடியும் மெலிந்த தோற்றமுமாக பிச்சைக்காரன் நிர்வாணமாகச் செத்துக்கிடக்கிறான். அவன் உடலை ஈக்கள் மொய்க்கின்றன.

இறந்துபோனவனின் கண்களைக் கண்டபோது அது தன்னோடு படித்த பணக்காரச் சிறுவன் என்று நினைவுக்கு வருகிறது. வாழ்ந்து கெட்டு இப்படி அநாதைப் பிணமாகக் கிடக்கிறானே என்று மனம் வேதனை கொள்கிறது. பிறகு, விடுவிடுவென வேகமாகச் சென்று தனது மனைவியின் நகையை அடமானம் வைத்து, ஜவுளிக்கடையில் பட்டுவேட்டி ஒன்றை விலைக்கு வாங்கி பிணத்தின் மீது போர்த்திவிடுகிறான்.

அதைக் கண்ட இன்னொரு பிச்சைக்காரன் வியப்போடு, "எதற்காக ஒரு பிச்சைக்காரனுக்கு நீ பட்டுவேட்டி போர்த்து கிறாய்?" என்று கேட்கிறான்.

"அது ஒரு கடன். மிகவும் நாள்பட்ட கடன். அதை இப்போதுதான் திருப்பிச் செலுத்த முடிந்தது!" என்று சலவைத் தொழிலாளி இறந்துபோன நண்பனுக்காகக் கண்ணீர்விட்டபடியே வீடு திரும்பிச் சென்றான் என கதை முடிகிறது.

உடைக்காகச் சிறுவயதில் பட்ட அவமானங்கள் எளிதில் மறையக்கூடியது அல்ல. அதேநேரம், பால்ய வயதின் நட்பு எவ்வளவு வயதானபோதும் அதன் கசப்புகளை மீறி மீண்டும் துளிர் விடவே செய்கிறது. உடைகளின் பயணம் மிகவும் வியப்பானது.

'The Dress' என்ற டச்சு திரைப்படம் 1996-ஆம் ஆண்டு வெளியானது. அலெக்ஸ் வான் வார்மர்டெம் இயக்கிய இந்தப் படம், நீலநிற உடை ஒன்று, எப்படி ஒவ்வொரு பெண்ணிடம் மாறி மாறிப் பயணம் செய்கிறது என்பதை மிக இயல்பான வேடிக்கையுடன் விவரிக்கிறது.

எஸ். ராமகிருஷ்ணன்

ஆடை தயாரிப்பு நிறுவனம் ஒன்று, பெண்கள் அணியும் தனித்துவமான கவுன் ஒன்றினை வடிவமைக்கும்படியாக ஆடை வடிவமைப்பாளர் ஒருவரிடம் சொல்கிறது. அவர் நீலநிறத்தில் ஒற்றை இலை வேலைப்பாடு கொண்டதாக ஓர் உடையை உருவாக்குகிறார். இதற்கான உந்துதல், ஒரு சிவப்பிந்தியப் பெண்மணி அணிந்த உடையிலிருந்து அவருக்குக் கிடைக்கிறது.

அந்தப் புதிய ரக உடைபோல் பல ஆயிரம் தயாரிக்கப்பட இருக்கின்றன. அதை யார் முதலில் அணிந்துகொள்ளப் போகிறார்கள்? என்ற ஆர்வத்துடன் படம் துவங்குகிறது. ஒரு பெண்ணிடம் இருந்து மற்றொரு பெண்ணுக்கு இந்த உடை எப்படிப் போகிறது? என்பதே படத்தின் சுவாரஸ்யம். அதுபோலவே இந்த உடையை அணியும் பெண்களின் வாழ்க்கை என்னவாகிறது என்றும் படம் விவரிக்கிறது.

61 வயதான பெண் இந்த உடையை முதன்முறையாக வாங்கி அணிகிறாள். அது அவளுக்குப் பொருத்தமான உடை இல்லை என்று கணவன் எரிச்சலடைகிறான். அது அவர்களுக்குள் மனவேற்றுமையை உருவாக்குகிறது. அந்த உடை, அவளது வேலைக்காரப் பெண்ணுக்குக் கிடைக்கிறது. அவள் அதை அணிந்துகொள்ளும்போது தனது உடல்வனப்பு காம உணர்வைத் தூண்டுவதாக உணர்கிறாள். அவள் ஒரு புறக்கணிக்கப்பட்ட ஓவியரோடு சேர்ந்து வாழ்கிறாள்.

ஒரு நாள், அவள் இந்த நீல உடை அணிந்து ரயிலில் பயணம் செய்யும்போது, அந்த உடையில் மயங்கி ஒருவன் அவளைப் பின்தொடர்கிறான். அவர்களுக்குள் ரகசிய உறவு ஏற்படுகிறது. அதில் ஏற்பட்ட குழப்பத்தில் அந்த உடை அங்கே இருந்து பழைய துணிக்கடைக்குப் போடப்படுகிறது. அதைச் சற்று உருமாற்றி மீண்டும் விற்பனை செய்கிறார்கள். இப்போது அதை 16 வயதுப் பெண் ஒருத்தி விலைக்கு வாங்கி அணிகிறாள். அது அவளிடம் இருந்து திருடு போகிறது. அதை வேறு பெண் அணியத் துவங்குகிறாள்.

இப்படியாக ஓர் உடை மேற்கொள்ளும் பயணத்தோடு ஒரே ஆடை வெவ்வேறு நபர்களுக்கு வெவ்வேறு கனவுகளையும் வெவ்வேறு குழப்பங்களையும் எப்படி உருவாக்குகிறது? என்பதையும் விவரிக்கிறது.

உடைகள் நமது மனதையே பிரதிபலிக்கின்றன. நாம் மாறத் துவங்கியதும் நமது உடைகளும் மாறிவிடுகின்றன. அழகான உடை என்று தனியாக எதுவுமில்லை. அது அணிந்துகொள்பவரின் சந்தோஷம் மற்றும் மன விருப்பத்தால் அழகு கொள்கிறது என்பதையே படம் சுட்டிக்காட்டுகிறது. அதுதான் உடைகள் சொல்லும் உண்மையும்கூட!

சிறந்த இளைஞர்கள்!

அஸ்வின் கார்த்திக், பெங்களூருவைச் சேர்ந்த பொறியாளர். சிறுவயதில் இருந்து 'செரிபிரல் பால்சி' என்னும் தீவிரமான உடல்குறைபாடுகளுடன் போராடி, இன்று இன்ஜினீயராக வெற்றி பெற்றுள்ளார். இந்த வெற்றிக்கு முழுமுதல் காரணம், அவரது நண்பர் பரத்.

ஆரம்ப வகுப்பில் ஒன்றாகப் படிக்கத் துவங்கியபோது, இருவருக்கும் நட்பு உருவானது. தனது நண்பர் அஸ்வினால் பேனா பிடித்து எழுத முடியாது, தனியே எதையும் செய்ய முடியாது என்று உணர்ந்த பரத், அவருக்காகப் பள்ளியில் பரீட்சை எழுதத் துவங்கி இருக்கிறார். அந்த வயதில் இருந்து இன்றுவரை நாள் முழுவதையும் அஸ்வினுக்காகச் செலவிடும் பரத், அதற்காகத் தானும் பொறியியல் படித்திருக்கிறார். உடல் குறைபாடு கொண்டவர் என்று நண்பரை ஒதுக்கிவிடாமல், அவரது முன்னேற்றமே தனது முன்னேற்றம் என்று விடாப்பிடியான நம்பிக்கைத் துணையாக இருந்திருக்கிறார் பரத்.

இந்த இருவரும் 2009-ஆம் ஆண்டின் சிறந்த இளைஞர்கள் என்ற 'பிரிகேட்' விருதைப் பெற்றிருக்கிறார்கள்!

40

கசப்புச் சுவர்!

உங்கள் வீட்டுக்கும் உங்களது பக்கத்து வீட்டுக்கும் இடையில் எவ்வளவு இடைவெளி இருக்கிறது? அதிகபட்சம் ஐந்தடியோ பத்தடியோ இருக்கக்கூடும். ஆனால், உண்மையில் பக்கத்து வீட்டுக்கும் நமக்குமான இடைவெளி சீனப் பெருஞ்சுவரைவிடப் பெரியது. அகற்ற முடியாத கசப்புச் சுவர் அது.

ஒவ்வொரு குடும்பமும் தனது அண்டை வீட்டை வெறுக்கிறது என்பதுதான் நம் காலத்தின் நிஜம். அந்த வெறுப்பின் வெளி அடையாளமாகவே நமது வீட்டுக்கதவுகள் எப்போதும் சாத்தி வைக்கப்பட்டு இருக்கின்றன. ஆனாலும், அவர்கள் நம்மைக் கண்காணிக்கிறார்கள். நாம் அவர்களைக் கண்காணிக்கிறோம். ஒருவரையொருவர் புறம் பேசுகிறார்கள். வாய் ஓயாது குறை சொல்கிறார்கள். எல்லை மீறிப்போனால் வன்முறையைப் பிரயோகிக்கிறார்கள்.

அருகில் வசிக்கும் இரண்டு குடும்பங்கள் ஒன்றையொன்று நேசிக்கின்றன. ஒரே வீடுபோலச் சேர்ந்து சாப்பிடுகிறார்கள். ஒன்றாக உல்லாசப் பயணம் செல்கிறார்கள். ஒன்றாகப் புத்தாடை வாங்குகிறார்கள். ஒருவர் துயரத்தை மற்றவர் ஆறுதல்படுத்துகிறார்கள் என்பதெல்லாம் கடந்த காலத்தின் கதைகள். அப்படி நடந்தது என்று சொன்னால்கூட இன்று நம்ப எவரும் தயாராக இல்லை.

யோசிக்கையில் வெகு ஆச்சர்யமாக இருக்கிறது. 30 வருடங்களுக்கு முந்தைய தலைமுறை, இன்று உள்ளவர்களைப்போல படிப்போ, சம்பளமோ, உயர்ந்த வேலையுடனோ இருக்கவில்லை. வாடகை வீடுகள். எட்டு, பத்துக் குடும்பங்கள் அருகருகே வசிக்கும் நெருக்கடியான ஒண்டுக்குடித்தனங்கள் அதிகம் இருந்தன. அதுபோன்ற வீடுகளில் விருந்தாளி வந்தால் படுக்க இடம் இருக்காது. சைக்கிள் நிறுத்த இடம் இருக்காது. ஆனால், அந்த நெருக்கடிக்குள்ளாக அடுத்த வீட்டுக்கு விருந்தினர் வந்துவிட்டால், பக்கத்து வீட்டில் இருந்து அவசரமாக பாலோ, காபிப் பொடியோ கடனாகக் கிடைக்கக்கூடும். இரவில் படுப்பதற்குப் பாயும் தலையணையும்கூடக் கடன் கிடைக்கும். ஒருவர் வீட்டில் உடல் நலமில்லை என்றால், மற்றவர் வீட்டில் கஷாயமோ, கஞ்சியோ செய்து தருவார்கள். சிறுவர்கள் பேதமில்லாமல் எவர் வீட்டிலும் போய்ச் சாப்பிட்டு வருவதும் நடக்கும்.

சண்டைச் சச்சரவுகள் ஏற்படுவதும் உண்டு. ஆனால், அன்றாடக் கோபங்கள் உடனே வடிந்துவிடக்கூடியவை. ஒரு குடும்பம் இடம் மாறி இன்னோர் ஊர் போகையில், அந்த ஒண்டுக்குடித்தனமே அந்தப் பிரிவின் வேதனையை அனுபவிக்கும். பிரிந்துபோனவர்களும்கூட மறக்காமல் கடிதம் எழுதுவார்கள். பின்பு புதிய குடித்தனம் ஒன்று அந்த இடத்தைப் பிடித்துக்கொண்டுவிடும். அண்டை வீட்டுக்காரர், ஏதோ ஒருவகையில் நண்பர், உறவினர் என்ற அடையாளங்கள் தாண்டி நெருக்கமும் அக்கறையும் கொண்டவர்களாக இருந்தார்கள்.

இன்று உள்ள மாநகரச் சூழலில் பக்கத்து வீடு என்பது இன்னொரு கதவிலக்கம் மட்டுமே. காலிங் பெல் அடித்து அவசரத்துக்கு ஏதாவது கேட்கும்போதுகூட அவர்கள் சினமேறிய முகத்துடன் பதில் பேச மறுக்கிறார்கள்.

இன்று பக்கத்து வீட்டில் யாரும் கடன் கேட்பதில்லை. கறிவேப்பிலை, கொத்துமல்லி பரிமாறிக்கொள்வதுகூடப் பெரிய விஷயமாக மாறி இருக்கிறது. நாம் பக்கத்து வீட்டுக்காரர் ரொம்ப இறுக்கமாக, சிடுமூஞ்சியாக

இருக்கிறார் என்று புகார் சொன்னால், அவர் இதுபோலவே நம்மைப் பற்றிய ஒரு புகார்ப் பட்டியலை வைத்திருக்கிறார்.

இந்தக் கசப்பும் வெறுப்பும் நாளுக்குநாள் வளர்ந்துகொண்டே வருகின்றனவே தவிர, துளியளவுகூட மாறுவதாக இல்லை. அடுத்தவரின் வளர்ச்சியும், சந்தோஷமும், உற்சாகமும் ஏனோ பலருக்கும் பிடிக்காமல்தான் இருக்கிறது. யாரோ வாய்விட்டுச் சிரிக்கும்போது யாரோ ஆத்திரப்படுகிறார்கள். சிரித்தவன் ஒழிய வேண்டும் என ஆசைப்படுகிறார்கள். பரஸ்பர நேசம், பகிர்ந்து கொள்வது, அன்புகாட்டுவது என்பதெல்லாம் வெறும் அலங்காரச் சொற்களாகிவிட்டன.

உண்மையில் பக்கத்து வீட்டை நாம் ஏன் வெறுக்கிறோம்? அவர்கள் காலிசெய்து போய்விட வேண்டும் என்று உள்ளூர ஏன் ஆசைப்படுகிறோம்?

ஒருநாள், ரீடர்ஸ் டைஜஸ்ட் இதழில் ஓர் உண்மைச் சம்பவத்தினை வாசித்தேன். பெர்லின் நகரில் வில்ஹெம் என்ற வயதானவர் அடுக்குமாடிக் குடியிருப்பு ஒன்றில் தனியே வசித்து வந்தார். அவரது எதிர் வீட்டில் ஒரு குடும்பம் இருந்தது. அவர்கள் வீட்டில் கல்லூரி வயதில் ஒரு பையனும் பெண்ணும் இருந்தார்கள். அவர்கள் இரவானதும் பலத்த சத்தத்துடன் இசை கேட்கத் துவங்குவார்கள். அதை வயதானவரால் தாங்கிக் கொள்ள முடியவில்லை. அவர் சில நாட்கள் எதிர்வீட்டுக் கதவைத் தட்டித் திட்டுவார். சண்டை போடுவார்.

அப்படி அவர் கோபம் கொண்டால், அன்று இரவு முழுவதும் பாட்டு போடுவார்கள். போலீஸில் புகார் செய்து பார்த்தார். அதிலும் விடிவு ஏற்படவில்லை. அது தனது சொந்த வீடு என்பதால், அங்கிருந்து வெளியேறிப் போகவும் முடியவில்லை. ஆகவே, ஒவ்வொரு நாள் இரவும் அவர் தாள முடியாத கோபமும் ஆத்திரமும் கொண்டார்.

ஒரு நாள், பக்கத்து வீட்டுக்காரர்கள் செய்யும் தொல்லைகளை ஒரு நோட்டில் எழுதி, ஆவணப்படுத்தி நீதிமன்றத்தில் சமர்ப்பிக்க முடிவு செய்தார். காரை நிறுத்துவதில்

பிரச்சனை, தனது வீட்டுச் செடிகளில் இருந்து பூ பறிப்பதில் தகராறு, அவர்கள் வீட்டு நாய் இவரது கதவில் சிறுநீர் கழித்த பிரச்சனை, குடித்துவிட்டு வந்து கத்துவது, புதிய ஆட்களை அழைத்து வந்து பார்ட்டி கொடுப்பது, காலியான மதுப்புட்டிகளை உடைத்துப் போட்ட சிக்கல்... என்று அவர் பக்கம் பக்கமாக எழுதிக்கொண்டே போனார். ஆறு மாதங்களில் அவரது நோட்டு நிறைந்துபோனது.

ஓர் இரவு, வில்ஹெறமைத் தேடி அவரது நண்பர் வந்திருந்தார். அவரிடம் அந்த நோட்டைத் தந்து புகார்களை அடுக்கியபோது அவர் சிரித்தபடியே, “நீ சொல்வதெல்லாம் உண்மை. எனக்கும் இதுபோலவே பிரச்சனை இருக்கிறது. உண்மையில் இது உலகம் முழுவதும் உள்ள பிரச்னை. ஆனால், இதற்கு ஒரு பாதிக் காரணம் அவர்கள். மறுபாதி நீதான். நீ யாரும் இல்லாத தனிமையில் இருப்பதுதான் இந்தப் புகார்கள் அத்தனைக்குமான ஆரம்பக் காரணம்.

யோசித்துப் பார், நீயும் 20 வயதில் அந்தப் பையன்போலவே சத்தமாக இசை கேட்பதிலும், கால்பந்து விளையாடி அழுக்கான காலணியோடு, மிகத் தாமதமாக நள்ளிரவில் வீடு திரும்பித் தொந்தரவு செய்பவனாகவே இருந்தாய். அன்று உனது அண்டை வீட்டார் உன்னைப் பற்றி என்னென்ன புகார்கள் வைத்திருந்தார்களோ, அதே புகார்கள்தாம் இன்றைக்கு நீ எழுதி வைத்திருக்கிறாய். இவ்வளவு பிரச்சனை களுக்கும் ஒரே ஒரு காரணம்தான் இருக்கிறது. அது சகித்துக்கொள்ள முடியாமை.

ஆம், நம்மால் அடுத்தவரைச் சகித்துக்கொள்ள முடியவில்லை. அதேபோல அடுத்தவர்களுக்கு நம்மைச் சகித்து கொள்ள முடியவில்லை. இதுதான் எல்லாப் பிரச்னைகளுக்கும் ஆணிவேர். ஒருவருக்கு ஒருவர் பேசிக்கொள்ளவும் பகிர்ந்துகொள்ளவும் எதுவுமில்லை என்று நினைக்கிறோம். ஒருவேளை அப்படியான சந்தர்ப்பம் உருவாகும்போதுகூட, அதை வெறும் சம்பிரதாயமாகக் கருதிவிடுகிறோம். நமது வீடுகள் கல்லறைப் பெட்டிகளைப்போல இறுக்கமடைந்து விட்டதற்கு இதுவே காரணம்” என்றார்.

குகைமனிதர்கள் நம்மைப் போல அழகான, ஆடம்பரமான வீடுகள் கட்டி வசிக்கவில்லை. ஆனால், சேர்ந்து வசித்தார்கள்; பகிர்ந்து சாப்பிட்டார்கள்; ஒன்றாக ஆடிப்பாடி சந்தோஷம் கொண்டார்கள். குடியிருப்பை, நாம் கல்லறைத் தோட்டம் போல் வைத்திருக்கிறோம். எங்கோ ஒரு நடன அரங்கில் முகம் தெரியாத ஆளோடு ஆடி சந்தோஷம் கொள்கிறோம். கடற்கரையில் அறியாத நபர் அருகில் அமர்ந்து பேசிவிட முடிந்த நம்மால், அண்டை வீட்டுக்காரனை ஏன் நேசிக்க முடியவில்லை?

முக்கியக் காரணம், நமது அந்தரங்கத்தின் மீதான பயம். நமது பலவீனங்களும், ஆத்திரமும் மற்றவர் அறிந்துவிடக்கூடாது என்பதில் காட்டும் கவனம். பக்கத்து வீட்டுக்காரன் நமது வீட்டின் கண்ணாடிபோல் இருக்கிறான். அவனுக்கு நம் வீட்டில் நடக்கும் சண்டைகள், சச்சரவுகள், பிரச்னைகள் யாவும் காதில் விழுகின்றன. அவன் அதைப் பரிகசிக்கக்கூடும் அல்லது புறம்பேசக்கூடும் என்ற எண்ணம் உருவாகிறது. அதுவே, இந்த வெறுப்பை வளர்ப்பதற்கு முக்கியப் பங்காற்றுகிறது.

வயதான வில்ஹெம் இப்போது அந்தக் குடியிருப்பில் கேளிக்கைக் குழு ஒன்றை உருவாக்கி, இளைஞர்கள் ஆடிப் பாடுவதை ரசிக்கிறார். மற்றவர்களுடன் சேர்ந்து விருந்து உண்ணவும், விளையாடவும் துவங்கிவிட்டார். இப்போது அவரது வீட்டுக்குத் தினமும் மாலையானதும் இளைஞர்கள் கூட்டம் வரத் துவங்கிவிட்டது என்று அந்தக் கட்டுரை புகைப்படங்களுடன் வெளியிடப்பட்டிருந்தது. இதுதான் பக்கத்து வீட்டுக்காரர் பிரச்னையைச் சமாளிப்பதற்கான ஒரே வழியா? இல்லை, இதுவும் ஒரு வழி.

எட்டு நிமிடங்கள் ஓடக்கூடிய ஒரு குறும்படம், 58 வருடங் களுக்கு முன்பாக ஆஸ்கர் விருது பெற்றது. அதை இயக்கியவர் நார்மன் மெர்க்லென். படத்தின் பெயர் 'Neighbours.' இந்தப் படம் இன்று இணையத்தில் காணக் கிடைக்கிறது. பக்கத்து வீட்டுப் பிரச்னை எந்த அளவுக்கு விஸ்வரூபம் எடுக்கும் என்பதே கதை.

பசுமையான புல்வெளியில் இரண்டு வீடுகள் அருகருகே இருக்கின்றன. இரண்டு வீட்டுக்காரர்களும் படித்தவர்கள். இருவரும் வாசலில் சாய்வு நாற்காலியில் அமர்ந்து இயற்கையை ரசித்தபடியே பேப்பர் படிக்கிறார்கள்.

ஒரு நாள் இரண்டு வீட்டுக்கும் நடுவே ஒரு மஞ்சள் நிறப்பூ பூத்திருப்பதை இருவரும் காண்கிறார்கள். வலதுபுறம் உள்ள வீட்டுக்காரர் அதைக் குனிந்து முகர்ந்து பார்த்து ரசிக்கிறார். உடனே, இடது பக்க வீட்டுக்காரர், தானும் அதுபோல செய்கிறார்.

இரண்டு பேருக்குள் அந்தப் பூ யாருக்குச் சொந்தம் என்று சண்டை உண்டாகிறது. உடனே, வலது பக்க வீட்டுக்காரர் தன் வீட்டிலிருந்து ஒரு வேலி போடுகிறார். பூ அவரது பக்கம் வந்துவிடுமாறு வேலி அமைக்கப்பட்டுகிறது. அதைக் கண்டு ஆத்திரமான இடது பக்க வீட்டுக்காரர், அந்த வேலியைச் சிதைத்து புதிய வேலி ஒன்றைப் போடுகிறார். அதனால் ஆத்திரமான வலது வீட்டுக்காரர், ஆயுதத்தால் இடது பக்க வீட்டுக்காரரைத் தாக்குகிறார். உடனே, அவரும் ஓர் ஆயுதத்தை எடுத்துச் சண்டை போடுகிறார். இருவரும் மண்டையை உடைத்துக் கொள்கிறார்கள். அப்படியும் ஆத்திரம் அடங்கவில்லை. மாறி மாறி வெட்டிக் கொள்கிறார்கள். உடலெங்கும் ரத்தம் பீறிடுகிறது.

ஒருவர் மற்றவர் வீட்டில் புகுந்து அவர் மனைவி மற்றும் கைக்குழந்தையைக் கொல்கிறார். மற்றவரும் அப்படியே செய்கிறார். இருவரும் பரஸ்பரம் வீடுகளை நொறுக்கு கிறார்கள். அந்த இடம் போர்க்களம்போல் ஆகிறது. முடிவில் இருவரும் இறந்துபோகிறார்கள். அந்த இடத்தில் இரண்டு கல்லறைகள் முளைக்கின்றன. அந்தக் கல்லறையின் மீது பூ அமைதியாக அசைந்துகொண்டு இருக்கிறது.

50 வருடங்களுக்கு முன்பே சுட்டிக்காட்டப்பட்ட இந்தப் பிரச்சனை, இன்று மிக முக்கியத் தேவையாக இருக்கிறது. எங்கோ இருக்கும் செவ்வாய்க் கிரகத்தில் யாராவது வாழ்கிறார்களா? என்பதில் காட்டும் அக்கறையும்,

இணையத்தின் வழியே முகம் தெரியா நபர்களுடன் நட்பாவதில் காட்டும் அக்கறையும் ஏனோ அண்டை வீட்டாரிடம் தோற்றே போகிறது. இதற்கான தீர்வு நமது விருப்பத்திலும் சகிப்புத்தன்மையிலும்தான் இருக்கிறது!

மனதுதான் முக்கியம்!

ஆஸ்திரேலியாவின் மெல்பர்ன் நகரில் வசிக்கும் நிக் வியூசிக், கை – கால்கள் இல்லாதவர். பிறவியிலேயே கை – கால்கள் முழுமையாக வளர்ச்சி பெறாமல் போய்விட்டன. இந்தக் குறைபாட்டினைக் கண்டு மனம் ஒடிந்துவிடாமல், தொடர்ந்து படித்து இரண்டு பட்டங்கள் பெற்றதோடு, சிறந்த நீச்சல் வீரராகவும் இருக்கிறார்.

"கால்கள் இல்லாமல் நீந்துவது வியப்பானதில்லை. நீந்துவதற்கு மனதுதான் முக்கியம்" என்கிறார். இசை, விளையாட்டு, படிப்பு என்று உற்சாகமாக இயங்கும் நிக், "ஆர்வமும் தொடர்ந்த முயற்சியும் புதிய கனவுகளுமே தன்னை வழிநடத்துகின்றன" என்கிறார்!

41

உங்களைப் பூட்டிக்கொள்ளாதீர்கள்!

மிக உயரமான இரண்டு கம்புகளுக்கு நடுவில் கயிற்றைக் கட்டி அதில், தண்ணீரின் மீது நீர்ப்பூச்சி ஊர்ந்து செல்வது போல மிக இயல்பாக நடந்து செல்பவரைக் கடைசியாக எப்போது பார்த்தீர்கள்?

நான், சிறுமி ஒருத்தி கயிற்றில் நடப்பதை இரண்டு வருடங்களுக்கு முன்பு ஒருநாள் திண்டிவனம் பேருந்துநிலையத்தின் வெளியே பார்த்தேன். அதே சிறுமி, இன்னொரு நாள் மெரினா கடற்கரை அருகே கம்பி வளையம் ஒன்றில் நுழைந்து வித்தை காட்டிக் கொண்டு இருந்தாள். கயிற்றில் நடப்பவர் மீது சிறுவயதில் இருந்தே எனக்குத் தீராத வியப்பு. 'அவர்கள் கால்கள் பறவையின் கால்களைப் போன்றவையா?... அவை எப்படிக் கயிற்றில் நிற்கின்றன?... நடக்கின்றன? நம்மால் குறுகலான சுவரின் மீது நடப்பதே பெரிய விஷயமாக இருக்கிறதே!' என்று யோசிப்பேன்.

கயிற்றில் நடப்பவனைத் தொடர்ந்து கவனித்தபோது எனக்குத் தோன்றியது, அவன் ஒருபோதும் பின்னால் பார்ப்பதே இல்லை. அதுபோல நடுக்கயிற்றில் வந்தபோதும் அவனிடம் தயக்கமே இல்லை. அவன் கயிற்றை ஒரு சாலை போல நினைக்கிறான். அதில் அவன் தனியே நடக்கிறான். அவனை இயக்குவது அவனது நம்பிக்கையும் வயிற்றுப்

எஸ். ராமகிருஷ்ணன்

பசியுமே. கயிற்றில் நடக்கத் தெரிந்தவன் நிஜ வாழ்வில் வெற்றிபெற முடியாத ஏழ்மையுடனே இருக்கிறான். அது என்ன முரண்?

உண்மையில் கயிற்றில் நடப்பவர்கள் நாம்தாம். நமது அலுவலகம், குடும்பம், உறவு யாவும் கண்ணுக்குத் தெரியாத இரண்டு கயிற்று நுனிகளால்தான் கட்டப்பட்டு இருக்கின்றன. அதிலிருந்து நழுவி விழுந்தால் என்ன ஆவோம் என்று தெரியாத பயம் நமக்குள் இருக்கிறது. அந்தக் கயிற்றின் வழியாகவே நாம் தினசரி நடந்து போய்வர வேண்டும். வேறு வழிகள் கிடையாது. ஒவ்வொரு நாளும் அந்தக் கயிற்றில் நாம் சுலபமாக நடக்கத் துவங்கிவிடுகிறோம். நமது பிரச்னை, நடுக்கயிற்றில் நின்றபடியே பின்னால் போவதா? அல்லது முன்னால் போவதா? என்ற தடுமாற்றமே.

நான் அறிந்தவரை இந்தத் தடுமாற்றம் இல்லாத ஒரு மனிதன்கூட இல்லை. எவ்வளவு உயர் பதவியில் இருந்தாலும், செல்வந்தனாக இருந்தாலும், அறிவாளியாக உலகம் கொண்டாடினாலும், அவனுள் இருக்கும் ஒரே ஊசலாட்டம், முன்னால் போவதா? அல்லது பின்னால் போவதா? என்பதே. அந்தப் பயமே நம் இயக்கத்தைத் தடை செய்துவிடுகிறது. அப்போதுதான் அந்தரத்தில் நிற்கிறோம் என்ற உணர்வு நம்மைக் கவ்விப் பிடித்துவிடுகிறது.

தடுமாற்றத்தின்போது நமது கால்கள் முன்னால் ஓர் அடி செல்வதற்குப் பயப்படுகின்றன. பின்னால் போகவும் யோசிக்கின்றன. வாழ்வின் இந்த ஊசலாட்டத்தில் ஒவ்வொரு நாளும் செய்வது அறியாமல் மாட்டிக்கொள்பவர்கள் அனேகர்.

எப்படியோ கண்ணை மூடிக்கொண்டு அவர்கள் கயிற்றைக் கடந்து மறுமுனைக்கு வந்துவிடுகிறார்களே தவிர, ஒருபோதும் அதன்மீது தனது இயல்பான நடையைக் கொண்டதே இல்லை. வாழ்க்கை ஏன் கயிற்றில் நம்மை நடக்கச் செய்கிறது? அதன் இயல்பே அப்படியானதுதானா?

ஒரு மெக்சிகன் கதை நினைவில் வருகிறது. ஒரு வங்கி மேலாளர் அடுக்குமாடிக் குடியிருப்பு ஒன்றில் 30-ஆவது தளத்தில் தனியே வசிக்கிறார். அவர் ஒருபோதும் பணத்தை

பயன்படுத்துவதே இல்லை. எல்லாவற்றுக்கும் வங்கி அட்டைகள்தாம். விதவிதமான கிரெடிட் கார்டுகள் அவரிடம் இருந்தன. யாரோடும் பேசிப் பழகுபவரும் கிடையாது. அலுவலகத்தில் எல்லோர் மீதும் கோபப்படக்கூடியவர். படிப்பு, இசை என எதிலும் நாட்டம் இல்லை. மாலை வீடு திரும்பியதும் வீட்டைப் பூட்டிக்கொள்வார். மறுநாள் காலையில்தான் திறப்பார்.

ஒருநாள் காலை அவர் அலுவலகம் புறப்படும்போது அவரது வீட்டுக் கதவின் சாவி திறக்க முடியாமல் சிக்கிக்கொள்கிறது. தனது பலத்தை உபயோகித்துத் திறக்க முயற்சி செய்கிறார். பாதி சாவி உடைந்து உள்ளே மாட்டிக்கொள்கிறது. எப்படிக் கதவைத் திறந்து வீட்டுக்கு வெளியே போவது என்று தெரியவில்லை. ஆகவே, அவர் உடனே பூட்டு திறப்பவனுக்குத் தொலைபேசி செய்கிறார். அவனும் உடனே வந்து சேர்கிறான்.

வந்தவன், "கதவைத் திறக்க வேண்டும் என்றால், எனக்கு 50 டாலர் பணம் வேண்டும்" என்கிறான். அவரும் தரத் தயாராக இருக்கிறார். ஆனால், பூட்டு திறப்பவன் சங்கத்தின் படி பூட்டைத் திறப்பதற்குள் பணம் வசூல் செய்தாகிவிட வேண்டும். இல்லாவிட்டால், பணம் தரப்படாமல் போய் விடும் என்று ஒரு விதி இருக்கிறது. ஆகவே, "எனது சம்பளத்தைக் கதவு இடுக்கு வழியாக வெளியே தள்ளுங்கள்" என்கிறான் பூட்டு திறப்பவன்.

"என்னிடம் பணம் இல்லை. வங்கிக்குச் சென்று எடுத்துத் தருகிறேன்" என்கிறார் மேலாளர்.

"அது, எனது சங்க விதிகளை மீறுவதுபோலாகும். என்னால் கதவைத் திறக்க முடியாது" என்கிறான் பூட்டு திறப்பவன்.

அவர் ஆத்திரப்பட்டு பூட்டு திறப்பவனைத் திட்டுகிறார். உடனே, அவன் தன்னை அவர் அவமதித்த காரணத்தால், சங்கத்தில் புகார் செய்யப்போவதாகவும், 'இனி இந்த நகரில் உள்ள பூட்டு திறப்பவன் எவனும் அவருக்கு உதவி செய்ய வரமாட்டான்' என்றும் கத்திவிட்டுப் போகிறான்.

அதன்படியே, அவர் வேறு எந்த பூட்டு திறப்பவனை அழைத்

தாலும், வர மறுக்கிறார்கள். உடனே, தனது அலுவலகத்துக்கு போன் செய்து தனது உதவியாளரிடம் பிரச்னையை எடுத்துச்சொல்லி உடனே வந்து தன்னைக் காப்பாற்றும்படி சொல்கிறார்.

அவனோ, "ஐயா! நான் இதுபோல ஒரு நெருக்கடியான நேரத்தில் அரை நாள் விடுப்பு வேண்டும் என்று உங்களிடம் கேட்டேன். நீங்கள் தரவில்லை. ஆகவே, இப்போது என்னால் உதவ முடியாது. அதேநேரம், 'நீங்கள் அலுவலகம் வரவில்லை. அதற்கான காரணமும் தெரியவில்லை' என்று தலைமை அலுவலகத்துக்குத் தகவல் அனுப்பிவிடுவேன். இனி, இந்தத் தொலைபேசி லைனும் வேலை செய்யாது!" என்று துண்டித்துவிடுகிறார்.

இனி என்ன செய்வது என்று புரியாமல் தனது காதலிக்கு போன் செய்கிறார். அவள் விவரங்களைக் கேட்டு அறிந்து கொண்டு, "உனக்காக எத்தனையோ நாள்கள் நான் காத்திருந்திருக்கிறேன். நீ வரவே இல்லை. இன்று ஒரு நாள் கிடந்துபார். அப்போதுதான் என் வலி புரியும்" என்று போனைத் துண்டித்துவிடுகிறாள்.

அவர் அடுத்த போன் செய்ய முயற்சிக்க, அவரது செல்போன் கணக்கில் போதுமான பணம் இல்லை என்று செயலற்றுப்போகிறது. அவர் தனக்குத் தெரிந்த ஒவ்வொரு வழியாகக் கையாண்டு, வெளியே வரப் பார்த்துத் தோற்றுப்போகிறார். பயம் பிடித்துக் கொள்கிறது. ஒருவேளை, இப்படியே வீட்டில் மாட்டிக்கொண்டால் சாப்பாட்டுக்கு என்ன செய்வது என்று தடுமாறுகிறார்.

அந்த உயரத்தில் இருந்து காகிதத்தில் உதவி கேட்டு எழுதித் தூக்கி எறிகிறார். சாலையில் கிடக்கும் காகிதத்தை ஒருவர்கூட எடுத்துப் படிக்கவே இல்லை. ஒருவர் கவனமாக அதை எடுத்துக் குப்பைத் தொட்டியில் போட்டுவிட்டுப் போகிறார்.

இப்படி ஒருநாள் முழுவதும் அவரால் வெளியே வர முடியவில்லை. பதற்றம், பயம், நெருக்கடி என்று இரவு உறங்கக் கூட முடியவில்லை. மறுநாள் காலை அவர் தன் வீட்டின்

கண்ணாடி ஜன்னலைத் திறந்து வெளியே பார்க்கிறார். அற்புதமான சூரிய உதயம். இத்தனை நாள் அதைக் கண்டதே இல்லையே என்று பார்த்தபடியே இருக்கிறார். அதிகாலை நேரம் பறவைகள் வானில் கிழக்கே கூட்டமாகப் பறந்து செல்கின்றன. அதை ரசிக்கிறார். மாடியில் இருந்தபடியே அலுவலகம் போகிறவர்களை, மாணவர்களை ரசித்துப் பார்க்கிறார். திடீரென தான் இதுவரை பார்க்காத உலகம் ஒன்றைப் பார்ப்பதுபோல் இருக்கிறது.

தான் இத்தனை நாள்கள் எவரோடும் இணக்கமாக இல்லை. எவருடனும் நட்பாகப் பழகவில்லை என்பது புரிகிறது. அதைவிடத் தன் வீட்டை உறங்கவும், சாப்பிடவும் மட்டுமே பயன்படுத்தியது புரிகிறது. மறுநாள் அவருக்கு உதவி கிடைக்கிறது. கதவைத் திறந்து வெளியே வருகிறார். தனது அண்டை வீட்டார் துவங்கி, அத்தனை பேருக்கும் புன்னகை யோடு வணக்கம் சொல்கிறார். அலுவலகத்தில் அவரது நடவடிக்கைகள் முழுமையாக மாறியிருக்கின்றன. அவர் தன்னைச் சுற்றிய உலகம் சலிப்பாக இருந்ததற்குக் காரணம் தான்தான் என்று புரிந்துகொள்கிறார். அதன்பிறகு அவரது வாழ்வு மலர்ச்சியடையத் துவங்குகிறது.

இந்தக் கதை சொல்லும் எளிய உண்மை, நாம் ஏதாவது பிரச்னை ஒன்றில் இருந்தே நம்மைப் பற்றி அறிந்துகொள்ளத் துவங்குகிறோம். மற்ற நேரங்களில் ஒருபோதும் நம்மை நாம் உணர்ந்துகொள்வதே இல்லை என்பதே!

இந்த மேலாளரை எந்த ஞானியும் வந்து அறிவுரை சொல்லி மாற்றவில்லை. மாறாக, அவர் தன்னை அறிந்துகொள்வதற்குப் பூட்டிய கதவு ஒரு சந்தர்ப்பத்தை உருவாக்கித் தந்தது. திறந்து வெளியேறுவதற்குள் அவர் தனது சிக்கல்களின் ஆணிவேரைத் தெரிந்துகொண்டுவிட்டார். நம்மில் பலரும் இதுபோன்று ஆயிரம் சிக்கல்கள் வந்தபோதும் பிரச்சனையைப் பெரிதாக்க முயல்கிறோமே அன்றி, அதைப் புரிந்துகொள்வதே இல்லை.

இத்தாலியின் மிகச் சிறந்த இயக்குநரான பெலினியின் 'லாஸ்ட்ரடா', ஊர் ஊராகச் சென்று வித்தை காட்டுபவர்கள் உலகைச் சித்திரிக்கும் அற்புதமான படம். 'ஆண்டனி குயின்' படத்தின் கதாநாயகன். படத்தில் அவனது

பெயர் 'ஜம்பானோ' அவன் இரும்புச் சங்கிலியைத் தன் மார்பில் கட்டி மூச்சுப் பலத்தால் உடைத்துக் காட்டுபவன். அவனது மனைவி இறந்துபோகவே, சிறிய கடற்கரை நகரம் ஒன்றில் வசிக்கும் அவளின் தங்கை ஜெல்சோமினா என்ற இளம் பெண்ணைத் தன்னுடன் அழைத்துக்கொண்டு போகிறான்.

ஜெல்சோமினா, ஓர் அப்பாவி. உலகம் அறியாப் பெண். அவளை ஜம்பானோ தனது முரட்டுத்தனத்தால் பயமுறுத்து கிறான். வன்புணர்ச்சி கொள்கிறான். அடித்து உதைத்து சர்க்கஸ் மிருகம்போலப் பழக்குகிறான். டிரம்பட் வாசிக்கப் பழகித் தருகிறான். வித்தை காட்டும் இடத்தில் சிறிய வேடிக்கை நிகழ்ச்சி செய்கிறாள் ஜெல்சோமினா.

ஒருநாள் ஜம்பானோவின் அடி தாங்காமல் அவனைவிட்டுத் தப்பியோடி ஒரு நகரத்துக்கு வருகிறாள். அங்கே ஒரு வித்தையைக் காண்கிறாள். ஒருவன், மிக உயரமான கட்டடம் ஒன்றில் கயிற்றில் நடக்கும் வித்தை காட்டுகிறான். அவன் அந்தரத்தில் நடப்பதோடு, பாதிக் கயிற்றில் உட்கார்ந்து கொண்டு தனது இரவு உணவைச் சாப்பிடுகிறான். அதை ஊரே திரண்டு பார்த்து ஆச்சர்யம் அடைகிறது. ஜெல்சோமினாவும் வியந்து கை தட்டுகிறாள்.

அவன், தன்னோடு வந்துவிடும்படி அவளை அழைக்கிறான். அவள் தயங்குகிறாள். இதற்குள் அவளைத் தேடி வந்த ஜம்பானோ, அவளை அடித்து இழுத்துப் போகிறான்.

பின்பு, அவர்கள் வேலைக்குச் சேர்ந்த சர்க்கஸில் அதே கயிற்றில் நடப்பவனும் வேலைக்குச் சேர்கிறான்.

அங்கே, "கயிற்றில் நடப்பது உனக்கு அபாயமாக இல்லையா?" என்று ஜெல்சோமினா கேட்கிறாள்.

அதற்கு அவன், "அது சாவுக்கான ஒத்திகை" என்று சொல்லிச் சிரிக்கிறான். அப்போதுதான் கைத்தட்டல்கள் அனைத்தும் அபத்தமானவை என்று அவளுக்குப் புரிகிறது.

முடிவு வரை தன்னை அடித்து, வதைத்து, இம்சை செய்யும் ஜம்பானோவுக்காக வாழ்கிறாள் அவள். முடிவில் அவளுக்குத்

தான் செய்த வன்முறைகளை நினைத்துத் தனியே கதறி அழுகிறான் ஜம்பானோ. கழைக்கூத்தாடிக்குள் உள்ள பகிர்ந்துகொள்ளப்படாத அன்பு பீறிடுகிறது.

எல்லா வித்தைகளும் மனிதர்களின் முயற்சியால்தான் சாத்தியமாகிறது. மனிதன் முயற்சிக்கத் தயங்கும் ஒன்று, தன்னை மாற்றிக்கொள்வது மட்டுமே. அதுதான் உலகின் மாபெரும் விந்தை என்று தோன்றுகிறது!

கால்களால் வரையும் ஓவியர்!

ஓவிய உலகில் தனித்தன்மை வாய்ந்தவர் Peter Longstaff. இவர் வரைந்த ஓவியங்களைக் காண்பதற்கு உலகெங்கும் பார்வையாளர்கள் வரிசையில் நிற்கிறார்கள். இந்த ஓவியங்களின் விசேஷமே, இவை காலால் வரையப்பட்டவை என்பதுதான். கைகள் இல்லாத இவர், தனது வலது காலைப் பயன்படுத்தி ஓவியம் வரையப் பழகியவர். பல ஆண்டுகளாக, கால்களால் வரைந்து தேர்ச்சிபெற்று, இப்போது மிகச் சுலபமாக ஓவியம் வரைகிறார். இப்படி அவர் வரைந்த ஓவியங்கள் மிகச் சிறப்பாக, நேர்த்தியாக இருப்பதுடன், நம்பிக்கையின் அடையாளமாகவும் இருக்கின்றன. தனது ஓவியங்களில் இருந்து கிடைக்கும் பணத்தைத் தன்னைப்போன்ற உடற்குறைபாடு கொண்டவர்களின் கல்விக்காகச் செலவழிக்கிறார் பீட்டர்!

42

அமைதியை ருசித்திருக்கிறீர்களா?

சித்தன்னவாசலுக்குச் சென்றிருந்தேன். புதுக்கோட்டை அருகில் உள்ள மிகப் பழைமையான ஓவியங்கள் உள்ள சமணக் குகைத் தளம். அஜந்தா, எல்லோரா ஓவியங்கள் போன்று அழகான சுவரோவியங்கள் கொண்டது. ஆனால், அஜந்தாவுக்குக் கிடைத்த வரவேற்பும், அங்கீகாரமும், கவனமும் இதற்குக் கிடைக்கவில்லை. தினமும் மிகக் குறைவான பார்வையாளர்களே வருகிறார்கள்.

நான் சென்றிருந்த நாளில், 20 பேர்களுக்கும் மேலாக இருந்தார்கள். அதில் ஒருவர்கூட எந்த ஓவியத்தின் முன்பாகவும் ஒரு நிமிடம்கூட நின்று பார்க்கவில்லை. சுற்றுலா வழிகாட்டி ஒருவர், வெளிநாட்டுப் பெண்மணியை அழைத்து வந்திருந்தார். அவர் அந்த ஓவியங்களைப் பற்றி பேசத் துவங்கியதும் அத்தனை பேரும் அவரது பேச்சை மிக ஆர்வமாகக் கேட்டார்கள். ஆனாலும், எவருக்கும் ஓவியத்தின் மீது கவனம் திரும்பவே இல்லை.

வியப்பாக இருந்தது. ஏன் எப்போதுமே காட்சியைவிடப் பேச்சே அதிகம் ஈர்ப்பு கொள்கிறது? சத்தம் இல்லாத யாவும் ஏன் கவனிக்கப்படாமலே போகின்றன? மேடைப்பேச்சு, பட்டிமன்றம், விவாதம், வாக்குவாதம், தெருச்சண்டை, வழிச்சண்டை, பேதைப் புலம்பல், அதிகார ஏவல்,

வீட்டுக்கூச்சல், அலுவலக இரைச்சல், தொலைக்காட்சியின் இடைவிடாத விளம்பரச் சத்தங்கள், ரேடியோவின் வாய் ஓயாத பேச்சு... என எல்லா வடிவங்களிலும் சத்தத்தையே நாம் பெருக்கிக்கொண்டு இருக்கிறோம். நிசப்தத்தை அறிவதற்கும் பழகுவதற்கும் என்ன வடிவங்கள், கலைகள் இருக்கின்றன? கண்களை மூடிச் சில நிமிடங்கள் பேசாமல் இருங்கள் என்றால், தியானம் செய்ய விருப்பமில்லை என்றே பதில் வருகிறது.

வாரத்தில் ஒருநாள் மௌன விரதம் இருப்பதற்குப் பழகினார் எனது நண்பர். சில வாரங்கள் மிகத் தடுமாற்றமாக இருந்தது. அதன்பிறகு, அதற்கு எளிமையாகப் பழகிவிட்டார்.

"எப்படி இருக்கிறது உங்கள் வாய் மூடிய அனுபவம்?" என்று கேட்டேன்.

"மனம் எனும் கண்ணாடியைத் துடைத்துச் சுத்தம் செய்தது போல் இருக்கிறது. ஒருநாள் அப்படி இருந்து பார்த்தால்தான் அதன் தாக்கம் புரியும்" என்றார்.

உணவை விலக்கி விரதம் இருப்பதுபோல, ஏன் சத்தத்தை விலக்கி ஒருநாள் மௌனமாக இருக்கக்கூடாது? நமக்கு நிசப்தம் என்பது வெறும் சொல் மட்டும்தானா? ஒரு மனிதன் ஒருநாளில் எத்தனை நிமிடங்கள் அமைதியை உணர்கிறான்.

நான் அறிந்தவரை சில நிமிடங்கள்கூட நிசப்தமாக இருப்பதற்கு மனிதர்கள் அச்சம் கொள்கிறார்கள். எங்காவது சத்தம் ஒடுங்கிப் போயிருந்தால், அங்கே போகவே பயப்படு கிறார்கள். இயற்கையான சூழலில் தங்கும்போது இரவில் காற்றின் ஓசை தவிர, வேறு சத்தம் இருப்பதில்லை. ஆனால், அதைக் கண்டு நாம் அதிகம் பயப்படுகிறோம். பேச்சுத் துணைக்கு ஆள் வேண்டும் என்று சத்தத்தை நாடி ஓடுகிறோம். ஏதேதோ சத்தங்களால் எப்போதுமே நம்மை நிரப்பிக்கொண்டே இருக்கிறோம். சத்தம் இல்லாமல் இருக்கப் பழகவே இல்லை.

மலைகள் நம் குரலைத்தான் எதிரொலிக்கின்றன. தனது குரலை அவை வெளிப்படுத்துவதே இல்லை. பல நூறு

வருடங்கள் கண்ட மரம், தன் இருப்பைக் கத்திக் கூச்சலிட்டு வெளிக்காட்டிக் கொள்வதில்லை. காற்றின் அசைவையே அது குரலாக்குகிறது. மிருகங்கள் உக்கிரம் கொள்ளும்போதோ, உற்சாகத்திலோதான் சத்தமிடுகின்றன. மற்ற நேரங்களில் நிசப்தமாகவே அலைகின்றன.

நமக்கு மட்டும் எதற்காக இவ்வளவு சத்தம், கூச்சல், தடித்த வார்த்தைகள், வாய்ச் சண்டைகள்? யோசித்துப் பாருங்கள்... ஒருநாள் நமது வாழ்வின் சகல காரியங்களில் இருந்தும் சத்தம் துண்டிக்கப்பட்டால் எப்படி இருக்கும்? வாகனங்கள் சாலையில் ஓடிக்கொண்டு இருக்கும். ஆனால், இரைச்சல் இருக்காது. சமையல் நடக்கும். ஆனால், ஓசை இருக்காது. உதடுகள் அசையும். ஆனால், பேச்சு இருக்காது. மரங்கள் அசையும். ஆனால், சத்தமிடா. தண்ணீர் நெருப்பு, யாவும் ஓசையின்றி இயங்கும். உலகம், மாபெரும் ஓவியம் போலாகிவிடும். அதற்குள் நாம் பிரவேசித்து நடந்துகொண்டு இருப்போம். உண்மையில் நம்மைச் சத்தங்களே வழிநடத்துகின்றன. வாகனங்கள் எரிபொருளை நிரப்பிக்கொள்வது போன்று, நாம் சத்தத்தால் நம்மை நிரப்பிக்கொள்கிறோம்; செலவழிக்கிறோம்.

ஜப்பானில் ஒரு பௌத்தத் துறவி இருந்தார். அவர் ஃப்யூஜி எரிமலை அருகே உள்ள கிராமத்தில் தங்கியிருந்தார். அவரது தினசரி வேலை, நடந்து சென்று எரிமலை அருகே அமர்ந்து, அதைப் பார்த்துக்கொண்டே இருப்பது. அப்படி அதில் என்னதான் பார்க்கிறார் என்று அவரது சீடர்களுக்குப் புரியவில்லை. அவர்களும் அவரைப் போலவே அந்த மலையைச் சில நிமிடங்கள் பார்ப்பார்கள். பிறகு, கவனம் வேறெங்கோ போய்விடும்.

ஒருநாள் அவர் எதையோ வியப்புடன் பார்ப்பதைக் கவனித்த சீடர்கள், "குருவே அப்படி என்ன *அதிசயம்?*" என்றனர்.

அதற்கு அவர், "ஃப்யூஜி எரிமலையின் மீது ஓர் எறும்பு சென்று கொண்டிருக்கிறது" என்று சிரித்தார்.

'இவருக்கு என்ன பைத்தியமா? ஏன் இதைப் பார்த்துச் சிரிக்கிறார்?' என்று ஒரு சீடன் ஆதங்கப்பட்டான். அவரிடம் துணிந்து அதைக் கேட்கவும் செய்தான்.

அதற்கு அவர், "எறும்பு ஒருபோதும் ஃப்யூஜி எரிமலையைக் கண்டு பயப்படுவதில்லை. அவ்வளவு அக்னிக் குழம்பைக் கக்கிச் சீறும் எரிமலை எவ்வளவு அமைதியாக ஒடுங்கி இருக்கிறது. அந்த அமைதியை உறுதிப்படுத்துவது போலத்தானே இந்த எறும்பு போய்க்கொண்டு இருக்கிறது" என்றார்.

சீடனுக்கு அப்போதும் தெளிவில்லை. "எறும்பும் எரிமலையும் ஒன்றில்லையே" என்றான்.

குரு சிரித்தபடியே, "எறும்பின் அமைதி எறும்புக்கு. எரிமலையின் அமைதி எரிமலைக்கு. இரண்டுக்குள்ளும் எந்தப் பேதமும் இல்லை. அமைதியில் சிறிய அமைதி, பெரிய அமைதி என்று பேதம் இருக்கிறதா என்ன?" என்று கேட்டார். சீடன் தவறை உணர்ந்து அவரது ஞானத்தைப் புரிந்து கொண்டான் என முடிகிறது கதை.

கதை சுட்டிக்காட்டும் நிசப்தம் மிக முக்கியமானது. அந்த நிசப்தம் உணரப்பட வேண்டியது. அதை அறியாமல் நாம் தவறவிட்டு வருகிறோம். அன்றாடம் நாம் நிரப்பிக்கொள்ளும் சத்தங்களில் பாதி நமக்குத் தேவையற்றது. அதை விலக்க நாம் பழகவில்லை. அதே நேரம், இயற்கையின் சத்தம் நமக்குள் நுழைவதற்கு நாம் அனுமதிப்பதே இல்லை.

பறவையின் குரலைக்கூட நாம் தொலைக்காட்சி வழியாக மட்டுமே கேட்கிறோம். மழை பெய்யும்போது எத்தனை பேர் அதன் தாள லயத்தைக் கேட்கிறார்கள். பூ உதிரும் ஓசை நம் காதில் ஏன் விழுவதில்லை? தண்ணீருக்குள் நீந்தும் மீனின் ஓசை எப்படி இருக்கும்? இரைச்சல்களை நிரப்பி நிரப்பி நம் செவியின் நுண்மை மந்தமாகிவிட்டது.

உரத்த சத்தம், உரத்த இசை, உரத்த சண்டை என்று அனைத்திலும் மிகையே நமது இயல்பாக இருக்கிறது. உண்மையில், சத்தத்தில் இருந்து நாம் துண்டிக்கப்படும்போது

எஸ். ராமகிருஷ்ணன்

நம்மைப் பற்றி யோசிக்கத் துவங்குகிறோம். தன்னைப் பற்றி யோசிக்கவும் அறிந்துகொள்ளவும் யாருக்கு விருப்பம் இருக்கிறது.

ஒருநாள் வீட்டில் ஊமைப்படம் ஒன்றை டி.வி.டி–யில் பார்த்துக் கொண்டிருந்தேன். தற்செயலாக வந்த நண்பரின் ஆறு வயது மகள் என் அருகில் அமர்ந்து டி.வி–யைச் சில நிமிடங்கள் பார்த்தாள்.

பிறகு என்னிடம், "அங்கிள், உங்க டி.வி. ரிப்பேர் ஆகிருச்சா?" என்று கேட்டாள்.

"இல்லையே..." என்றதும், "அப்போ ஏன் யாருமே பேசமாட்டேங்குறாங்க?" என்று கேட்டாள்.

"இது பேசாத சினிமா. இதற்குப் பேர் ஊமைப்படம்!" என்றேன்.

அவள் தன்னைக் கேலி செய்வதாக நினைத்துக்கொண்டு, "பொய் சொல்றீங்க. சினிமாவுல எல்லோருமே பேசுவாங்க. எனக்குத் தெரியும்" என்று சொன்னாள்.

இது சலனப்படம் என்று விளக்கிச் சொல்லியபோதும் சிறுமிக்கு அதில் கவனம் ஈர்க்கவில்லை. இது, யாரோ ஒரு சிறுமிக்குப் பிடிக்காத விஷயம் மட்டுமல்ல. நம் மில் பெரும்பான்மையினர் மௌனப் படங்களில் ஒன்றைக் கூடக் கண்டதில்லை. ஒருவேளை காணும் சந்தர்ப்பம் கிடைத்தாலும் சத்தம் இல்லை என்பதால், அதைக் காண விருப்பமற்றுப் போய்விடுகிறோம். அது ஏன்?

நாம் விரும்பும் அமைதி நமக்குக் கிடைக்காமல் போவது ஒருபக்கம் என்றால், யாரும் கவனிக்க மறந்து தன்னைத்தானே நிசப்தத்தில் புதைந்து கொண்டுவிடுவது மறுபக்கமாக இருக்கிறது. எத்தனையோ வயதானவர்கள் தன்னுடைய பேச்சுக்கு இப்போது மதிப்பில்லை என்று வாயைக் கட்டிக்கொள்கிறார்கள். அவர்கள் தங்களுக்குத் தாமேகூட பேசிக்கொள்வதில்லை. அதிலும் புகழ்

பெற்ற நடிகர்களாகவோ, பாடகர்களாகவோ அல்லது பேச்சாளர்களாகவோ இருந்து அவர்கள் மீதான ஈர்ப்பு போய்விட்ட காரணத்தால் புறக்கணிக்கப்படும்போது, வலியோடு தங்களை நிசப்தத்துக்குள் ஆழமாகப் புதைத்துக் கொண்டு விடுகிறார்கள்.

1950–ஆம் ஆண்டு நாடகங்களில் ஹார்மோனியம் வாசித்து வந்த வாத்தியக்கலைஞர் ஒருவரைச் சந்தித்தேன். அவர் அந்தக் காலத்தில் தான் பங்குபெற்ற நாடகங்களின் நோட்டீஸ்களை இன்றும் பத்திரமாக வைத்திருந்தார்.

"எனக்காக ஒரு நாடகப் பாட்டு ஹார்மோனியத்தில் வாசித்துக் காட்ட முடியுமா?" என்று கேட்டேன். "ஹார்மோனியம் எல்லாம் இப்போ யார் கேட்கிறா? ரேடியோ, டி.வி., சினிமா எதிலாவது ஹார்மோனியச் சத்தம் இப்போ இருக்குதா? எல்லாம் மெஷின்தான்!" என்று எரிச்சலோடு தன்னால் வாசித்துக்காட்ட இயலாது என்று உறுதியாகச் சொன்னார்.

"ஆசைக்காக ஒரு முறை வாசியுங்கள்" என்று மீண்டும் கேட்ட போது, அவர் உடைந்துபோன குரலில், "ஐயா, நீங்க இன்னிக்கு ஒரு நாள் கேட்டுட்டுப் போயிருவீங்க. ஆனா, நாளைக்கு இருந்து என் மனசு ஏங்க ஆரம்பிச்சிரும். இங்கே யாரும் ஹார்மோனியம் கேட்க ஆள் இல்லை. நானே அதை மறந்து போய் வெறும் ஆளா வாழ்ந்துக்கிட்டு இருக்கேன். நீங்க தேவையில்லாம அதைக் கிளறிவிட்டுறாதீங்க" என்றார்.

அவரது மன உளைச்சலைப் புரிந்துகொள்ள முடிந்தது. இவர் கைகள் ஹார்மோனியத்தில் இருந்து விலகியிருக்கக்கூடும். ஆனால், மனது எப்போதுமே அதை வாசித்துக்கொண்டேதான் இருக்கும் என்று தோன்றியது.

புறக்கணிப்பில் உருவாகும் நிசப்தம் வேதனையானது. ஆற்ற முடியாத ரணம் அது. நம் வீட்டுக்குள்ளேயேகூட மறுப்பில் உருவான நிசப்தம் கரும்புகைபோல் சுழன்றுகொண்டுதான் இருக்கிறது.

புறக்கணிப்பில் உருவாகும் கலைஞனின் வலியைப் பற்றி உருவான திரைப்படம், சாப்ளினின் 'Lime Light'. படத்தில், 'கால்வரோ' என்பதுதான் சார்லி சாப்ளினின் பெயர். மேடையில் கோமாளியாக நடித்து பார்வையாளர்களின் பலத்த வரவேற்பைப் பெற்ற இவன், கால மாற்றத்தால் பார்வையாளர்களால் புறக்கணிக்கப்படுகிறான். எப்படியாவது தனது திறமையை மறுபடியும் காட்டி பேர் வாங்கிவிட கால்வரோவின் மனது ஏங்குகிறது. அதேநேரம், தன்னை மக்கள் வெறுக்கிறார்கள் என்று ஆத்திரமாகி இடைவிடாமல் குடித்து தன்னை அழித்துக்கொள்ளவும் செய்கிறான்.

ஒருநாள் தற்கொலை செய்ய இருந்த 'டெரி' என்ற பெண்ணைக் காப்பாற்றுகிறான். அவள் தோற்றுப்போன ஒரு நடனக்காரி. அவளுக்குத் தொடர்ந்து ஆறுதல் சொல்லி அவளால் நடனத்தில் சாதித்துக்காட்ட முடியும் என்று தைரியம் ஊட்டுகிறான். அவள், அதை நம்பி நடனத்தில் மறுபடி ஈடுபடுகிறாள். அவளுக்கான பார்வையாளர்கள் உருவாகிறார்கள்.

தனக்கு நம்பிக்கை கொடுத்த கால்வரோவுக்கு மறுபடி வாய்ப்பு உருவாக்கித் தந்து அவனை வாழ்வில் வெற்றிபெற வைக்க, டெரி ஆசைப்படுகிறாள். அவனைத் திருமணம் செய்து கொள்வதாகக்கூடச் சொல்கிறாள். அவளது நிகழ்ச்சியில் மீண்டும் தனது பழைய கூட்டாளியுடன் மேடை யேறுகிறான் கால்வரோ. அந்த நிகழ்ச்சி சிறப்பான வரவேற்பு பெறுகிறது. அந்தச் சந்தோஷத்தைக் கண்டபடி மேடையில் கால்வரோ இறந்துவிடுகிறான்.

படத்தில் சாப்ளின் தோற்றுப்போன கோமாளியின் வலியை நன்றாக வெளிப்படுத்தி இருப்பார். கண்ணாடி முன்பாக அமர்ந்து, அவர் தன்னையே பார்த்துக் கொண்டிருப்பார். அதே முகம், அதே பாவனை... 'ஏன் இப்போது பார்வையாளர்களுக்குத் தன்னைப் பிடிக்கவில்லை?' என்று கேட்டுக்கொள்வார்.

ஒரு காலத்தில் எதற்காகத் தன்னை ஆயிரமாயிரம் ரசிகர்கள் ரசித்தார்களோ, அதுதான் இன்று தனது ஒரே குறையாக இருக்கிறது என்று கண்டுபிடிக்கிறார். அந்த உண்மையை

அவரால் எளிதாக ஏற்றுக்கொள்ள முடியவில்லை. ஆனால், அதிலிருந்து மீண்டு புதிய கலைத் திறமையைக் காட்டி நடிக்கிறார். அது மீண்டும் வரவேற்புக்கு உள்ளாகிறது.

எப்போதுமே பேச்சைப் புரிந்துகொள்வதைவிட, அமைதியைப் புரிந்துகொள்வது கடினம். அமைதி, ஒரு வெளிச்சம். அது நமக்கு வழிகாட்டுகிறது. அதுதான் சாப்ளின் சொல்லும் உண்மையாகவும் இருக்கிறது!

உற்றுப் பார்த்துக் கற்றுக் கொண்டேன்!

புகழ் பெற்ற இசைக் கலைஞரான பீத்தோவனுக்குக் காது கேட்காது என்பார்கள். அமெரிக்காவைச் சேர்ந்த ஆறு வயதுச் சிறுவன் ஈதன், பிறவியிலேயே செவித்திறன் குறைபாடு கொண்டவன். வாய் பேசவும் முடியாது. ஆனால், அவனுக்கு இசை கற்றுக்கொள்வதில் ஆர்வம். அதிலும் டிரம்ஸ் வாசிப்பதைக்கண்டால், அருகில் நின்று பார்த்துக்கொண்டே இருப்பான்.

கண்களால் பார்த்தபடியே டிரம்ஸ் அடிக்கக் கற்றுக்கொண்டு, ஒரு டிரம்ஸ் கலைஞனாக இன்று உருவாகி இருக்கிறான். விளம்பரங்களில் மாடலாகவும் தோன்றுகிறான்!

43
திருடன் ஏன் திருடுகிறான்?

விசித்திரங்களுக்கும் திருடர்களுக்கும் எப்போதும் அதிக நெருக்கம் உண்டு போலும். நாளிதழ் ஒன்றில் ஒரு திருடனைப் பற்றிய செய்தியை வாசித்தேன். பெர்லின் நகரில் பிடிபட்ட அவன் செல்போன் திருடுவதில் கில்லாடி. யாரிடம் செல்போனைத் திருடினாலும், அந்த செல்போனில் உள்ள எல்லாத் தொடர்பு எண்களுக்கும், 'இந்த நாள் இனிய நாளாக வாழ்த்துகள்' என்று உற்சாகமான வாழ்த்துச் செய்தி அனுப்பிவிடுவான்.

எத்தனை பேர் அதற்குப் பதில் அனுப்புகிறார்கள் என்று காத்துக் கொண்டிருப்பான். பதில் அனுப்பாத எண்களுக்கு தானே தொடர்பு கொண்டு திட்டுவான். பிறகு, தான் திருடிய செல்போனை ரயிலில் அல்லது பரபரப்பான வணிக மையத்தில் வேண்டும் என்றே தவறவிடுவான். அதை யார் ரகசியமாக எடுத்துப் போகிறார்கள் என்று கவனிப்பதில் அவனுக்கு ஆர்வம் அதிகம்.

இப்படி நூற்றுக்கும் மேற்பட்ட செல்போன்களைத் திருடி அலைந்த அவனை, காவல்துறை கைது செய்தனர். அவனிடம் விசாரணை மேற்கொண்டபோது, 'நான் பல்கலைக்கழகத்தில் உயர் கல்வி மாணவன்; மனிதர்களின் உளவியலை அறிந்து கொள்வதற்காகவே திருட்டில் ஈடுபட்டேன் அவ்வளவுதான்.

திருடுவதற்கு எல்லோருக்குள்ளும் ஆசை இருக்கிறது. பயம்தான் பலரையும் தடுத்து வைத்திருக்கிறது. திருட்டில் ஈடுபடாத நபர் என ஒருவர்கூட இந்த நகரில் இல்லை' என்று, செல்போன் திருடன் பகிரங்கமாகத் தெரிவிக்கிறான். யோசித்துப் பார்த்தால் அது நிஜம் என்றே தோன்றுகிறது. தன்னை உலகின் கண்கள் கவனிக்கவில்லை என்று உறுதியானால், திருடுவதற்கு எவரும் தயங்குவது கிடையாது.

மலையாளத்தில் 'திருடன் மணியம்பிள்ளையின் சுயசரிதை' என்ற புத்தகம் வெளியாகி பரபரப்பாக விற்பனையானது. வீடு வீடாகப் புகுந்து திருடும் மணியம்பிள்ளை என்ற திருடனின் வாழ்க்கைக் கதையை, 'இந்துகோபன்' என்ற எழுத்தாளர் கேட்டு எழுதியிருக்கிறார். தன் குற்றங்களை வெளிப்படையாக ஒப்புக்கொண்டு அதை எப்படிச் செய்தான்? அந்தச் சூழ்நிலையில் எதுபோன்ற மனிதர்களைச் சந்தித்தான்? என்று விரிவாக விளக்கும் மணியம்பிள்ளை, "சந்தர்ப்பமே மனிதனைத் திருடனாக்குகிறது" என்கிறார். திருட்டு ஒரு குற்றம் என்றபோதும் திருடனின் மனநிலை எப்போதுமே வியப்பானதே!

கொரிய இயக்குநரான கிம் கி டிக் '3-Iron' என்ற படத்தை இயக்கியிருக்கிறார். சமகால உலகத் திரைப்படங்களில் மிக முக்கியமானது. வெறுமையான மனநிலை கொண்ட ஒரு திருடனின் கதை.

டி சுக் என்பவன் பகல் நேரங்களில் அடுக்குமாடிக் குடியிருப்பு களுக்குச் சென்று, பீட்சா உணவக விளம்பர அட்டைகளை வீடு வீடாகப் போட்டு வருவான். அதே வீடுகளுக்கு மறுநாள் போவான். ஏதாவது வீடுகளில் ஆள் இல்லாமல், விளம்பர அட்டைகள் வாசலிலேயே கிடந்தால், அந்த வீட்டைத் திறந்து உள்ளே போய்விடுவான்.

அவனது நோக்கம், திருடுவது அல்ல. மாறாக, அடுத்தவர்கள் வீட்டுக்குள் புகுந்து அங்கே குளித்து, விரும்பிய உணவைச் சமைத்துச் சாப்பிட்டு, கொஞ்ச நேரம் ஓய்வெடுத்துவிட்டு, பிறகுதான், அந்த வீட்டில் தான் இருந்த அடையாளத்துக்காக

ஒரு புகைப்படத்தையும் எடுத்துக்கொண்டு கிளம்பிவிடுவான். அப்படித் திருட்டுதனமாக நுழைந்து வீட்டைப் பயன்படுத்திக் கொண்டதற்குக் கைம்மாறாக அந்த வீடுகளில் உள்ள அழுக்குத் துணிகளை, தானே துவைத்துப்போடுவான். வீட்டுத் தோட்டத்தைச் சரி செய்வான். வீட்டை அழகு படுத்துவான். சமையல் பாத்திரங்களைக் கழுவி வைப்பான். கழிப்பறையைச் சுத்தம் செய்வான். இப்படி அவனால் முடிந்த சேவையை அந்த வீட்டுக்குச் செய்துவிட்டுத்தான் போவான்.

அவனது அவதானிப்பில் எந்த வீடும் முறையாக இல்லை. அலுவலகத்துக்குக் கிளம்புகிற அவசரத்தில் குழந்தைகளின் துணிகள், காலணிகள் ஒரு பக்கம் கவனமில்லாமல் கிடக் கின்றன. சமையலறை சுத்தம் செய்யப்படாமலே இருக்கிறது. குளிர்சாதனப் பெட்டியை யாரும் அக்கறையுடன் கவனித்துப் பராமரிப்பது இல்லை. பாதி உணவுகள் வீணடிக்கப்பட்டு இருக்கின்றன. வீட்டு ஷோகேஸில் தூசியும் குப்பையும் சேர்ந்து போயிருக்கிறது.

கழிப்பறைகள் சரியாகப் பராமரிக்கப்படுவதில்லை. அவசரம் மனிதர்களைத் துரத்திக்கொண்டே இருக்கிறது. அவர்கள் உறங்குவதற்கும், இயற்கை உபாதைகளைத் தணித்துக் கொள்வதற்கும், சமைத்துச் சாப்பிடுவதற்கும் உரியதாக மட்டுமே வீட்டை நினைக்கிறார்கள். தனது வீட்டினை ரசித்து எவரும் வாழ்வதே இல்லை என்று கண்டு கொள்கிறான்.

அதனால்தான் திருட்டுத்தனமாகச் செல்லும் வீடுகளை அவன் அழகுபடுத்துகிறான். நிம்மதியாக ஷவரில் குளிக்கிறான். வாங்கி வைத்து ஒருபோதும் வீட்டுக்காரர்கள் கேட்காத புதிய இசைத்தட்டுகளைப் பிரித்து பெரிய ஸ்பீக்கரில் பாட்டுப் போட்டு ரசித்துக் கேட்கிறான். நிதானமாகச் சமைக்கிறான். உணவை ருசித்துச் சாப்பிடுகிறான். பிறகு, சோஃபாவில் படுத்துக்கொண்டு ஜாலியாகப் படம் பார்க்கிறான். வீட்டின் ஒவ்வொரு சிறிய பகுதியையும் அவன் அனுபவிக்கிறான். பிறகு தன்னால் முடிந்த சேவையை நிறைவேற்றிவிட்டுப் போய்விடுகிறான்.

மாலையில் வீடு திரும்பும் வீட்டின் உரிமையாளர்கள்

தன்னுடைய வீடு எப்படி உருமாறியிருக்கிறது? என்று சந்தேகம் கொள்கிறார்கள். யார் தனது அழுக்கு உடைகளைச் சுத்தம் செய்தது? என்று திகைக்கிறார்கள். யாரோ திருடன் வந்திருக்கக்கூடும் என்று பயந்து அவசரமாகத் தங்களது பணம், நகைகளைச் சரிபார்க்கிறார்கள். எதுவும் திருடு போகவில்லை. ஆனால், ஒரு திருடன் வீட்டுக்குள் நுழைந்திருக்கிறான். எதற்காக அவன் உள்ளே வந்தான் என்று அவர்களுக்குப் புரியவில்லை. அவன்மீது எவரும் காவல்துறையில் புகார் தரவும் இல்லை.

திருடன் ஒருமுறை இதுபோல யாருமில்லாத வீடு ஒன்றில் திருடப்போகிறான். மிகப்பெரிய வீடு. ஆனால், அலங்கோலமாக இருக்கிறது. அதைச் சுத்தம் செய்துவிட்டு சமைக்க உள்ளே நுழையும்போது, ஒரு பெண்ணை யாரோ அடித்துக் கட்டிப்போட்டு இருப்பதைக் காண்கிறான். என்ன செய்வது என்று தெரியவில்லை. அந்தப் பெண் அவனையே வெறித்துப் பார்த்துக் கொண்டிருக்கிறாள். 'ஏன் பூட்டப்பட்ட வீட்டில் ஒரு பெண் கட்டிப்போடப்பட்டிருக்கிறாள்?' என்று யோசிக்கிறான்.

திருடனைப் பார்த்த பயம் அந்தப் பெண்ணின் கண்களில் இல்லை. மாறாக, தன்னை அவன் விடுவிக்க வேண்டும் என அந்தப் பார்வை கெஞ்சுகிறது. அவளை விடுவிக்கிறான்.

அவள், "என்னை எப்படியாவது இங்கிருந்து வெளியே கொண்டுபோய் விட்டுவிடுங்கள்" என்று கெஞ்சுகிறாள்.

"நீ யார்? எதற்காக இங்கே அடைபட்டுக் கிடக்கிறாய்?" என்று கேட்கிறான் திருடன்.

"எனது கணவன் என்னை அடித்துக் கொடுமைப்படுத்துகிறான். அவன் ஒரு சந்தேகப்பிராணி!" என்று கூறி அழுகிறாள். அவளைக் காப்பாற்ற முடிவு செய்து அழைத்துக்கொண்டு புறப்படும் நேரம் அந்தப் பெண்ணின் கணவன் காரில் வந்துவிடுகிறான். வேறு வழியில்லாமல் அவனை அடித்துப் போட்டுவிட்டு அந்தப் பெண்ணைக் காப்பாற்றி வெளியே அழைத்துப் போகிறான்.

புறநகர்ப் பகுதி ஒன்றில் அவளை விட்டுவிட்டுப் பிரிந்துபோக

நினைக்கிறான். அந்தப் பெண், "என்னை வெளியே அனுப்பினால், கணவன் பிடித்துச் சென்று கொன்று விடுவான். ஆகவே, உன்னோடு வருகிறேன்" என்று சொல்கிறாள். என்ன செய்வது என்று தெரியாமல் அவளைத் தன்னோடு அழைத்துப் போகிறான். அதன் பிறகு, அவர்கள் இருவரும் ஒன்றாக முன்புபோல யாரும் இல்லாத வீடுகளில் பகல் நேரங்களில் நுழைகிறார்கள். அந்தப் பெண் வீட்டைச் சுத்தம் செய்கிறாள். அவன் சமைக்கிறான். அந்தப் பெண் துணி துவைப்பாள். அவன் இஸ்திரி போடுவான். இப்படித் தங்களால் முடிந்த சேவையை இருவரும் பகிர்ந்துகொள்கிறார்கள்.

அதேநேரம் அவர்கள் இருவரும் அந்த வீட்டைத் தங்களது புதிய வீடுபோலக் கொண்டாடுகிறார்கள். புதிதாகத் திருமணமாகி வந்தவர்கள் போல் கேலி செய்வதும், சிரிப்பதும், ஒன்றாகச் சாப்பிடுவதும், டி.வி. பார்ப்பதும் என்று அந்த வீட்டில் தங்கும் பகலினை முழுமையாக அனுபவிக்கிறார்கள். மாலையில் சேர்ந்து புகைப்படம் எடுத்துக்கொள்கிறார்கள்.

ஒருமுறை திருடன் அந்தப் பெண்ணிடம் சொல்கிறான்... "யாராவது ஒரு வீட்டில் முகம் அறியாத நமக்கு இது போல உணவும் உபசரிப்பும் தருவார்களா என்ன? சுயநலம்தான் திருட்டை உருவாக்குகிறது. என்னை எவரும் எங்கேயும் அனுமதிக்கவே இல்லை. கண்டுகொள்ளவும் இல்லை. உலகின் கண்களுக்கு நான் ஓர் உதவாக்கரை; வெட்டி ஆள். ஆகவேதான், நான் அவர்கள் மீது எனக்குள்ள உரிமையை நானே எடுத்துக்கொண்டேன். என்னை அவர்கள் ஒருபோதும் தெரிந்துகொள்ள முடியாது. ஆனால், நானும் இந்த வீட்டில் ஒருநாள் வசித்திருக்கிறேன். விசித்திரமான உறவில்லையா?" என்றான்.

ஒருநாள், திருடன் ஒரு வீட்டில் நுழையும்போது அங்கே வயதான மனிதர் ஒருவர் மாரடைப்பால் இறந்து கிடப்பதைக் காண்கிறான். என்ன செய்வது என்று தெரியவில்லை. அங்கு இருந்த டைரியில் எண்களைத் தேடி, அவரது மகன் மற்றும் மகளுக்குத் தொலைபேசி வழியே தகவல் சொல்கிறான். அவர்கள் ஆளுக்கு ஓர் ஊரில் இருக்கிறார்கள். அவர்கள் வந்து சேரும் வரை இறந்தவரின் உடலை அப்படியே விட்டு

வைக்க முடியாது என்று கருதி, அதை முறையாகச் சுத்தம் செய்து, பௌத்த முறைப்படி ஓர் அறையில் கிடத்தி ஊதுவத்தி வைத்து, அவருக்காகப் பிரார்த்தனையும் செய்கிறான். அப்பா இறந்துபோனதை அறிந்த பிள்ளைகள் ஊரில் இருந்து வந்து சேர்கிறார்கள். தங்களால்கூட இப்படிச் செய்திருக்க முடியாது என்று அஞ்சலி அறையின் நேர்த்தியைக் கண்டு வியக்கிறார்கள்.

தன் மனைவியை ஒருவன் கடத்திக்கொண்டு போய்விட்டான் என்று புகார் தந்த கணவன் திருடனைத் தேடுகிறான். ஒருநாள் திருடன் பிடிபடுகிறான். சிறைக்கும் போகிறான். அங்கே அவன் ஆள்கள் இல்லாத வீடுகளில் புகுவதைவிட அனைவரும் இருக்கும்போது உள்ளே நுழைந்து தான் விரும்பியதை எப்படிச் செய்வது என்று பயிற்சி செய்கிறான். அதன்படியே சிறையில் இருந்து வெளியே வந்து, தன்னோடு சுற்றிய பெண்ணின் வீட்டுக்குள் புகுந்துவிடுகிறான். அங்கே உள்ள அத்தனை பேர் கண்களையும் மீறி நிழல்போல அவன் ஆடும் நாடகம் வேடிக்கையானது.

அத்துமீறி வீடு புகுவதில் துவங்கிய படம், மெல்ல மனிதர்களின் நெருக்கடியான வாழ்க்கையை, அதன் அபத்தத்தை, கவனமின்மையைச் சுட்டிக்காட்டுகிறது. உண்மையில் நம் வீடுகளை நாம் அக்கறை கொள்ள மறந்து போயிருக்கிறோம். நமக்கு வரும் கடிதங்களுக்கு நாம் பதில் எழுதுவதில்லை. பகல் நேரங்களில் யாரோ தொலைபேசியில் அழைக்கிறார்கள். பூட்டப்பட்ட வீட்டில் அந்த மணியோசை கேட்டபடியே இருக்கிறது. நமது தோட்டத்துப் பூக்களை நாம் ரசிப்பதில்லை. ஆசையாக வாங்கிய பல பொருட்கள் வீட்டில் கவனிக்கப்படாமலே இருக்கின்றன. அவற்றை முறையாக நாம் உபயோகிப்பதில்லை.

படிக்க வாங்கிய புத்தகங்கள் அலமாரியில் தூசியேறிக் கிடக்கின்றன. அதைப் புரட்டிப் படிக்க நேரமில்லை. நம்மைத் தவிர நமது உலகில் வேறு யாருக்கும் இடமில்லை. ஆனால், உலகம் நம்மோடு முடிந்துவிடுவதில்லை. வெளியே ஆயிரமாயிரம் மனிதர்கள் இருப்பிடமின்றி, முறையான உணவின்றி, பணமின்றி, சொல்ல முடியாத பிரச்சனைகள் நிரம்ப அல்லாடுகிறார்கள். அவர்கள் மீது நம்முடைய துளிக்

கவனம்கூட செல்வதே இல்லை.

நிஜத்தில் நாம் திருடனை உருவாக்குகிறோம். பிறகு அவனைக் கண்டு பயம் கொள்கிறோம். திருடனாக நினைத்துக்கொண்டு சகமனிதர்கள் யாவரையும் சந்தேகம் கொள்கிறோம். விலகிப் போகிறோம். அடுத்த மனிதன் மீதான அக்கறை புறக்கணிக்கப்படும் போதுதான் திருட்டு உருவாகத் துவங்குகிறது. யோசிக்கையில், யார் குற்றவாளி என்ற கேள்விக்கான பதில் எப்போதுமே நம்மை நோக்கியே சுட்டிக்காட்டுகிறது!

மலையேற பார்வை தேவையில்லை!

எவரெஸ்ட் சிகரம் என்றால், அதில் ஏறி சாதனை படைத்த டென்சிங் ஹிலாரியின் நினைவு வருகிறது. அந்தச் சாதனையைவிட மிக அரியதாக நான் நினைப்பது, 2001-ஆம் ஆண்டு Erik Weihenmayer என்ற பார்வையற்றவர் எவரெஸ்ட் சிகரம் ஏறிச் சாதனை படைத்தது.

எரிக், ஹாங்காங்கில் பிறந்தவர். 13 வயதில் நோயின் காரணமாக முழுமையாகப் பார்வை போனது. அதை ஒரு குறையாகக் கொள்ளாமல் மலை ஏறுவதில் ஆர்வம் காட்டி, தொடர்ந்து பல்வேறு மலைகளில் ஏறிப் பயிற்சிகொண்டார். இடைவிடாத முயற்சியின் முடிவில், எவரெஸ்ட்டின் உச்சியை அடைந்திருக்கிறார். தற்போது, தன்னைப்போலவே பார்வைக் குறைபாடு கொண்டவர்களுக்கான மலையேறும் பயிற்சி முகாம்களை நடத்தி வருகிறார்!

44

ரயில் என்றொரு நண்பன்...

சத்யஜித்ரேயின் 'பதேர் பாஞ்சாலி' படத்தில், தூரத்தில் தெரியும் ரயிலைப் பார்ப்பதற்காக துர்கா என்ற சிறுமியும், அவளது தம்பி அப்புவும் நாணல் பூத்த நிலப் பரப்பில் ஓடுவார்கள். கரும்புகையோடு வரும் ரயிலை வியப்போடும், எல்லையற்ற சந்தோஷத்துடனும் பார்ப்பார்கள். அந்தப் படத்தை எப்போது பார்த்தாலும் மனம் நெகிழ்ந்துவிடும்.

நான் ரயிலைப் பார்க்க ஓடும் சிறுவனாக இருந்திருக்கிறேன். எப்போதாவது ஒரு விமானம் கிராமத்தைக் கடந்து போகையில், அதுகூடவே நானும் சேர்ந்து ஓடியிருக்கிறேன். இன்று 10 நிமிடங்களுக்கு ஒரு விமானம் தலைக்கு மேலாகப் பறக்கிறது. அதை எந்த ஒரு சிறுவனும் வியப்போடு பார்ப்பதில்லை.

ஒருமுறை பள்ளிச் சிறுவனிடம் "விமானம் வானில் பறப்பது உனக்கு அதிசயமாக இல்லையா?" என்று கேட்டேன்.

"விமானம் ஆகாயத்தில் இருந்து வெடித்துத் தரையில் வீழ்ந்தால் கட்டாயம் வேடிக்கை பார்ப்பேன்" என்று பதில் சொன்னான்.

கடந்த காலத்தின் வியப்புகள் எதுவும் இன்று இல்லை. இன்று அரிதாகவே சிறுவர்கள் வியப்படைகிறார்கள்.

வீடியோ கேம்களில் வெளிப்படும் மிதமிஞ்சிய வன்முறையைத் தவிர, வேறு எதுவும் சிறார்களைக் கிளர்ச்சிகொள்ளச் செய்வதில்லை.

எத்தனையோ ஆயிரம் முறை ஏதேதோ ஊர்களுக்கு ரயிலில் சென்று வந்தபோதும், அது தரும் மகிழ்ச்சி குறையவே இல்லை. ரயில் பயணம் எதையோ கற்றுத் தருகிறது. ஒவ்வொரு பயணத்தின் போதும் மனம் விசாலமடைவதை உணர்ந்து இருக்கிறேன். ரயில் வேகத்தில் ஓடி மறையும் மரங்கள், தூரத்து அடிவானம், மிதக்கும் சூரியன், பின்னிரவில் ஒளிரும் நிலவு, பாலத்தில் செல்லும்போது தெளிவற்று ஓடி மறையும் ஆறு, எதிரே கடந்து செல்லும் ரயிலில் தோன்றி மறையும் முகங்கள், உறக்கத்திலும் கலந்துவிடும் ரயிலின் ஓசை.

ரயிலும், ரயில்நிலையமும், ரயில் பயணிகளும் என்றைக்கும் வசீகரமாகவே இருக்கிறார்கள். சொல்லப்படாத கதைகள், வலிகள், சந்தோஷங்கள், பிரிவு... ரயில் நிலையங்களில் சிதறிக்கிடக்கின்றன. ஒவ்வொரு ரயில்நிலையத்தின் வாசலும் கனவின் நுழைவாயிலே. அது நம்மை எங்கோ அழைத்துப் போகிறது. அல்லது திரும்ப அழைத்து வருகிறது.

ரயில் பாதைகள் அமைக்கப்பட்டதும் ரயிலின் வருகையும், அதனால் ஏற்பட்ட மாற்றங்களும், நடந்த முக்கியச் சம்பவங்களும் தனித்து விரிவாக எழுதப்பட வேண்டியவை. இன்னமும் அதை யாரும் முழுமையாக எழுதவில்லை. ரயிலின் வருகை மனிதர்களின் தூரம் செல்ல வேண்டிய பயத்தை விலக்கியது.

கிராமங்களில் சிறுவர்கள் வரிசையாக ஒருவர் பின் ஒருவர் நின்றுகொண்டு ரயில் விளையாட்டு ஆடுவார்கள். அந்த ரயில் எங்கே நிற்கும்? யாரை ஏற்றிக்கொள்ள வேண்டும்? என்பது வேடிக்கையாக இருக்கும். ரயில் போலவே சத்தமிடுவார்கள். ஒருபோதும் ரயில் ஓடமுடியாத கிராமத்தின் வீதிகளில், சிறுவர்களின் ரயில் மட்டும் குபு குபு.. வென்ற சத்தத்துடன் ஓடிக்கொண்டிருக்கும். கேலி செய்வதற்காகச் சில பெண்கள் தாங்களும் ஏறிக்கொள்வதாகச் சொல்வார்கள்.

தங்கள் ரயிலில் பெரியவர்களை ஏற்றிக்கொள்வதில்லை என்று சிறுவர்கள் மறுத்துவிடுவார்கள். உலகில் எங்காவது சிறுவர்களுக்கு என்று தனியே ரயில் ஓடுகிறதா என்ன? அன்று கிராமங்களில் சிறுவர்களின் ரயில் மண் பாதைகளில் ஓடியது. இருட்டுக்குள்கூடப் பயமின்றி ரயில் விளையாட்டுத் தொடரும். நிஜ ரயிலைவிடச் சிறுவர்கள் விளையாட்டு ரயிலை விரும்பினார்கள்.

ரயில் நிலையம் அருகில் உள்ள கிராமங்களை விழிக்கச் செய்வதே ரயில் ஓசைதான். காலை கடந்து செல்லும் ரயிலும், மாலை திரும்பி வரும் ரயிலும் கிராமத்தின் ரயில்நிலையத்தில் நிற்காதபோதும்கூட அந்தச் சத்தம்தான் கடிகாரம் போல அவர்களை இயக்கிக்கொண்டு இருந்தது.

பள்ளிச் சுற்றுலாவுக்கு ரயிலில் அழைத்துச் செல்வார்கள். ரயில் ஜன்னல் முழுவதும் கைகளாக முளைக்க ஊர் போய்ச் சேரும்வரை மாணவர்கள் கூச்சலிட்டபடியே வருவார்கள். அப்போது ரயில் மிக வேகமாகச் சென்று கொண்டிருப்பது போலவே தோன்றும். ரயிலில் போய் வந்த கதையை நினைத்து நினைத்துச் சொல்லிக்கொண்டு இருப்பார்கள்.

ஒருமுறை, பள்ளி முடிந்து மாலையில் வீடு திரும்பும்போது, "ரயில் தண்டவாளத்தின் மேலேயே எவ்வளவு தூரம் முடியுமோ அவ்வளவு நடக்கலாமா?" என்று நண்பனிடம் கேட்டேன்.

"தண்டவாளத்தைவிட்டுக் கீழே இறங்கிவிடாமல் நடக்க வேண்டும், முடியுமா?" என்று நண்பன் சவால் விட்டான். ஒப்புக்கொண்டேன். இருவரும் நடக்கத் துவங்கி மெல்ல ஊரை விட்டு விலகி, நடந்துகொண்டே இருந்தோம். தண்டவாளங்கள் வளைந்தும், நீண்டும், திரும்பியும் போனபடியே இருந்தன. தண்டவாளத்தில் நடப்பது சுவாரஸ்யமாக இருந்தது. இருட்டும் வரை நடந்திருப்போம். எங்கள் பின்னால் இருந்த தண்டவாளங்கள் மறைந்து போயிருந்தன. எங்கே நிற்கிறோம்? என்றே தெரியவில்லை. வேலிச் செடிகளும் பனைமரங்களும் வெட்ட வெளியும்கூட இருளில் மறைந்திருந்தன.

நண்பன் செய்வதறியாமல் அழத் துவங்கினான். ஒருவரை ஒருவர் பிடித்துக்கொண்டு அதே ரயில் தண்டவாளத்தில் நடந்து திரும்பிவிடலாம் என்று சொன்னபோதும், அவன் ஆறுதலடையவில்லை. 'வழியில் ஏதாவது ரயில் வந்துவிட்டால் நம்மை அடித்துப் போட்டுவிடும்' என்று பயந்து அழுதான். ரயில் வராது என்று பொய்யாகத் தைரியம் சொன்னேன்.

இருவரும் வேறு வழியில்லாமல் தண்டவாளத்தில் நடக்கத் துவங்கினோம். நாங்கள் பயந்தது போலவே தூரத்தில் ரயில் வருவதற்கான வெளிச்சம் தெரிந்தது. எங்கே ஒதுங்கி நிற்பது என்று தெரியவில்லை. பயத்தில் தாவி இருட்டுக்குள் குதித்தோம். கண் முன்னே சீற்றத்துடன் ரயில் கடந்து போனது. ரயிலில் இருந்தவர்கள் எங்களைப் பார்த்திருக்க முடியாது. ஆனால், நாங்கள் ரயிலில் தென்பட்ட முகங்களைப் பார்த்தபடியே இருந்தோம். ரயில் ஓடி மறைந்தவுடன் இருள் மீண்டும் நிரம்பிக்கொண்டது.

தாவிக் குதித்ததில், நண்பன் கீழே விழுந்து கைகளில் சிராய்ப்பு அடைந்திருந்தான். ஆனால், அவ்வளவு நெருக்கத்தில் தண்டவாளத்தில் ஓடும் ரயிலை அதற்கு முன்பு கண்டதே இல்லை. பயம் அடங்கிக் கிளர்ச்சி மேலோங்கியது. அன்று வீடு திரும்பியபோது மணி ஒன்பதாகி இருந்தது.

நண்பனின் வீட்டில் செய்தி தெரிந்து, அவனது அப்பா வீட்டுக்கே வந்து என்னைத் திட்டினார். என்னோடு அவன் பள்ளிவிட்டு வீடு திரும்புவது அன்றோடு முடிந்து போனது. ஆனால், ரயிலை அவ்வளவு நெருக்கத்தில் கண்ட அந்தக் காட்சி இன்றைக்கும் மனதில் ஒளிர்ந்தபடியே இருக்கிறது.

ரயில் சினேகம் என்பது விசித்திரமான ஒரு குமிழ். அது உருவாகும்போது ஏற்படும் கிளச்சியும், அது வளர்ந்து காட்டும் அழகும் ஒவ்வொருமுறையும் புதிதாகவே இருக்கிறது. நான் அறிந்தவரை உலகிலேயே ரயில் சினேகம்போல மிக வேகமாக வளர்ந்து, வேகமாக முறிந்து போகும் உறவு வேறு இல்லை.

ஆண்களைவிடப் பெண்கள் ஒருவருக்கொருவர் பார்த்த மறு நிமிடம் பழகிவிடுகிறார்கள். அது போலவே உறங்கப்

போவதற்குள் பிரிந்தும் விடுகிறார்கள். ஆண்களோ யாரோடு பேசுவது என்று தயங்கித் தயங்கித் தேர்வு செய்கிறார்கள். பிறகு, சிறிய யோசனை. அது கலைந்து ஐந்தாம் நிமிடத்தில் பேசத்துவங்கி, அடுத்த பத்தாம் நிமிடத்தில் வார இதழ்களைப் பரிமாறிக்கொண்டு, அரசியல், சினிமா, நாட்டுநடப்பை விவாதித்தபடியே கொண்டுவந்த உணவைப் பகிர்ந்துகொண்டு நட்பாகிறார்கள்.

இரவு உறங்குவதற்குள் அவரவர் கவலைகள், ஆதங்கங்கள் என வாழ்வின் நினைவுகளைப் பகிர்ந்துகொண்டு, விடியும்போது இறங்க வேண்டிய ரயில் நிறுத்தத்தில் முந்தைய நாளின் நினைவு எதுவுமின்றிப் பிரிந்து விடுகிறார்கள். இப்படி ஒவ்வொரு பயணத்திலும் யாராவது அறிமுகமாகிறார்கள்.

இப்போது ரயில் சினேகம்கூட அறுபட்டுப்போய் இருக்கிறது. ரயிலில் ஏறினால், ஊர் போய்ச் சேரும் வரை செல்போனில் பேசிக்கொண்டே இருக்கிறார்கள். வாய் ஓயாத செல்போன் உரையாடல்களால் ரயில் பெட்டிகள் நிரம்பி வழிகின்றன. இன்று ரயில் பயணம் குறித்த கிளர்ச்சியை விட, குற்றச்சாட்டுகளே அதிகமாகி இருக்கின்றன. வரலாறு, ரயிலையும் சில குறிப்பிட்ட ரயில் பயணங்களையும் தனது கடந்த காலத்தின் மறக்க முடியாத சாட்சியாக வைத்திருக்கிறது. ஹிட்லரின் நாஜி அதிகாரம், யூதர்களை ஆடு, மாடுகள்போல் கொல்வதற்கு அழைத்துச் சென்ற மரண ரயிலும், தனுஷ்கோடி புயலில் சிக்கி பலியான ரயிலும், இன்றும் மனதைத் துயரம்கொள்ள வைக்கின்றன.

அந்த வரிசையில் மிக முக்கியமான திரைப்படம் "Train to Pakistan". இந்தியா – பாகிஸ்தான் பிரிவினையின்போது ஏற்பட்ட வன்முறையும், கற்பழிப்பும், உயிரிழப்பும் மறக்க முடியாதவை. லட்சத்துக்கும் மேலான மக்கள் இதில் பலியாகி இருக்கிறார்கள். இந்தியப் பிரிவினை தமிழ்நாட்டில் வெறும் செய்தி மட்டுமே. வடக்கே பயணம் செய்தால், அதுவும் பஞ்சாப் மாநிலத்தில் பயணம் செய்தால், ஒவ்வொரு குடும்பத்திலும் பிரிவினையின் வலி இன்னமும் இருந்துகொண்டே இருப்பதை உணரலாம்.

இந்தத் திரைப்படம் குஷ்வந்த் சிங்கின் நாவலை மையமாகக் கொண்டது. பமீலா ரூக்ஸ் இதை இயக்கியிருக்கிறார். சட்லஜ் ஆற்றின் கரையில் உள்ள "மனோ மஜ்ரா" என்ற கிராமம் எப்படி இந்தியப் பிரிவினையால் சூறையாடப்படுகிறது? என்பதே படத்தின் மையக் கதை.

இந்த ஊரில் ஒரு சிறிய ரயில்நிலையம் உள்ளது. லாகூருக்கும் டெல்லிக்கும் இடையில் ஓடும் இரண்டு ரயில்கள் அதைக் கடந்து போகின்றன. எல்லைப்புறக் கிராமம் அது. இந்தக் கிராமத்தில் சீக்கியர்களும் முஸ்லிம்களும் ஒன்றாக வசிக்கிறார்கள். ஒரே ஒரு இந்துக் குடும்பம் இருக்கிறது.

இந்தியா – பாகிஸ்தான் பிரிவினையின்போது இரண்டு பக்கமும் கலவரம் மூள்கிறது. வீடுகள் சூறையாடப்படுகின்றன. இளம் பெண்களைக் கூட்டமாக வந்து கற்பழிக்கிறார்கள். எதிர்ப்பவர்கள், அப்பாவிகள் கொல்லப்படுகிறார்கள். உயிர் தப்பி வர, ரயிலின் கூரை மீதுகூட ஏறிக்கொள்கிறார்கள். அப்படி லாகூரில் இருந்து புறப்பட்டு வந்த ரயிலில் எண்ணிக்கையற்ற மனிதர்கள் உயிரிழந்து, உடைமை இழந்து உயிரைக் காப்பாற்றத் தப்பி வருகிறார்கள். இந்தச் சம்பவம், ஒன்றாக வாழ்ந்த கிராம மக்களுக்குள் பிரிவினையைத் தூண்டுகிறது. அமைதியாக வாழ்ந்து கொண்டிருந்த சிறிய கிராமம், பிரிவினை காரணமாகப் பற்றி எரியத் துவங்கி, மயானம் போலாகிறது.

இந்தியா – பாகிஸ்தான் இரண்டு பக்கத்திலும் வன்முறை ஒன்றுபோலவே இருந்திருக்கிறது. மத, இன அடையாளங்களைத் தாண்டி மனிதர்கள் மீதான வெறுப்பும் வெறியும் தாண்டவமாடி இருக்கின்றன. தூண்டிவிடப்பட்ட பேச்சுகள், வதந்திகள், பயம் இவையே வன்முறையின் ஆதார விதைகள். அன்றிருந்த அரசும் அதிகாரமும் இதை ஒடுக்கவே இல்லை. அவர்களது மௌனம் வன்முறையை வளர்த்தெடுத்து இருக்கிறது.

கல்வி, நாகரிகம், அன்பு யாவும் மனிதனுக்கு எதையும் கற்றுத் தரவில்லை என்பதன் வெளிப்படையான சாட்சியாக இருந்தது, இந்தியா – பாகிஸ்தான் பிரிவினை. பிரிவினையின் போது காணாமல் போனவர்களைத் தேடும் பணி 60 ஆண்டு

களுக்கு மேலாகியும், இன்றும் முடிவடையவே இல்லை. பிரிவினை எனும் இருண்ட அத்தியாயத்தின் ஒரு பகுதியே இந்தப் படம். மனித அவலத்தின் குரலையே இந்தப் படம் வெளிப்படுத்துகிறது.

வரலாற்றில் இருந்து மனிதர்கள் எதையும் கற்றுக்கொள்வதே இல்லை என்பதையே சமகால வன்முறைகள், கலவரங்கள் நிரூபணம் செய்கின்றன. அதற்கும் ரயிலே சாட்சியாக இருக்கிறது!

குற்றங்களைத் தடுக்க' விளையாடுவோமா?

கால்பந்து விளையாடினால் பொழுது போகக்கூடும். ஆனால், அதை வைத்துத் தனது சுற்றுச்சூழலை மாற்ற முடியும் என்று நிரூபித்திருக்கிறான், 20 வயது அசோக்.

மும்பையின் மிகப்பெரிய சேரியில் வசிக்கும் இவன், தன் சுற்றுப்புறத்தில் உள்ள சிறுவர்கள் படிப்பைக் கைவிட்டு, போதைப் பழக்கம் மற்றும் நிழல் உலகக் குற்றங்களில் ஈடுபடுவதைத் தடுப்பதற்காக அவர்களைக் கால்பந்து விளையாடப் பழக்குகிறான். அவர்களுக்குள்ளாகவே போட்டி நடத்துகிறான்.

இவனது முயற்சியின் காரணமாக, அம்பேத்கர் நகர் என்ற பகுதியில் இன்று 20-க்கும் மேற்பட்ட கால்பந்து குழுக்கள் உருவாகியிருக்கின்றன. அவர்களுக்கான பயிற்சிக்களம், தேவைப்படும் பொருட்கள் மற்றும் தொடர்பயிற்சிகளை அசோக் உருவாக்கித் தந்ததோடு, சிறார்கள் குற்றவாளிகளாக உருவாவதைத் தடுப்பதில் முக்கியப் பங்காற்றி வருகிறான்!

45

எப்படிக் கடந்து செல்வது?

காதலின் விசித்திரம் புரிந்து கொள்ள முடியாதது. 20 வயதில் தோன்றும் காதல் இயற்கையானது. ஆனால், நடுத்தர வயதில் தோன்றும் காதல்? அதை எப்படி எதிர்கொள்வது? எப்படிக் கடந்து செல்வது? 45 வயதில் ஏற்படும் எதிர்பாராத காதல், பல ஆண்களைத் தடுமாற வைத்திருக்கிறது. தவறான முடிவுகளுக்கும் கொண்டு சென்றிருக்கிறது.

அதுபோலவே 30–ஐக் கடந்த பெண்ணுக்கு ஏற்படும் காதலும். குடும்பம், கணவன், குழந்தைகள் என்ற இயல்பான உலகில் இருந்து அவளை வெளியேற்றுகிறது. அவளது அன்றாட வாழ்வு சிடுக்கும் சிக்கலும் ஆகிவிடுகிறது.

குடும்பத்துக்காகவும், சமூகக் கட்டுப்பாடுகளுக்காகவும் பெண்ணோ, ஆணோ தங்களது ரகசியக் காதலை வெளியே சொல்லாமல் இருக்கக்கூடும். ஆனால், நடுத்தர வயதில் திடீரென காதல்வசப்படுவது பலருக்கும் நடந்தேறி இருக்கிறது. அதை அவர்கள் எதிர் கொண்ட விதமும் பின் விளைவுகளும் ஒரே நேரத்தில் மகிழ்ச்சியும் கசப்புமானவை.

தங்கள் வயதை மறந்து அவர்கள் நடந்து கொள்ளும் விளையாட்டுத்தனம் ஒரு பக்கம் என்றால், மறுபக்கம் தங்கள் வயதை நினைத்து அவர்கள் போடும் வேஷங்களும்

ஒளிவுமறைவுகளும் இந்தக் காதலைக் குழப்பத்தின் உச்சத்துக்குக் கொண்டு செல்கின்றன. அல்லது ஆறாத மன வலியை, ஏமாற்றத்தைத் தருகின்றன.

நடுத்தர வயதின் காதல், அற்ப நாளில் முடிந்து போய்விடும் சிலந்தி வலை போன்றது என்று அறிந்தே காதலிக்கத் துவங்கு கிறார்கள். பல நேரங்களில் அதைக் கைவிட முடியாமல் தொடரவும் முடியாமல் சிக்கிக்கொண்டு துயரப்படுகிறார்கள். நாளிதழ்கள், வார இதழ்களில் காணப்படும் பெரும்பகுதி, குற்றச்சம்பவங்களுக்கும் நடுத்தர வயதின் காதலுக்கும் மிக நெருக்கமான உறவு இருக்கிறது.

யூசுப் சௌராணி என்ற உருது எழுத்தாளரின் 'தொடர்பு எல்லை' என்ற சிறுகதையைச் சமீபத்தில் வாசித்தேன்.

காப்பீட்டு வங்கியில் பணியாற்றும் 38 வயதான ஜப்ரா அழகான பெண். திறமையான நிர்வாகி. திருமணமாகி இரண்டு குழந்தைகள் இருக்கிறார்கள். சொந்த வீடு, சமூக அந்தஸ்து என்று வாழ்க்கை மகிழ்ச்சியாகப் போய்க் கொண்டிருக்கிறது.

ஒரு நாள், அவளது காப்பீட்டு நிறுவனத்தில் இழப்பீடு வழக்கு பற்றி, புகார் தருவதற்காக இப்ராகிம் என்ற 25 வயது இளைஞன் வருகை தருகிறான். அவன் விளையாட்டு ஆசிரியராகப் பணியாற்றுவதாகச் சொல்கிறான். மற்ற வாடிக்கையாளர்போல இல்லாமல் அவனிடம் ஏதோ ஓர் ஈர்ப்பு அவளுக்கு உருவாகிறது. இப்ராகிமின் பிரச்னையைத் தானே சரிசெய்வதாக ஜப்ரா உறுதி கூறுகிறாள். இப்ராகிம் அடிக்கடி அலுவலகம் வரத் துவங்குகிறான். தொலைபேசியிலும் பேசுகிறான்.

ஒவ்வொரு முறையும் அவன் வெளிப்படையாக ஜப்ரா அணிந்துள்ள உடை மற்றும் அவளது கேசம், வாசனைத் திரவியம் பற்றி வியந்து பேசுகிறான். திருமணமாகி 18 ஆண்டுகள் முடிந்துபோனதால் ஜப்ராவின் அழகை அவளது கணவன் கண்டுகொள்வதே இல்லை. ஆகவே, இப்ராகிமின் பாராட்டுகள் அவளை மிகச் சந்தோஷப்படுத்துகின்றன. தன்னை ஒருவன் ரசிக்கிறான். தனது திறமைகளைப்

பாராட்டுகிறான் என்பதே அவன் மீதான ஈர்ப்புக்கு முக்கியக் காரணமாக இருக்கிறது.

இருவரும் ஒன்றாகத் தேநீர் அருந்துகிறார்கள். திரைப்படம் பார்க்கச் செல்கிறார்கள். தான் 38 வயதில் காதலிப்பது அவளுக்கு உள்ளூர சந்தோஷமாக இருக்கிறது. அதேநேரம், இது வெளியே தெரிந்தால் பிள்ளைகள் தன்னை வெறுப்பார்கள். கணவன் தன்னைக் கைவிட்டுவிடுவார் என்ற பயமும் ஏற்படுகிறது. இந்தக் காதல், திருமணத்தை நோக்கிச் செல்லப்போவது இல்லை. ஆனால், அதை எப்படி எடுத்துக்கொள்வது? யாரிடம் இதைப் பற்றிப் பேசுவது? என்று அவளுக்குப் புரியவில்லை.

அடிக்கடி இப்ராகிமோடு பேச வேண்டும் என்று விரும்புகிறாள். அலுவலகம், வீடு, பிள்ளைகள் என்று சலிப்பூட்டிக் கொண்டிருந்த அவளது தினசரி உலகை, அவனது காதல் முழுவதுமாக மாற்றிவிட்டதாக உணர்கிறாள். அவனுக்காகத் தேடித் தேடிப் பரிசுகள் வாங்குகிறாள். அவனைப் பற்றியே நினைத்துக்கொண்டு இருக்கிறாள். அவளது தோற்றமே மாறத் துவங்குகிறது.

பொய்யான ஒரு காரணம் சொல்லி, இப்ராகிமைத் தன் வீட்டுக்கு அழைத்து வருகிறாள். கணவன், குழந்தைகள் அவனோடு எப்படிப் பழகுகிறார்கள் என்று உன்னிப்பாகக் கவனிக்கிறாள். இப்ராகிம், அவர்கள் முன்னால் அவளோடு ஒரு வார்த்தை அதிகம் பேசுவதும் இல்லை. உரிமை எடுத்துக்கொள்வதும் இல்லை. ஆகவே, அந்த நாடகம் அவளுக்குப் பிடித்திருக்கிறது.

ஓர் உணவகத்தில், அவனோடு சேர்ந்து உணவு உண்ணும்போது மகள் பார்த்துவிடுகிறாள். அன்று இரவே வீட்டுக்கு உண்மை தெரிந்துவிடுகிறது. 16 வயது மகன், “அம்மாவின் கள்ளக் காதல் தனக்குப் பிடிக்கவில்லை” என்று திட்டுகிறான். “அம்மா இப்படி ஒரு துரோகம் செய்பவளாக மாறுவாள் என்று எதிர்பார்க்கவில்லை” என்று மகள் கத்துகிறாள். கணவன் மட்டும் அமைதியாக ஜப்ராவிடம், “உனக்கு அவனைப் பிடித்திருக்கிறதா?” என்று கேட்கிறான். அவள் குழப்பத்துடன் ஆமோதிக்கிறாள்.

"அவனோடு இரண்டு நாள் இருந்து பார். அதன்பிறகு இந்த உறவைத் தொடர்வதா...? வேண்டாமா? என்று முடிவு செய்யலாம்" என்று பிள்ளைகளின் கோபத்தை மீறி அவளை இப்ராகிமைச் சந்திக்க அனுப்பி வைக்கிறான். அவள் போவதா...? வேண்டாமா? என்று குழம்புகிறாள். மறுநாள் இப்ராகிமைத் தேடிச் செல்கிறாள்.

அவனது உறவைப் பற்றித் தன் கணவனிடம் சொல்லிவிட்டதாகத் தெரிவிக்கிறாள். அவள் தன்னை ஏமாற்றி நடிப்பதாகக் கூச்சலிடுகிறான் இப்ராகிம். ஒரே நாளில் அவனது இயல்பும் கோபங்களும் விருப்பு வெறுப்புகளும் அவளுக்குப் புரிந்துவிடுகின்றன. அவன், தான் நினைத்தது போன்றவன் இல்லை என்று உணர்ந்து கொள்கிறாள். அன்று இரவே தன் வீட்டுக்குத் திரும்பிவிடுகிறாள்.

கணவன், அவளை ஆறுதல்படுத்துவதுபோலச் சொல்கிறான். "திருமணத்துக்குப் பிறகு ஏதோ ஒரு வயதில் ஆணோ, பெண்ணோ திடீரெனக் காதல் கொள்வது இயல்பானதே. அதற்குக் காரணம், நம்மோடு கூடவே இருப்பவள் தானே என்று நாம் கண்டுகொள்ளாமல் விடுவதுதான். உண்மையில் புறக்கணிப்பும் ரசனை இன்மையும்தான் இன்னொருவனை அந்த இடத்துக்குக் கொண்டு வந்திருக்கிறது.

திடீரென உருவாகும் உறவுக்கான ஆதாரக் காரணங்கள், கணவனோ மனைவியோ ஒருவரை ஒருவர் பரஸ்பரம் புரிந்துகொள்ளாமல் இருப்பதுதான். அதாவது, பாலுறவில் நாட்டமின்மை, ரசனையற்று இருப்பது, பாராட்ட மறுப்பது, தேவையற்ற எரிச்சல், கோபம் கொள்வது போன்றவையே.

"உன்னிடத்தில் நான் இருந்தாலும் இப்படித்தான் நடந்து கொண்டிருப்பேன். உண்மையில் நீ என் புறக்கணிப்பின் குற்றத்தைச் சுட்டிக்காட்டி இருக்கிறாய். இதற்கு மேல் இதில் எதுவும் இல்லை. நீ போய் உறங்கு" என்று அவளைப் படுக்கைக்கு அனுப்பி வைக்கிறான் என்பதோடு கதை முடிகிறது.

எத்தனையோ நடுத்தர வயது ஆண் – பெண்களின் வாழ்வில் நடந்துள்ள, ஆனால் வெளியே பகிர்ந்துகொள்ளப்படாத காதல் வலியை இந்தக் கதை மிக அழகாக வெளிப்படுத்தி

இருக்கிறது. பலவீனமும் தடுமாற்றமும் மனித இயல்புகளில் ஒன்றுதான். அதை எதிர்கொள்வதும் தீர்த்துக்கொள்வதிலுமே பிரச்னைகள் உருவாகின்றன.

நடுத்தர வயது மனிதனின் காதலை மிக ஆழமாகவும் வலியோடும் சொல்கிறது 'DISGRACE' திரைப்படம். இது நோபல் பரிசு பெற்ற எழுத்தாளரான ஜெ.எம்.கூட்ஸின் நாவலிலிருந்து உருவாக்கப்பட்டது.

"டேவிட் லூரி 50 வயதைக் கடந்த ஆங்கிலப் பேராசிரியர். தென்னாப்பிரிக்காவின் கேப்டவுனில் உள்ள பல்கலைக் கழகத்தில் பணியாற்றுகிறார். விவாகரத்து ஆனவர். ஆகவே, தனித்து வாழ்கிறார்.

ஒரு மழை நாளில் பல்கலைக்கழக வளாகத்தின் நுழைவாயிலில் மெலனி என்ற மாணவியைச் சந்திக்கிறார் லூரி. அவள் அவரது இலக்கிய வகுப்பில் படிப்பவள். அவளைத் தன் வீட்டுக்கு அழைத்துச் செல்கிறார். தன்னுடன் இரவு தங்கும்படியாகச் சொல்கிறார். அவள் மறுக்கிறாள். தொடர்ந்து அவளுடன் பேசிப் பேசி அவளை ஈர்க்கிறார்.

முடிவில், "பெண்களின் அழகு என்பது, ஒருநாள் உலகத்துக்குப் பகிர்ந்து தருவதற்காக அளிக்கப்பட்டது. அது உனக்கு மட்டுமே உரிமையானது இல்லை. உன் அழகை நான் அறிய வேண்டாமா?" என்று கவித்துவமாகப் பேசி அவளை அடைந்துவிடுகிறார். 50 வயதில் தனக்குள் உருவான அந்தக் காதலை லூரி தொடர விரும்புகிறார். அவளோ அவர் தன்னைத் தந்திரமாக உடலுறவு கொண்டுவிட்டதாகவே உணர்கிறாள். இதைப் பற்றித் தனது நண்பனிடம் ஆத்திரப்படுகிறாள் மெலனி.

அவன் மறுநாள் பேராசிரியரை அவரது அறையில் சென்று மிரட்டி வருகிறான். அந்த மிரட்டல், லூரிக்கு மெலனி மீதான காதலை அதிகப்படுத்துகிறது. அவள் பரீட்சைக்கு வராதபோதும் அவளுக்கு மதிப்பெண் போடுகிறார். விலகி விலகிச் செல்லும் அவளை எப்படியாவது தன்வசமாக்க முயல்கிறார். ஆனால், நிலைமை கைமீறிப் போய்விடுகிறது. அவரைக் காமவெறி பிடித்த பேராசிரியர் என்று அடையாளம்

காட்டுகிறாள் மெலனி. விசாரணை நடைபெறுகிறது. மாணவியைப் பலாத்காரம் செய்து விட்டார் என்ற குற்றச்சாட்டு பெரிதாகிறது.

விசாரணையின்போது லூரி குற்றத்தை ஒப்புக்கொண்டு பதவி விலகுகிறார். இனி, அந்த ஊரில் இருந்தால் அவமானம் தன்னைப் பின்தொடரும் என்று மகள் லூசியைத் தேடிப் போகிறார். ஆப்பிரிக்காவின் சிறு நகரில் தனித்து வாழும் அவள், அப்பாவை வரவேற்றுத் தன்னுடன் இருக்கச் சொல்கிறாள்.

ஒருநாள் மூன்று உள்ளூர் இளைஞர்கள் லூரியை அடித்துப் போட்டு அவர் கண் முன்னால் மகளைக் கதறக் கதறக் கற்பழிக்கிறார்கள். அதை அவரால் தாங்கிக் கொள்ளவே முடியவில்லை. காவல்துறையில் புகார் செய்யப் போகிறார். மகளோ, தனக்கு நடந்ததைப் பற்றி புகார் செய்ய வேண்டாம் என்று தடுக்கிறாள்.

"இது அநியாயம்!" என்று அப்பா மிகவும் கோபப் படுகிறார்.

"நான் இங்கேயே வாழ்கிறவள். இவர்களைப் பகைத்துக்கொண்டு என்னால் வாழ முடியாது. அதைப் புரிந்துகொள்ளுங்கள்" என்று மகள் கத்துகிறாள்.

இயலாமையும் அவமானமும் அவரை நிலைகுலையச் செய்கிறது. பின்னொரு நாள் மகள் அந்தக் கற்பழிப்பு காரணமாகத் தான் கர்ப்பமாகிவிட்டதை அப்பாவிடம் சொல்கிறாள். அந்தக் கர்ப்பத்தை அழித்துவிடும்படி லூரி மன்றாடுகிறார். பெண்களுக்குக் குழந்தை என்பது ஓர் உயிர். அதன் தகப்பன் யார் என்பது பெரிய விஷயம் இல்லை என்று மகள் மறுத்துவிடுகிறாள்.

தனது பாலியல் வேட்கைக்காக மெலனியின் வாழ்வில் விளையாடிய குற்றம், லூரியை உறுத்த ஆரம்பிக்கிறது. அந்தப் பெண்ணின் வீட்டினைத் தேடிப் போகிறார். மெலனியின் அப்பாவிடம் தனது முறைகேடான செயலுக்காக மன்னிப்புக் கேட்கிறார். அவளது அம்மாவின் முன்பாக மண்டியிட்டுத் தனது தவறுக்காக வருந்துவதாகச் சொல்லி, மன்னிக்கும்படி மன்றாடுகிறார். அவர்கள் அவரை மன்னிக்கவே இல்லை.

நடுத்தர வயதின் காதல், அவமானத்தை மட்டுமே உருவாக்கக் கூடியது. அது ஒரு தற்கொலை முயற்சி போன்றது. தனது அன்பு, உலகால் புரிந்துகொள்ளப்பட முடியாத மாபெரும் மன நெருக்கடி என்று அழுது ஓய்கிறார். முடிவில் தான் நேசித்த நாயைத் தானே கொன்றுவிட்டுத் தனியே அடையாளமற்று வாழப் புறப்பட்டுப் போகிறார்.

நடுத்தர வயதில் ஏற்படும் காதல் வலி சொற்களால் ஆறுதல் படுத்த முடியாதது. அது அணையாத நெருப்புபோல நமக்குள் உள்ள காதலின் மிச்சத்தால் உருவாக்கப்படுகிறது. அதைப் புரிந்துகொள்ளவும் சிக்கலின்றித் தீர்த்துக்கொள்ளவும் திறந்த மனதும் பக்குவமும் நிஜமான அக்கறையும் வேண்டியிருக்கிறது. அது இல்லாமல் போனதே இன்றுள்ள உறவு சிக்கல்களுக்கான முக்கியக் குறைபாடு ஆகும்!

இயற்கைப் போராளி!

அமெரிக்காவைச் சேர்ந்த ஜூலியா பட்டர்ஃபிளை ஹில்ஸ் ஒரு சுற்றுச்சூழல் போராளி. 180 அடி உயரம் கொண்ட 1,500 வருடப் பழமையான ரெட்வுட் மரம் ஒன்றை பசிபிக் மர கம்பெனியினர் வெட்ட இருக்கிறார்கள் என்று அறிந்த ஜூலியா, அந்த மரத்தில் ஏறிக்கொண்டு 738 நாள்கள் மரத்திலேயே தங்கியிருந்து, அதை வெட்டவிடாமல் காப்பாற்றி இருக்கிறார். மரக் கிளையில் தங்கும் இடம் அமைத்துக்கொண்டு அங்கேயே படுத்து உறங்கி, படித்து, உரையாற்றித் தனது எதிர்ப்பு உணர்வை உலகுக்குப் புரியவைத்து இருக்கிறார் இந்த இயற்கைப் போராளி!

46

பறவைகள், மனிதர்களை நம்புவதில்லை!

வயல்வெளியின் ஊடே சட்டித் தலையும், பொத்தான்கள் சரியாகப் போடாத பருத்த வயிறும், அழுக்கேறிய முக்கால் பேன்ட்டுமாக நிற்கும் வைக்கோல் பொம்மையைப் பார்த்திருப்பீர்கள். மழையிலும் வெயிலிலும் தனியாக நின்று கொண்டிருக்கும் இந்தப் பொம்மை, பறவைகளை அச்சப்படுத்த வேண்டும் என்பதற்காகவே உருவாக்கப்பட்டுள்ளது.

பறவைகளை ஏன் அச்சுறுத்த வேண்டும்? விளைச்சலைச் சாப்பிட்டுவிடும் என்பதாலா? பறவைகள் சாப்பிடுவதற்கான கையளவு தானியம் தருவதற்குக்கூட ஏன் நாம் தயாராக இல்லை?

என்னை வசீகரிப்பது, அச்சமூட்டுவதற்கு ஏன் நம்மைப் போன்ற உருவம் செய்யப்பட்டது என்பதே! வைக்கோல் பொம்மையும் பேன்ட் – ஷர்ட் அணிந்திருக்கிறது. அது யாருடையது? அந்த ஆள் எப்போதாவது தன் உடைகளை வைக்கோல் மனிதன் அணிந்திருப்பதைக் கண்டு வெட்கப்படுவானா? வைக்கோல் பொம்மைகள் தனித்தே இருக்கின்றன. சினேகமற்று, யாருடனும் உறவாடாமல் தனியே போய்விடுவதுதான் அச்சமூட்டுவதற்குக் காரணமா? வைக்கோல் பொம்மைகள் மனிதர்களைப்போல வாய் ஓயாமல் பேசுவதில்லை என்பது மட்டுமே குறை.

பறவைகளை மிரட்ட வைக்கோல் பொம்மை உருவாக்கியதைப் போல, நமது குடும்பத்தை, சக மனிதர்களை மிரட்ட எத்தனையோ பொம்மைகள், வடிவங்களை நாம் உருவாக்கி வைத்திருக்கிறோம். அல்லது நாமே அப்படி உருமாறி விடுகிறோம். உண்மையில், அச்சத்தை உருவாக்க வேண்டும் என்று கண்டுபிடிக்கப்பட்ட ஆயுதங்கள் யாவையும்விட, அதிகமாக அச்சமூட்டுவது மனிதனே!

இன்றையப் பறவைகள் மனிதர்களைக் கண்டு பயப்படுவதே இல்லை. வைக்கோல் பொம்மைகளுக்கு எப்படிப் பயப்படப்போகின்றன? ஆனாலும், ஒரு நம்பிக்கை. யாரோ நம்மைப் பார்த்துக் கொண்டிருக்கிறார்கள் என்ற அச்ச உணர்வு பறவைகளுக்கு இயல்பாகவே இருக்கிறது. அந்தப் பய உணர்வைத்தான் வைக்கோல் பொம்மைகள் உருவாக்குகின்றன.

பறவைகள், எளிதில் ஏமாறக்கூடியவை அல்ல. அவை, ஒருசில நாட்களிலேயே வைக்கோல் பொம்மைகள் தங்களை ஒன்றும் செய்யாது என்று அறிந்துகொள்கின்றன. அதன்பிறகு, அவை வைக்கோல் பொம்மைகளை ஓரக்கண்ணால் பார்த்தபடியே தங்கள் இரையைத் தின்கின்றன. வைக்கோல் பொம்மை முன்பாகப் போய் விளையாடுகின்றன. என்றாவது வைக்கோல் பொம்மைக்கு உயிர் வந்து, அது தன்னைத் துரத்திவிடுமோ என்ற மெலிதான அச்சம் அதன் மனதுக்குள் இருக்கக்கூடும்.

வைக்கோல் பொம்மைகள் மனிதர்கள் போலவே இருக்கின்றன. ஆனால், அது நிஜ மனிதன் இல்லை. நாமும் இந்த வைக்கோல் பொம்மைகள்போல யாரையோ அச்சப்படுத்துவதற்காக நமக்குள் எதை எதையோ திணித்துக் கொண்டிருக்கிறோம். அதிகாரம், ஆணவம், பேராசை, பகட்டு என்று நம்மை ஊதிப் பெருக்க வைக்கக்கூடிய அத்தனையையும் நமக்குள் நிரப்பிக் கொண்டிருக்கிறோம். நம்மைக் கண்டு சகஜீவிகள் அச்சப்படுகிறார்கள். அல்லது விலகிப் போய்விடுகிறார்கள்.

பறவைகளை விரட்டி அடிப்பதற்கு வைக்கோல் பொம்மையைக் கண்டுபிடித்த நாம், பறவைகளை அருகில் வரவழைக்க ஏதாவது ஒரு பொம்மையை உருவாக்கி இருக்கிறோமா? மரத்தின் கிளையில் வந்து இயல்பாகப்

பறவை அமர்வதைப்போல, என்றாவது நமது தோள்களில் ஒரு பறவையாவது வந்து அமர்ந்து இருக்கிறதா? பறவைகள் ஒருபோதும் மனிதனை நம்புவதே இல்லை. அவை மனிதர்களைவிட்டு விலகியே பறக்கின்றன.

பறவைகள் போல ஆக வேண்டும் என்று விரும்பும் மனிதர்கள்கூட, பறவைகளை நேசிப்பதில்லை. இது, பறவை விஷயத்தில் மட்டும் அடங்கி விடக் கூடியதல்ல. நமது பெருமைக்குரிய சுய அடையாளங்களாகக் கருதப்படுவை, இன்று அடுத்தவரை அச்சம் கொள்வதற்கான மிரட்டல் குறிகளாக மாறி இருக்கின்றன என்பதே நிஜம்.

ஹிட்ச்காக்கின் புகழ்பெற்ற திரைப்படங்களில் ஒன்று 'The Birds'. பறவைகளுக்கும் நமக்குமான இயல்பான உறவு எந்தப் புள்ளியிலும் திசைமாற்றம் கொண்டுவிடும் என்ற பயமே இந்தப் படத்தின் ஆதாரம்.

மெலனி ஒரு பணக்காரி. அவள் காதல் பறவைகள் வாங்குவதற்காக ஒருநாள் பறவைகள் விற்கும் கடைக்குச் செல்கிறாள். அங்கே வரும் வழக்கறிஞர் மிட்ச், அவளைக் கடையின் பணிப் பெண்ணாக நினைத்துக்கொண்டு தனது தங்கைக்காக ஒரு ஜோடி காதல் பறவை வேண்டும் என்று கேட்கிறான். அவனிடம் வேண்டுமென்றே நாடகமாடுகிறாள் மெலனி. உண்மையில் மிட்சுக்கு அவள் யார் என்ற உண்மை தெரிந்தாலும், வேண்டுமென்றே அவன் தன்னிடம் விளையாடி இருக்கிறான் என்று அறிந்துகொண்ட மெலனி கோபப்படுகிறாள்.

ஆனாலும், மிட்ச் மீதான ஈர்ப்பால் அவனுக்குத் தெரியாமல் அவனது தங்கையின் பிறந்த நாளுக்காகக் காதல் பறவைகளை வாங்கிக்கொண்டு அவனைத் தேடி பசிபிக் கடற்கரையோரம் உள்ள சிறிய கிராமத்துக்குச் செல்கிறாள். அது ஒரு சிறிய துறைமுகக் கிராமம். அங்கே கடல் பறவைகள் நிறையக் காணப்படுகின்றன.

மெலனி முதன்முறையாக மிட்சைச் சந்திக்கப் போகும்போது பறவைகள் கடலின் மீது இயல்பாகப் பறந்து அலைகின்றன. ஆனால், மிட்ச்சின் வீட்டில் நடைபெறும் விருந்துக்கு மெலனி

போனபோது, எதிர்பாராமல் கடல் காகங்கள் அவர்களைத் தாக்கத் துவங்குகின்றன. அந்தத் தாக்குதல் திடீரென அதிகமாகி வீட்டுக் கண்ணாடிகள் உடைகின்றன.

மனிதர்களை, பறவைகள் தீராத விரோதம் கொண்டு தாக்குவதுபோலத் துரத்தித் துரத்தித் தாக்குகின்றன. கண் முன்னே ஒரு குழந்தை கொல்லப்படுகிறது. பறவைகளுக்கு என்னவானது என்று அறிய முடியவில்லை. ஆனால், ஈசல்கள் பெருகுவதைப்போல பறவைகள் கூட்டமாக வந்து தாக்குகின்றன. அது உலகம் அழியப்போவதன் அறிகுறி என்கிறான் ஒரு மீனவன். அந்தத் தாக்குதலில் இருந்து மெலனி எப்படித் தப்புகிறாள் என்பதே படம்.

படம் முழுவதும் ஆயிரக்கணக்கான பறவைகள் மனிதர்களைத் துரத்துகின்றன. வீடுகள், பாதுகாப்பான அறைகள் அத்தனையும் உடைத்து உள்ளே புகுந்து அலகால் கொத்துகின்றன. உயிர் தப்பிக்க ஓடுகிறார்கள். ஒரே நாளில் பறவைகள் கொடூரத்தின் வடிவமாகிவிடுகின்றன. தான் தினமும் பார்த்து ரசித்த பறவைகள் இத்தனை உக்கிரமான வையா என்று மக்கள் பயந்து அலறுகிறார்கள். "இயற்கை, எல்லா உயிரினங்களுக்கும் இடையில் ஒரு லயத்தை உருவாக்கி வைத்திருக்கிறது. அது சீர்கெட்டுப் போகும் போது மனிதர்களை இயற்கை துரத்தி அடிக்கவே செய்யும்" என்கிறார் ஹிட்ச்காக்.

பறவைகளுக்கு மட்டுமல்ல; பொதுவாகவே தன்னைக் கண்டு இன்னொரு மனிதன் பயப்படுவதை ரசிக்கும் குணம் அனைவருக்குள்ளும் இயல்பாகவே இருக்கிறது. ஓர் அலுவலகத்தில் ஏச்சும் பேச்சும் வாங்கிக்கொண்டு கடைநிலை ஊழியராக இருப்பவர்கூட, வீட்டில் மனைவி, பிள்ளைகள் தன்னைக் கண்டு பயப்பட வேண்டும் என்று ஆசைப்படுகிறவராகவே இருக்கிறார். அடுத்தவரைத் தனது பயத்தின் காரணமாக ஒடுக்கி வைத்துக்கொள்ளும் அடிமை புத்தி மாறவே இல்லை.

யோசிக்கும்போது, நம்மைப் பயங்கொள்ளவைக்கும் நிறைய விஷயங்களோடு நமக்கு நேர் பரிச்சயமே கிடையாது. ஆனால், அச்சம் நமக்குள் ஆழமாக வேரோடி இருக்கிறது. ஒவ்வொருவருக்குள்ளும் அச்சமூட்டும் மனிதர்கள், விஷயங்கள்

என்ற ஒரு பட்டியல் இருக்கிறது. அதில் அண்டை வீட்டார் துவங்கி, ஆபத்தான தீவிரவாதிகள் வரை பல்வேறு மனித முகங்கள் இடம்பெற்றிருக்கின்றன. நமது பயத்தின் பட்டியல் நாளுக்குநாள் வளர்ந்துகொண்டே வருகிறது. புதிய நோய்கள், புதிய ஏமாற்றுத்தனங்கள், புதிய ஆயுதங்கள் என்று பயத்தைப் பெருக்கிக்கொண்டே இருக்கிறோம்.

ஆரம்பப் பள்ளி ஆசிரியை ஒருவர், தனது வகுப்பில் நடைபெற்ற ஒரு சம்பவத்தைப் பற்றி இணையத்தில் எழுதி யிருந்தார்.

முதலாம் வகுப்பில் படிக்கும் இரண்டு சிறுவர்கள், அதே வகுப்பில் படிக்கும் மற்றொரு சிறுவனை மிரட்டி, அவன் தங்களுக்கு அடிமை என்று பயமுறுத்தி, தங்களது புத்தகப் பையைச் சுமக்க வைப்பது, பூட்ஸைத் துடைக்கச் சொல்வது, உட்காரும் பெஞ்ச்சை கர்சீஃப்பால் துடைக்க வைப்பது என்று மாறி மாறித் தொல்லை கொடுத்திருக்கிறார்கள். அந்தப் பையனும் பயந்து கொண்டு வெளியே இதைப் பற்றிச் சொல்லவே இல்லை.

ஒரு நாள், அவர்கள் தங்கள் அடிமை குடிக்கும் தண்ணீர் பாட்டிலில் சிறுநீர் கழித்து குடிக்கச் சொல்லியிருக்கிறார்கள். அவன் அழுது கொண்டே ஆசிரியரிடம் முறையிட, விஷயம் பெரிதாகி பள்ளியில் விசாரணை நடைபெற்றிருக்கிறது. ஒரு சிறுவனை அடிமையாக்க வேண்டும் என்ற சிந்தனை எப்படி அவர்களுக்கு வந்தது என்று கேட்டதற்கு, அந்த இரண்டு சிறார்களும் டி.வி–யில் அப்படி ஒரு நிகழ்ச்சி வருகிறது. அதில் ஒருவனை மற்றவன் அடிமையாக்கிக்கொள்கிறான் என்று அழுதபடியே சொல்லியிருக்கிறார்கள்.

உண்மையில், இது தொலைக்காட்சியில் இருந்து மட்டுமே தொற்றிக்கொள்ளும் விஷயம் அல்ல. பல நேரங்களில் நாம் அடுத்தவரை அடிமைபோலத்தான் நடத்துகிறோம். அது, நம் குடும்பத்தில் துவங்கி அலுவலகம், வெளியிடம் என எங்கும் நீள்கிறது. அதை ஒவ்வொருவரும் அவரவர் அளவில் கற்றுக்கொண்டு விடுகிறார்கள்.

யோசிக்கும் போது வியப்பாக இருக்கிறது. அத்தனை ஊடகங்களிலும் கண்ணுக்குத் தெரியாமல் பயம் கசிந்து நம்

வீட்டுக்குள் வந்தபடியே இருக்கிறது. தனியாக இருக்காதீர்கள், இருட்டில் வெளியே போகாதீர்கள், அடுத்த மனிதனை நம்பிப் பேசாதீர்கள், உதவி செய்யாதீர்கள் என்று ஊடகங்கள் பயத்தை உற்பத்தி செய்தபடியே இருக்கின்றன.

எனது பால்யக் காலங்களில் 'தீவிரவாதி' என்ற சொல்லையே கேள்விப்பட்டு இருக்கவில்லை. கிராமத்துக்கு யாராவது வெளியாட்கள் வந்தால் அவர்களை விசாரித்து, எதற்காக வந்திருக்கிறார்கள் என்று தெரிந்துகொள்வார்கள். தங்களால் முடிந்த உதவி செய்வார்கள். சாப்பாடும் தங்கும் இடமும்கூடக் கிடைப்பதுண்டு. சந்தேகம் உருவானால், விசாரித்து இங்கே தங்கக்கூடாது என்று அனுப்பிவிடுவார்கள். மனிதர்கள் மீதான அச்சம் அன்று அதிகம் இல்லை.

பயம் முழுவதும் பேய், பிசாசுகள், ஆவிகள் மற்றும் பாம்பின் மீதே குவிந்திருந்தன. ஐந்து தலைப் பாம்பு வந்து கொத்திவிடும். பறக்கும் பாம்பு இருக்கிறது. அது கண்ணைக் கொத்திக் குருடாக்கிவிடும் என்று உருவாக்கப்பட்ட பயம், அனைவர் மனதிலும் இருந்தது. தனியே இருட்டில் நடந்தால் பேய் பிடித்துவிடும் என்று ஊரே பயந்தது. இன்று பேய்கள், பிசாசுகள் மீதான பயம் பெரும்பாலும் போய்விட்டது. ஆனால், அந்த இடத்தை மனிதர்கள் பிடித்துக்கொண்டு விட்டார்கள். இன்று பயமே நம்மை வழிநடத்துகிறது.

எதையும் அடிமையாக்கவும் அச்சமூட்டுவதற்கும் மட்டுமே பழகிய நாம், வசீகரிப்பதற்கும் நெருங்கி அன்புகொள்வதற்கும் என்ன சாத்தியங்களை உருவாக்கப் போகிறோம்? இந்தக் கேள்வியின் விடையில்தான் நமது எதிர்காலத்தின் அமைதி அடங்கி இருக்கிறது!

பறவைகளுக்கான மருத்துவமனை!

டெல்லியின் 'சாந்தினி சௌக்'கில் பறவைகள் மருத்துவமனை ஒன்று 1956-ஆம் ஆண்டு முதல் இயங்கி வருகிறது. சமண மதத்தைச் சார்ந்தவர்களால் நடத்தப்படும் இந்தப் பறவைகள் மருத்துவமனையில்,

10 ஆயிரத்துக்கும் மேற்பட்ட பறவைகள் பராமரிக்கப் பட்டு வருகின்றன.

தினமும் 50 முதல் 60 வரை அடிபட்ட, நோயுற்ற புறா, கிளி, வாத்து, காகம்... போன்ற பறவைகள், சிகிச்சைக் காகக் கொண்டு வரப்படுகின்றன. பறவைகளுக்காகத் தனித்தனி வார்டுகள் உள்ளன. குடிநீரும் உணவும் தந்து பறவைகளை நேசிக்கும் இந்த மருத்துவமனையின் சேவை, மெச்சத்தக்க ஒன்றே!

47
எனது மேஜை எந்தக் காடு?

நமது வீடுகள், எங்கோ காட்டிலிருந்து வெட்டப்பட்ட மரத்தாலும், ஏதோ மலையில் உடைத்து எடுக்கப்பட்ட கற்களாலும், நீரோடிய ஆற்றின் மணலாலும்தான் கட்டப்பட்டு இருக்கிறது. ஆனால், வீட்டை இயற்கையானது என்று எவரும் நினைப்பதுமில்லை; உணர்வதுமில்லை.

காகம், எங்கெங்கோ இருந்து சிறு சுள்ளிகளை எடுத்துவந்து தனக்கான கூட்டினை மரத்தில் கட்டிக்கொள்கிறது. தூக்கணாங்குருவி, இன்னும் சற்று ரசனையுடன் மின்மினி விளக்கோடு சுகமாக அசைந்தாடும் ஒரு தொங்கு வீட்டை உருவாக்கிக்கொள்கிறது. அப்படி நமது ரசனையும் பொருளாதாரச் சாத்தியங்களுமே நமது வீடாக உருக்கொண்டு இருக்கிறது.

வீட்டை அலங்கரிக்க நினைக்கும் நாம், அதுவே இயற்கையின் ஒரு பகுதிதான் என்று உள்ளூர உணர்வதே இல்லை. எனது எழுதும் மேஜை எங்கோ காட்டில் இருந்த ஒரு மரம்தானே. அந்த மரம் எங்கே இருந்தது...? எவ்வளவு பெரியது...? யாரெல்லாம் அதன் நிழலில் தங்கிப் போனார்கள். எதுவும் தெரியாது. மரத்தின் முதுகுதான் மேஜையாகி இருக்கிறது. மரம் இப்போது தெரிவதில்லை.

பயன்பாடு என்ற தளத்துக்குள் நுழைந்தவுடன் இயற்கையின் சாராம்சம் மறைந்து விடுகிறது. எதைப் பயன்படுத்தத் துவங்கினாலும், அதனால் பிரயோஜனம் இருக்கிறதா? என்பதே முதல் கேள்வியாக இருக்கிறது. பயன்படாதவற்றைத் தூக்கி எறிந்துவிடுங்கள் என்பதுதான் நாம் அறிந்துவைத்துள்ள ஒரே அறிவு. ஆனால், இயற்கையில் எல்லாவற்றுக்கும் ஒரு பயனும், தேவையும், அவசியமும் இருக்கிறது. அதை நேரடியாக நாம் புரிந்துகொள்ள முடியாது. இது ஒரு சமன். இந்தச் சமனை வெகு ரகசியமாக இயற்கை உருவாக்கி வைத்திருக்கிறது. அந்தப் புதிரை அவிழ்க்க விஞ்ஞானம் பல நூறு வருடங்களாக முயன்றபடியே உள்ளது.

இயற்கையை நோக்கிச் செல்வது என்பது, எங்கோ வனத்துள் போய்விடுவது என்பதல்ல. நமது வீதியோரங்களில், நமது வீட்டின் அருகில், நமது வீட்டின் திறந்த வானத்தில், நமது அயல்புறங்களில் எத்தனையோ பறவைகள், செடி கொடிகள், பூக்கள், பெயர் அறியாத மரங்கள், சிறியதும் பெரியதுமான விலங்குகள் இருக்கின்றன.

அதை நாம் அரிதாகக் கவனம் கொள்கிறோம். சில நிமிடங்களில் மறந்துவிடுகிறோம். நம்மை உற்சாகம் கொள்ளவைக்க இயற்கை பாடுகிறது; பசுமைகொள்கிறது; பனியும் மழையுமாக உருமாறுகிறது. அதிலிருந்து நம்மைத் துண்டித்துக்கொண்டு அதே விஷயங்களைச் செயற்கையாக உருவாக்கி அனுபவிப்பதற்கே நாம் அதிகம் விரும்புகிறோம்.

கடலில் உள்ள உப்பு கரிக்கக்கூடியது என்பதை கண்களோ, கை – கால்களோ, காதுகளோ அறிய முடியாது. அதை உணர்ந்து சொல்வதற்கு நாக்கு அவசியமானது. அப்படி, நமக்கு உணவின் ருசியை உணர்ந்து சொல்லக்கூடிய நாக்கு தேவையாக இருக்கிறது. அந்த நாக்குதான் நமது மனது. அது உலகை ருசித்துப் பழக வேண்டும். அதற்குப் பெரும் தடையாக இருப்பது நமது வாழ்க்கைமுறை. விடுமுறையை, நாம் உறங்குவதற்கும் தொலைக்காட்சி பார்ப்பதற்கும் மிதமிஞ்சிச் சாப்பிடுவதற்கும் மட்டுமே உரியதாக மாற்றி வைத்திருக்கிறோம்.

உண்மையில், விடுமுறை என்பது நமது தினசரி செயல்பாடு களில் இருந்து விடுபட்ட, மாறுபட்ட வாழ்வை உருவாக்கிக் கொள்வதே. அந்த விருப்பமும் தேடுதலும் மிகவும் சுருங்கி வருகிறது. விடுமுறை நாளை நாம் பயனற்றதாகக் கழிக்கவே பெரிதும் முயற்சிக்கிறோம். விடு முறை, நம்மைப் புத்துணர்வு கொள்ள வைக்கும் ஒரு வைத்தியம். அது உடலையும் மனதையும் தூய்மைப்படுத்தக் கூடியது. அதற்குத் தேவை பயணமும் புதியன காணும் வேட்கையுமே.

படிப்பு, வேலை, குடும்பம், சம்பாத்தியம், அதிகாரம், அந்தஸ்து, புகழ் இந்த ஏழு சுற்றுக் கோட்டைகளை வெல்வதே வாழ்வின் லட்சியம் என்பதுதான் பொதுப் பழக்கம். ஆனால், இதற்கு வெளியில் உலகம் இருக்கிறது. அதன் வனப்பு நாம் கனவிலும் காணாதது என்று அறிந்துகொள்ளவே இல்லை.

ஹாலிவுட் நடிகர் ஷான் பென் இயக்கிய 'Into the Wild' என்ற படத்தைப் பாருங்கள். அது உங்கள் தினசரி வாழ்க்கையை மறுபரிசீலனை செய்து கொள்ள வைக்கும். உடனடியாக, எங்காவது பயணிக்க வேண்டும் என்ற உந்துதலை உருவாக்கும். நம்மைச் சுற்றிய உலகின் மீது அளவில்லாத பிடிப்பும் நேசமும் ஏற்படத் துவங்கும். மனித வாழ்வு எவ்வளவு மகத்தானது என்பதை நீங்களே உணர்வீர்கள்.

எமோரி பல்கலைக்கழகத்தின் படிப்பாளி மாணவன் கிறிஸ்டோஃபர் மெக்கென்லெஸ். ஒருநாள் இவன் தனது படிப்பு, பணம் அத்தனையையும் தூக்கி எறிந்துவிட்டு, வெறும் ஆளாகக் கிளம்பி இலக்கில்லாமல் பயணிக்கிறான். இவன் வாழ்க்கையில் என்ன நடந்தது என்பதுதான் படத்தின் ஆதாரக் கதை. இது ஓர் உண்மைச் சம்பவத்தில் இருந்து உருவாக்கப்பட்டு இருக்கிறது. கதையைச் சொல்பவள் மெக்கின் சகோதரி. அவள் தனது அண்ணன் ஏன் அத்தனையும் உதறிவிட்டுப் போனான்? என்று கடந்த காலத்தை விவரிக்கத் துவங்குகிறாள்.

தன்னைச் சுற்றிய உலகம், பணம், அதிகாரம் என்று பேராசை பிடித்து அலைகிறது. நண்பர்கள் பணத்தால் உருவாக்கப்படுவது இல்லை. ஆனால், பணத்தால்

பிரிக்கப்படுகிறார்கள். தனது சுயநலத்துக்காக மனிதர்கள் எந்தத் தீங்கையும் எவருக்கும் செய்யத் தயங்குவதே இல்லை. உறவுகளை நம்ப முடியவில்லை.

அவன் தனது வாழ்நாள் முழுவதும் சேர்த்துவைத்த பணத்தை வங்கியிலிருந்து எடுத்து, ஒரு காப்பகத்துக்கு அளித்துவிடுகிறான். தன்னைப் பற்றிய சுயவிவரங்கள், வங்கிக் கணக்குகள் அத்தனையும் அழித்து ஒழிக்கிறான். அடையாள மற்ற எளிய மனிதனாக இயற்கையோடு இணைந்து வாழ்வது மட்டுமே இனி தனது விருப்பம் என்று அவன் மாநகரைவிட்டு நீங்குகிறான்.

கிடைத்த வாகனத்தில் உதவி கேட்டு ஏறிப் பயணம் செய்கிறான். தன் பெயரை மாற்றிக்கொள்கிறான். இரண்டாவது வாழ்க்கை ஒன்று உருவானதுபோல் இருக்கிறது. ஆனால், ஒரு மனிதன் அடையாளமற்று வாழ்வதை அரசாங்கம் ஒப்புக்கொள்வதே இல்லை. காவல்துறையினர் அவனது அடையாள அட்டைகளைத் தொடர்ந்து விசாரிக்கிறார்கள். கண்காணிக்கிறார்கள். பசியைப் போக்கிக்கொள்ள, கிடைத்த வேலையைச் செய்கிறான்.

பயணத்தின் நடுவில் மணற்புயலில் சிக்கிக்கொள்கிறான். சாலை நீண்டு சென்றபடியே உள்ளது. ஆறு, பாலை எனக் கடந்து செல்கையில், புதிய நட்பு உருவாகிறது. பிரிவு ஏற்படுகிறது. உலகம், நடந்து தீராத தூரமும் கண்கொள்ள முடியாத அழகும் கொண்டது என்பதை நேரடியாக உணர்கிறான்.

அன்றாட வாழ்க்கை மட்டுமே அவனுக்கு இருக்கிறது. கடந்த காலத்தின் சுமைகள் இல்லை. எதிர்காலம் குறித்த பயம் இல்லை. நட்சத்திரம் ஒன்று, உலகைப் பார்த்துக்கொண்டு இருப்பதுபோல் அவன் தனியே உலகை அறிகிறான்.

இயற்கை மெல்ல அவனை உள்வாங்கிக்கொள்ளத் துவங்கு கிறது. அவனது உடல் மெலிந்து மாறுகிறது. தோற்றம் அடையாளமற்றுப் போகிறது. இயற்கை சாந்தமானது மட்டுமல்ல; மிக உக்கிரமானது என்பதையும் கண்டு கொள்கிறான்.

இயந்திரக் கோளாறு காரணமாக கைவிட்டுப் போய் நிற்கும் துருவேறிய பழைய பஸ் ஒன்றை, தனது வசிப்பிடமாக மாற்றிக் கொள்கிறான். அதில் தங்கி இரவை ரசிக்கிறான். வாழ்க்கை சவாலாக இருக்கிறது. அதை எதிர்கொள்ள, அவனது படிப்பும் அறிவும் தாண்டிய ஏதோவொன்று தேவைப்படுகிறது. அதை அனுபவத்தில் உணர்கிறான். பசி தாங்க முடியாத நேரங்களில் கிடைத்த கிழங்குகளை, செடிகளைத் தின்று வாழ்கிறான்.

அடிக்கடி தனது அனுபவங்களை அவனே சுயபரிசீலனை செய்து கொள்கிறான். பிரிந்து போன தனது நண்பர்களும் குடும்பமும் என்றாவது தன்னோடு ஒன்று சேரக்கூடும் என்று கனவு காண்கிறான். அவன் நினைத்தது போல் இயற்கையோடு ஒன்றி வாழ்வது எளிதாக இல்லை. அது அவனைத் துரத்துகிறது. எங்கோ மாட்டிக்கொண்டு விட்டோம் என்று உணர்கிறான். தன்னை யாராவது காப்பாற்ற வருவார்களா? என்றுகூட எதிர்பார்க்கிறான். ஆனால் அவன் மனது, 'தனியே வாழ்வை எதிர்கொள்' என்று உள்ளூர அவனைத் தைரியப்படுத்துகிறது.

மனிதர்களே அற்ற ஓர் இடத்தில் தனி ஒருவனாக வாழ்கிறான். காற்றும், வானமும், தண்ணீரும், மணலும் துணையாக இருக்கின்றன. ஆனால், அதை எளிதாகப் புரிந்து கொள்ள முடியவில்லை. போராட்டம் மிக்க வாழ்வு அவனை ஒடுக்கிவிடுகிறது. சோர்வும் அசதியும் கொள்கிறான். தன்னை மரணம் நெருங்கப்போகிறது என்பதை உணர்ந்த போதும், மனது பயண ஆசையில் இருந்து விடுபட மறுக்கிறது.

தன்னைத்தானே ஒரு புகைப்படம் எடுத்துக்கொண்டு தனது சகோதரிக்கு ஒரு குறிப்பை எழுதி வைத்துவிட்டு இறந்து விடுகிறான். அதன் இரண்டு வாரங்களுக்குப் பிறகு அவன் உடலை வேட்டைக்காரர்கள் கண்டுபிடித்து, சகோதரியிடம் ஒப்படைக்கிறார்கள். அதில் தனது அஸ்தியை மேற்குக் கடற்கரைப் பகுதியில் கரைக்கும்படி தங்கையைக் கேட்டுக் கொள்கிறான். முடிவில், அஸ்தியாக அவனது அடுத்த பயணம் தொடர்கிறது.

இந்தப் படம் பேசுவது, எங்கோ ஒரு மனிதன் விரும்பி மேற்கொண்ட பயணத்தைப் பற்றி மட்டுமல்ல. மாறாக, நமக்குள் படிந்துபோன சலிப்புத்தன்மை, அலுப்பு, நம்பிக்கை யின்மை போன்ற அத்தனையையும் மறுவிசாரணை செய்வது போலவே இருக்கிறது.

உலக வரைபடத்தை நம்மில் பெரும்பான்மையினர். பார்த்திருக்கிறோம். அதில், நமது ஊர் எங்கே இருக்கிறது என்று ஆசையாகத் தேடிக் கண்டுபிடித்து சந்தோஷப் படுவோம். இவ்வளவு பெரிய உலகில் நாம் ஒரு சிறிய புள்ளியில் மட்டுமே வசிக்கிறோம் என்ற கூச்சம் நமக்குள் உருவாகவில்லை. இந்த உலகின் சிறு பகுதியையாவது பார்த்துவிட வேண்டும் என்ற ஆசை ஏன் நமக்கு ஏற்படுவதே இல்லை? பெயர்களாக நாம் அறிந்துவைத்துள்ள எத்தனையோ ஊர்களில் நமது காலடி படவேண்டாமா?

வாஸ்கோடகாமாவும், கொலம்பஸிம், கேப்டன் குக்கும் உலகைக் கண்டுபிடிக்கப் பயணம் சென்றார்கள் என்கிறது வரலாறு. அதன்பின் இந்த நூற்றாண்டில் ஒருவர்கூட உலகை நோக்கித் தனது சாகசப் பயணத்தை மேற்கொள்ளவில்லையா என்ன? ஏன் அவர்களை நாம் அறிந்து கொள்ளவும் கொண்டாடவும் இல்லை. நாடு பிடிப்பதற்காகவோ, அதிகாரம் செய்வதற்காகவோ மேற்கொண்ட பயணங்கள் பேசப்படுகின்றன; சரித்திரமாகி இருக்கின்றன. ஆனால், தன் விருப்பத்தின் பாதையில் சென்ற பயணங்கள் ஏன் முக்கியத்துவம் பெறப்படவே இல்லை?

மெக் மேற்கொண்டதுபோலத் திரும்ப முடியாத பயணத்தை மேற்கொள்ள வேண்டும் என்று அவசியம் இல்லை. ஆனால், சில நாட்களாவது நமது அடையாளங்களை மறந்து, வயதை மறந்து, இயற்கையை நெருங்கிப் பாருங்கள். சொகுசான அறைகள், உணவகங்கள், வாகனங்கள், வசதிகள் அனைத்தையும் ஒதுக்கி வைத்துவிட்டு, உங்கள் வாழ்வை சற்று மாற்றிப்பாருங்கள். சாலைகளிடம் உங்களை ஒப்படைத்துப் பாருங்கள். அது, தானே உங்களை அழைத்துச் செல்லும். உலகின் எல்லாச் சாலைகளும் மனிதர்கள்

உருவாக்கியவைதானே. அவை, உலகின் மீது மனிதர்கள் கொண்டுள்ள தீராத ஆசையின் சாட்சி.

அன்றாட வாழ்வின் கூண்டுகளைத் தாண்டி சற்றுப் பறந்து பாருங்கள். நமது பிரச்னைகள், சிக்கல்கள் நெருக்கடிகள் யாவும் அதன் முன்னே எவ்வளவு சிறியது என்பதை நீங்களே உணர்வீர்கள்!

உயிருள்ள குதிரை' சைக்கிள்!

அமெரிக்காவின் 'டிம் மற்றும் சிண்டி ட்ராவிஸ்' தம்பதியினருக்கு, சைக்கிளில் உலகைச் சுற்றிவருவது என்பது பெருங்கனவு. 2002-ஆம் ஆண்டு ஒருநாள் தனது வேலை, சம்பாத்தியம் யாவையும் உதறித் தள்ளிவிட்டு உலகைச் சுற்றிவருவது என்று முடிவு செய்து சைக்கிளிலே புறப்பட்டனர். உலகின் பாதியைச் சுற்றிவந்துவிட்ட இவர்களது பயணம், இன்றும் தொடர்ந்தபடியே உள்ளது.

சைக்கிள் தங்களோடு பேசக்கூடியது. 'அது உயிருள்ள குதிரை போன்றது' என்று புகழாரம் சூட்டும் இவர்கள், வழியெங்கும் சந்தித்த மனிதர்கள், சம்பவங்களை முன்வைத்து, இணையத்தில் தொடர் பதிவுகளை எழுதி வருகிறார்கள்!

48

அறியாத வயசு!

புயல் எந்தத் திசையில் கடலைக் கடக்கும், எரிமலை எப்போது வெடிக்கும் என்றுகூட எளிதாகச் சொல்லிவிட முடியும். ஆனால், பதின்வயதில் உள்ள பையனோ... பெண்ணோ என்ன நினைக்கிறார்கள்? ஏன் அப்படி நடந்து கொள்கிறார்கள்? என்பதை எந்த அறிவாளியாலும் விளக்க முடியாது.

பாதரசத்தைக் கையில் அள்ள முயற்சித்தால், அது எப்படி நழுவி ஓடுமோ, அத்தகைய மனது பதின்வயதில் உருவாக ஆரம்பிக்கிறது. அந்த வயதை, கண்ணாடி பார்க்கும் காலம் என்றே சொல்வேன். முன் எப்போதையும் விட பதின் வயதில்தான் ஆணும் பெண்ணும் அதிகம் கண்ணாடி பார்ப்பதும் தனது நிறை – குறைகளைப் பற்றியே தொடர்ந்து யோசிப்பதுமாக இருக்கிறார்கள். திடீரென தன்னைப் பிடிக்காமல் போய்விடுகிறது. தீவிரமாகக் கவலைப்படுவதும் அழுவதுமாக இருக்கிறார்கள். நினைத்தாற்போலத் தன்னை அழகுபடுத்திக் கொள்கிறார்கள்.

ஸ்லிம்மா, அழகாக இல்லாவிட்டால் மற்றவர்கள் கேலி செய்வார்கள் என்று சாப்பாட்டை வெறுக்கத் துவங்குகிறார் கள். நண்பர்கள் மட்டுமே உலகமாகத் தோன்றுகிறது. சில நாட்களிலே நண்பர்களைப் பிடிக்காமல் போய்விடுகிறது.

கடிகாரத்தின் பெண்டுலம்கூட சீராகத்தான் ஆடுகிறது. ஆனால், பருவ வயதின் மனதோ தீர்மானிக்க முடியாத வேகத்தில் ஊசலாடுகிறது.

நேற்று வரை பிடித்தமானதாக இருந்த வீடும், அப்பாவும், அம்மாவும், அண்ணன், தங்கைகளும் வேற்று மனிதர்கள்போலத் தெரியத் துவங்குகிறார்கள். மீசை முளைக்கத் துவங்கிய பையனும் பருவம் எய்திய பெண்ணும் உடலை அப்போதுதான் உற்று நோக்குகிறார்கள். அதுவரை வெறும் காகிதம்போல் இருந்த உடல், அந்த வயதில் கட்டுப்பாடு இல்லாமல் சுற்றித் திரியத் தொடங்குகிறது. உடலின் ரகசியக் கதவுகள் திறந்து கொள்கின்றன. அதன் வழியே கனவுகள் ஊற்று போலப் பெருகுகின்றன. தனக்குத்தானே சிரித்துக் கொள்ளவும், தன்னைத்தானே திட்டிக்கொள்ளவும் ஆசைப்படும் அந்த வயதின் ஒரே குறை, தன்னை யாருமே புரிந்துகொள்வதில்லை என்பதே!

15 வயதில் மகளோ மகனோ உள்ள பெற்றோர், அவர்களைப் பற்றிய புகார்களை நிறையச் சொல்கிறார்கள். அதைக் கேட்கையில் வயதின் தடுமாற்றங்கள், குழப்பங்கள் எல்லாக் காலத்திலும் ஒன்றுபோலவே இருப்பதை உணர முடிகிறது.

புத்தர் மூன்று காட்சிகளால் தூண்டப்பட்டு தன் அரண்மனையில் இருந்து வெளியேறி துறவு மேற்கொண்டார் என்பார்கள். பதின் வயதினரைப் பற்றிய இந்த மூன்று காட்சிகள் ஓர் எளிய உண்மையை நமக்குப் புரிய வைக்கின்றன.

முதல் காட்சி...

பள்ளி இறுதி ஆண்டில் படிக்கும் 15 வயதான நிஷா ஒருநாள் காலை வகுப்புக்குப் போகாமல் படுத்துக்கிடக்கிறாள். வேலைக்குச் செல்லும் அவளது அம்மா, 'என்னடி ஆச்சு...? உடம்புக்கு முடியலையா?' என்று அக்கறையாகக் கேட்டுக் கேட்டு அலுத்துவிட்டாள். மகளிடம் பதிலே இல்லை. கண் விழித்த நிஷா, காபி குடிக்கவில்லை; குளிக்கவில்லை; சாப்பிடவில்லை; படுக்கையிலேயே கிடக்கிறாள். யார், எது

கேட்டாலும் கோபப்படுகிறாள். அவளுக்கான காலை உணவு, மதிய உணவு அத்தனையும் உணவு மேஜையில் எடுத்துவைத்து விட்டு, கைச்செலவுக்குக் காசு கொடுத்துவிட்டு பெற்றோர் வேலைக்குச் சென்றுவிடுகிறார்கள். வீட்டில் தனியாக இருக்கிறாள். டி.வி. பார்க்கவோ, பாடல் கேட்கவோ அவளுக்கு விருப்பமில்லை.

தன் செல்போனில் யார் யாருக்கோ எஸ்.எம்.எஸ். அனுப்பிய படியே இருக்கிறாள். பகல் மிக மெதுவாகப் போகிறது. நிஷா அதைக் கண்டு எரிச்சல்படுகிறாள். மதிய நேரம் எழுந்து, கண்ணாடி முன் நின்று தன்னைப் பார்க்கிறாள். இடது கன்னத்தில் சிறிய மரு தெரிகிறது. ஆத்திரத்துடன் அதைக் கிள்ளி எடுக்கப் பார்க்கிறாள். தன் உயரம் சற்று அதிகமாக இருந்தால் எப்படி இருக்கும் என்று எக்கி நின்று பார்க்கிறாள்.

கூந்தலைத் தடவிப் பார்த்து அது மிருதுவாக இல்லையே என்று எரிச்சல்படுகிறாள். செல்போனை அடிக்கடி எடுத்துப் பார்க்கிறாள். தலையணையில் முகம் புதைத்து அழுகிறாள். கவலையும் விரக்தியும் ஒருநாளில் அவள் தோற்றத்தை மாற்றிவிடுகிறது. மாலை வீடு திரும்பும் அம்மா, தன் மகளின் தோற்றம் கண்டு, மகளுக்கு என்னவானது என்று புரியாமல் புலம்புகிறாள்.

இரவில் நிஷாவின் அப்பா அருகில் உட்கார்ந்து, 'என்னம்மா கோபம்? யாராவது ஏதாவது சொன்னார்களா? ஏதாவது வேண்டுமா?' என்று அவள் கையைப் பிடித்துக்கொண்டு பேசுகிறார். அவள் அழுதபடியே, 'எனக்கு உடல் நலமில்லை என்று என் நண்பர்கள் அத்தனை பேருக்கும் எஸ்.எம்.எஸ். அடித்தேன். ஒருத்திகூட பதில் அனுப்பவில்லை. ஆனால் நான், திவ்யாவுக்கு உடல்நலமில்லை என்று தெரிந்தபோது, எத்தனை போன் செய்தேன். என்னைப் பற்றி யாருக்குமே அக்கறை இல்லை' என்று குமுறுகிறாள்.

'உனக்கு உடம்புக்கு என்ன செய்கிறது?' என்று அப்பா கேட்கிறார். 'எனக்கு ஒன்றும் இல்லை. இப்படிச் செய்து பார்த்தால், நண்பர்கள் நிஜமாக நம் மீது அக்கறையுடன்

இருக்கிறார்களா? என்று கண்டுபிடித்துவிட முடியும் என்று விநோதினி சொன்னாள். அவள் சொன்னபடியேதான் நடந்தது. என்னை யாருக்குமே பிடிக்கவில்லை. எல்லோரும் நடிக்கிறார்கள். ஏமாற்றுகிறார்கள்' என்று அழுகிறாள் நிஷா. எப்படிச் சமாதானம் செய்வது என்று அப்பாவுக்குப் புரியவில்லை. அவளாகத் தீர்த்துக்கொள்ளும்படி விட்டுப் போகிறார்.

மறுநாள், நிஷா இயல்பாகப் பள்ளிக்குப் போகிறாள். தான் பழைய நண்பர்களை விலக்கிவிட்டதாகவும் புதிதாக இரண்டு நண்பர்கள் சேர்ந்திருக்கிறார்கள் என்றும் உற்சாகமாகச் சொல்கிறாள். அத்துடன், ஓர் ஆளுக்கு எவ்வளவு எஸ்.எம்.எஸ். வருகிறதோ, அதை வைத்துத்தான் அவர்களின் பாப்புலாரிட்டி. எங்கள் வகுப்பிலே எனக்குத்தான் அதிக எஸ்.எம்.எஸ். வருகிறது என்று மிகச் சந்தோஷமாகச் சொல்கிறாள். அப்பா, அம்மா இருவரும் தங்கள் மகளை எப்படிப் புரிந்துகொள்வது என்று தெரியாமல் தலையாட்டுகிறார்கள்.

இரண்டாம் காட்சி....

அருண் 10-ஆம் வகுப்புப் பையன். அவனுக்கு வீட்டில் தனி அறை. அதை எப்போதுமே பூட்டிவைத்துக்கொள்கிறான். வீட்டில் இருப்பது அப்பா, அம்மா இருவர் மட்டுமே. பின் எதற்காக எப்போதும் கதவைப் பூட்டிக்கொள்கிறான் என்று அவர்களுக்குக் கோபம். யாராவது நண்பர்கள் வந்தால்கூட அறைக்குள் கூட்டிச் சென்று கதவை மூடி விடுவான். அதேபோல பாத்ரூமுக்குள் மணிக்கணக்காக உட்கார்ந்து கொள்கிறான். என்னதான் செய்கிறான் என்று புரியவில்லை.

நன்றாகப் படிக்கிறான். ஆனால், யாரோடும் பேச விரும்புவது இல்லை. எதற்காக அறைக் கதவைச் சாத்திக்கொள்கிறான் என்று தினமும் அப்பா அவனோடு சண்டை போடுகிறார். அவன் அதுபோன்ற நேரங்களில் தலைகவிழ்ந்தபடி நகத்தைக் கடித்துக் கடித்துப் புண்ணாக்கிவிடுகிறான். எதையாவது மறைக்க விரும்புகிறானா? அல்லது ஏதாவது ரகசியமாகச் செய்கிறானா?

அம்மா மட்டுமே அறையைச் சுத்தம் செய்வதற்கு அனுமதிக்கப்படுகிறாள். இரவெல்லாம் அந்த அறையில் விளக்கு எரிகிறது. வீட்டுக்குள்ளேயே ஒரு தீவுபோல வாழ்கிறான் என்று அப்பா கோபப்படுகிறார். குடும்ப நிகழ்ச்சிகள் எதிலும் அவன் கலந்துகொள்வதில்லை. அப்பாவுடன் பூங்காவில் நடப்பதற்கோ, உணவகத்தில் போய்ச் சாப்பிடவோகூட விரும்புவதில்லை. தன் பையன் தன்னிடம் இருந்து அந்நியமாவதை அப்பாவால் தாங்க முடியவில்லை. அது தீராத கோபமாக வெளிப்படுகிறது.

சாப்பிடும் நேரம் ஓர் இட்லியை அவன் அரை மணி நேரம் மென்றுகொண்டே இருக்கிறான். 'என்னடா பழக்கம்?' என்று அப்பா ஒருநாள் அடித்துவிட்டார். வீட்டில் அப்பாவுக்கும் பையனுக்கும் எப்பவும் சண்டை தான். மகனின் தனிமை அப்பாவை அச்சமூட்டுகிறது. அப்பாவின் கோபம் மகனைத் தனிமைக்குள் தள்ளுகிறது.

மூன்றாம் காட்சி...

ப்ளஸ் டூவுக்காக ஒரே வகுப்பில் படிக்கும் சங்கரும் மணிகண்டனும் ஒன்று சேர்ந்து படிக்கிறார்கள். இருவரும் ஐந்து வருட நண்பர்கள். தினசரி எட்டு மணிக்கு மணிகண்டன், சங்கர் வீட்டுக்கு வந்துவிடுவான். சங்கர் வீட்டிலேயே சாப்பிட்டுவிட்டு சேர்ந்து படிப்பார்கள். பெரும்பாலும் மணிகண்டன் அங்கேயே இரவு தங்கிவிடுவான்.

ஒருநாள் இரவு எட்டு மணிக்கு சங்கர் தன் அம்மாவிடம், "மணி வந்தால் நான் வெளியே போயிருக்கேன்னு சொல்லித் திருப்பி அனுப்பிவிடு" என்று தன் அறைக் கதவைப் பூட்டிக்கொள்கிறான். அம்மாவுக்கு எதற்கு என்று புரியவில்லை. மணிகண்டன் வந்து சேர்கிறான். சங்கர் வெளியே போயிருப்பதாக அம்மா சொன்னதும், வரும் வரை காத்திருப்பதாகச் சொல்லி வரவேற்பறையில் உட்கார்ந்து கொள்கிறான்.

ஒன்பது மணியாகிறது. சங்கர் அறைக் கதவைத் திறந்து வெளியே வருகிறான். மணி மிக இயல்பாக, "உள்ளேயா

இருந்தே?" என்று கேட்க, சங்கர் பேசவே இல்லை. அம்மா இருவருக்கும் சாப்பாடு போடுகிறாள். சங்கர் முகத்தைக் கோபமாக வைத்துக்கொண்டு, 'நான் தனியாப் படிக்கப் போறேன். இனிமே வராதே' என்று சொல்கிறான். மணி எதற்கு என்று புரியாமல், 'என்னடா ஆச்சு?' என்று கேட்கிறான். சங்கர் ஆத்திரத்துடன், 'அது என் இஷ்டம். நீ சாப்பிட்டுக் கிளம்பு' என்று விரட்டுகிறான். மணி சாப்பிடவில்லை. தன்னை மீறி அழுகிறான். அம்மா மணியைச் சமாதானம் செய்கிறாள். ஆனால், அவன் வலியோடு எழுந்து சைக்கிளை எடுத்துக்கொண்டு போய்விடுகிறான்.

'ஏன்டா இப்படிச் செய்தே?' என்று அம்மா கேட்கிறாள். 'பின்னே என்னம்மா, நான் சொல்லித்தர்ற முறையில் படிச்சு இவன் ஈஸியா பரீட்சை எழுதி என்னைவிட அதிக மார்க் வாங்கிடுறான். ரிவிஷன் டெஸ்ட்ல அவன்தான் ஃபர்ஸ்ட்' என்று சொல்லிவிட்டு உள்ளே போகிறான் சங்கர். முறிந்த நட்பின் வலியை மகன் உணரவில்லையா? என்று அம்மா புரியாமல் நிற்கிறாள். அதன்பிறகு சங்கர் வீட்டுக்கு மணி வரவே இல்லை.

பதின்வயதின் இந்தச் சிக்கல்கள் மேற்குலகில் இன்னும் கூடுதலாக இருக்கிறது. அங்கே பெற்றோர் கவலைப்படும் முக்கிய விஷயம், பாலுறவு. பள்ளி வயதில் பாலுறவு வேட்கை துவங்கி விடுகிறது. படித்து முடிக்கும் முன்பு தன் மகள் கர்ப்பிணியாகிவிடக் கூடாதே என்பதுதான் பெற்றோரின் முக்கியக் கவலை. அப்படிக் கர்ப்பமான சில பள்ளி மாணவிகள் பற்றிய உண்மைக் கதைகளும் வெளியாகி உள்ளன. அதை மையமாகக்கொண்ட படமே 'JUNO'.

பதினாறு வயதான பள்ளி மாணவி ஜூனோ கர்ப்பமாகி விடுகிறாள். அதைக் கலைக்க விருப்பம் இல்லாமல் குழந்தை பெற்றுக்கொள்வது என்று முடிவு செய்கிறாள். இதனால் ஏற்படும் உடல், மனச் சிக்கல்களே படம். அறியா வயதில் கர்ப்பிணியான மாணவியின் மனத் தடுமாற்றங்கள் காட்சிகளாக விரிகின்றன.

புரிந்துகொள்ளப்படாத இந்தப் பதின் வயது காட்சிகள் மூன்றிலும் உள்ள ஒரே அம்சம், தன்னைப் பற்றி மட்டுமே நினைக்கிறார்கள் என்பதுதான். தனது செயல்கள், தோற்றம் விருப்பம் மட்டுமே முதன்மையானவை என்று எண்ணுகிறார்கள். அதை மற்றவர் புரிந்து கொள்ளத் தவறும்போது சிக்கலும் சிடுக்கும் உருவாக ஆரம்பிக்கிறது!

ஒன்றரை வயது எலிடா!

ஒன்றரை வயதில் ஓவியம் வரையத் துவங்கிய எலிடா, வண்ணங்களை மிக அழகாகப் பயன்படுத்துகிறாள். இரண்டு வயதில் அவளது ஓவியக் கண்காட்சி மெல்பர்ன் மியூஸியத்தில் நடைபெற்றிருக்கிறது. அது சிறந்த வரவேற்பைப் பெற்றதோடு நல்ல விலைக்கு விற்பனையும் ஆகியுள்ளது. எலிடா, உலகின் மிகவும் இளவயது ஓவியராகப் புகழ்ந்து கொண்டாடப் படுகிறாள்!

49

கல்விக் கடைகள்!

கோடை விடுமுறை, ஒவ்வொரு வருடமும் மாணவர்களுக்குச் சந்தோஷத்தைத் தருகிறது. ஆனால் பெற்றோர்களுக்கு, கல்வி குறித்து புதிய பிரச்னைகளையும் நெருக்கடிகளையுமே உருவாக்குகிறது. இன்று, பெரும்பான்மையான பள்ளிக் கூடங்கள் பெற்றோர்களை அற்பப்புழுக்களைப்போல் நடத்து கின்றன.

இரண்டு நாட்களுக்கு முன்பு ஆட்டோவில் வீடு திரும்பிக் கொண்டு இருந்தேன். ஆட்டோ ஓட்டுநர் தன் ஆற்றாமை தாங்க முடியாமல் புலம்பியபடியே வந்தார்.

"என்ன விஷயம்?" என்று கேட்டேன்.

"என் இரண்டு பிள்ளைகளை மெட்ரிகுலேஷன் பள்ளியில் படிக்க வைக்கிறேன். அந்தப் பள்ளி நிர்வாகம் என்னை மிகவும் கேவலமாக நடத்துகிறது" என்று சொன்னார்.

"எதற்காக அப்படி நடத்துகிறார்கள்?" என்றேன்.

"இப்போதுதான் பள்ளி முடிந்து விடுமுறை ஆரம்பித்து இருக்கிறது. ஆனால், ஒரு வாரத்துக்குள் அடுத்த ஆண்டுக்கான கல்விக் கட்டணத்தை முழுமையாகக் கட்டிவிட வேண்டும். பள்ளியில் மட்டுமே யூனிஃபார்ம், நோட்டு, புத்தகங்கள் வாங்க வேண்டும். அவர்கள் சொல்லும் கடையில்

போய்தான் ஷூ வாங்க வேண்டும். இப்படி ஆயிரம் கெடுபிடிகள், மிரட்டல்கள். கேள்வி கேட்க முடியாது. கொஞ்சம் அவகாசம் கொடுங்கள் என்று கேட்டாலோ, அல்லது ஏன் இவ்வளவு கட்டணம்? என்று கேட்டாலோ, 'பிள்ளையை வேறு பள்ளிக்கு மாற்றிக்கொண்டு போ' என்று கோபப்படுகிறார்கள். ஒரு லிட்டர் பெட்ரோலுக்கு ஒரு ரூபாய் கூட்டினால் கோபப்படும் மக்கள், ஒரு குயர் நோட்டின் விலை 60 ரூபாய், யூனிஃபார்ம் தைக்க 2,000 ரூபாய், ஓர் அடையாள அட்டைக்கு 350 ரூபாய் என்று பள்ளி நிர்வாகம் கேட்கும்போது, வாயை மூடிக்கொண்டு பணத்தைக் கொடுத்துவிட்டு வருகிறார்கள். அது ஏன்? என்றுதான் புரியவே இல்லை.

ஏன் இப்படிக் கொள்ளை அடிக்கிறீர்கள்? என்று கேட்டதற்கு, என்னை படிக்காத முட்டாள் என்று திட்டி அனுப்பி விட்டார்கள். பிள்ளைகளை அடுத்த பள்ளியில் சேர்ப்பது என்பது இன்னும் மோசமான அனுபவம். இதைப் பற்றி புகார் செய்வது என்றால்கூட அதே பள்ளி நிர்வாகத்தில்தான் செய்ய வேண்டும். அவர்கள் எப்படி நடவடிக்கை எடுப்பார்கள்? என்ன செய்வதென்றே தெரியவில்லை? பிள்ளைகளுக்காக இந்த அவமானங்களை எல்லாம் தாங்கிக்கொள்ள வேண்டியிருக்கிறது" என்று வேதனைப்பட்டார்.

இது, யாரோ ஓர் ஆட்டோ ஓட்டுநரின் ஆதங்கம் மட்டுமல்ல; பெரும்பான்மை பெற்றோர்களின் மனநிலை இதுதான். கல்வித் துறையைப் பெரும் வணிகமாக்கிவிட்டோம். கல்வி அடிப்படை உரிமையாகிவிட்டது என்று பெருமைப்பட்டுக் கொள்ளும் அதே சூழலில், சிறுவர் சீர்திருத்த நிலையங்கள் போலப் பள்ளிகள் உருமாறிவிட்டதைப் பற்றி கண்டு கொள்ளாமல் இருக்கிறோம்.

தையல் கடை, செருப்புக் கடை, துணிக் கடை, டை, பெல்ட், அடையாள அட்டை, நோட்டு, புத்தக வெளியீட்டாளர்கள் என்று எல்லாரோடும் ஓர் உள் ஒப்பந்தம் செய்துகொண்டு, கமிஷன் ஏஜென்ட்டுகள்போலச் செயல்படுகிறார்கள்.

கட்டணத் தொகையை விசாரிக்க வரும் ஆங்கிலம் அறியாத பெற்றோர்கள் அசிங்கப்படுத்தப்படுகிறார்கள். நீதிமன்றத்தில் நிற்கும் குற்றவாளியைவிடவும் கூனிக் குறுகி, பள்ளி

அலுவலகம் முன்பாகப் பெற்றோர்கள் பணம் கட்டத் தவணை கேட்டுத் தயங்கி நிற்கிறார்கள். நிர்வாகம் தயவு தாட்சண்யம் எதுவுமின்றி அவர்களைக் கொச்சையாகத் திட்டுகிறது. பிள்ளைகளை வெளியேற்றுகிறது. பள்ளி குறித்து புகார் செய்வதற்குப் பள்ளி நிர்வாகத்தைவிட்டால் வேறு வழி இல்லை.

கல்வி அமைச்சகம், இதற்கு எனத் தனியே ஒரு கண்காணிப்புப் பிரிவை உருவாக்கி, அவர்கள் மூலம் இதை ஒழுங்குக்குள் கொண்டு வரலாம். அவசர போலீஸ் எண், ஆம்புலன்ஸ், தொலைபேசி எண் போல பள்ளி நிர்வாகம் குறித்த முறைகேடுகளைப் பதிவு செய்யும் சிறப்புத் தொலைபேசி எண்கள் மற்றும் இணைய வசதி உடனே உருவாக்கப்பட வேண்டும். அத்துடன் புகார்கள் மீது கடுமையான நடவடிக்கைகளை மேற்கொண்டால் மட்டுமே இதைத் தீர்க்க முடியும்.

1,000 ரூபாய் பணம் லஞ்சம் வாங்குபவனை உடனடியாக லஞ்ச ஒழிப்புத்துறை கைது செய்து, விசாரணை செய்வதுடன் நாளிதழ்களில் முதல் பக்கத்தில் புகைப்படத்துடன் பெயர், விவரங்களை வெளியிடுகிறது. ஆனால், ஆயிரம் ஆயிரமாகக் கொள்ளையடிக்கும் ஏதாவது ஒரு பள்ளி, அதன் நிர்வாகி மற்றும் முதல்வர் பற்றிய விவரங்கள் நாளிதழ்களில் வந்திருக்கின்றனவா?

இந்தக் குளறுபடிகள் ஒரு பக்கம் என்றால், மறுபக்கம் பாடப்புத்தகங்களில் எழுத்துப் பிழைகள் பெருகி இருக்கின்றன. பாடம் என்ற பெயரில் அபத்தமான கருத்துகள், தகவல்கள் அதிகம் உள்ளன. அதைச் சீர்செய்யாமல் அப்படியே மாணவர்கள் தலைக்குள் திணிக்கிறார்கள். டியூஷன், ஸ்பெஷல் கிளாஸ், கூடுதல் பயிற்சி என்று மாணவன் கல்வி பயிலச் செலுத்தும் கட்டணத்தை விடப் பல மடங்கு பணம் உபரியாகப் பறிக்கப்படுகிறது.

ஒருநாள் விடுப்பு எடுத்தால் 50 ரூபாய் அபராதம். மாதப் பரீட்சையில் ஃபெயிலாகிப் போனால் 1,000 ரூபாய் கூடுதலாகச் செலுத்த வேண்டும். ஒரு நாளைக்கு இரண்டு தடவைக்கு மேல் கழிப்பறையைப் பயன்படுத்தினால், 10 ரூபாய் அபராதம். மாணவர்கள் குடிப்பதற்குச்

சுகாதாரமான தண்ணீர் கிடையாது. தூய்மையான கழிப்பறை வசதி இல்லை. காற்றோட்டம் இல்லாத வகுப்பறைகள் என்று கோளாறுகளின் உச்சமாகவே பல பள்ளிகள் உள்ளன.

பெற்றோர், தங்கள் பிள்ளையின் ஆசிரியர் யார் என்று தெரிந்து கொள்ள முடியாது. ஒருவேளை தெரிந்துகொண்டாலும் அவர்களைச் சந்தித்து தன் பிள்ளையின் கல்வி பற்றி அறிந்து கொள்ள பள்ளி அனுமதிப்பதில்லை. யார்? எந்த வகுப்புக்கு? என்ன பாடம் எடுக்கிறார்கள்? அவர்களின் கல்வித் தகுதி என்ன? பெயர், விவரம், முகவரி, தொலைபேசி எண்களைப் பெற்றோர்களுக்குத் தருவதற்குப் பள்ளி நிர்வாகம் ஒருபோதும் அனுமதிப்பதில்லை. சிறைச் சாலைகளில் கூட இவ்வளவு கடுமையான விதிகள் பின்பற்றப்படுவதில்லை. ஆனால், சிறைச்சாலைகளை விட மோசமாக, பெற்றோர்களையும் மாணவர்களையும் பள்ளி நடத்துகிறது. இதுகுறித்த எதிர்ப்புக்குரல் பெற்றோர்களின் மனதுக்குள்ளாகவே ஒடுங்கிப்போய்விடுகிறது. உண்மையில் இந்தப் பிரச்சனைகள் அரசுப் பள்ளிகளில் அரிதாகவே இருக்கின்றன. பெரும்பான்மை அரசுப் பள்ளிகள் முறையாக நடைபெறுகின்றன. கற்றுத்தருதலும், மாணவர்கள் மீதான அக்கறையும் பிற பள்ளிகளைவிடக் கூடுதலாகவே உள்ளன. ஆனால், அரசுப் பள்ளிகள் என்றாலே மக்களுக்கு அது தரம் குறைந்தது என்ற தவறான எண்ணம் உள்ளது. 10 மற்றும் +2 வகுப்புத் தேர்வில், மாநில அளவில் அதிக மதிப்பெண் பெறும் மாணவர்களில் அதிகம் பேர் அரசுப் பள்ளிகள் மற்றும் சிறுநகரப் பள்ளிகளில் படித்து வந்தவர்களே.

தனியார் வங்கிகள், தனியார் வணிக நிறுவனங்கள் என்று அனைத்துக்கும் தணிக்கையும், கண்காணிப்பும், பிரச்னைகள் மீதான உடனடி சட்ட நடவடிக்கைகளும் சாத்தியமாகி வரும் சூழலில், தனியார் பள்ளிகளின் கட்டணத்தை முறைப்படுத்தவோ, கெடுபிடிகளைச் சீர்செய்யவோ மட்டும் ஏன், இத்தனை தயக்கம்? கண்டுகொள்ளாமை?

ஈராக் யுத்தத்தில் வெடிகுண்டுத் தாக்குதலில் ஒரு பள்ளி முற்றிலும் சிதைந்துபோய்விட்டது. அந்தப் பள்ளியில் பயின்ற மாணவர்கள் இனி என்ன செய்வது என்று புரியாமல் வேறு வேறு ஊர்களுக்குச் சென்றுவிட்டார்கள்.

எஸ். ராமகிருஷ்ணன்

ஜபார் என்ற ஆசிரியர் எறிகுண்டு வீச்சில் கால் உடைந்து மருத்துவமனையில் அனுமதிக்கப்பட்டிருந்தார். அவருக்கு ஒரு யோசனை உருவானது. அதன்படியே தன்னிடம் படித்த மாணவர்களுக்குத் தொலைபேசி வழியாகவே வகுப்பு எடுப்பது என்று முடிவு செய்து, தினசரி ஒரு மாணவனுக்கு ஒரு குறிப்பிட்ட நேரம் தொலைபேசியில் அழைப்பார்.

அவன் பாடப் புத்தகத்தை எடுத்து கையில் வைத்துக்கொண்டு வாசிக்க வேண்டும். அதைப் பற்றி அவர் விளக்கம் தருவார். இப்படியாக ஆறு மாதங்கள் அந்த ஆசிரியர் படுக்கையில் கிடந்தபடியே மாணவர்களை உருவாக்கினார். ஆசிரியரின் பிரச்சனையைப் புரிந்துகொண்ட ஒரு மாணவனின் அப்பா, தானே ஒரு பண்பலை ரேடியோவை உருவாக்கி, அதன் வழியே குறிப்பிட்ட நேரத்தில் ஆசிரியர் நடத்துவதை அனைவரும் கேட்குமாறு செய்தார்.

அந்த ரேடியோ பிரபலமாகி இன்று மாணவர்களுக்கான கல்விப் பண்பலையாகச் செயல்படுகிறது. அதன் மூலம் விட்டுப்போன கல்வியை மாணவர்கள் முடித்திருக்கிறார்கள். இதற்கு ஒரு பைசா கட்டணம் இல்லை. கல்வியின் மகத்துவம் குறித்த இதுபோன்ற உண்மை நிகழ்வுகள் சுட்டிக்காட்டுவது, ‘கற்றுத்தருவதை ஒரு தொழிலாக மாற்றி விடாதீர்கள்’ என்பதைத்தான்.

நிகோலஸ் பிலிபெர்ட் என்ற ஃபிரான்ஸ் தேசத்தைச் சேர்ந்த இயக்குநரின் 'To Be and To Have' என்ற ஆவணப் படம், கல்வி குறித்த புதிய பார்வைகளை நமக்கு அறிமுகம் செய்கிறது. 104 நிமிடங்கள் ஓடக்கூடிய இந்தப் படம் ஓர் ஆசிரியர், பள்ளி ஒன்றைப் பற்றியது. ஃபிரான்ஸின் கிராமப்புறம் ஒன்றில் உள்ள பள்ளியில் பணியாற்றும் ஜார்ஜ் லோபஸ் என்ற ஆசிரியர் மற்றும் அவரது மாணவர்களைப் பற்றியதே இந்தப் படம்.

அந்தப் பள்ளியில் ஒன்று முதல் ஐந்து வரை ஆரம்ப வகுப்புகள் ஒன்றாக ஒரே அறையில் உள்ளன. நான்கு வயதிலிருந்து 12 வயது வரை உள்ள 14 மாணவர்கள் அங்கே படிக்கிறார்கள். லோபஸ் அந்தப் பள்ளியில் 20 வருடங்களுக்கும் மேலாகப் பணியாற்றி இருக்கிறார். அவரிடம் படித்த மாணவர்கள்

அறிவாளிகளாக வாழ்க்கையில் உயர்ந்து, வெவ்வேறு துறைகளில் நல்ல வேலையில் பணியாற்றுகிறார்கள். படம் 2000-மாவது ஆண்டில் அவரது பள்ளி துவங்குவதில் ஆரம்பித்து, ஒரு வருடம் அங்கே என்ன நடக்கிறது என்பதைக் காட்டுகிறது.

வெவ்வேறு வயதுள்ள குழந்தைகளை ஒரே வகுப்பில் வைத்திருப்பது குறித்து, ஆரம்பத்தில் நமக்கே 'என்ன இது?' என்ற எரிச்சல் உருவாகிறது. ஆனால், லோபஸ் அவர்களுக்கான ஒருங்கிணைந்த கல்வி முறை ஒன்றை வைத்திருக்கிறார். தனித்தனியாகப் பாடங்கள் இருக்கின்றன. ஆனால், அதைக் கற்றுத்தரும் முறை அலாதியானது. அதாவது பெரிய மாணவர்களைக் கொண்டே சிறிய மாணவர்களுக்குக் கற்றுத்தருகிறார். ஓவியம் வரைவது, பாடல்கள் பாடுவது, கவிதை வாசித்தல் என்று மாணவர்கள் ஒருவருக்கு ஒருவர் உதவுகிறார்கள். இணைந்து கற்றுக்கொள்கிறார்கள். வெறும் பாடப் புத்தகங்களுடன் நின்று விடாமல் அவர்களுக்கான தனித்திறன் வளர வேண்டும் என்பதற்காக அதிக சிரத்தை எடுக்கிறார் லோபஸ்.

மாணவர்களை இயற்கையை நேசிக்கச் செய்கிறார். எவ்வளவு முறை திரும்பத் திரும்பக் கேட்டாலும் சலிக்காமல் பாடத்தைப் புரிய வைக்கிறார். மாணவர்களை அவர் நடத்தும் விதம் அற்புதமாக இருக்கிறது. அவர் கோபம் கொள்வதே இல்லை. வண்ணத்துப்பூச்சிகள் நம் உடல் மீது வந்து உட்கார்ந்தால், அதை எவ்வளவு கவனமாக ரசித்து வியப்போமோ, அதுபோன்று தனது மாணவர்களை அவர் பாராட்டுகிறார். அந்தப் பள்ளியில் அதிக வசதிகள் இல்லை. ஆனால், அது கற்றுத்தருதலில் முன்னோடியான அத்தனை அம்சங்களையும் கொண்டிருக்கிறது.

மாணவர்கள் பின்தங்கிவிடக்கூடாது என்பதற்காக அவர் கணினியும் கற்பிக்கிறார். அதேவேளை நினைவாற்றல் இல்லாமல் போனால் மாணவன் வெறும் சக்கையாகிவிடுவான் என்று சுயமாக நினைவாற்றலை வளர்ப்பதற்கும் உத்திகள் கற்றுத்தருகிறார். சிறார்களுக்குக் கற்றுத்தருவதை அவர் எவ்வளவு நேசிக்கிறார் என்பதைப் படத்தின் ஒவ்வொரு காட்சியும் நமக்கு ஆழமாக உணர்த்துகிறது. துடுக்குத்தனம்

மிக்க மாணவர்களை அவர் நேசிக்கிறார். கற்றுத்தருவதன் வழியேதான் குழந்தைப் பருவத்தை மறுபடி மறுபடி அடைவதாகப் பெருமையுடன் கூறுகிறார். கல்வி குறித்து அக்கறை உள்ள ஒவ்வொருவரும் அவசியம் காண வேண்டிய படம் இது.

வெறும் வணிக நிறுவனமாக மட்டுமே செயல்படும் பள்ளிகள் எப்படி நமது குழந்தைகளை அறிவாளிகளாக, மனிதநேயம் மிக்கவர்களாக உருவாக்கும். அவர்களை நம்பி ஏன் நம் பிள்ளைகளை அனுப்பிவைக்கிறோம்? என்ற கவலை மிக ஆழமாக மனதைப் பாதிக்கிறது. அந்த வலி ஒவ்வொரு நாளும் அதிகமாகிக்கொண்டே இருக்கிறது என்பது தான் சமகால நிஜம்!

உலகின் மிக வயதான ஆசிரியை!

கற்றுத்தருவதற்கு வயது ஒரு தடை அல்ல என்பதை நிரூபித்து வருகிறார் ரோஸ் கில்பெர்ட். தனது 88ஆம் வயதில் இன்றும் ஆங்கில ஆசிரியராகப் பணியாற்றுகிறார். பணி ஓய்வு பெற்ற பிறகும் ஆங்கில இலக்கியம் கற்பிக்கும் ஆசையை விடவில்லை. ஆகவே, சிறப்பு அனுமதி பெற்று ஒரு பள்ளியில் அவர் ஆசிரியராக வேலை செய்கிறார். கோடிக்கணக்கில் அவரது கணவர் பணம் சம்பாதித்துள்ளபோதும், "கற்றுத்தருவது மட்டுமே தன்னை ஆனந்தப்படுத்துகிறது" என்கிறார் உலகின் மிக வயதான ஆசிரியை!

50

கோபம் கொல்லாதே!

கோபத்தைக் குறைப்பது எப்படி, கோபத்தைக் கட்டுப்படுத்தும் வழிகள் என்னவென்று காலம் காலமாக ஞானிகளும் அறிஞர்களும் அறிவுரை சொல்லி வருகிறார்கள். எனக்கு இதற்கு எதிர்மாறாகத் தோன்றுகிறது.

உண்மையில் நாம் சரியான விஷயங்களுக்காக ஒருபோதும் கோபப்படுவதில்லை. ஆகவே, கோபப்படக் கற்பிக்க வேண்டும். கோபம் பயில வேண்டும் என்றுதான் எண்ணம் உருவாகிறது. கோபப்படாதே என்று யாராவது சொன்னால், அவர் மீது கோபப்படவே தோன்றுகிறது. ஆனால் சுய நலத்துக்காக, சொந்தப் பிரச்னைகளுக்காக ஒருபோதும் கோபப்படக் கூடாது.

அது வெறுங்கோபம். இயலாமை, ஆத்திரம், பொறாமை, அகங்காரத்தில் வருவது. அது தேவையற்றது. யோசித்துப் பாருங்கள். முன்பெல்லாம் எங்காவது பொது இடத்தில் ஆணோ, பெண்ணோ யாராவது அவமானப்படுத்தபட்டாலோ, குடிதண்ணீர், பேருந்து, மருத்துவம் போன்ற அடிப்படைப் பிரச்சனை சார்ந்து மக்கள் ‘இப்படி அநியாயமா நடக்குதே’ என்று புலம்பினாலோ, ‘என்னய்யா... பார்த்துட்டு இருக்கீங்க’ என்ற குரல் கேட்கும்.

உடனே, யாரோ ஒருவர் தலையிட்டு, யார் பக்கம் உண்மை இருக்கிறது? என்று எடுத்துச் சொல்வார். பொது

விஷயத்துக்காகக் கோபம் கொள்வார். அந்தக் கோபத்தில் நியாயம் இருக்கும். மனச் சாட்சியின் குரல் போல் ஒலித்த அந்தக் கோபம் காணாமல் போய் பல காலமாகிவிட்டது.

தனது கோபத்துக்கு, தான் பொறுப்பாளி இல்லை என்று யார் பக்கமோ கை காட்டுவதே இன்றைய வழக்கமாக இருக்கிறது. கோபம் எதிர்மறையாகவே எப்போதும் புரிந்து கொள்ளப்பட்டு இருக்கிறது. கோபத்தின் நன்மைகளை நாம் கற்றுக்கொள்ளவே இல்லை.

ஆயிரமாயிரம் தமிழ் மக்கள் இலங்கையில் கொல்லப்படு கிறார்கள். அது நம்மிடையே கோபத்தை உருவாக்கவில்லை. 10,000 கோடி ஊழல், 15,000 கோடி மோசடி என்று நாளிதழ்களில் செய்திகள் நிரம்பி வழிகின்றன. அதைப் பார்த்துக் கோபம் வரவில்லை. பள்ளிச் சிறுமி கற்பழிக்கப் படுகிறாள், பதின் வயது வேலைக்காரப் பெண்ணை எரித்துக் கொன்றிருக்கிறார்கள், சாதித் திமிரில் ஒரு மனிதனின் வாயில் மலம் திணிக்கப்படுகிறது, கல்லால் அடித்து காதலர்கள் கொல்லப்படுகிறார்கள், கடவுளின் தோழர்கள் போல் இருந்த துறவிகள் காமக் களியாட்டம் நடத்துகிறார்கள், மக்கள், இவை எதற்கும் கோபம் கொள்வதே இல்லை.

ஒருவேளை மென் உணர்ச்சிகள் அதிகமாகிவிட்டனவா? அதுவும் நிஜம் இல்லை என்று, இசை, நாடகம், மற்றும் கிராமியக் கலைகள் பார்வையாளர்கள் இன்றி மெள்ள அழிந்து வருவது, காட்டுகிறது.

நல்ல இசை, நல்ல சினிமா, நல்ல இலக்கியம் எதையும் விரும்பித் தேடிப் போகிறவர்கள் குறைந்து போனார்கள். ரசனைகெட்ட சூழல் அதிகமாகி வருகிறது. இப்படியாக மென் உணர்ச்சியும் இல்லை. கோபமும் இல்லை என்றால் மக்கள் என்னவாகத்தான் ஆகியிருக்கிறார்கள்.

"யோசித்தால் கிடைக்கும் ஒரே உண்மை, மக்கள் மண்ணாக இருக்கிறார்கள் என்பதே. மண்ணைப் பழிக்கக்கூடாது என்பார்கள். மக்கள் மனது, கசடேறிய மண்ணாக மாறி யிருக்கிறது. எதையும் கண்டுகொள்ளாமல், எதற்கும் சலனம் கொள்ளாமல் பட்டமரம்போல வாழ்ந்துகொண்டிருக்

கிறார்கள். ஏன் இப்படி நமது வாழ்க்கை அர்த்தமற்றுப்போய் இருக்கிறது? எதற்குமே ஏன் கோபம் வருவது இல்லை?

அகிம்சையைக் கற்றுக் கொடுத்த அதே காந்திதான் பிடிவாதத்தையும் கற்றுத்தந்தார். யார் தடுத்தாலும், எதிர்த்தாலும் பிடிவாதமாக நியாயத்தை மக்கள் உணரச் செய்திருக்கிறார். எங்கிருந்து வந்தது அந்தப் பிடிவாதம். கோபம்தான் பிடிவாதமாக மாறியிருக்கிறது. நியாயமான விஷயங்களில் பிடிவாதமாக இருக்க வேண்டும் என்ற காந்தியின் வழிகாட்டல் ஏன் இன்று கைக்கொள்ளப்படுவது இல்லை?

கோபத்தை வளர்த்துக் கொள்ள வேண்டும். அதை நமக்குள்ளாகவே அழுத்தி வைத்துக்கொள்வதைவிட, சிறு தீக்குச்சிபோலத் தன்னை எரித்துக்கொண்டு வெளிச்சம் தரும் கோபம் வெளிப்பட வேண்டும். அதன் விளைவு மெல்ல விரிவுகொள்ளும். நாம் கோபம்கொள்ள வேண்டிய அவ்வளவு அநியாயங்களும், மனித அவமதிப்புகளும் கண் முன்னே நடக்கின்றன. ஆனால், அடங்கியே போகிறோம். இதற்கு மாறாக, எளிய மனிதர்களிடம் அடங்கிப் போக வேண்டிய இடங்களில் ஆத்திரப்படுகிறோம்.

மனச் சாட்சியின் குரல் என்ற சொல்லையே இன்று மறந்து விட்டோம். முன்பு மனச்சாட்சிக்குப் பயந்தவர்கள் இருந்தார்கள். மனசாட்சி, நமது சரி, தவறுகளைக் கண்காணித்தபடியே இருக்கும் என்ற பயம் இருந்தது. மனச்சாட்சி விழித்திருக்கிறது என்பதன் அடையாளமே சமூகக் கோபங்கள். அதுமறையும்போது மனச்சாட்சியும் கூடவே மறைந்துபோகிறது.

1947-ஆம் வருடம். நான்கு மாநிலங்கள் ஒன்றிணைந்த சென்னை ராஜதானியின் முதல்வராக ஓமந்தூர் ராமசாமி ரெட்டியார் பணியாற்றியபோது, ஒரு முறை அவர் அரசு வேலையாகக் குற்றாலம் சென்றிருந்தார். அங்கே உள்ள தங்கும் விடுதியில் ஓர் இரவு தங்கி, மறுநாள் சென்னைக்குக் காரில் திரும்பினார்.

முதல்வரின் கார் டிரைவர், அந்தப் பயணியர் விடுதியில் இருந்த ஒரு பலாப்பழத்தை அறுத்து எடுத்து, காரின் டிக்கியில் போட்டு சென்னைக்குக் கொண்டுவந்துவிட்டார். இந்தச் செய்தி ஓமந்தூராருக்குத் தெரியவருகிறது.

உடனே, டிரைவரை அழைத்து உனக்கு பலாப்பழம் எப்படிக் கிடைத்தது? என்று விசாரித்திருக்கிறார். காசு கொடுத்து வாங்கினேன் என்று டிரைவர் பொய் சொன்னதும், அவருக்குக் கோபம் வந்துவிட்டது. உண்மையைச் சொல் என்று மிரட்டியதும் பலாப்பழத்தை குற்றாலத்தில் இருந்து திருடி வந்த விஷயத்தை டிரைவர் ஒப்புக்கொண்டுவிட்டார். உடனே ஓமந்தூரார், "நீ இப்போதே குற்றாலம் சென்று, இந்தப் பழத்தை உரியவரிடம் ஒப்படைத்து எழுதி வாங்கிக் கொண்டு வா" என்று உத்தரவிட்டார்.

"பலாப்பழம் விலை இரண்டு ரூபா இருக்கும். இதுக்குப்போய் யாராவது ஐந்து ரூபா செலவழித்து குற்றாலம் போவார்களா?" என்று டிரைவர் கேட்டார்.

உடனே தன்னிடம் இருந்த ஐந்து ரூபாயை எடுத்துத் தந்து "நீ போய் வா" என்று ஓமந்தூரார் அனுப்பிவைத்தார். டிரைவர் குற்றாலத்துக்குப் போய், பழத்தை ஒப்படைத்துவிட்டு, மறுநாள் பணிக்குத் திரும்பினார். பழம் ஒப்படைக்கப்பட்ட ஆதாரக் கடிதத்தை முதல்வரிடம் தருகிறார்.

அன்று கார் ஓட்டும்போது டிரைவரின் முகம் இறுக்கமாகவே இருக்கிறது. வாய் திறந்து ஒரு வார்த்தை பேசவில்லை. சிடுசிடுப்பாகவே இருக்கிறார். அன்றிரவு டிரைவரைத் தனியே அழைத்து, "என்னப்பா, என் மேல கோபமா?" என்று கேட்டார் முதல்வர்.

"ஆமாங்க! சின்ன விஷயம், இதுக்குப்போய் இப்படி அவமானப்படுத்திட்டீங்க" என்று புலம்பியிருக்கிறார்.

அதற்கு ஓமந்தூரார், "இது சின்ன விஷயம் இல்லை. நீ பலாப்பழத்தைத் திருடிட்டு வந்தவுடனே அந்த டிராவலர்ஸ் பங்களா நிர்வாகி என்ன சொல்லியிருப்பார் தெரியுமா? டிரைவர் பலாப்பழத்தைத் திருடுறான். அப்போ முதலமைச்சர் என்னவெல்லாம் திருடுவானோ என்று திட்டியிருப்பான். இதுவே, நீ பலாப்பழத்தை ஒப்படைத்தபோது ஒரு

பலாப்பழத்தையே இவ்வளவு கவனமாகப் பார்த்துக்கிறாரே, அப்போ மக்களை எவ்வளவு கவனமா, நியாயமாப் பார்த்துக்குவார் என்று நம்பிக்கை உண்டாகி இருக்கும். அதை அவன் நாலு பேர்கிட்டே சொல்வான். அதற்காகத்தான் உன்னை அனுப்பிவைத்தேன்" என்றார்.

ஓமந்தூராரின் மனதைப் புரிந்து கொண்ட டிரைவர், "இப்போதாங்க உண்மை புரிந்தது" என்று சொன்னதும், "உண்மையைப் புரிஞ்சுக்கிட்டது சரி, ஆனா நீ என்கிட்டே ஐந்து ரூபாய் கடன் வாங்கிட்டுப் போய்தான் பழத்தை ஒப்படைச்சிட்டு வந்தே. அந்தப் பணத்துக்கு என்ன கணக்கு? நீ செஞ்ச தப்புக்கு நான் ஏன் தண்டம் கட்டணும். அதனால், உன் சம்பளத்துல மாசம் ஒரு ரூபா பிடிக்கச் சொல்லிட்டேன்" என்று சொல்லிச் சிரித்திருக்கிறார்.

இந்தச் சம்பவம், ஓமந்தூரார் பற்றிய விவசாய முதலமைச்சர் என்ற நூலில் இடம்பெற்றுள்ளது. மனசாட்சி விழித்துக்கொண்டு இருக்கிறது என்பதற்கு இதைவிட வேறு என்ன சாட்சி வேண்டியிருக்கிறது!

கடவுளின் இருப்பிடம் கள்வர்களின் குகையாக மாறிவிட்டதே என்று இயேசு கோபம் கொண்டார். ஆற்று நீரைப் பகிர்ந்து கொள்வதில் மக்கள் சண்டையிடுகிறார்களே என்று புத்தர் கோபம் கொண்டார். தன்னை அவமதித்ததைக்கூடத் தாங்கிக்கொள்ளும் கிருஷ்ணர், தனது தேசத்துப் பெண்களை அவமதித்தவனைக் கொல்லக் கோபத்துடன் ஸ்ரீசக்கரத்தை ஏவிய கதையை நமது இதிகாசங்கள் சொல்கின்றன. அநியாயத்துக்கு எதிரான கண்ணகியின் கோபம் மதுரையை எரித்தது. தென் ஆப்பிரிக்காவில் ரயிலில் இருந்து தூக்கி எறியப்பட்ட கோபம்தான் காந்தியின் முதல் அறப்போராட்டம். ஆக, கோபம் எப்போதுமே மாற்றத்தின் ஆதார விதையாகவே இருந்திருக்கிறது. அந்தக் கோபத்தைத்தான் நாம் தொலைத்துவிட்டோம்.

கோபத்தைத் தனக்குள்ளாகவே புதைத்து வைத்துக்கொண்டு கண்ணீர் விடுபவர்கள், உலகெங்கும் ஒன்று போலவே இருக்கிறார்கள். குறிப்பாக, பெண்களின் கோபம் எப்போதுமே புறக்கணிக்கப்படுகிறது. கையறு நிலையில் அழுது தீர்ப்பதைத் தவிர, வேறு வழி இல்லாமல் செய்துவிடுகிறது.

இயலாமையில் உருவான தனது கோபத்தை யாரிடம் காட்டுவது என்று தெரியாமல் போராடும் ஒரு பெண்ணின் கதைதான் 'A Mighty Heart'. ஏஞ்சலினா ஜூலி நடித்துள்ள இந்தப் படம் டேனியல் பியர்ல் என்ற பத்திரிகையாளர் தீவிரவாதிகளால் கடத்திக் கொல்லப்பட்ட சம்பவத்தை மையமாகக்கொண்டு உருவாக்கப்பட்டது.

டேனியல் ஒரு பத்திரிகையாளன். ஆப்கானில் உள்ள தீவிரவாதக் குழுக்கள் பற்றி செய்தி சேகரிப்பதற்காக, கராச்சிக்குக் கர்ப்பிணியான தனது மனைவியுடன் செல்கிறான். அங்கே தீவிரவாதிகளுக்கு உதவி செய்யும் ஒரு மதத் தலைவரைச் சந்தித்து பேட்டி காண ஏற்பாடு செய்கிறான். அதற்காக ஹோட்டலில் இருந்து காரில் புறப்பட்டுப் போனவன் திரும்பி வரவே இல்லை. அவன் தீவிரவாதிகளால் கடத்தப்பட்டுள்ளான் என்பதை மனைவி தெரிந்துகொள்கிறாள்.

மறுநாள் அவனே செய்தியாகிறான். எல்லாச் செய்திகளையும் போலவே அவனையும் படித்து, சுவாரஸ்யம் காட்டிவிட்டு மக்கள் மறந்துவிடுகிறார்கள். ஆனால், அவன் உயிரோடு இருக்கிறானா? இல்லை, கொல்லப்பட்டு விட்டானா? என்று தெரியாமல், அவன் மனைவி அலைந்து திரிந்து படும்பாடு வலியும் கண்ணீரும் வரவழைக்கக் கூடிய காட்சிகளாக நீள்கின்றன.

ஒவ்வொரு நிமிடமும், 'தன் கணவன் வந்துவிடக்கூடும்' என்று அவள் நம்பிக்கையோடு இருக்கிறாள். ஆனால், கிடைக்கும் செய்திகள் அனைத்தும் அவன் இனி உயிரோடு வரமாட்டான் என்பதையே உறுதி செய்கின்றன. தன் வயிற்றில் வளரும் குழந்தையுடன் தனது வேதனையைப் பேசுகிறாள். தெரியாத ஊரில் அடுத்து என்ன செய்வது என்று புரியாமல் தன்னைச் சுற்றி நடக்கும் அபத்தமான சூழலைக்கண்டு கோபப்படுகிறாள். அந்தக் கோபம் அசலானது. அதற்கான பதில் எவரிடமும் இல்லை.

முடிவில் தீவிரவாதிகளால் கணவன் கொல்லப்பட்டதை அறிந்து கொள்கிறாள். அந்தச் செய்தியும் பரபரப்பாக ஊடகங் களால் கொண்டாடப்படுகிறது. உலகம் டேனியலுக்காகக்

கண்ணீர் விடவில்லை. 'தன் கணவன், உண்மையை உலகின் கவனத்துக்குக் கொண்டு வருவதற்காகச் செத்துப் போனான்; அந்தச் சத்திய ஆவேசம் தன்னைச் சுற்றிய ஒருவரிடமும் இல்லை' என்பதைக் கண்டு டேனியலின் மனைவி கண்ணீர் விடுகிறாள்.

கோபப்படுவது எளிதானதல்ல. அதை முறையாகப் பிரயோகிக்கக் கற்றுக்கொள்ள வேண்டும். கோபத்தின் கடிவாளம் நம் கையில் இருக்க வேண்டும். அதன் பிடிக்குள் நாம் போய்விடக்கூடாது. அது சாத்தியமானால், நமது கோபம்... ஒளிரும் வெளிச்சமாகும்!

"உணவுப் பிரச்சனையே வராது!"

சீனாவில் வசிக்கும் 50 வயதான லீ சாஞ்சு, பல வருடங்களாக இலைகளை மட்டுமே உணவாகச் சாப்பிட்டு வருகிறார். பூச்சிமருந்து அடிக்கப்பட்டு விளையும் தானியங்கள், காய்கறிகள் உடல்நலத்தைக் கெடுக்கின்றன. ஆகவே, இயற்கையான உணவைச் சாப்பிட வேண்டும் என்று விரும்பி, அருகில் உள்ள செடிகளின் இலைகளைப் பறித்துச் சாப்பிடத் துவங்கியிருக்கிறார்.

இந்தப் பழக்கம் உடலை ஆரோக்கியமாக மாற்றியதை உணர்ந்து, இன்றும் பசுமையான இலைகளை மட்டுமே சாப்பிட்டு வருகிறார். "மனிதன் மட்டுமே உணவைச் சமைத்துச் சாப்பிடுகிறான். அது அவசியம் இல்லாதது. இயற்கை உணவின் மீதான ருசி இன்னும் மனிதனுக்குப் பழகவேயில்லை. அது சரிசெய்யப்பட்டால் உணவுப் பிரச்சனையே வராது!" என்கிறார் லீ சாஞ்சு.

51
"ஒவ்வொரு புத்தகமும் ஒரு பறவை!"

எந்த ஊருக்குச் சென்றாலும் அங்கு உள்ள நூலகம் மற்றும் புத்தகக்கடைகளைத் தேடுபவன் நான். மக்கள், புத்தகக்கடைகளை அதிகம் கவனம்கொள்வதே இல்லை. அது தங்களுக்குத் தொடர்பு இல்லாத ஒன்று என்ற எண்ணம், படித்தவர்களிடமும் உள்ளது. புத்தகக் கடைகள் எங்கே இருக்கின்றன? என்று விசாரிக்கும்போது, பலரும் பள்ளி, கல்லூரிப் பாடப்புத்தகக் கடையையே காட்டுகிறார்கள்.

இலக்கியம், கலை, அறிவியல், தத்துவம், சமூகவியல் என்று அறிவுத்துறை சார்ந்த புத்தகங்களை விற்கும் கடைகள் அவர்கள் நினைவுக்கு வருவதே இல்லை. சில வேளைகளில் உள்ளூர் நண்பர்களுடன் தேடி அலைந்து புத்தகக் கடைகளைக் கண்டுபிடித்துவிடுவேன். அப்போது, இப்படி ஒரு கடை இருப்பது இப்போதுதான் தெரிய வருகிறது என்று உள்ளூர் நண்பர் வியப்பார். இவ்வளவுக்கும் அவர் அதே ஊரில் பிறந்து வளர்ந்தவர் என்பதுதான் இதன் முரண்.

ஒரு நகரின் மக்கள் தொகைக்கும் அங்கு உள்ள புத்தகக் கடைகளின் எண்ணிக்கைக்கும் ஒப்பிட்டுப் பார்த்தால் மிகப்பெரிய இடைவெளி இருப்பதைக் கண்கூடாக உணர முடிகிறது. எல்லா ஊர்களிலும் புதிது புதிதாக உணவகங்கள், ஜவுளிக்கடைகள், பல்பொருள் அங்காடிகள், நகைக்கடைகள்,

அலங்காரப் பொருள் அங்காடிகள் அதிகமாகிக்கொண்டே இருக்கின்றன. ஆனால், புத்தகக் கடைகளின் எண்ணிக்கை குறைந்து கொண்டே வருகிறது.

புத்தக விற்பனை செய்பவர் எப்போதுமே ஏளனமாகவே பார்க்கப்படுகிறார். சாலையோரம் பீடா கடை வைத்திருப்பவரைக் கூட மக்கள் நினைவில் வைத்து இருக்கிறார்கள். நண்பர்களுக்குச் சிபாரிசு செய்கிறார்கள். ஒருநாள் அவரைக் காணவில்லை என்றாலும் அக்கறையாக விசாரிக்கிறார்கள். ஆனால், அறிவை விருத்தி செய்வதற்குத் துணை செய்யும் புத்தகக் கடைக்காரர்களை எவரும் பாராட்டுவதோ, ஊக்கப்படுத்துவதோ இல்லை. புத்தக விற்பனையாளர்கள் வெறும் வணிகர்கள் அல்லர்; மாறாக, படிப்பதில் அக்கறை கொண்டவர்கள். புத்தகங்களை ரசனையோடு நேசிக்கத் தெரிந்தவர்கள் என்பதை மக்கள் இன்று வரை புரிந்து கொள்வதே இல்லை.

நேரம் போவதே தெரியாமல் இருப்பதற்கு ஓர் இடத்தைத் தேர்வு செய்யுங்கள் என்றால், உடனே புத்தகக் கடை என்று சொல்லிவிடுவேன். சில நேரம் விமான நிலையங்களில் அடுத்த விமானத்துக்காக ஐந்தாறு மணி நேரம் காத்திருக்கக்கூடும். அவ்வளவு நேரமும் புத்தகக் கடைக்குள்தான் இருப்பேன். புத்தகத்தைப் புரட்டுவது போன்ற இன்பம் வேறு எதிலும் இல்லை.

கொஞ்சம் கற்பனை செய்து பாருங்கள். ஒவ்வொரு புத்தகமும் ஒரு பறவை. அது ஒரு கிளையில் வந்து அமர்ந்து இருக்கிறது. ஒவ்வொன்றுக்கும் ஒரு வசீகர வண்ணமும் இனிமையான குரலும் இருக்கிறது. அவை ஒன்றாகத் தங்களுக்குள் பாடியபடி இருக்கின்றன. அப்படியானால், அந்த இடம் எப்படி இருக்கும்? எவ்வளவு தூரம் நம் மனதை அது களிப்பூட்டும்? அப்படித்தான் இருக்கிறது புத்தகக் கடையின் உள்ளே இருக்கும்போது.

உலகம் பெரியது என்பதைப் புத்தகக் கடையே உணரச் செய்கிறது. எத்தனை எழுத்தாளர்கள், எவ்வளவு தகவல்கள், கதைகள், கவிதைகள், சிந்தனைகள், எந்தெந்த நூற்றாண்டிலோ வாழ்ந்து மறைந்தவர்கள் தங்கள் படைப்புகளின் வழியே இன்றும் உயிரோடு இருக்கிறார்கள். ஆயிரம் வருடங்களுக்கு

முன்பு எழுதப்பட்ட ஒரு கவிதை வரியை இன்று ஒருவன் படித்து வியக்கிறான். அதைத் திரும்பத் திரும்பத் தனக்குள் சொல்லிக்கொள்கிறான்; கொண்டாடுகிறான்.

எந்த மனிதனிடமும் புத்தகங்கள் பேதம் காட்டுவதில்லை. சொற்கள் எவ்வளவு தித்திப்பானவை என்பதைப் புத்தகங்களே நமக்கு அறிமுகம் செய்திருக்கின்றன. புத்தகக் கடைகளை அகன்ற விருட்சத்தின் நிழலடி போலத்தான் பார்க்கிறேன். அதன் குளிர்ச்சியும் தன்மையும் சொல்லில் அடங்காதவை.

புத்தகக்கடை வைக்கப் போகிறேன் என்று யாராவது சொன்னால், பலர் அதை ஊக்கப்படுத்துவது இல்லை. பிழைக்கத் தெரியாதவன் செய்யும் வேலை என்றே நினைக்கிறார்கள். இன்னொரு பக்கம், ஹாரிபாட்டர் நாவல் வெளியாகப்போகிறது என்று இங்கிலாந்து ராணி முதல், நாட்டின் கடைசிப் பிரஜை வரை இரவே வரிசையில் நின்று புத்தகம் வாங்கக் காத்துக் கிடக்கிறார்கள். மாநகரங்களில் உள்ள சில புத்தகக் கடைகள் வருடத்துக்கு 50 கோடி சம்பாதிப்பதாகச் செய்திகள் கூறுகின்றன. ஏன் இந்த முரண்? தமிழ்ப் புத்தகங்கள் படிப்பதில் ஆர்வம் குறைந்துவிட்டது என்பதைத்தானே இவை காட்டுகின்றன!

தமிழகம் முழுவதும் கிளைகள் உள்ள புத்தகக் கடைகள் என்று ஒன்றுகூட நம்மிடையே இல்லை. கேரளாவில் கோவில்கள் தோறும் ஒரு புத்தகக் கடை உள்ளது. அதிகமான புத்தகங்கள் அங்குதான் விற்பனையாகின்றன. தமிழகக் கோவில்கள் ஒன்றில் கூட அப்படிப் பொதுவான புத்தகங்கள் விற்கும் கடைகளை நான் கண்டதே இல்லை.

பேருந்து நிலையங்கள் அத்தனையிலும் புதிதாக புத்தகக் கடைகள் துவங்கப்பட வேண்டும் என்று தமிழக அரசு ஒரு நல்ல திட்டத்தைக் கொண்டு வந்தது. ஆனால், அதைப் புத்தக விற்பனையாளர்கள் இன்றுவரை முழுமையாகப் பயன் படுத்திக்கொள்ளவே இல்லை. புத்தகக் கடைகள் ஒன்றுகூட இல்லாத ஊர்கள் தமிழகத்தில் நிறைய உள்ளன.

ஆஸ்திரேலியாவில் பூங்காவில் செயல்படும் ஒரு புத்தகக்கடை உள்ளது. அது மாலை நேரத்தில் மட்டுமே திறக்கப்படுகிறது. பூங்காவுக்கு வரும் சிறார்களும் பெரியவர்களும் தங்களுக்குத்

தேவையான புத்தகங்களை வாங்கிக்கொண்டு புல்வெளியில் அமர்ந்து படிக்கிறார்கள். தமிழகத்தில் அப்படி எவ்வளவு பூங்காக்கள் உள்ளன. அதில் ஒன்றிலாவது இது போன்ற சோதனைமுயற்சியைச் செய்து பார்க்கலாமே.

புத்தக விற்பனையாளர்களின் தனிமையும் புறக்கணிப்பும் வெளியே பகிர்ந்துகொள்ளப்படாத துக்கம். அதை இன்றுவரை ஒரு புத்தக விற்பனையாளர்கூட பகிரங்கமாகச் சொல்லிக் கொண்டதில்லை. அந்த வலியை நான் அறிந்திருக்கிறேன்.

பத்து ஆண்டுகளுக்கு முன்பாக நடந்த நிகழ்வு இது. எனது நண்பர்களில் ஒருவருக்குப் புத்தகம் படிப்பதில் தீவிர ஆர்வம் இருந்தது. ஏதாவது தொழில் செய்யலாம் என்றதும் அவர் ஒரு புத்தகக் கடையை நடத்தலாம் என்று முடிவு செய்து, வாடகைக்கு ஒரு கடை எடுத்து ஒரு லட்ச ரூபாய் முதலீடு செய்து புத்தகங்களை வாங்கி வைத்தார். அவரும் மனைவியும் இணைந்து கடையைக் கவனித்துக்கொள்வது என்று திட்டம்.

கடை திறப்புவிழா அன்று, 100 பேருக்கும் மேலாக வந்திருந்தார்கள். அதன் மறுநாளில் இருந்து இரண்டு மாதங்கள் தினம் ஒருவர் கடைக்கு வருவதேகூட பெரிய விஷயமாக இருந்தது. காலை ஒன்பதரை மணிக்குக் கடையைத் திறந்துவைத்துவிட்டு, இரண்டு மணி வரை நண்பர் கடையில் இருப்பார். அதன்பிறகு அவரது மனைவி கடைக்கு வருவார். அவர் இரவு எட்டு மணி வரை புத்தகக் கடையில் இருப்பார். இப்படி அவர்கள் ஒரு வருஷம் கடையை நடத்தினார்கள். ஒரு நாளைக்கு ஒன்றிரண்டு புத்தகங்கள்கூட விற்கவில்லை.

நண்பரின் மனைவி, "என்ன வேலை இது...? ஏன் இதைச் செய்கிறோம்?" என்று புலம்பிக்கொண்டே இருந்தார். தனிமையும் விரக்தியும் அவரைக் கவ்விக்கொண்டன. புத்தகக் கடையில் சுழலும் காற்றாடி அவரின் மனவெறுமையைச் சொல்வதுபோலவே இருந்தது.

புத்தகங்களை வாங்கக்கூட வேண்டாம். சும்மா வந்து பார்க்கக் கூட மக்களுக்கு ஏன் விருப்பமே இல்லை? என்று அவர்கள்

வருத்தப்பட்டார்கள். பின்பு ஒருநாள் மாலை, இருவரும் கடையில் உட்கார்ந்து தங்களைச் சுற்றி உள்ள புத்தகங்களை ஒரு முறை திரும்பிப் பார்த்தார்கள். எவ்வளவு புகழ் பெற்ற எழுத்தாளர்கள், உயர்வான சிந்தனையாளர்கள், இலக்கிய வாதிகள்; ஆனால் யாரையும் மக்கள் விரும்பவில்லையே.

ஒயின் ஷாப்பில் தள்ளுமுள்ளு நடக்கிறது. தள்ளுவண்டிக் கடைகளைக்கூட மக்கள் தேடிச் செல்கிறார்கள். ஆனால், புத்தகங்களுக்கு உலகில் மதிப்பே இல்லை என்று விரக்தி அடைந்து, தன் கடையில் உள்ள புத்தகங்கள் அனைத்தையும் அள்ளி ஒரு பெரிய அட்டைப் பெட்டியில் போட்டு 'இதை யார் வேண்டுமானாலும் எடுத்துக்கொள்ளலாம்' என்று அறிவித்தபடி சாலையோரம் வைத்துவிட்டு வீட்டுக்குப் போய் விட்டார்கள். இரவெல்லாம் கணவன் – மனைவி இருவரும் வாய்விட்டு அழுதிருக்கிறார்கள். ஆறுதல் சொல்ல எவரும் இல்லை.

ஒரு வாரம் கடைப் பக்கமே போகவில்லை. கடையைக் காலி செய்து சாவியை ஒப்படைக்க ஒரு நாள் நண்பர் போனபோது, தான் வைத்துவிட்டுப் போன பெட்டியில் பாதிப் புத்தகங்கள் அப்படியே இருந்தன என்றும், ஓசியில் எடுத்துப் போங்கள் என்று சொன்னால்கூட, மக்கள் புத்தகங்களைக் கொண்டுபோக விரும்பவில்லை என்றும் சாலையில் நின்று கண்ணீர்விட்டு இருக்கிறார். அதன்பிறகு அவர் வாசிப்பதையே நிறுத்திவிட்டார். அவரது ரசனை அப்படியே மாறிப்போய்விட்டது.

படிப்பு ஏன் மனிதனைக் கைவிடுகிறது? படித்தவர்கள் தன்னை ஆதரிப்பார்கள் என்று நம்பிய மனிதன் ஏன் ஏமாற்றப்படுகிறான்? புத்தகக்கடை நடத்தித் தோற்றவர்களின் துயரம், ஏன் ஒருபோதும் பொதுவெளியில் எவரையும் குற்றவுணர்ச்சிக்கு ஆட்படுத்துவது இல்லை?

யூதப் படுகொலைப் பற்றிய திரைப்படங்களில் சிறந்ததாகக் கொண்டாடப்படுவது இத்தாலியப் படமான 'Life is Beautiful'. கெய்டோ என்ற இத்தாலிய யூத இளைஞனின் கதை.

கெய்டோவுக்கு ஒரேயொரு கனவு. அது, வாழ்நாளில் ஒரு

புத்தகக் கடையைத் துவங்கி நடத்த வேண்டும் என்பது. அதற்காகப் பணம் சம்பாதிக்கப் பகுதி நேர ஊழியனாக ஓர் உணவகத்தில் வேலை செய்கிறான்.

ஒருநாள் உள்ளூரில் ஆசிரியையாக வேலை செய்யும் டோராவைக் காண்கிறான். அவள் அழகில் மயங்கி, அவளைக் காதலிக்கத் துவங்குகிறான். டோராவுக்கு முன்னதாகவே திருமணம் நிச்சயம் செய்யப்பட்டு இருக்கிறது. அவளைத் திருமணம் செய்துகொள்ள இருப்பவன் ஒரு ராணுவ அதிகாரி. ஆனால், அவள் கெய்டோவை விரும்புகிறாள். கெய்டோ, வெறும் ஆள். அதிலும் புத்தகக் கடை வைக்க நினைக்கும் உதவாக்கரை என்று டோராவின் குடும்பம் அவனை வெறுக்கிறது. குடும்பத்தை மீறித் தனது காதலியை அடைகிறான் கெய்டோ.

'புத்தகக்கடை நடத்த முயற்சிப்பவன் வாழ்நாளில் வெற்றி பெறவே முடியாது' என்கிறாள் டோராவின் தாய். 'வாழ்ந்து காட்டுகிறேன் பாருங்கள்!' என்று தான் விரும்பியபடி ஒரு புத்தகக்கடை நடத்தத் துவங்கி, தனது மனைவி, மகனுடன் அழகான வாழ்க்கையைத் துவக்குகிறான் கெய்டோ.

விதி விளையாடத் துவங்குகிறது. ஹிட்லரின் யூத வெறுப்பு காரணமாக இத்தாலியில் உள்ள யூதர்கள் சிறை முகாமுக்கு இழுத்துச் செல்லப்படுகிறார்கள். கெய்டோ ஒரு யூதன் என்பதால், அவன் தன் மகனுடன் ஒரு முகாமில் அடைக்கப் படுகிறான்.

தன் மகனுக்குச் சிறைக் கொடுமையோ, சாவதற்காகத் தாங்கள் கொண்டுவரப்பட்ட விஷயமோ தெரியக்கூடாது என்பதற்காக, இது மொத்தமாக ஒரு விளையாட்டு, இதில் வென்றால் மிகப்பெரிய பரிசு கிடைக்கும் என்று பையனை நம்பவைக்கிறான் கெய்டோ. முடிவில், கெய்டோ நாஜிக்களால் சுட்டுக் கொல்லப்படுகிறான். மகன், அப்போதும் மாபெரும் போட்டி ஒன்றில் தான் வென்று விட்டதாகவே நினைக்கிறான். அவன் வளர்ந்து பெரியவனாகி உண்மையை உணரும்போது, தனது தகப்பன் தன்மீது கொண்ட நேசத்தை, சாவின் முன்னால்கூட அப்பாவின் பரிகாசத்தை உணர்ந்து

பெருமிதம் கொள்கிறான்.

யூதப் பிரச்சனையைவிட பெரிய பிரச்சனையாக, புத்தகக்கடை நடத்த ஆசைப்படுகின்றவன் என்பதால், கெய்டோ அடையும் அவமானம் மனதில் நிற்கிறது. உலகமெங்கும் புத்தகம் படிப்பவர்கள், அதை விற்பனை செய்பவர்கள் புரிந்து கொள்ளப்படுவதே இல்லையோ என்று தோன்றுகிறது. புத்தகங்கள் அமைதியை, சகிப்புத்தன்மையை, காத்திருத்தலை... இப்படி எல்லாப் பிரச்னைகளுக்கும் அப்பால் மனிதர்களை நேசிக்க புத்தகங்களே கற்றுத்தருகின்றன.

அது தான் பெரும்பான்மையான புத்தக வாசகர்கள், விற்பனையாளர்கள் மௌனமாக இருப்பதற்குக் காரணம் போலும். புத்தகக் கடைகளை வாசகர்களின் சந்திப்பு வெளியாக, கலாசார மையமாக, அறிவியக்கத்தின் துவக்கத் தளமாக உருமாற்றலாம். உலகெங்கும் புத்தகக் கடைகள் கலாசார மேம்பாட்டுக்கு உதவி இருக்கின்றன. அதைச் சாத்தியமாக்குவது நமது அக்கறையில்தான் இருக்கிறது!

முதல் புத்தகக் கடை!

உலகின் மிகப் பழமையான புத்தகக்கடை மொராவியன் புக் ஷாப். அமெரிக்காவில் உள்ள இந்தப் புத்தகக்கடை, 1745-ம் ஆண்டு துவக்கப்பட்டது. மொராவியா தேவாலயத்தால் துவக்கப்பட்ட இந்தப் புத்தகக் கடை தலைமுறைகளைக் கடந்து இன்றும் தொடர்ச்சியாக இயங்கி வருகிறது!

52

தேசம் விட்டு
தேசம் சென்று...

யுத்தம் என்பது ஒரு சொல் அல்ல; அது ஒரு சிதை வியக்கம்!

மனிதர்களை இருப்பிடத்தில் இருந்து பிடுங்கி வீசி, சொந்த – பந்தங்களைக் காவு வாங்கிய கொடுங்காற்று. யுத்தம் நின்றாலும் அதன் அலைக்கழிப்புகள், மீளாத துயரம். அது தலைமுறைகளைத் துரத்திக்கொண்டே இருக்கும் துர்கனவு.

வரைபடத்தில் மட்டுமே பெரும்பான்மை நாடுகளை வேடிக்கை பார்க்கும் நம்மில், பெரும்பாலோருக்கு எல்லை கடத்தல் என்பது எவ்வளவு சிக்கலானது என்று புரியாது. இலங்கைத் தமிழ் மக்கள் அதன் வேதனையை முழுமையாக அறிந்தவர்கள்.

முறையான பாஸ்போர்ட், விசா எதுவுமின்றி உயிர் பிழைக்க வேண்டும் என்ற ஒரே உந்துதலால் வேறு பெயர்களில், வேறு அடையாளங்களில், ஏதாவது ஒரு தேசத்தில் தஞ்சம் அடைய வேண்டும் என்று அவதியுறும் தாய் மண்ணை இழந்த மக்கள், உலகமெங்கும் பரவி இருக்கிறார்கள்.

வியட்நாமியப் படமான 'The beautiful country' என்ற படத்தைப் பார்த்தேன். பினா என்ற பதின்வயதுப் பையன், தன்னைக்

எஸ். ராமகிருஷ்ணன்

கிராமத்தில் விட்டுவிட்டு ஓடிப்போன தனது தாயைத் தேடி சிகோன் வருகிறான்.

அம்மா ஒரு வீட்டில் வேலைக்காரியாக இருக்கிறாள். அவளுக்கு இன்னோர் ஆளுடன் உறவு ஏற்பட்டு, ஒரு தம்பி இருப்பதைக் காண்கிறான். அம்மா தனது மகன் பிராவையும், தான் வேலை செய்யும் வீட்டிலே வேலைக்குச் சேர்த்துக்கொள்கிறாள். அங்கே ஒருநாள் கண்ணாடியால் ஆன புத்தர் சிலையை பினா உடைத்துவிடுகிறான். எஜமானி திட்டியபடியே அவனை அடிக்க வருகிறாள். ஆத்திரத்தில் அவளை பினா தள்ளிவிடுகிறான். அவள் இறந்துவிடுகிறாள்.

சிறைக்குப் பயந்து, தனது இரண்டு பிள்ளைகளையும் அமெரிக்காவுக்கு ஓடிவிடும்படியாகப் பணம் தந்து அனுப்பி வைக்கிறாள் அம்மா. கள்ளப்படகு ஒன்றில் ஏறுகிறார்கள். பிறகு இன்னொரு கப்பல். அங்கே பணம் வசூலிக்கப் படுகிறது. பினா போல நூறு பேர் முறையான அனுமதி யின்றி அமெரிக்கப் பயணம் செய்கிறார்கள். கப்பலில் அவமதிப்புகள் தொடர்கின்றன. புயல் கப்பலைத் தாக்குகிறது. கப்பல் அதிகாரி அவர்களைப் புழு பூச்சிபோல நடத்துகிறார்.

கப்பல் திசை மாறி அவர்களை மலேசியாவில் இறக்கிவிடுகிறது. அங்கே பிடிபட்டு அகதி முகாமுக்குக் கொண்டு போகப் படுகிறார்கள். நெருக்கடியான வாழ்க்கை. பசி தாங்க முடியவில்லை. அகதி முகாமில் ஒரு வேசை அவர்களுக்கு உதவி செய்கிறாள். அவள் வழியாகப் பணம் சேகரித்து அமெரிக்கா கிளம்புகிறார்கள். அமெரிக்க மண்ணில் மறுபடி பிடிபடுகிறார்கள். அவர்களை ஓர் ஆள் கொத்தடிமையாக விலைக்கு வாங்கி வேலைக்கு அனுப்புகிறான். அவனது கடன் தீரும் மட்டும் வேறு எங்கும் போக முடியாது. முடிவில் பினா மட்டும் குடியுரிமைக்கு அனுமதிக்கப்படுகிறான். அப்போது அவன் தனது தம்பிக்காக அதை மறுத்து விடுகிறான்.

படம் பார்த்துக்கொண்டு இருக்கையில், ஈழத்தமிழ் மக்கள் கடல் கடந்து சென்ற நிகழ்வுகள் மனதைத் துவளச்செய்தன. எவ்வளவு பேர், எத்தனை சிரமங்களுடன் நாடு கடந்து,

புகலிடம் தேடிப் போயிருக்கிறார்கள். அவற்றை 'அகதிகள்' என்ற ஒற்றைச்சொல் வழியாக, எவ்வளவு சுலபமாக நாம் கடந்துவிட்டோம் என்ற குற்ற உணர்ச்சி உருவானது.

இலங்கைத் தமிழ் மக்கள் அனைவர் மனதிலும் நீங்காத வலி ஒன்று உள்ளது. அது புகலிடம் தேடி அலைந்து பட்ட அவமானங்கள், அனுபவங்களின் நினைவுகள். அனுபவம் என்ற சொல் எவ்வளவு அழுத்தமற்றது என்பதை உணருவது, இதுபோன்ற சூழலில்தான்.

முறையான நுழைவு உரிமையின்றி விமான நிலையங்களில் பிடிபட்டவர்கள்; கப்பலில் ஏறி, பசி தாகத்தோடு தப்பிப் பிழைத்து, கரை கண்ட போதும், தன்னை ஒரு தேசமும் அனுமதிக்காது என்று திருப்பி அனுப்பப்பட்டவர்கள்; எப்படியோ ஒரு தேசத்தினுள் நுழைந்துவிட்டோம் என்று ஆசுவாசம் கொண்டபோது, அங்கே குடியுரிமை அதிகாரிகளால் திருப்பி அனுப்பப்பட்டவர்கள்; யாவர் கண்களிலும் மறைந்து நிழலாக ஒளிந்து வாழ்பவர்கள் என்று எத்தனை துயர அனுபவங்கள், அவல நிகழ்வுகள்.

பூமி, வரைபடத்தில் மட்டுமே பெரியதாக உள்ளது. மனிதர்கள் அதை எல்லைகளாலும், தடுப்பு வேலிகளாலும் துண்டுகளாக்கி இருக்கிறார்கள். கண்ணுக்குத் தெரியாத எல்லைக்கோடு கடலின் மீது கூட வரையப் பட்டுவிட்டது. ஆகாயம் கூட வான் எல்லைகளாகத் துண்டாடப்பட்டுவிட்டன. உலகம், மாபெரும் மிருகக்காட்சிச் சாலைபோல் உருமாறி உள்ளது. நம் நூற்றாண்டின் மாபெரும் அவல நாடகங்களில் ஒன்று அகதி முகாம்.

ஐரோப்பிய நாடுகள் ஒன்றில் வாழும் ஈழத்தமிழ் நண்பர் ஒருவர், சமீபத்தில் சென்னைக்கு வந்திருந்தார். 17 வருடங்களுக்குப் பிறகு இலங்கையில் உள்ள தனது சொந்த ஊருக்குச் சென்ற அனுபவத்தை விவரித்துக் கொண்டிருந்தார்.

'வீடு திரும்புதல் என்பது, பல ஆண்டுகளாக மனதில் அடங்கி யிருந்த ஆசை. ஊரை விட்டுத் தப்பி ஓடிய இரவு அப்படியே மனதில் கலையாமல் இருக்கிறது. யுத்தம் உச்சநிலையை

அடைந்துகொண்டு இருந்தது. நானும் என் தம்பியும் அம்மாவின் நகைகள், பொருட்களை விற்றுக் கிடைத்த பணத்தில் எப்படியாவது ஐரோப்பிய நாடு ஒன்றுக்குச் சென்றுவிடலாம் என்று, தரகர்கள் வழியே கள்ளத்தனமாக நாட்டுப் படகில் கிளம்பினோம். நான் பாரீஸை நோக்கிப் பயணம் செய்தேன்.

பதுங்கிப் பதுங்கிச் சென்று ஃபிரான்ஸில் நுழைந்தவுடன் கைது செய்யப்பட்டேன். என்னை வரவேற்ற முதல் இடம், ஃபிரெஞ்சு சிறை. அங்கே என்னைப்போலவே பிடிபட்ட அகதிகள் சிலர் இருந்தார்கள். எங்களைத் திரும்ப நாட்டுக்கே அனுப்பப் போகிறார்கள் என்றார்கள். முட்டிக்கொண்டு வந்தது அழுகை. இதற்காகவா இத்தனை பாடுபட்டோம் என்று புலம்பினேன்.

அகதிகள் மறுவாழ்வுத் துறை அதிகாரிகள் விசாரணை நடத்தி, நான் அங்கே வசிக்க அனுமதிக்க முடியாது என்று நிராகரித்தார்கள். அங்கிருந்து துரத்தப்பட்டேன். அடுத்த பயணம் கனடாவை நோக்கியது. ரகசியமாகப் பணம் சேகரிக்கப்பட்டு, மாற்று முயற்சிகள் வழியாக விமானநிலையம் வரை சென்று பிடிபட்டு மறுபடி சிறைப்பட்டேன்.

இப்படி 11 சிறைகள். ஆறு ஆண்டுகள் ஓர் இடம்விட்டு வேறு இடம் என்று அலைந்து, உடல் நசிந்து முடிவில் நார்வே சென்று சேர்ந்தேன். வீட்டில் இருந்து கிளம்பி இன்னொரு தேசத்தினை அடைவதற்கு எனக்கு இரண்டாயிரம் நாள்கள் ஆகியிருந்தன.

நானாவது உயிர் தப்பிப் புகலிடம் தேடிவிட்டேன். என்னோடு புறப்பட்ட என் தம்பி வழி மாறி ரஷ்யா சென்று, அங்கே அதிகாரிகளிடம் பிடிபட்டு சித்ரவதை செய்யப்பட்டு, அங்கிருந்து தப்பி ஆப்கானிஸ்தான் சென்று, அங்கு கைதியாகி, உடல்நிலை கெட்டு மரணம் அடைந்தான். அவன் உடலை உரிமைகொள்ளக்கூட எவரும் இல்லை. யார் என்ற எந்த அடையாளமும் இன்றி அவன் உடல் புதைக்கப்பட்டது. அப்போது அவன் வயது 23.

புகலிடம், அகதி முகாம், வீடு திரும்புதல், மறுவாழ்வு என்பதெல்லாம் உங்களுக்கு வெறும் வார்த்தைகளாக

மட்டும்தான் தெரிந்திருக்கின்றன. அதை அனுபவித்துப் பாருங்கள் அப்போதுதான் அதன் நிஜமான வேதனை புரியக்கூடும்.

இன்னொரு தேசத்தில் வசிக்கிறோம் என்பது அடிமனதில் எப்போதும் ஒரு குறுகுறுப்பை உண்டாக்கியபடியேதான் இருக்கிறது. எவ்வளவுதான் இயல்பாக நடத்தப்பட்டாலும், யாரோ நம்மை வெறித்துப் பார்த்துக் கொண்டிருப்பது போன்றும், அறியாத கண்கள் ரகசியமாகக் கண்காணிக்கின்றன எனவும் உள்ளுணர்வு நம்பிக்கொண்டே இருக்கிறது.

யுத்தம் முடிவுக்கு வந்தது. உடனே, ஊர் சென்றுவிட வேண்டும் என்ற வேட்கை தீவிரமானது. இனி அங்கே என்ன இருக்கிறது என்ற நிதர்சனம் தெரிந்தபோதும், மனது சாந்தம் கொள்ள மறுத்தது. சில வாரங்களில் பயண ஏற்பாடு செய்தேன். 17 வருடங்களுக்குப் பிறகு தாய் மண்ணில் காலடி எடுத்து வைக்கிறேன். மிகை உணர்ச்சி என்று நீங்கள் சொல்லக்கூடும். ஆனால், விமானம் தரை இறங்கி, சொந்த நாட்டுக்கு வந்துவிட்டோம் என்று உணரும்போது தொண்டை அடைத்துக் கொண்டது. ஒரு பக்கம் சந்தோஷம்... மறுபக்கம் ஆறாத வலி.

சொந்தக் கிராமம் செல்வதற்காகப் பேருந்தில் பயணச் சீட்டு வாங்கி ஏறி உட்கார்ந்தேன். பேருந்துச் சீட்டைக் கையில் வைத்துப் பார்த்தபடியே இருந்தேன். ஊர் பெயரை வாசிக்க வாசிக்க, என்னை அறியாமல் விம்மி அழுதேன்.

இன்று என் குடும்பத்தில் உயிரோடு எவரும் இல்லை. ஆனால், என்னை வளர்த்த ஊர், பெருகியோடும் ஆறு... பழம் கொடுத்த விருட்சங்கள், நடந்து திரிந்த சாலைகள், கற்றுத்தந்த பள்ளிக்கூடம் அனைத்தும் சிதைந்து உருதெரியாமல் போயிருந்தன. எவரையும் சந்திக்கவோ, உரையாடவோ மனம் இல்லாமல் இரண்டு நாட்களில் ஐரோப்பா திரும்பி விட்டேன்.

'ஊரில் இருந்து என்ன கொண்டு வந்தீர்கள்?' என்று கேட்ட மனைவிக்கு, பேருந்தின் பயணச்சீட்டைக் காட்டினேன். அதிசயமான பொருளைக் காண்பதைப்போல அதைப்

பார்த்துக் கொண்டிருந்தாள். பின்பு, அவளாலும் அழுகையை அடக்க முடியவில்லை. ஐரோப்பிய நாட்டின் அத்தனை குளிரையும் மீறி, எங்கள் மனதில் ஊரைப் பிரிந்த நினைவு நெருப்பாக வாட்டிக்கொண்டு இருக்கிறது. அதை எந்தப் பனிப்பொழிவாலும் தணிக்க முடியவில்லை!'

ஜூன் 20 – அகதிகள் தினம்!

பத்துக் கோடிக்கும் அதிகமான மக்கள் வேறு வேறு தேசங்களில் வாழ்வதாக ஐ.நா. கணக்கெடுப்பு சொல்கிறது. 'உலக அகதிகள் தினமாக' ஜூன் 20-ஆம் நாளைக் கொண்டாடுகிறது ஐ.நா. சபை. இது, 'ஆப்பிரிக்க அகதிகள் தினமாக' முன்பு கொண்டாடப் பட்டது. இதையொட்டி ஒருவார காலம் அகதிகள் வாழ்வின் இன்னல்கள் மற்றும் உரிமைகள் குறித்த கவனத்தைப் பொது மக்களிடம் உருவாக்க, விழாக்கள், கருத்தரங்குகள் நடத்தப்படுகின்றன!

53

அந்தக் கடவுளுக்கு இது தெரியுமா?

பிரார்த்தனை என்பது கடவுளுடன் உரையாடுவது. அதாவது, கடவுள் கேட்டுக் கொண்டிருப்பார். நம் மீது அக்கறை கொள்வார் என்று மனத் துயர்களைப் பகிர்ந்து கொள்வது. அதற்காகத்தான் பெரும்பான்மையினர் கோவில்களுக்குப் போகிறார்கள்... வழிபடுகிறார்கள்.

கோவில் என்றதும் மனதில் சில சித்திரங்கள் தோன்றுகின்றன. வானுயர்ந்த கோபுரத்தின் கம்பீரம், அகன்ற வாசல் கதவுகள், வெண்கலக்குமிழ் பதித்த படிகள், கோபுர வாசலில் நிற்கும் முகப்படாம் பூண்ட யானை, உள்ளே நடந்தால் செவியை நிறைக்கும் நாகஸ்வர மேளத்துடன் கூடிய மங்கள இசை, அபூர்வமான சிற்ப வேலைப்பாடு நிறைந்த தூண்கள், சுவர் ஓவியங்கள், அந்த ஓவியங்களைக்கூட உயிர்பெறச் செய்யும் ஓதுவாரின் தெய்வீகக் குரல், கல் விளக்குகள், அதன் ஒளிர்விடும் சுடர்கள், பகலிலும் பாதி இருண்ட கர்ப்பக்கிரகம், தீப ஒளியில் காணும் தெய்வ உருவங்கள், அதன் சர்வ அலங்காரம், பூ வேலை, மனதை ஒருமுகப்படுத்தும் மணியோசை, கண்மூடி, கைகூப்பித் தன்னை மறந்து நிற்கும் மனிதர்கள், அவர்களின் மெல்லிய உதட்டு அசைவுகள், அவரவர் பிரார்த்தனைகள், சூடம் எரியும் மணம், சந்தனம், விபூதி, குங்குமம் அல்லது துளசித் தீர்த்தம், நீண்ட அமைதியான பிரகாரம், அங்கே அமர்ந்து ருசிமிக்க பிரசாதம், பிரச்னைகளைக் கடவுளிடம் ஒப்படைத்துவிட்டோம், இனி நிம்மதியாக வீடு திரும்பலாம்

எஸ். ராமகிருஷ்ணன்

என ஆசுவாசம் கொள்ளும் முகங்கள், கோயிலைவிட்டு வெளியேறும் மனிதன் முகத்தில் சாந்தமும் நிம்மதியும் ஒன்று கூடியிருக்கும். இதுதான் கோவில் குறித்த எனது கடந்தகால நினைவுகள்.

இந்தியாவின் பழமையான, முக்கிய, பெரும்பான்மையான கோயில்களுக்குச் சென்று இருக்கிறேன். வழிபாடுகள், பிரார்த்தனைகளைவிடவும் கோவில் சார்ந்த சிற்ப, ஓவியக் கலைகள் மற்றும் இசை மீது எனக்கு அதிக ஆர்வம் உண்டு. அதற்காகத் தேடித் தேடிப் பார்த்திருக்கிறேன். சில கோவில்களை அதன் வடிவமைப்புக்காகவும் அங்கு நிரம்பி யுள்ள நிசப்தத்துக்காகவும் தேடிப் போய் வருவேன்.

ஆனால், நடைமுறையில் தமிழகத்தில் உள்ள புகழ்பெற்ற கோவில்கள் இப்படியா இருக்கின்றன. கோயில் வாசல்படியில் ஆரம்பித்து, வெளியேறும் வழிவரை நடைபெறும் வசூல் வேட்டைக்கு நிகராக வேறு எங்குமே காண முடியாது. கோவிலுக்குள் செல்லும்போது குற்றவாளிகூட மனத்தூய்மை பெறுவான் என்று சொல்வார்கள். இன்றோ, கோவிலுக்குச் சென்று நிம்மதியைத் தொலைத்து வந்த கதை தமிழகத்தில் பலருக்கும் நடந்திருக்கிறது. கோவில்களில் நடைபெறும் தரிசன முறைகேடுகள், கையூட்டுகள், அதிகார அத்துமீறல்கள் பட்டியலிட முடியாதவை.

நண்பர் ஒருவர் குழந்தைக்கு மொட்டை அடிக்க வேண்டும் என்று புகழ்பெற்ற கோவில் ஒன்றுக்குக் கிளம்பிக் கொண்டிருந்தார். வழி நெடுகப் பேசிக்கொண்டே காரில் போகலாம் என்று என்னையும் உடன் அழைத்திருந்தார்.

பயணம் இனிமையாக இருந்தது. கோயில் அருகில் உள்ள விடுதியில் இரவு தங்கினோம். காலை 6 மணிக்குக் குழந்தைகள் மொட்டை போடும் இடத்துக்குச் சென்றோம். ஒரே கூட்டம். அதற்கான கட்டணச் சீட்டு வழங்கும் இடத்துக்குச் சென்று, சீட்டு வாங்கி ஒரு நாவிதர் முன்பு குழந்தையோடு உட்கார்ந்தவுடன், அவர் தனக்குத் தனியாக 50 ரூபாய் தர வேண்டும் என்றபடியே குழந்தையின் தலையில் தண்ணீர் தெளித்தார். அதற்குத்தானே இந்தச் சீட்டு என்று நண்பர் கட்டணச் சீட்டைக் காட்டியதும், அது

அப்படித்தான், கொடுங்கள் என்று 50 ரூபாயைக் கேட்டு வாங்கிக்கொண்டார்.

குழந்தையின் தலையை அவர் கையாண்ட விதம் பெற்றோர்களைப் பயமுறுத்தியது. குழந்தை பயத்தில் அழுது வீறிட்டது. சுகாதாரமற்ற பிளேடு, வேகமாக இழுத்ததில் தலையில் ரத்தம், டெட்டால் பாட்டில்கூட அருகில் கிடையாது. அழுக்குத் துண்டால் குழந்தையின் தலையைத் துடைத்து விட்டு, "அழைத்துப்போய்க் குளிக்க வையுங்கள்" என்றார். எங்கே என்றதும் அழுக்கான தண்ணீர்க் குழாயைக் காட்டினார். அங்கே எப்படிக் குளிக்க வைப்பது என்றதும், "அருகில் உள்ள குளியல் அறையில் போய் குளிக்க இன்னொரு 50 ரூபாய் கொடுங்கள்" என்றார். அதைத் தந்ததால் குழந்தையைக் குளிக்க வைத்து, சந்தனம் தடவினார்கள். சந்தனம் வாசனையே இல்லை. கடலை மாவு போன்று இருந்தது. ஆனால், அதன் விலை 40 ரூபாய்!

கோவில் உள்ளே செல்லும் முன்பாக, பூஜைப் பொருட்கள் வாங்கலாம் என்றால், அந்தக் கடைகளில் தேங்காய், பழத்தின் விலை 60 ரூபாய் என்றார்கள். ஒரு தேங்காய், இரண்டு வாழைப்பழம் 60 ரூபாயா? என்று யாரும் கேட்கவில்லை. பூமாலை 200 ரூபாய். அதையும் மறுப்பின்றி வாங்கிக் கொண்டார்கள். செருப்பு விடும் இடத்தில் கட்டணம் எதுவுமில்லை என்று போட்டு இருந்தது. ஓர் ஆள் ஐந்து ரூபாய் வசூல் செய்து கொண்டிருந்தான். அதுவும் மறுபேச்சு இல்லாமல் தரவேண்டியதாகியது.

உள்ளே செல்லும்போது பொது தரிசனம், சிறப்புத் தரிசனம், வி.ஐ.பி. தரிசனம் என்று மூன்று வகை. ஒவ்வொன்றுக்கும் ஒரு கட்டணம். அதில் ஆளுக்கு 250 ரூபாய் கொடுத்து சிறப்புத் தரிசன டிக்கெட் வாங்கிக் கொண்டார்கள். அந்த வரிசையும் நீண்டு இருந்தது. அந்த வரிசையில் முன்னே அழைத்துப் போகிறேன், தனியாக 100 ரூபாய் கொடுங்கள் என்று கோவில் ஊழியர் ஒருவர், தனியே அழைத்துப் போனார். அங்கே பணியில் நின்றிருந்த காவலர், தனக்கு ஏதாவது தரும்படியாகக் கேட்டதும் அவருக்குத் தனியே 50 ரூபாய் தரப்பட்டது.

சரி, சாமியைப் பார்க்கப் போகிறோம் என்று உள்ளே சென்றால், அங்கே முக்கியப் பிரமுகரின் குடும்பம் ஒன்று சாவகாசமாகச் சாமியை மறைத்து உட்கார்ந்து கொண்டு பூஜையில் இருந்தது. வீட்டில் நடப்பது போன்று அவர்களுக்காகவே ஒரு சிறப்பு பூஜை நடந்துகொண்டு இருந்தது. அது முடியும்வரை மற்றவர்கள் காத்திருங்கள் என்றார்கள். குழந்தை காற்று இல்லாமல் அழுதது. அதை இடையூறாகக் கருதிய முக்கியப் பிரமுகர், "குழந்தையை வெளியே அழைத்துச் செல்லுங்கள்!" என்று கோபப்பட்டார்.

அந்தப் பிரமுகருக்கு மாலை மரியாதை அணிவிக்கப்பட்டு, தட்டில் அவர் சில 500 ரூபாய்களை அள்ளிப்போட்டு எழுந்த பிறகு, கடவுள் மற்றவர்களுக்குத் தெரிய ஆரம்பித்தார். கூட்டம் அதிகம். சாமியைப் பார்த்தது போதும். வெளியே போங்கள்! என விரட்டிக்கொண்டு இருந்தார்கள். உண்டியலில் பணம் போட வேண்டாம், தட்டுக் காணிக்கை போடுங்கள் என்ற குரல் இடைவிடாமல் கேட்டுக்கொண்டே இருந்தது.

கூட்டத்தில் சிக்கிய குழந்தை அழுது, உதடு துடித்துப் போனது. அவசரமாகக் குழந்தையைக் கடவுள் முன் காட்டிவிட்டு வெளியே வந்தோம். குழந்தைக்குத் தாகமாக இருக்கக்கூடும் என்று பாட்டி சொன்னார். தண்ணீர் எங்கே கிடைக்கும் எனத் தேடினால், கோவிலில் சுகாதாரமான குடிநீர் கிடையாது. வெளியேதான் போக வேண்டும் என்றார்கள். பிராகாரத்தில் அமர்ந்தபடியே ஏன்டா கோயிலுக்கு வந்தோம் என்று ஒரு குடும்பம் புலம்பிக்கொண்டிருந்தது. ஒரு வெள்ளைக்காரர் அங்கிருந்த ஒரு சிலையைப் புகைப்படம் எடுத்துக் கொண்டிருந்தார். புகைப்படம் எடுக்கக்கூடாது என்று கோவில் ஊழியர் மிரட்டியதும், அவர் தன் பாக்கெட்டில் இருந்து 100 ரூபாயை எடுத்து நீட்டினார். வாங்கிக்கொண்டு அந்த ஊழியர் சிரித்தபடியே வெளியேறினார்.

சரி, பிரசாதமாவது வாங்கி வருகிறேன் என்று போன நண்பர் அசதியோடு திரும்பி வந்து, ஒரே கொள்ளையா இருக்கு. பிரசாதம் விலை அதிகம். வாய்ல வைக்கவே முடியலை என்று புலம்பினார். கோயிலுக்கு வந்ததுக்கு சாமிப்படம் ஒன்று வாங்கிக்கொள்ளலாம் என்று அருகில் இருந்த கடைக்குப் போய், நண்பரின் மனைவி விலையைக் கேட்டதும் அவருக்குத் தலை சுற்றியது.

ஏழை எளிய மக்கள், நிம்மதியும் சாந்தியும் தேடி வரும் கோவில்கள் ஏன் இப்படிக் கொள்ளை அடிக்கும் மையமாக மாறிப்போனது? காசை வாரி இறைத்தால் மட்டுமே கடவுளை அருகில் சென்று வணங்க முடியும் என்ற அவலத்தை ஏன் சகித்துக் கொண்டிருக்கிறோம்? 'கோவில், கொடியவர்களின் கூடாரமாகிவிடக்கூடாது' என்று கொதித்து எழுந்தான் 'பராசக்தி' படத்தில் குணசேகரன். ஆனால் இன்று, தமிழகக் கோவில்களைப்போல பக்தர்களைத் துச்சமாக, அவமரியாதையாக நடத்தும் கோவில்கள் வேறு எந்த மாநிலத்திலும் இல்லை.

பல லட்சம் பேர் கலந்து கொள்ளும் ஹரித்துவாரின் கும்ப மேளாவில் ஓர் இடம்கூட அசுத்தமாக இல்லை. குப்பைகள், கழிவுகளைக் காண முடியாது. அவ்வளவு தூய்மையாகப் பராமரிக்கப்படுகிறது. தரிசனம் துவங்கி, சாப்பாடு, தங்கும் இடம் வரை அத்தனையும் இலவசம். ஆனால், தொடரும் தமிழகக் கோவில்களின் அவலத்தைப் போக்கும்படியாக ஏதாவது ஒரு கடவுளிடம் முறையிட வேண்டும் என்றால்கூட, அதற்கும் நாம் காசு செலவழித்தே ஆக வேண்டிய துர்ப்பாக்கிய நிலைதான்.

சத்யஜித்ரே 'ஜனசத்ரு' என்ற ஒரு வங்காளப் படத்தை இயக்கி இருந்தார். அற்புதமான படம். இப்சனின் நாடகத்தை மையமாகக் கொண்டது. ஒரு கோவில் குளத்தில் உள்ள தண்ணீர், பராமரிப்பு இல்லாததால் கிருமிகள் நிறைந்திருந்தன. அதைத் தீர்த்தமாகப் பக்தர்களுக்குத் தருகிறார்கள். அதனால், ஒரு நோய் பரவத் துவங்குகிறது. இதைப் பற்றி ஆராய்ந்த மருத்துவர் ஒருவர், கோவில் குளம்தான் இதற்குக் காரணம். எனவே, அதைத் தற்காலிகமாக மூடிவிடுங்கள் என்று அறிவுறுத்துகிறார்.

மக்கள் அதை ஏற்றுக்கொள்ள மறுக்கிறார்கள். அத்துடன், கடவுளின் புனிதக் குளத்தை ஏளனம் செய்கிறார் என்று அவர்மீது கோபப்படுகிறார்கள். அவரோ, "தான் சொல்வது மக்கள் ஆரோக்கியம் தொடர்பான அக்கறை. அதில் புனித மறுப்பு என்று எதுவும் இல்லை. தயவுசெய்து புரிந்து கொள்ளுங்கள்" என்கிறார். சொந்தக் குடும்பம்கூட அதைப் புரிந்துகொள்ளாமல் போகிறது. மக்கள் விரோதியாக

அவர் சித்திரிக்கப்பட்டு, அவருக்கு எதிராகப் போராட்டம் நடைபெறுகிறது. பக்தியின் பெயரால் நாம் ஏன் பகுத்தறிவை, விஞ்ஞானத்தை மறந்து போனோம் என்று மருத்துவர் கவலைப்படுகிறார். இந்தக் கவலை திரைப்படத்தில் இடம்பெற்ற விஷயம் மட்டும் அல்ல. நம்மைச் சுற்றிய கோவில்களின் முறைகேடுகளைக் காணும்போதும் அதே கேள்வியே மனதில் எழுகிறது. அதற்கான மாற்றுவழிதான் தெரியாமல் இருக்கிறது!

தெருக்கூத்தில் 'டபுள் ஆக்ட்'!

தெருக்கூத்து, தமிழகத்தின் வட மாவட்டங்களில் மிகவும் புகழ் பெற்ற கலை வடிவம். இதில், தஞ்சாவூர் மாவட்டத்தில் உள்ள 'நார்த்தேவன் குடிகாடு' என்ற ஊரில் நடைபெறும் இரணியன் தெருக்கூத்தின் விசேஷம், ஊர் மக்களே வேஷமிட்டு நடத்துவதுதான். அத்துடன், முக்கியக் கதாபாத்திரங்களான இரணியன், லீலாவதி, பிரகலாதன் ஆகியவற்றை இரட்டை வேடங்களாக இருவர் ஏற்று நடிக்கிறார்கள். இப்படி ஒருவாரக் கூத்தில், தினம் ஒரே கதாபாத்திரத்துக்கு வேறு வேறு ஆள்கள் டபுள் ஆக்ட் போடுவதை இங்கு மட்டுமே காண முடிகிறது!

54

அறிவைத் திருடுவது... அசிங்கம்!

அறிந்தே ஏமாற்றப்படுகிறோம் என்பதுதான் ஒரு மனிதன் அடையும் வேதனைகளில் மிகக் கொடுமையானது. தனது கற்பனையை, தனது உழைப்பை, தனது இடையறாத முயற்சிகளை இன்னோர் ஆள் தனது என உரிமை கொண்டாடும்போது, அதை மௌனமாகப் பார்த்தபடி வழி இல்லாமல் ஏற்றுக்கொள்வதைப் போன்ற துரதிருஷ்டம் வேறு எதுவுமில்லை.

இன்று அடுத்தவரின் கற்பனையைத் திருடுவது உலகெங்கும் வளர்ந்து வருகிறது. கடந்த காலங்களில் இந்திய சினிமாவில் 118 திரைப்படங்கள் ஆங்கில, உலக மொழிகளில் இருந்து அப்படியே திருடி எடுக்கப்பட்டு இருக்கின்றன என்கிறது புள்ளி விவரம். பாடல்கள், இசை, கவிதை, விளம்பர வாசகங்கள், விளம்பர போஸ்டர்கள், உடை அலங்காரம், ஓவியம் என அனைத்தும் நகல் எடுக்கப்படுகின்றன.

சினிமா, இசை, விளம்பரம், பத்திரிகை என்று அனைத்து ஊடகங்களிலும் அறிவுத் திருடர்கள் வளர்ந்துவிட்டார்கள். சாதாரண பெருங்காய டப்பாகூட காப்புரிமை பெற்றிருக்கிறது. ஆனால், ஒரு படைப்பாளியின் கற்பனையில் உருவான படைப்பு எந்தக் காப்புரிமையும் இல்லாமல் பகிரங்கமாகத் திருடப்படுகிறது. அடுத்தவர் பெயரில் வெளியாகிறது. அதைக் கேட்க முறையான காப்புரிமை அமைப்புகள்,

எஸ். ராமகிருஷ்ணன்

நடைமுறைகள் நம்மிடையே இல்லை. ஏமாற்றுபவர்கள் துளியும் குற்ற உணர்ச்சி கொள்வதே இல்லை.

துணிக்கடையில் ஒரு கர்ச்சீஃப் திருடினால் குற்றம். ஓடும் பேருந்தில் அடுத்தவர் பாக்கெட்டில் உள்ள 10 ரூபாயைக் கைவிட்டு எடுத்தால் குற்றம். ஆனால், ஒரு கலைப் படைப்பை அப்படியே நகல் எடுத்து முறையான உரிமையின்றி அடுத்தவர் பயன்படுத்திக் கொள்வது மட்டும் எப்படிக் குற்றம் இல்லாமல் போகிறது? இன்னொரு பக்கம், சொற்பப் பணம் தந்துவிட்டு அடுத்தவர் படைப்பை விலைக்கு வாங்கி, அதைத் தன் பெயரில் தனது படைப்பாக உருமாற்றிக்கொள்ளும் வக்கிரமும் சமகாலத்தில் அதிகமாகி வருகிறது.

எனக்குத் தெரிந்த ஒரு முதுமையான தமிழ் அறிஞர், பல வருடங்களாக ஒரு பிரபலப் பேச்சாளருக்கு மேடைப் பேச்சை எழுதித் தருபவராக இருக்கிறார். ஒவ்வொரு கூட்டத்துக்குச் செல்லும்போதும் பேச்சாளர் ஆள் அனுப்பி, தமிழ் அறிஞர் எழுதிக் கொடுத்ததை வாங்கிக்கொண்டு போய், தனது சொந்த சிந்தனைகள் என்று மேடையில் பேசி கைதட்டல் வாங்குகிறார். இதற்காகத் தமிழ் அறிஞருக்கு மாதம் 5,000 ரூபாய் ஊதியம் தரப்படுகிறது. பேச்சாளருக்குக் கிடைப்பதோ ஒரு கூட்டத்துக்கு 20,000 ரூபாய்.

இப்படி அரசியல்வாதிகளுக்கு, பிரபலங்களுக்கு, தொழில் அதிபர்களுக்கு பேச்சு எழுதித் தருபவர்கள், கவிதை எழுதித் தருபவர்கள், விமர்சனம், பாட்டு எழுதித் தருபவர்கள், புதிய சிந்தனைகளை உருவாக்கித் தருபவர்கள் பலர் இருக்கிறார்கள். அவர்களை ஆங்கிலத்தில் 'கோஸ்ட் ரைட்டர்' என்கிறார்கள். அந்த ஆவி எழுத்தாளர்கள் உலகின் கண்களில் அடையாளம் காணப்படுவதே இல்லை. யாரோ ஒரு பிரபலம், சொந்தக் கற்பனை என அவரது சிருஷ்டியை உரிமையாக்கிக்கொண்டு கைதட்டல் வாங்கிக் கொண்டிருக்கிறார்.

அடுத்தவரை ஏமாற்றிப் பொருள் அடைவதைவிட, ஏமாற்றிப் புகழ் அடைவது அவமானத்துக்கு உரியது. அது ஏன் ஒரு

மனிதனை உறுத்துவதே இல்லை?.

ஒருவர், உயர் அதிகாரியாகவோ, பிரபலமாகவோ, இளம் தலைவராகவோ வளர்ந்துவிட்டால், உடனே கவிதை எழுதத் துவங்கிவிடுகிறார்கள். அது தமிழகத்தின் தனித்துவம். அதாவது, அவர்களாக எழுதுகிறார்களா என்றால் கூலிக்கு ஆள் போட்டு கவிதை, கட்டுரைகள் எழுதி வாங்கித் தனது பெயரில் பாராட்டுகளை வாங்கிக்கொள்கிறார்கள்.

பணமும் அதிகாரமும் கைக்கு வந்தவுடன் இல்லாத தனித் திறமைகள் அத்தனையும் பிரபலங்களுக்கு ஒரு மாதத்தில் வந்து சேர்ந்துவிடுவதுதான் ஆச்சர்யம். அவர்கள் தங்களது திறமைகள் பிறவியில் இருந்தே தனக்கு இருப்பதாகச் சொல்லி தன்னடக்கம் கொள்வதுதான் கூடுதல் வேடிக்கை.

அப்படி ஒரு திடீர் பிரபலம், எனது எழுத்துக்களை வாசித்திருப்பதாகச் சொல்லி, மாலை நாம் சந்திக்கலாமா? என்று ஒருநாள் கேட்டார். அவரது வீட்டில் சந்திப்பு நடைபெற்றது. மிகப்பெரிய வீடு. அவரது அறை விஸ்தாரமாக இருந்தது. அறை முழுவதும் புத்தகங்கள். புத்தகங்களைத் தேடி விலைக்கு வாங்குவதற்காகவே ஓர் உதவியாளர் வேலைக்கு இருந்தார் என்றால் பாருங்கள். எப்படியும் 5,000 புத்தகங் களுக்கு மேலாக இருக்கக்கூடும்.

இன்னோர் அறையில் 2,000 உலகத் திரைப்படங்கள், ஹோம் தியேட்டர். அந்த அறையின் சுவரில் பதிக்கப்பட்ட அலமாரியில் உலகின் பல்வேறு விதமான இசைத் தகடுகள், இசைக் கருவிகள், கூடுதலாக ஓர் அலமாரி முழுவதும் பழைமையான பொருட்கள், ஓவியங்கள், சிற்பங்கள், மாடியில் உள்ள ஓர் அறைக்கு அழைத்துப் போனார். அங்கே விதவிதமான என்சைக்ளோபீடியா, பழைய ஏடுகள், பிரதிகள், ஏதோ ஒரு விநோத மியூஸியத்துக்கு வந்துவிட்டது போன்று இருந்தது.

அவரோடு பேசத் துவங்கிய மறுநிமிடம், அவர் முழு முட்டாள் என்பதும், அவரது கையில் மிதமிஞ்சிய அளவில் பணம் இருப்பதால், யார் எதைச் சொன்னாலும் விலைக்கு வாங்கி, அதில் தனக்கு அதிக ஆர்வம் இருப்பதைப்போல்

போலியாகக் காட்டிக்கொள்கிறார் என்பதையும் உணர முடிந்தது.

ஒரே ஆள் எப்படி இலக்கியம், இசை, சினிமா, நுண்கலை, அகழ்வாராய்ச்சி, பயணம், ஆய்வு, சமூகச் சிந்தனை, எழுத்து, விளையாட்டு, இதழியல் என்று அத்தனை துறைகளிலும் ஒரே நேரத்தில் விற்பன்னராக இருக்க முடியும் என்று தெரியவில்லை. அந்தப் பிரபலம் அப்படித் தன்னைக் காட்டிக்கொண்டார். அவரது வீடு மிகப்பெரிய நாடக மேடைபோலவே தோன்றியது. தன்னை அறிவாளியாகக் காட்டிக்கொள்ள ஓர் ஆள் எவ்வளவு முட்டாளாக நடந்து கொள்ள முடியுமோ, அத்தனையையும் அவர் மேற்கொண்டார். தனது தவறுகளை அடுத்தவர் அறிந்துவிடுவாரோ என்ற கூச்சம்கூட அவரிடம் துளியும் இல்லை. அதுதான் பணத்தின் இயல்புபோலும்.

தான் அறிவாளி இல்லை. தனக்கு அதிகம் தெரியாது என்று சொல்லிக்கொள்வதை ஏன் மனிதர்கள் எப்போதும் அவமானமாக நினைக்கிறார்கள்? எல்லாம் தெரிந்தவர் போலக் காட்டிக்கொள்வதில் அப்படி என்ன சுகம் இருக்கிறது?

தனக்குத் தெரியாததைத் தெரிந்ததாகக் காட்டிக்கொள்வதில் தான் எல்லா தவறுகளும் துவங்குகின்றன. அதை யாராவது மறுத்தால் அவர் மீது கோபம் உருவாகிறது. அதை எங்காவது, யாராவது நிரூபணம் செய்துவிட்டால், பழிவாங்கத் தூண்டுகிறது. தன்னைப் பற்றி முதுகுக்குப் பின்னால் பேசிச் சிரிக்கிறார்கள் என்ற உண்மையைக்கூட ஒரு மனிதன் அறியாமல் பகட்டாக இருப்பதை எந்த வகையில் சேர்ப்பது? எதற்காக இந்த இழிவான நடிப்பு?

அந்தப் பிரபலத்திடம் நான்கு விதமான செல்போன்கள் இருந்தன. நான்கிலும் அவர் மாறி மாறிப் பேசிக்கொண்டு இருந்தார். இடையிடையே, லத்தீன், அமெரிக்க இலக்கியம், பெட்ரோப் அல்மதோவார் சினிமா, லெமூரியாக் கண்டம் உண்மையானதா, ஈழத்தமிழர் பிரச்னை போன்ற சிந்தனை களைப் பகிர்ந்துகொண்டார். எனக்கு ஓர் அபத்த நாடகம் ஒன்றில் நடிப்பதைப்போலவே இருந்தது.

அவர் எனக்கு ஜப்பானிய முறையில் தேநீர் தயாரிப்பது பிடிக்கும் என்று சொல்லி, தானே, தேநீர் தயாரித்து வருவதாக கிச்சன் நோக்கிச் சென்றார். அப்போது அவரது உதவியாளர் அறைக்கு வந்து 10 நிமிடங்கள் என்னோடு பேசிக் கொண்டிருந்தார். அப்போதுதான் ஓர் உண்மை புரிந்தது. "அந்தப் பிரபலம் தினமும் மாலையில் வெவ்வேறு துறை சார்ந்த ஆட்களைத் தன் வீட்டுக்கு அழைத்துப் பேசிக் கொண்டு இருப்பது அவருக்கு ஒரு பொழுதுபோக்கு. தன்னைத் தெரியாதவர்கள் எந்தத் துறையிலும் இருக்கக்கூடாது என்பதே அவரது லட்சியம்.

அவரைத் தேடி வருபவர்கள் பேசிய விஷயங்களைக்கொண்டு, அதைத் தனது எண்ணமாக அடுத்தவரிடம் பேசுவார். ஒருமுறை வீட்டுக்கு அழைத்தவரை அடுத்த நான்கு வாரங்களுக்கு அழைக்கமாட்டார். யார் என்ன புத்தகம், சினிமா, இசைத்தகடு பற்றிச் சொன்னாலும் உடனே வாங்கி விடுவார். ஆனால், எதையும் படிக்கவோ, பார்க்கவோ மாட்டார்.

சில வேளைகளில் இதைப் படிப்பதற்காகச் சில இளைஞர்களை வைத்திருக்கிறார். அவர்கள் ஒரு புத்தகம் படித்து அவரிடம் சொல்வதற்கு 200 ரூபாய். இது தவிர, மூன்று நகல் எழுத்தாளர்களை விலைக்கு வாங்கி வைத்திருக்கிறார். இப்போது ஜப்பானியத் தேநீர் தயாரிப்பதாகப் போனாரே அதுகூட நடிப்புத்தான். வீட்டில் இதற்காக ஒரு சமையற்காரன் இருக்கிறான். அவனே உண்மையான டீ எக்ஸ்பர்ட். பிரபலத்தின் ஒரே வேலை... குடிப்பது, நன்றாகச் சாப்பிடுவது, உறங்குவது மட்டுமே. முறைகேடான வழிகளில் மிதமிஞ்சிய பணம் கிடைக்கிறது. அதை இப்படிச் செலவழிக்கிறார்" என்றார் உதவியாளர்.

அதற்குள் ஜப்பானியத் தேநீர் வந்திருந்தது. தான் அதை எப்படித் தயாரித்தேன்? என்று விளக்கமாகப் பிரபலம் சொன்னார். அதன்பிறகு, ஜப்பான் தொடர்பாகத் தன்னிடம் உள்ள இசைத் தட்டுகள், திரைப்படங்கள், ஓவியங்களை எடுத்துக் காட்டினார். வேடிக்கை என்னவென்றால், அதில் பாதிப் புத்தகங்கள் அட்டைகூடப் பிரிக்கப்படவில்லை. அதை அவர் அறிந்துகொள்ள வேண்டும் என்று சுட்டிக்காட்டினேன்.

உடனே, அவர் அதன் முந்தைய பதிப்பைத் தான் வாசித்து இருப்பதாகவும், இது தற்போது வெளியான புதிய பதிப்பு என்றும் சொல்லிச் சிரித்தார்.

சினிமாவில் எவ்வளவோ நடிகர்களைக் கண்டிருக்கிறோம். புகழ்ந்து, பாராட்டி இருக்கிறோம். ஆனால், நிஜ வாழ்வில் சிலர் நடிப்பதைக் காணும்போது சினிமா இன்னும் இதுபோன்ற உன்னதக் கலைஞர்களை அடையாளம் கண்டு கொள்ளவே இல்லை என்றே தோன்றியது. இவர் ஒரு தனிநபர் இல்லை. இவரைப் போன்ற போலி அறிவாளிகள், போலிப் படைப்பாளிகள் எல்லாத் துறைகளிலும் இருக்கிறார்கள். அவர்கள் தங்களைச் சுற்றி விதவிதமான முகமூடிகளைப் போட்டுக்கொள்கிறார்கள். எளிய மனிதர்களிடம் உள்ள நேர்மைகூட இவர்களிடம் இல்லை.

சார்லி சாப்ளின், 'சிட்டி லைட்ஸ்' என்று ஒரு படம் இயக்கினார். மிகவும் புகழ்பெற்ற படம். அதில் ஒரு பணக்காரன் இரவு ஆனதும் மிதமிஞ்சிக் குடித்தபடியே நகரில் அலைகிறான். அவனை நாடோடியான சாப்ளின் நீச்சல் குளத்தில் விழுந்துவிடாமல் காப்பாற்றுகிறார். உடனே, அவன் சாப்ளினைத் தன் வாழ்நாளின் சிறந்த நண்பன் என்று புகழ்ந்து, தன் வீட்டுக்கு அழைத்துப் போகிறான். பகட்டான உணவு, உடை, வசதிகள் அத்தனையும் சாப்ளினுக்குக் கிடைக்கிறது. ரோல்ஸ் ராய்ஸ் கார்கூடப் பரிசாகத் தரப்படுகிறது.

ஆனால், விடிந்ததும் அதே பணக்காரன், சாப்ளினைப் பிச்சைக்காரன் என்று சொல்லித் துரத்திவிடுவதோடு, தான் கொடுத்த பொருட்களை எல்லாம் பறித்துக்கொள்கிறான். பணக்காரனுக்கு இது ஒரு பழக்கம். இரவாகி அவன் குடித்தவுடன் தாராள மனதும் அன்பும் பெருகிவிடும். பகலில் அவன் மிக மோசமானவன் ஆகிவிடுவான். இவனிடம் சிக்கி சாப்ளின் படும்பாடுதான் படத்தின் மையக் கதை. பணக்காரனின் இரட்டை நிலை உலகுக்குப் புரிந்துவிட்டது. ஆனால், போலி அறிவாளிகள், அறிவுத் திருடர்கள் பற்றி மக்கள் இன்னமும் அறிந்துகொள்ளவே இல்லை.

ஒரு மனிதனின் கற்பனை என்பது, அவனது கண்டுபிடிப்பு; வாழ்க்கையைப் புரிந்துகொண்டதன் அத்தாட்சி; மனச்சாட்சி விழித்துக்கொண்டு இருப்பதன் அடையாளம்; யாவையும்விட சகமனிதனுக்குத் தன் அனுபவத்தைக் கற்றுக்கொடுக்கும் ஓர் அறிவுத் துணை. அதைத் திருடுவதும் ஏமாற்றிப் புகழ்பெறுவதும் அசிங்கமானது.

அறிவுசார் திருட்டைக் கண்காணிக்கவும், தடுக்கவும் தனியே துறைகள் அமைக்கப்படுவதால், பிரச்சனைகள் தீர்ந்துவிடாது. போலிகளைப் பொதுமக்கள் அடையாளம் கண்டுகொள்வதோடு, பகிரங்கப்படுத்தவும் புறக்கணிக்கவும் வேண்டும். இல்லாவிட்டால் சில ஆண்டுகளில் திருக்குறளை எழுதியது தானே என்றுகூட யாரோ ஒருவர் கைதட்டல் வாங்கிக்கொண்டு புகழ்பெறவும் கூடும்!

முறிந்த மரங்களில்' சிற்ப வேலைப்பாடு!

அமெரிக்காவில் வாழும் ராண்டல் என்ற மரம் செதுக்குக் கலைஞர், சாலையோரங்களில் முறிந்துவிழும் மரங்களை அப்படியே கலைப்படைப்பாக மாற்றிவிடுகிறார். முறிந்த மரங்களில் விதவிதமான மிருகங்கள் அல்லது மனிதத் தோற்றங்களைச் சிற்பமாகச் செதுக்கி, அதே இடத்தில் ஒரு கண்காட்சி பொருள்போல வைத்துவிடுகிறார். இப்படி தேசம் எங்கும் முறிந்த மரங்களைத் தேடித் தேடி அதைக் கலைப் படைப்பாக்கி வரும் ராண்டல், “இயற்கையைக் கலையாக மாற்றுவதே தனது வேலை” என்கிறார்!

55

பலூனுக்குள் இருப்பது
காற்றல்ல!

உலகின் ஆச்சர்யங்களில் ஒன்று... பலூன். அழுது போராடி ஒரு பலூனை அடைவதில் சிறுவர்களுக்கு உள்ள ஆனந்தம் மிகப் பெரியது. கையில் ஒரு பலூனை வைத்திருக்கும் குழந்தையின் முகத்தைப் பாருங்கள். உலகின் அதி உன்னத மான பொருள் ஒன்றைத் தான் அடைந்துவிட்டோம் என்ற சந்தோஷம் அதில் ஒளிரும். இன்றைக்கும் வானில் ஒரு பலூன் பறப்பதை வியப்போடு வேடிக்கை பார்க்கிறோம். நமது ஆசைகள் தாம் பலூன்களாகப் பறக்கின்றனவோ என்னவோ?

சிறுவயதில் ஆசையாக வாங்கி விளையாடிய பலூனை 40 வயதில் கையால் தொடுவதற்குக்கூட விருப்பமற்றுப் போகிறோமே, ஏன்? கடற்கரையில் ஒருநாள் பார்த்தேன். ஒரு சிறுமி தான் வைத்திருந்த ஆப்பிள் பலூனைத் தனது தாத்தாவிடம் கொடுத்துவிட்டு ஐஸ்கிரீம் வாங்க ஓடினாள்.

வயதானவர் சுமக்க முடியாத ஒரு பொருளைக் கையில் வைத்திருப்பதைப்போல இறுகிய முகத்தோடு அந்தப் பலூனை வைத்திருந்தார். ஒரு முறைகூட ஆசையாக அதைத் தொட்டுப் பார்க்கவோ, காற்றில் பறக்க விட்டுக் காணவோ ஆசைப்படவில்லை.

திடீரென, தான் புகைத்துக் கொண்டிருந்த சிகரெட் நுனியால் அந்தப் பலூனைத் தொட்டு வெடிக்க வைத்தார் அவர்.

பலூன் வெடிப்பதைக் காணும்போது அவர் முகத்தில் தோன்றிய சந்தோஷம் என்னை அச்சமூட்டியது. வயது ஏற ஏற, பலூனை வெடிக்க வைப்பதில் மனது ஏன் குரூர ஆசை கொள்கிறது என்று யோசித்தபடியே இருந்தேன்.

வயது, நம்மை ஏன் சிறு பொருள்களைக்கூட ரசிக்கவிடாமல் செய்கிறது. ஒரு முதியவர் பலூன்விடுவது தவறு என்று யார் சொன்னது? அல்லது நடுத்தர வயதுக்காரன் ஆசையாக ஒரு பலூனை வாங்கினால் உடனே, அவன் முட்டாள் ஆகிவிடுவானா என்ன? இவை நமது கற்பிதங்கள். சிறுவயதை எந்த வடிவத்திலும், எந்தச் செயலிலும் யாரும் நினைவுபடுத்திவிடக்கூடாது என்பதில் ஏன் இவ்வளவு கவனமாக இருக்கிறோம்? உண்மையில், நாம் பால்யத்தில் இருந்து விடுபடும்போது, பால்யத்தின் வசீகரமான பொருட்களில் இருந்தும் விடுபடுகிறோம். வளர்ந்த மனிதன் ஏன் பலூன்களுக்கு எதிராக மாறிவிடுகிறான்? அல்லது பெரியவர்கள் ஏன் பலூன்களை வெறுக்கிறார்கள்? என்று புரியவே இல்லை.

பலூனை விசித்திரமான பழம் என்று நினைத்துக் கடித்துத் தின்ன ஆசைப்படும் சிறுவர்களைக் கண்டிருக்கிறேன். அவர்கள் பலூனை, அணைத்துக்கொள்கிறார்கள்; முத்தம் இடுகிறார்கள்; கொஞ்சுகிறார்கள்; சாதம் ஊட்டுகிறார்கள்; கூடவே பேசுகிறார்கள்; கட்டிக்கொண்டு உறங்க ஆசைப்படுகிறார்கள். பலூன், எதிர்பாராமல் உடைந்துவிட்டால், அதற்காக விக்கி விக்கி அழுகிறார்கள். உடைந்த பலூன் துண்டுகளைத் தேடி எடுத்து மறுபடியும் ஊதி, பலூன் ஆக்கமுடியாமல் வருத்தம் கொள்ளும் குழந்தைகள் எல்லாக் காலத்திலும் இருக்கிறார் கள். அது துடைக்கவே முடியாத வேதனை.

20 வருடங்களுக்கு முன்பு கடையில் 10 பைசா தந்து ரப்பர் பலூன் வாங்கி அதை ஊதித் தருவதற்கு ஆள் தேடிச் சிறுவர்கள் அலைவார்கள். பலூனை ஊதுவது பெரிய கலை. மூச்சை இழுத்துக் கவனமாக ஊத வேண்டும். வேகமாக ஊதினால் வெடித்து விடும். சிறுவர்களுக்குக் கண்முன்னே பலூன் வெடிப்பதைவிட மிகப்பெரிய சோகம் எதுவுமே இல்லை.

கவனமாக ஊதி அழகான வடிவம் கொண்ட பலூனை நூலால் கட்டி, அந்த நூலைக் கையில் பிடித்தவுடன் சிறுவனின் மனதும் பறக்கத் துவங்கிவிடும். வானைத் தன்னால் தொட்டுவிட முடியும் என்று அவன் நம்புவான். தன்னால் பலூனைக்கொண்டு பறவைபோல் பறக்க முடியும் என்று கனவு காண்பான். பலூன்களோடு வீதியில் ஓடும் சிறுவர்கள் தாங்கள் உலகிலே பெரிய அதிர்ஷ்டசாலிகள் என்றே கருதுகிறார்கள்.

இன்றைக்குக் கடையில் பலூனை வாங்கி அதை ஊதுவதற்கு ஆள் தேடும் சிறுவர்கள் எவருமில்லை. காற்று அடைத்து விற்கப்படும் பலூன்களை மட்டுமே வாங்குகிறார்கள். தானாகக் காற்றடைத்துப் பார்க்கும் ஆர்வம் சிறார்களிடம்கூட இல்லை. அதைவிட, பலூன் இன்றைக்கு பார்ட்டிக்கான பொருளாகிவிட்டது. யாராவது ஒன்றுக்கு மேற்பட்ட பலூன்கள் வாங்கினால், உடனே வீட்டில் பார்ட்டியா? என்று கேட்கிறார்கள்.

பலூன் எதைக் கற்றுத்தருகிறது? அதைப் பார்க்கப் பார்க்க மனதில் நிறையத் தோன்றுகிறது. 'உள்ளிழுத்த காற்றை வெளியே விட்டா, கதை முடிஞ்சிபோச்சு' – இது வாழ்க்கையின் தத்துவம். அதைத்தான் பலூன்கள் நினைவுபடுத்துகின்றனவா? இல்லை, நமது சுய பெருமைகள் யாவும் நாமாக ஊதிப் பெருக்க வைத்தவை. அவை ஒரு நாள் தாமே உடைந்து விடும் என்பதைச் சுட்டிக்காட்டுகின்றனவா? இல்லை, காற்று தான் இருப்பதைக் காட்டிக் கொள்வதற்கு பலூன்களைத் தனது வடிவமாகத் தேர்வு செய்திருக்கிறதா?

பலூன்கள் நம் வயதைக் கரைத்துவிடுகின்றன. ஆசையாக ஒரு சிறுமி பலூனைப் பற்றிக்கொண்டு அமர்ந்திருப்பதைக் காண்பதே மனதை நெகிழச் செய்கிறது. பால்ய வயதின் கனவுகள் யாவும், இந்தப்பலூன்கள்போல அற்ப நேரம் நம்மை மகிழ்வித்துவிட்டு பின்பு வெடித்துச் சிதறிப்போனவைதாம் இல்லையா?

எனது பால்ய வயதில் பலூன்காரர்களின் வருகை அபூர்வ மானதாக இருக்கும். எங்கோ திருவிழாவில், பண்டிகை

நாட்களில் அபூர்வமாக ஒரு பலூன்காரன் வருகை தருவான். அது ஏதோ ஒரு தேவதூதன் கிராமத்துக்குள் வந்துவிட்டது போன்று இருக்கும். சிவப்பு, வெள்ளை, நீலம், பச்சை, ஆரஞ்சு, மஞ்சள் என்று கண்ணைப் பறிக்கும் நிறங்களில் ஊதிய பலூன்களுடன் அவன் மூங்கில் சட்டகம் ஒன்றைத் தோளில் சாய்த்துத் தூக்கிக்கொண்டு நடந்துவருவான். அவன் தோளில் அழுக்கடைந்துபோன ஒரு ஊதாப்பை தொங்கிக் கொண்டிருக்கும். அது அத்தனையும் ஊதப்படாத பலூன்களே.

அவனைக் கண்டதும் சிறுவர்கள் தேனீக்களைப் போல மொய்த்துக்கொள்வார்கள். ஒரு சிறுவன் பலூன் வாங்குவதை மற்றவன் ஏக்கத்துடன் பார்த்துக் கொண்டிருப்பான். பலூன் வாங்கவே முடியாத சிறுமிகள், கண்களால் பலூனைப் பறித்துக் கையில் வைத்துக் கொள்வதைப்போலப் பாவனை செய்வார்கள். அந்த வயதில் பலூன்காரர் யார்? எங்கிருந்து வருகிறார்? எதற்காக இதைத் தொழிலாகத் தேர்வு செய்தார்? அவர் வீட்டில் உள்ள பிள்ளைகள் பலூன் வைத்து விளையாடுமா? என்று நிறையக் கேள்விகள் தோன்றும். எதையும் அவரிடம் கேட்டதே இல்லை.

எல்லா ஊர்களின் பலூன்காரர்களும் ஒன்றுபோலவே இருக்கிறார்கள். அவர்கள் சந்தோஷத்தைச் சுமந்து வருகிறார்கள். சந்தோஷத்தின் கயிற்றைச் சிறுவர்கள் கையில் தந்து விளையாட வைக்கிறார்கள். பெற்றோர்கள் தராத அபூர்வ சந்தோஷம் இது. திருவிழா முடிந்து வீடு திரும்பும் குழந்தையின் கையில் உள்ள பலூன், விழாவை எப்போதுமே நினைவுபடுத்திக்கொண்டே இருக்கிறது.

இன்றைக்கு கடற்கரையில், கோவில் முன்பாக பலூன்காரர் களைப் பார்க்கிறேன். சாயல் ஒன்றுபோலவேதான் இருக்கிறது. யார் அவர்? பலூன்களை விற்பதில் என்ன ஆர்வம்? என்று மனது கேட்டுக்கொண்டேதான் இருக்கிறது. உடையாத பலூன் என ஒன்று வேண்டும் என்று பிரார்த்தனை செய்யாத சிறுவர்களே இல்லை. உடைந்து விடுவதுதான் பலூன்களின் அழகுபோல், அது மாறாமல் அப்படியே தொடர்கிறது.

எஸ். ராமகிருஷ்ணன்

பலூன்களைக் கண்டுபிடித்தவர் யார்? சிறு வயதில் இந்தக் கேள்வியைப் பள்ளி ஆசிரியர்களிடம் கேட்டிருக்கிறேன். படிக்கிற வழியைப் பாருடா என்று வாயைப் பொத்தி கேள்வியை எனக்குள்ளாகவே அடக்கிவிட்டார்கள். பின்பு, ஒருமுறை கலைக்களஞ்சியத்தை வாசித்து நானே தெரிந்து கொண்டேன்.

லஸ்கோ என்ற பிரேசில் நாட்டு மதகுருதான் பலூனைக் கண்டுபிடித்தவர். 1709-ஆம் ஆண்டுதான் முதன்முதலாக பலூன்கள் பறக்கவிடப்பட்டன. அதைக் கடவுளின் வருகைபோல வியப்போடு பார்த்ததாக சரித்திரக் குறிப்புகள் கூறுகின்றன. பலூன் என்பது தமிழ் வார்த்தை இல்லை. அது 'பலூனீ' என்ற இத்தாலியச் சொல்லில் இருந்து உருவானது. பெரும்பான்மை நாடுகளில் பலூன் அதே பெயரில்தான் அழைக்கப்படுகிறது.

பலூன்கள் எப்போதுமே கற்பனைகளைத் தூண்டுகின்றன. அதைக் கையில் வாங்கியதும் நடந்து சுற்றிய தெருக்களை மிதந்து காண வேண்டும் என்று மனது பேராசை கொள்ள ஆரம்பிக்கிறது. ஒவ்வொரு குழந்தையும் பலூனைப் பற்றிய ஒரு கதையைத் தனக்குள்ளாகக் கொண்டிருக்கிறது. அதை வெறும் விளையாட்டுப் பொருளாக மட்டுமே கருதுவதில்லை.

ஆல்பெர்ட் லேமோர்சே என்ற ஃபிரெஞ்சு இயக்குநர் 'ரெட் பலூன்' என்ற 30 நிமிடங்கள் ஓடும் படம் ஒன்றை இயக்கியுள்ளார். உலகத் திரைப்பட விழாக்களில் பல முக்கிய விருதுகள் பெற்ற திரைப்படம் அது.

பாஸ்கல் என்ற பள்ளிச் சிறுவனுக்குத் தம்பி, தங்கை யாரும் கிடையாது. நாய்க்குட்டிகளோடு நட்புகொள்கிறான். அதையும் அம்மா அனுமதிக்க மறுக்கிறாள். தனியாக இருக்கிறோம் என்ற உணர்வு அவனுக்குள் மேலோங்கி இருக்கிறது. ஒருநாள் அவன் சாலையோரம் சிவப்புநிறப் பலூன் ஒன்று தந்திக்கம்பத்தில் கட்டிவைக்கப்பட்டு இருப்பதைக் காண்கிறான். யாருடையது என்று தெரியவில்லை. அவனுக்கோ அதை எடுத்துக்கொள்ள ஆசையாக இருக்கிறது. ரகசியமாகக் கயிற்றை அவிழ்த்து

அதைக் கையில் எடுத்துக்கொண்டு பள்ளி நோக்கிப் புறப்படுகிறான்.

பேருந்தில் பலூனை வைத்துக்கொள்ள அனுமதி மறுக்கிறார்கள். ஆகவே, நடந்தே பள்ளிக்குப் போகிறான். அதனால் தாமதம் ஆகிவிடுகிறது. பள்ளியில் இருந்து துரத்தப்படுகிறான். பலூனைக் கையில் வைத்தபடியே அவன் பாரீஸ் நகரமெங்கும் அலைகிறான். மாலை வீடு திரும்புகிறான். அம்மா நடந்ததை அறிந்து ஆத்திரமாகி, அவனது பலூனைப் பிடுங்கி ஜன்னலுக்கு வெளியே எறிகிறாள்.

பலூன் காற்றில் பறந்துவிடும் என்று பாஸ்கல் நினைக்கிறான். ஆனால், அது பறக்காமல் ஜன்னலுக்கு வெளியே நின்றபடியே அவனைப் பார்த்துக் கொண்டிருக்கிறது. ஆச்சர்யத்துடன் அதை உள்ளே வா என்கிறான். மறுநிமிடம் பலூன் உள்ளே வருகிறது. தன்னைப் போலவே பலூனும் சுயமாகச் சிந்திக்கும் மனதைக்கொண்டு இருக்கிறது என்று நம்பும் பாஸ்கல், பலூனைத் தனது நண்பனாக்கிக் கொள்கிறான்.

அதன் மறுநாளில் இருந்து அவன் பள்ளிக்குப் போகும்போது பலூன் கூடவே போகிறது. வகுப்பு அறையில் ஓரமாகப் போய் நில்லு என்றால் நின்று கொள்கிறது. அதை மற்ற சிறுவர்கள் வேடிக்கை பார்க்கிறார்கள். ஆசிரியர் பலூன் எப்படி வகுப்புக்குள் வந்தது? என்று திட்டுகிறார். உடனே, வெளியே போய்விட்டு பிறகு வா என்கிறான். பலூன் வெளியே பறந்து போய்விடுகிறது. இப்படிச் சிந்திக்கும் ஒரு பலூனுக்கும் ஒரு சிறுவனுக்கும் இடையில் உருவான நட்பே காட்சிகளாக விரிவடைகின்றன. முடிவில் பலூனை முரடர்கள் சிலர் பிடித்து உடைத்து விடுகிறார்கள். சிறுவன் அதற்காகக் கண்ணீர் விடுகிறான்.

படம் முழுவதும் பாரீஸ் நகரத் தெருக்களில் சிறுவன் பலூனைப் பின்தொடர்ந்து நடந்துகொண்டே இருக்கிறான். சில நேரங்களில் அது ஒரு தேவதை வழிகாட்டுவதுபோல அவனைக் கூட்டிப் போகிறது. சில நேரம் ஒரு கோமாளிபோல அவனைச் சந்தோஷப்படுத்துகிறது. சில நிமிடங்கள் ஒரு

ஞானிபோல மௌனமாக அவனைப் பார்த்தபடியே இருக்கிறது.

இந்தத் திரைப்படம், பலூனை நமது ரகசிய ஆசைகளின் கடந்த காலத்தின் குறியீடாக மாற்றி அதன் பின்னே நம்மைத் தொடரச் செய்கிறது.

நாம் யாராக இருந்தாலும் ஆசைகள் வெடித்துப்போகும் நிமிடத்தில் உள்ளுக்குள் அழவே செய்கிறோம். அதைத்தான் பலூன்கள் எப்போதும் நினைவூட்டுகின்றன போலும்!

நினைத்ததை முடிப்பவன்!

கலிஃபோர்னியாவில் வசிக்கும் ஜான் கோடார்ட், தனது 15–ஆவது வயதில் எதிர்காலத்தில் தான் எதையெல்லாம் சாதிக்க வேண்டும் என்று 127 ஆசைகளைப் பட்டியலிட்டான். இமயமலையில் ஏறுவது, நைல் நதி உள்ளிட்ட உலகின் முக்கிய ஏழு நதிகளைச் சுற்றிவருவது, ஆப்பிரிக்க ஆதிவாசிகளைச் சந்தித்துப் பழகுவது, விமானம் – கப்பல் என அனைத்து வாகனங்களையும் ஓட்டிப் பழகுவது, 120 நாடுகளுக்குப் போவது, கடலின் அடியாழத்தில் சென்று ஆய்வு செய்வது, விஷப்பாம்பினைக் கையில் பிடிப்பது, இசைக் கலைஞராவது, உலக இலக்கியங்களைக் கற்பது, புகைப்படக் கலைஞர் ஆவது... என நீளும் இந்த விசித்திரப் பட்டியலில் நிலவுக்குப் போவது, சிம்பன்சி குரங்கை விலைக்கு வாங்குவது போன்ற சிலவற்றைத் தவிர, மற்ற 109 விருப்பங்களைப் போராடி நிறைவேற்றி, நினைத்ததை முடிக்கும் சாதனை நாயகராகக் கொண்டாடப்படுகிறார்!

56

நோய் தீர்க்கும் சொற்கள்!

"நம் காலத்தின் தீர்க்கவே முடியாத நோய் எது?" என ஒரு நண்பர் என்னிடம் கேட்டார்.

"மருத்துவர்கள்மீது நம்பிக்கை இல்லாமற்போன நோய்" என்றேன்.

நண்பர் புரியாமல், "அது என்ன?" என்று மறுபடியும் கேட்டார்.

"இன்று மருத்துவரிடம் சென்று வரும் பெரும்பான்மையினர் மருத்துவர்களை நம்புவதே இல்லை. அவர் தந்த மருந்துகள் தன்னைக் குணமாக்குமா? என்று சந்தேகப்படுகிறார்கள். எதற்கும் இன்னொரு மருத்துவரைப் பார்த்து விடலாம் என்று அடுத்த மருத்துவரைத் தேடுகிறார்கள். அவர் தந்த மருந்தை முதல் மருத்துவர் தந்ததுடன் ஒப்பிட்டுப் பார்க்கிறார்கள். குழப்பம் அடைகிறார்கள்.

ஆங்கில மருத்துவம் பார்த்துக்கொண்டு இருக்கும்போதே மாற்று மருத்துவத்துக்குத் தாவுகிறார்கள். அதைச் சாப்பிடத் துவங்குவதற்குள் சந்தேகம் வருகிறது. உடனே, விட்டு விடுகிறார்கள். மருத்துவம் தொடர்பாக யார் எந்தத் தகவல், செய்தி சொன்னாலும் நம்பிவிடுகிறார்கள். அதை நினைத்து நினைத்து அச்சப்படுகிறார்கள். அந்தப் பயம்தான் நம் காலத்தின் தீர்க்க முடியாத நோய்" என்றேன்.

எஸ். ராமகிருஷ்ணன்

மோகனசுந்தரம் எனது நண்பரின் அண்ணன். அவருக்கு 48 வயது. இன்ஷூரன்ஸ் ஊழியர். திடீரென ஒருநாள் மூட்டு வலியால் அவதிப்படத் துவங்கினார். வீட்டின் அருகில் உள்ள மருத்துவரிடம் காட்டி வந்தார்கள். அந்த மருத்துவர் வெறும் எம்.பி.பி.எஸ். அவரால் இதைச் சரியாகக் கண்டுபிடிக்க முடியாது என்று அவநம்பிக்கை கொண்ட மோகனசுந்தரம், பெரிய மருத்துவமனைக்குப் போய் வரலாம் என்றார். நகரின் அதிநவீன மருத்துவமனையில் சிறப்பு மருத்துவரிடம் காட்டினார்கள். ஸ்கேன் எடுக்கப்பட்டது. வலி நிவாரணிகள், மருந்துகள் தரப்பட்டன. உடனே மோகனசுந்தரம், இது பணம் பறிக்கும் வழி. மூன்றாவதாக ஒரு டாக்டரிடம் காட்டி அபிப்ராயம் கேட்டுவிடலாம் என்றார். அதற்கும் வீட்டார் சம்மதித்தனர்.

இப்படியாக, அவர் இரண்டு வாரங்களில் ஏராளமான டாக்டர்களிடம் தனது மூட்டு வலியைக் காட்டிவிட்டார். உடல் எடை அதிகமாவதன் காரணமாக மூட்டு வலி உருவாகி இருக்கக்கூடும். அல்லது வயதாவதன் காரணமாகத் தேய்மானம் ஏற்படுவது இயல்பு. ஆகவே, வலி அதிகமானால் நிவாரணிகள் எடுத்துக்கொள்ளுங்கள் என்று மருத்துவர்கள் சொன்னதை அவரால் நம்ப முடியவில்லை. தனது நோய் மிக இயல்பானது. பெரும்பான்மையினருக்கு வரக்கூடியது என்பதை அவரால் ஏற்றுக்கொள்ள முடியவில்லை. தொடர்ந்த சந்தேகத்துடனே இருந்தார். மருத்துவர் தந்த மருந்துகளை முறையாகச் சாப்பிடவும் இல்லை.

ஒரு மாதத்துக்குப் பிறகு ஆயுர்வேத மருத்துவமனைக்குச் சென்று 2,000 ரூபாய்க்கு மருந்து வாங்கி வந்தார். இரண்டு நாட்களில் அக்குபஞ்சர் சிகிச்சை செய்தார். அவரது உறவினர் வழியாக ஹோமியோபதி வைத்தியச் சிகிச்சை பற்றிக் கேள்விப்பட்டு, அங்கேயும் போய் வந்தார். இடையில் 12 கோவில்களில் பிரார்த்தனை, பூஜைகள் செய்துகொண்டார். எதனாலும் மூட்டுவலி குறையவே இல்லை.

மோகனசுந்தரத்தின் அப்பாவுக்கு வயது 75. அவருக்குக் கடுமையான கால் வலி இருக்கிறது. அவர் ஒருபோதும் தனது வலியைக் காட்டிக்கொண்டதே இல்லை. தானாகத் தைலம்

தேய்த்துக்கொள்வதோடு முடிந்தவரை தனது வேலைகளை அவரே செய்து வந்தார். ஒருபோதும் அவர் தன்னை ஒரு நோயாளியாகக் கருதியதில்லை.

தினசரி நடைப்பயிற்சி, எளிய உணவு, பகல் நேரங்களை படிப்பதிலும் இசை கேட்பதிலுமாக ஈடுபடுத்தி வந்தார். அவருக்குத் தனது 48 வயது மகன் வலி தாங்க முடியாமல் கூப்பாடு போடுவதும், மருத்துவர்களைத் தேடி அலைவதையும் காண்பது சிறுபிள்ளைத்தனமாக இருந்தது.

ஒருநாள் மோகனசுந்தரத்தை அழைத்து, "நீ இன்னும் சின்னப்பிள்ளை இல்லை. வலிக்குதுன்னா... வலிக்கட்டும்னு பொறுத்துக்கோயேன். ஏதாவது ஒரு டாக்டர் கொடுத்த மருந்தை ஒழுங்காச் சாப்பிட்டா, இந்நேரம் நீ சரியாகி இருப்பே" என்றார்.

அதை மோகனசுந்தரத்தால் தாங்கிக்கொள்ள முடியவில்லை. "முட்டாள் மாதிரி பேசுறப்பா. என் வலி எனக்குத்தான் தெரியும். உன் அட்வைஸத் தூக்கிக் குப்பைல போடு. இந்த வீட்ல என் வலியை, நீங்க யாரும் புரிஞ்சுக்கவே இல்லை. உங்களுக்கு வேடிக்கையா இருக்கு" என்று கடுமையாகக் கத்தி, வீட்டில் இருந்த மனைவி, பிள்ளைகள் அனைவரையும் திட்டித் தீர்த்தார்.

வலியைத் தாங்கிக்கொள்ளவும் ஏற்றுக்கொள்ளவும் இந்தக் காலப் படிப்பு உதவவே இல்லை.

"உனக்கு எல்லாத்துக்கும் பயம். அதுல பாதி நீயே ஏற்படுத்திக் கிட்டது. 100 பேர் கூடவே இருந்தாலும், நோய் யாருக்கு வருதோ, அவங்கதான் அத்தனையையும் அனுபவிக்கணும். நோய்ல இருந்து விடுபட மருந்து மட்டும் போதாது. மனசுதாம்ப்பா முக்கியம்" என மோகனசுந்தரத்திடம் அவரின் அப்பா மனம்விட்டுச் சொன்னார்.

தற்போது மோகனசுந்தரம் மறுபடி முதலில் பார்த்த மருத்துவரிடம் சிகிச்சை பெறலாம் என்று தொடங்கி இருக்கிறார். இது யாரோ ஒருவரின் பிரச்சனை இல்லை. பெரும்பான்மையினர் மருத்துவத்தை, மருத்துவர்களைச்

சந்தேகத்துடனே பார்க்கிறார்கள். அதற்குத் துணை செய்வதுபோலவே போலி மருந்துகள், பணம் பறிக்கும் மருத்துவமனைகள், போலி டாக்டர்கள் பெருகி வருகிறார்கள். அவர்களால் பாதிக்கப்பட்ட நோயாளிகளின் கதைகளை ஊடகங்கள் தொடர்ந்து வெளியிடுகின்றன. அது நோயைவிட அதிக அச்சம் ஊட்டுகிறது.

நம்பிக்கைதானே மருத்துவத்தின் முதல் படி. அதைக் கைவிட்டால் எப்படி நோய் குணமாகும்? கடந்த காலத்தில் டாக்டர்கள் மீது நம்பிக்கை இருந்தது. மருத்துவர் முன்பாகப் போய் உட்கார்ந்த மறுநிமிடமே, தனக்குக் குணமாகப் போகிறது என்ற நம்பிக்கையை நோயாளி உருவாக்கிக் கொள்ளத் துவங்குவான். மருத்துவரும் மிக அன்பாகப் பேசி அவனை ஆறுதல்படுத்துவதோடு மிகக் குறைவான மருந்துகளால் அவனது நோயைக் குணமாக்க முயற்சிப்பார்.

நோயாளி – மருத்துவர் என்ற உறவு கறாரானது அல்ல; மாறாக, மருத்துவர் மீது நோயாளிகள் மரியாதையுடன் இருந்தார்கள். மருத்துவர்களும் நோயாளிகளின் மீது அதிக அக்கறையும் அன்பும் கொண்டிருந்தார்கள். அது ஓர் அறமாக இருந்து வந்தது. சிற்றூர்களில் மருத்துவர்களே, நோயாளிகளுக்குப் பேருந்துக்காகப் பணம் தந்து அனுப்பி வைத்த சம்பவங்கள் நடந்திருக்கின்றன. அதுபோல மருத்துவரைப் பார்க்கச் செல்பவர்கள், அவருக்காகத் தங்கள் நிலத்தில் விளைந்த பழங்கள், தானியங்கள், கீரைகள் மற்றும் பால் பொருட்களைக் கொண்டு போவார்கள். அப்படி இன்று கிராமப்புற மருத்துவமனைகளில்கூட நடப்பதில்லை.

இன்றுள்ள மருத்துவமனைகள், சென்ட்ரல் ஸ்டேஷனில் ரயில் பிடிக்கப்போகும் கூட்டத்தைவிட அதிகமான தள்ளுமுள்ளு நடக்கும் இடமாக உள்ளது. ஒரு மருத்துவர், மாலை 4 மணி முதல் 10 மணிக்குள் மட்டும் 120 நோயாளிகளைச் சந்திக்கிறார் என்றால், ஒரு நோயாளிக்கு மூன்று நிமிடங்கள் செலவழிக்கிறார். அதில் ஒரு நிமிடம்கூட அவர் பேசுவது இல்லை. மீறி அவர் பேசும் ஒன்றிரண்டு சொற்களும்கூட ஆங்கிலத்தில் இருப்பதால் நோயாளிகள் அதிகம் பீதி அடைகிறார்கள்.

எனது அண்ணன் ஒரு மருத்துவர். அவர் வேட்டி கட்டிக்கொண்டுதான் மருத்துவம் செய்கிறார். ஏன் வேட்டி கட்டிக்கொண்டு மருத்துவம் பார்க்கிறீர்கள்? என்று பலரும் பலமுறை அவரிடம் கேட்டிருக்கிறார்கள். மருத்துவர்கள் தமிழில் பேசுவதோ, வேட்டி கட்டியிருப்பதோ அவமானத்துக்கு உரிய ஒன்றா என்ன?

மருத்துவர்களின் கையெழுத்துகள் எல்லாக் காலத்திலும் புரியாத ஒன்றாகவே உள்ளது. புரியாத கையெழுத்தில் மட்டுமே மருந்துகளின் பெயர்கள் தரப்பட வேண்டும் என்பது எழுதப்படாத விதியா என்ன?

சொற்கள், மருத்துவக் குணம் கொண்டவை. சரியான, ஆறுதல் தரக்கூடிய சில சொற்களை மருத்துவரிடம் இருந்து நோயாளி கேட்டால் போதும், அது மனதில் விதைபோல விழுந்து முளைக்கத் துவங்கிவிடும். அதை வளர்ப்பதற்குத் தெம்பூட்டும் சொற்களை நோயாளியின் நண்பர்களும் குடும்பமும் தொடர்ந்து சொல்லிச் சொல்லி வலிமை தருவார்கள். இன்று நாம் கைவிட்டது அத்தகைய சொற்களையே.

மருத்துவர்கள் ஒன்றும் மந்திரவாதிகள் அல்லர்; நம் மனதில் உள்ளதைத் தானே கண்டுபிடிப்பதற்கு நாம்தான் அவர்களுடன் பேச வேண்டும். அதேநேரம் நோயாளியைப் பேசவிட்டால், அவன் தனது வலியைப் பற்றிய கற்பனையை மிக அதிகமாகவே பேசிக்கொண்டு இருப்பான். ஆகவே, நோயாளிகளுடன் பேசி நோய்மையை அறிந்து கொள்வது ஒரு கலை. அதில் விற்பன்னர்களாக இருப்பவர்களே சிறந்த மருத்துவர்கள்.

நோய், உடலைவிட மனதையே அதிகம் பாதிக்கக்கூடியது. ஆகவே, மனதை நிலைப்படுத்திக்கொள்ள தைரியமும் ஆழ்ந்த நம்பிக்கையுமே தேவை. சாவை எதிர்கொள்ளும் நிலையில்கூட நோயாளிகள் நடந்துகொண்ட தைரியமான செயல்பாடுகள் வரலாற்றின் பக்கங்களில் மனித நம்பிக்கையின் சான்றுகளாக உள்ளன. அப்படி ஒரு நோயாளியைப் பற்றிய படம், 'The Diving Bell and the Butterfly.'

2007–ஆம் ஆண்டு ஃபிரெஞ்சில் வெளியான இந்தத் திரைப்படம் கேன்ஸ் திரைப்பட விழாவில் பரிசு பெற்றது. ழான் டொமினிக் பௌபே என்ற பத்திரிகையாளர் வாழ்வில் நடந்த உண்மைச் சம்பவம் இது. தனது 42–ஆவது வயதில் பௌபே ஒருநாள் பக்கவாத நோயால் தாக்கப்பட்டு உடல் உறுப்புகள் செயலிழந்து போகிறார்.

மூன்று வார கோமாவுக்குப் பிறகு கண் விழிக்கிறார். இடது கண்ணைத் தவிர, மற்ற யாவும் இறுகிக்கொண்டன. அரிய நோய் இதுவென மருத்துவர்கள் அவதானிக் கிறார்கள். இனி என்ன செய்வது என்று புரியாமல் நோயாளியாகப் படுக்கையில் கிடக்கிறார். அவரைப் பேச வைப்பதற்காக ஒரு சிறப்பு மருத்துவர் சிகிச்சை அளிக்கத் துவங்குகிறார். அது மிகவும் சவாலான வேலையாக இருந்தது.

எழுத்துக்களை பௌபே முன்னால் காட்டினால், அவர் கண்ணைச் சிமிட்டுவதன் வழியே சரியான எழுத்தைத் தேர்வு செய்து தனது எண்ணங்களை வெளிப்படுத்திக்கொள்ள முடியும் என்ற பயிற்சியை ஆரம்பிக்கிறார் மருத்துவர். அது செயல்பட ஆரம்பிக்கிறது. இப்படியாக பௌபே கண் சிமிட்டலின் வழியே பேசத் துவங்குகிறார். படுக்கையில் கிடந்தபோது அவருக்குள் தோன்றிய கனவுகள், எண்ணங்களை அவர் ஒரு புத்தகமாக எழுத நினைக்கிறார். ஒவ்வொரு எழுத்தாகக் கண்சிமிட்டிக் காட்டி, அவரால் புத்தகம் எழுதுவது முடியவே முடியாது என்று அனைவரும் அவநம்பிக்கை கொள்கிறார்கள்.

பௌபே விடாப்பிடியாகத் தன்னால் ஒரு புத்தகம் எழுத முடியும் என்று நினைக்கிறார். இதற்காகப் பதிப்பகத்தைச் சேர்ந்த ஓர் இளம் பெண் அவருக்கு உதவி செய்ய மருத்துவமனைக்கு வந்து சேர்கிறாள். அவர் தனது கதையைக் கண் சிமிட்டல் வழியாக ஒவ்வோர் எழுத்தாக வளர்க்க ஆரம்பிக்கிறார். கதையை எழுத எழுத, அவரது கடந்தகால நினைவுகள் துளிர் விடுகின்றன. போராடி, முடிவில் அவர் தனது புத்தகத்தை எழுதி முடிக்கிறார். ஆனால், புத்தகம் வெளியான சில நாட்களில் இறந்துவிடுகிறார். கண் சிமிட்டல்

என்ற ஒரே துணையுடன் ஒரு நோயாளி புத்தகம் எழுதி சாதனை படைத்த மன தைரியத்தையே இந்தப் படம் விவரிக்கிறது.

"நோய்மை, மனிதன் எதிர்கொள்ளும் சவால்; எதிர்பாராத சோதனை. அதை வெல்வதன் வழியேதான் அவனது நிஜமான வலிமையை அவனே உணரக்கூடும்!

சாதனை படைத்த பெண் ஜாக்கி!

பந்தயக் குதிரைகளை ஓட்டும் ஜாக்கிகளில் பெண்கள் மிக அபூர்வம். அது ஆண்கள் மட்டுமே ஈடுபட்டுவந்த வேலை. ஆனால், ஜூலி க்ரோன் என்ற அமெரிக்க பெண் ஜாக்கி, பந்தயக் குதிரைகளை ஓட்டுவதில் சிறந்த சாதனையாளர். குதிரைகள் தூக்கி வீசியதில், நான்கு முறை கால் முறிவும், இடுப்பு எலும்புகள் உடைபட்டபோதும் அயராது முயன்று குதிரையோட்டி 124 அரிய பரிசுகளை வென்றுள்ளார் இவர்!

57

காடுதான் எங்களின் தாய்!

இந்தியா எங்கும் ஆதிவாசிகளின் அரசியல் எழுச்சி பற்றி தினசரிச் செய்திகள். அதுகுறித்துப் பெரும்பாலும் ஏளன மாகவும் எதிர்மறையாகவுமே ஊடகங்கள் சித்தரிக்கின்றன. 'அவதார்' படம் பார்த்து விட்டுத் தங்களின் ஆதார உரிமைகளுக்காக அதிகாரத்தை எதிர்த்துப் போராடும் நேவிகளுக்காகக் கண்ணீர்விட்ட பொதுமக்கள் எவரும், உள்ளூர் ஆதிவாசிகள் பற்றியோ அவர்களின் முடிவுறாத போராட்டம் பற்றியோ கவனம் கொள்ளவில்லை.

நூற்றாண்டுகளாகவே ஆதிவாசிகள் என்றவுடன் நம் மனதில் படிப்பறிவு இல்லாத, இலை - தழைகளை உடையாக அணிந்து வேட்டையாடிப் பிழைக்கும் ஏளனத்துக்கு உரிய, ஒதுக்கப்பட்ட மனிதர்கள் பற்றிய பிம்பமே தங்கி இருக்கிறது. இன்றைக்கும் பள்ளிகளில் மாறுவேடப் போட்டியில் ஆதிவாசியாகச் சிறுவர்கள் எளிதாக வேடமிட்டு, கையில் ஈட்டியோடு குதிக்கிறார்கள். இதுதான் பெரும்பான்மை மக்களின் மனதில் உள்ள பிம்பம்.

பிஹலி, சக்மா, டங்கி, தொடியா, துந்தாரி கடிகாலி, கசாரியா, கோஷ்ரி, ஹல்பி, கோட்டா, ஹின்பி, லம்பானி, லாரியா, மாவிச்சி, மன்வாரி, சர்கோடி, தாகூகுரு, வர்லி, ஹாரோ, மரிங், மம்பா, சுலாங், தோடா, பூச்சோரி, சேமா, ஷெர்பா,

கொண்டி, ஹதார், அசூரி, நிகோபாரிசி, வாஞ்சோ, நிமாரி... இதெல்லாம் என்னவென்று பார்க்கிறீர்களா?

– இவை அனைத்துமே இந்தியாவின் வெவ்வேறு பகுதிகளில் உள்ள ஆதிவாசிகள் பேசும் மொழிகள். இதன் பெயர்களைக்கூட நாம் கேள்விப்பட்டதில்லை. இந்த மொழிகளைப்போல இன்னும் 100 ஆதிவாசிகளின் மொழிகள் உள்ளன. அதில் பெரும்பான்மை இன்று அழித்தொழிக்கப்பட்டு விட்டன. காட்டிலிருந்து ஆதிவாசி துரத்தப்படும்போது முதலில் அழிக்கப்படுவது அவனது மொழியே. அதை காலனிய அதிகாரிகள் மிகக் கவனமாகச் செயல்பட்டு அழித்து ஒழித்தனர்.

2001–ஆம் ஆண்டுக் கணக்கெடுப்பின்படி இந்தியாவில் வசிக்கும் ஆதிவாசிகளின் எண்ணிக்கை 84 மில்லியன். அதாவது, இந்திய மக்கள்தொகையில் 8.2 சதவிகிதம். 461 வகையான ஆதிவாசிகள் இருக்கிறார்கள். ஆனால், இவர்கள் நம்மோடுதான் சேர்ந்து வாழ்கிறார்கள் என்ற அடிப்படைப் பிரக்ஞையைக்கூட பொதுத்தளங்களில் காண முடியாது.

ஆதிவாசிகளை அவர்கள் இருப்பிடங்களில் இருந்து துரத்துவது உலகெங்கும் தொடர்ச்சியாக நடைபெற்று வருகிறது. முக்கியக் காரணம், அங்கு உள்ள இயற்கை வளங்களைத் தனிநபர்கள் சுரண்டல் செய்வதற்கு ஆதிவாசிகள் தடையாக உள்ளார்கள் என்பதே. அத்துடன் சுய லாபங்களுக்காக இயற்கையை அழிப்பதை ஆதிவாசிகள் ஒருபோதும் அனுமதிப்பதில்லை. வனவாசிகளை நிழல் உருவங்கள் போல யதார்த்த உலகின் கண்களில் இருந்து இருட்டடிப்புச் செய்வதுடன், அவர்களின் ஆதாரப் பிரச்னைகளைப் பற்றிய விழிப்புணர்வு ஏற்படும்போதெல்லாம் வன்முறையால் அதை ஒடுக்கி, அவர்களை அடையாளம் அற்றுப்போகச் செய்வதே நடந்து வருகிறது.

நூற்றாண்டு காலமாக இயற்கையை நம்பி வாழ்ந்த ஆதிவாசிகள் ஏன் இன்று போராடுகிறார்கள்? தாங்கள் புறக்கணிக்கப்படுகிறோம் என்ற அவர்களின் குரல்கூட வெளியே கேட்பதில்லை என்பதுதான் அவர்களின் ஆதாரக் கோபம்.

ஆதிவாசிகளின் போராட்டம், தண்ணீரை, மரங்களைப் பாதுகாப்பதற்காகவும், இயற்கை வளங்களை அநியாயமாகக் கொள்ளையடிப்பதைத் தடுக்கவுமே துவங்கப்பட்டு இருக்கிறது. சுதந்திர இந்தியாவில் இன்றும் அவர்களுக்கு முறையான கல்வி வசதியோ, மருத்துவ வசதியோ, அடிப்படை உரிமைகளோ செய்து தரப்படவில்லை. இரண்டாம் பட்சக் குடிமக்களாகவே ஆதிவாசிகள் எல்லா மாநிலங்களிலும் நடத்தப்படுகிறார்கள்.

மலைப் பயணங்களுக்குச் செல்லும் மக்கள், ஆதிவாசிகளைக் காண்பதை ஒரு வேடிக்கையாகவே கருதுகிறார்கள். அவர்களை, அவர்களின் வசிப்பிடங்களை எல்லாம் புகைப்படம் எடுத்துக்கொள்வதில் காட்டும் அக்கறையை அவர்கள் வாழ்நிலை மீது ஒருபோதும் காட்டுவதே இல்லை.

அமெரிக்காவின் பூர்வகுடி இந்தியர்களின் தலைவனாக இருந்த சியாட்டில், இயற்கையை ஆக்கிரமித்துக்கொள்ள விரும்பிய அரசுக்கும் அதிகார வர்க்கத்துக்கும் எதிராகப் போராடினார். அந்தப் போராட்டத்தின் போது அவர் ஆற்றிய உரை மிக முக்கியமானது. அவரது உரையில் மறக்க முடியாத சில பகுதிகள் உள்ளன.

'தூய்மையான காற்றை, பெருகியோடும் ஆற்றை, மலைகளின் மௌனத்தைப் புரிந்துகொள்ளவும் ரசிக்கவும் தெரியாத அதிகார வர்க்கத்திடம் எப்படி இயற்கையை நாங்கள் ஒப்படைப்பது? அவர்கள் இயற்கையை விலைக்கு விற்கப்படும் பொருட்களைப் போலவே கருதுகிறார்கள். இயற்கை ஒரு வணிகப் பொருள் அல்ல; கானகத்தில் உள்ள அத்தனையும் இங்கு வாழ்பவர்களின் அடையாளங்கள்.

இங்கு உள்ள மரத்தை நீங்கள் வெறும் மரமாகப் பார்க்கிறீர்கள். நாங்கள் அதை எங்கள் மூதாதையர்களாகப் பார்க்கிறோம். இங்கு உள்ள ஒரு பாறை, வெறும் பாறை அல்ல. அது எங்கள் தாயைப் புதைத்த இடம். இங்கு பூத்துள்ள பூக்கள் இறந்துபோன எங்கள் சகோதரிகளின் சிரிப்பு. காடுதான் எங்களின் வீடு. காடுதான் எங்களின் தாய் – தகப்பன். எங்களை நீங்கள் அதிகாரத்தின் துணைகொண்டு

விரட்டி இதைக் கைப்பற்றவும் கூடும். ஆனால், இதன் புனிதத்தை நீங்கள் புரிந்துகொள்ளாமல் சிதைத்துவிடுவீர்கள் என்பதற்காகவே நாங்கள் போராட வேண்டியிருக்கிறது.

உங்களுக்கு நிலம், விலைக்கு விற்கப்படும் ஒரு பொருள். எங்களுக்கு அதுவே வாழ்க்கை. ஆகவே, உங்கள் வாழ்க்கைக்குத் தேவையான நிலத்தை நீங்கள் எங்களிடம் கேட்டால் நாங்கள் முன்வந்து கொடுக்கத் தயாராக இருக்கிறோம். ஆனால், நீங்கள் உங்கள் வசதியைப் பெருக்கிக்கொள்ள நிலம் கேட்கிறீர்கள். இந்தக் காற்றில் எங்களின் பாட்டன் பூட்டன்களின் மூச்சுக் காற்று கலந்து இருக்கிறது. இதைவிட்டு எங்களை விரட்டினால் அவர்களோடு உள்ள அரூபமான தொடர்பு அற்றுப்போகும் என்பதை, ஏன் புரிந்துகொள்ள மறுக்கிறீர்கள்?

விதி வலியது என்று நாங்கள் நம்புகிறோம். அதுதான் உங்களை அனுப்பி எங்களோடு சமன் செய்கிறது. எங்களின் ரத்தம் இந்தப் பூமிக்குத் தேவைப்படுகிறது என்பதால், உங்களோடு போராட நாங்கள் முன் நிற்கிறோம். நாங்கள் இறந்துபோனாலும் எங்களின் அழியாத சொற்கள் உங்களை நட்சத்திரம்போல வானில் இருந்து பார்த்தபடியேதான் இருக்கும்!'

சியாட்டிலின் உரை நூற்றாண்டுகளுக்கு முன்பாக நிகழ்த்தப்பட்டு இருந்தபோதும் இன்றையச் சூழலிலும் அப்படியே பொருத்தமாக இருக்கிறது. ஆதிவாசிகளைக் கேலிக்குரிய பிம்பமாக மாற்றியதில் ஹாலிவுட் சினிமாவுக்கு முக்கியப் பங்கு இருக்கிறது. இன்று வரை ஹாலிவுட்டில் வெளியாகும் பெரும்பான்மைப் படங்கள், ஆதிவாசிகளை எப்படி நாகரிகமான மனிதர்கள் ஒடுக்கி அவர்களை நல்வழிப் படுத்தினார்கள், புதையலை எடுத்தார்கள் என்பதையே விளக்குகிறது.

'அவதார்' படத்தில் கூட நேவிகளுக்காகப் போராட ஒரு வெள்ளைக்கார ஜாக் தேவைப்படுகிறான். இதன் ஒரு பகுதியாகவே டார்ஜான் கதைகளைக் காண வேண்டும். காட்டில் வளர்க்கப்படும் டார்ஜான் ஒரு வெள்ளைக்காரக் குழந்தையே. அவன்தான் காட்டினை வழிநடத்துகிறான்.

போராடுகிறான். ஆதிவாசிகள் இலக்கியம், சினிமா என எதுவும் இந்த 50 வருடங்களில் வளர்ச்சி அடையவே இல்லை.

2010-ஆம் ஆண்டின் தேசிய விருது பெற்ற பட்டியலில் திரிபுரா மாநிலத்தில் உருவாக்கப்பட்ட YARWNG (Roots) என்ற படம் தேசிய விருது பெற்றது. அப்படி ஒரு படம் வெளியாகி உள்ளது என்ற தகவலைக்கூட ஊடகங்கள் கண்டு கொள்ள வில்லை. இந்தப் படம், நீர் மின்சக்தித் திட்டத்துக்காக ஆதிவாசிகள் தங்கள் மலைவாழ் வசிப்பிடத்தில் இருந்து இடம்பெயர வைக்கப்படும் பிரச்சனையை முன்வைக்கிறது.

நாகாலாந்தில் தயாரிக்கப்பட்ட Tattooed Head Hunters என்ற ஆவணப் படம் கேன்ஸ் திரைப்பட விழாவில் பங்கேற்றுள்ளது. ஆனால், இந்தப் படங்கள் பொது மக்களின் பார்வைக்கு வருவதற்கு இன்னும் 50 வருடங்களுக்கு மேலாகக் காத்திருக்க வேண்டியதுதான் நமது சூழலாக உள்ளது.

நர்மதா அணைக்கட்டுப் பிரச்சனை, கடந்த 30 ஆண்டுகளாக நடைபெற்று வருகிறது. இன்றும் அதற்கான தீர்வு எட்டப்படவில்லை. போராடும் நர்மதா மலைவாழ் மக்கள் நம்பிக்கை இழக்கவே இல்லை.

'ஜீவன் சாலா' என்ற ஓர் ஆவணப் படத்தைப் பார்த்தேன். அது நர்மதா அணைக்கட்டுப் பகுதியில் உள்ள ஆரம்பக்கல்வி பற்றியது. நர்மதா அணைத் திட்டப் பகுதியில் உள்ள மலைக் கிராமங்களில் பள்ளிகளே இல்லை. ஒரேயொரு பள்ளி செயல்படுகிறது. ஆனால், அங்கே ஆசிரியர்கள் வருவதில்லை. ஆகவே, நர்மதா அணைக்கட்டுப் போராட்டத்துக்கு மேதா பட்கருடன் இணைந்து செயல்பட வந்த, பல துறைகளைச் சேர்ந்த பேராசிரியர்கள், அறிஞர்கள் யாவரும் ஒன்றுகூடி மலைவாழ் மக்களுக்காக ஆரம்பிக்கப்பட்டது தான் 'ஜீவன் சாலா' பள்ளிகள்.

இந்தப் பள்ளிகளுக்கான ஆசிரியர்கள் ஊதியம் இல்லாத சேவை செய்கிறார்கள். அவர்கள் தங்கும் இடம், உணவை மலைவாழ் மக்களே கவனித்துக்கொள்கிறார்கள். பள்ளிக்குச் சிறிய கட்டடம் ஒன்றை மண்ணால் அவர்களே உருவாக்கித்

தருகிறார்கள். மலைவாழ் மக்களுக்கான, தனித்த கல்வி புகட்டும் முறை மற்றும் பாடத் திட்டங்கள் உருவாக்கப்படுகின்றன.

சிறுவர்கள் மழையோடும் பனியோடும் பள்ளிக்கு வந்து கற்றுக்கொள்கிறார்கள். ஆற்றில் வெள்ளம் வந்து பள்ளிக்கூடத்தை அடித்துக்கொண்டு போய்விடுகிறது. புதிய பள்ளிக்கூடம் கட்டும் வரை சிறார்கள் திறந்த வெளியில் படிக்கிறார்கள். அவர்கள் பாடத்திட்டத்தில் ஒரு பகுதியாக மூலிகைச் செடிகளை அடையாளம் காண்பது, கானுயிர்களுக்கு உதவுவது போன்றவை இடம்பெற்று இருக்கின்றன. பள்ளி, போராட்டங்களுக்கு நடுவே சிறப்பாக நடக்கிறது.

ஆனால், அவர்களுக்குத் தேர்வு நடத்தி, சான்றிதழ் தருவதற்கு அரசு மறுக்கிறது. அத்துடன் உடனடியாக இதுபோன்ற பள்ளிகள் நடத்துவதைத் தடுத்து நிறுத்த வேண்டும் என்றும் ஆணையிடுகிறது. ஜீவன் சாலா நிர்வாகிகள் நீதிமன்றத்தை நாடுகிறார்கள். வழக்கு நடக்கிறது. படித்த மாணவர்கள் பரீட்சை எழுத முடியாமல் காத்திருக்கிறார்கள். முடிவில் அரசுப் பள்ளியில் அவர்கள் தேர்வு எழுத அனுமதிக்கப்படுகிறார்கள். ஆனால் அரசு, பரீட்சை முடிவுகளை அறிவிக்க மறுக்கிறது. மீண்டும் நீதிமன்றம் செல்கிறார்கள். படித்து பாஸ் செய்த மாணவர்களுக்குச் சான்றிதழ் வழங்கப்படுகிறது.

ஜீவன் சாலாப் பள்ளிகளை அரசு அங்கீகரிக்க வேண்டும் என்று இந்திய அளவில் அறிவுஜீவிகள், அறிஞர்கள், கல்வியாளர்கள் போராடி... இன்று அனுமதி பெற்று இருக்கிறார்கள். சம்பளம் வாங்கும் அரசுப் பணியில் இருக்கும் ஆசிரியர் யாரும் செல்ல முன்வராத மலைவாழ் கிராமங்களுக்கு, சம்பளம் இல்லாமல் வேலை செய்ய... அமெரிக்காவில், தான் பார்த்துவந்த வேலையைத் துறந்துவிட்டுச் சில இளைஞர்கள் முன் வருகிறார்கள். இந்த மாற்றத்தை ஓர் ஆவணப் படமாக உருவாக்கி இருக்கிறார்கள். இது, பல்வேறு திரைப்பட விழாக்களில் விருது பெற்றுள்ளது.

'படித்தவர்கள் சூரியனைப் பார்த்துத் தலைநிமிர்ந்து நடப்பதில் பெருமை கொள்கிறார்கள். நாங்கள் பூமியைப் பார்த்துக்

குனிந்து நடப்பவர்கள். பூமியுடன் பேசத் தெரிந்தவர்கள். பூமி எங்களுக்குக் கற்றுத் தருகிறது. பூமியைக் கண்களால் மட்டும் புரிந்துகொள்வது கடினம். நாங்களும் அப்படியானவர்களே' என்று செவ்விந்தியர்களின் முதுமொழி சொல்கிறது.

அது உலகெங்கும் உள்ள அனைத்து ஆதிகுடிகளுக்கும் பொருந்தக்கூடியதே!

'வேஸ்ட் ஆர்ட்' கலை!

மணிப்பூரில் வாழும் சனா செளபா என்ற சிற்பக்கலைஞர் குப்பையில் போடப்படும் பிளேடுகள், தகர டின்கள் மற்றும் தேவையற்ற பொருட்களைக்கொண்டு சிற்பங்கள் செய்வதில் தனித்திறன் உடையவர். தனது கலையை அவர் 'வேஸ்ட் ஆர்ட்' என்று அழைக்கிறார்.

கிரேக்கத்தில் வாழும் லூகாஸ் சமராஸ் என்பவர்தான் இவரின் முன்னோடி. அவர் துருப்பிடித்த கத்திகள், ஆணிகள், பழம்பொருட்களைக் கொண்டு சிற்பங்களை உருவாக்குவதில் வல்லவர். அதைப்போலத் தானும் செய்ய விரும்பி இன்று முக்கியமான கலைஞராக வளர்ந்திருக்கிறார்!

58

கைகள் இரண்டால்...

எப்போதுமே கண்கள் சொல்வதைவிட கைகள் அதிகம் நம் மனநிலையை வெளிப்படுத்துகின்றன. உற்சாகமோ, கோபமோ, கவலையோ, வலியோ, எதுவாயினும் கைகள் உணர்ச்சிமயமாக இயங்குகின்றன. பிடித்தமானவர்களின் கண்களை உற்று நோக்குவதைப்போல கைகளை உற்று நோக்கி இருக்கிறீர்களா? மனிதனது இடையறாத துணை கைகள்தாம்!

கைகள், கடவுளைப் பிரார்த்திக்கின்றன; உணவை உண்ணுகின்றன; அடுத்தவனை அடிக்கின்றன; மிரட்டுகின்றன; விருப்பமானவர்களை அன்போடு அணைத்துக் கொள்கின்றன; கலைப்பொருட்களைச் செய்கின்றன; இசைக்கருவியை வாசிக்கின்றன; ஓவியம் தீட்டுகின்றன; வாகனம் ஓட்டுகின்றன; வழி காட்டுகின்றன; கால்கள் பலவீனமாகி நடக்காதபோது கைகளே கால்களாகிவிடுகின்றன. கைகளைப் பழக்கி, தன் திறனை வெளிப்படுத்துவதுதான் மனிதனின் மிகப்பெரிய சவால்!

உறக்கத்திலும்கூட நம் கைகள் ஓய்வு எடுப்பது இல்லைதானே? பாதி உறக்கத்தில் அவை தாமே போர்வையைச் சரிசெய்து கொள்கின்றன. உடலின் மீது படரும் குளிரை மறைத்து கதகதப்பு தருகின்றன. நம்மை மேம்படுத்துவதில் பெரும்பங்கு கைகளுக்குத்தான் இருக்கின்றன. எந்தத் துறையில் நாம்

எஸ். ராமகிருஷ்ணன்

இருந்தாலும் கைகளே நம் சிந்தனைகளை, கற்பனையை, செயல்களை முன் நடத்துகின்றன.

டேனிஷ் குறும்படமான 'Small Hands' என்ற படத்தைப் பார்த்தேன். மெலிந்த கை ஒன்று பூவை வரைகிறது. மறுநிமிடம் எங்கிருந்தோ ஒரு முரட்டுக் கை அதைப் பிடுங்கிக்கொண்டு போகிறது. உடனே, மெலிந்த கை ஒரு மீனை வரைகிறது. முரட்டுக் கையோ, அதைத் தூண்டில் போட்டுப் பிடித்துப்போய் விடுகிறது. எளிய கை இப்போது ஒரு மரத்தை வரைகிறது. பலமான கை கோடரியாகி அதை வெட்டுகிறது. எளிய கை ஒரு புறாவை வரைகிறது. முரட்டுக் கை அதைக் கொன்று போடுகிறது.

இப்படி எளிய கை எதை வரைந்தாலும் முரட்டுக் கை அதை அழித்துவிடுகிறது. முடிவில் மெலிந்த கை பிரார்த்தனை செய்கிறது. முரட்டுக் கை பிரார்த்தனை செய்யும் கைகளை வெட்டுகின்றன. ஒரு கை அறுபட்டு விழுந்தபோது அதே இடத்தில் இன்னொரு கை முளைக்கிறது. ஓய்வு இல்லாமல் முரட்டுக் கைகள் ஆவேசமாகக் கைகளை வெட்டுகின்றன. பிரார்த்திக்கும் கைகள் முளைத்தபடியே இருக்கின்றன. ஓய்ந்துபோன முரட்டுக் கைகள் முடிவில் செய்வது அறியாமல் தானும் பிரார்த்திக்கின்றன. அற்புதமான படம். நிறைய யோசிக்க வைத்தது. வலது கையும் இடது கையும் ஒரே உடலில் இருந்தாலும் நாம்தான் பேதமாக்கி வைத்திருக் கிறோமோ என்று நினைத்தபடியே இருந்தேன்.

உலகில் சிந்திக்கிற, எழுதுகிற, அறிவால் இயங்குகிற புத்திசாலித் தனமான கைகள் அதற்கான மரியாதையைப் பெற்றுவிடு கின்றன. ஆனால், எளிய மனிதர்களின் கைகள் ஒருபோதும் அதற்கான அங்கீகாரத்தை அடைவதே இல்லை!

சில வடங்களுக்கு முன்பு, வெலிங்டனில் உள்ள ராணுவ அதிகாரி ஒருவரின் வீட்டுக்குச் சென்றிருந்தேன். அவரது வரவேற்பறையில் இரண்டு கைகளின் புகைப்படம். யாரோ ஒரு புனிதரின் கைகளாக இருக்கக்கூடும் என்று நினைத்து, அதைப் பற்றிக் கேட்கவே இல்லை. அவரோடு காரில் பயணம் செய்யும்போது, அதேபோன்ற கைகளின் புகைப்படத்தை

மறுபடியும் பார்த்தேன். புகைப்படத்தை அருகில் தொட்டுப் பார்த்தபோது, அது வயதான ஒரு பெண்ணின் கைகள் என்பதைக் கண்டுகொண்டேன். முதுமையின் ரேகை படிந்த நீண்ட விரல்கள். நகங்கள் சுத்தமாக வெட்டப்பட்டு இருக்கின்றன. நரம்புகள் புடைத்துத் தெரிகின்றன. யாராக இருக்கும் என்று மனது ஏதேதோ துறவிகளை, ஞானிகளை நினைவுபடுத்திக்கொண்டே இருந்தது. ஆவலில் "அது யாருடைய கைகள்?" என்று கேட்டேன்.

அவர் அந்தப் புகைப்படத்தைக் கையில் எடுத்து ஆதங்கமான குரலில் "அது என் அம்மாவின் கைகள்" என்று சொன்னார்.

ஆச்சர்யத்துடன், "எதற்காக அம்மாவின் கைகளை மட்டும் புகைப்படமாக வைத்திருக்கிறீர்கள்?" என்று கேட்டேன்.

"அந்தக் கைகள்தாம் என்னை வளர்த்தன. என் நினைவில் எப்போதுமே அம்மாவின் கைகள்தாம் இருக்கின்றன. அம்மாவின் முகத்தைவிட, அந்தக் கைகளைக் காணும்போது தான் நான் அதிகம் நெகிழ்ந்துபோகிறேன்.

அவர் இறப்பதற்குச் சில மணி நேரம் முன்பாக இந்தப் புகைப்படத்தை எடுத்தேன். இந்தக் கைகள் இப்போது உலகில் இல்லை. ஆனால், இதே கைகளால் வளர்க்கப்பட்டவன் உங்கள் முன்னால் உட்கார்ந்திருக்கிறேன். என் அம்மா எனக்கு விவரம் தெரிந்த நாளில் இருந்து ஓய்வு எடுத்ததே இல்லை.

அப்பா பொறுப்பற்ற முறையில், குடித்து, குடும்ப வருமானத்தை அழித்து 32 வயதில் இறந்துபோனார். அம்மாதான் எங்களை வளர்த்தார். நாங்கள் மூன்று பிள்ளைகள். அம்மா படிக்காதவர். ஒரு டாக்டரின் வீட்டில் பணிப் பெண்ணாக வேலைக்குச் சேர்ந்தார். பகல் முழுவதும் அவர்கள் வீட்டினைச் சுத்தம் செய்வது, பாத்திரம் கழுவுவது, துணி துவைப்பது, நாய்களைப் பராமரிப்பது போன்ற வேலைகள். மாலையில் இன்னும் இரண்டு வீடுகள். அங்கும் அதேபோல் சுத்தம் செய்யும் வேலைதான். எத்தனை ஆயிரம் பாத்திரங்களை அம்மாவின் கைகள் விளக்கிச் சுத்தம் செய்திருக்கும் என்று நினைத்துப் பார்க்கவே மனது கஷ்டமாக இருக்கிறது.

இரவு வீடு திரும்பிய பிறகு, சமைத்து எங்களைச் சாப்பிட வைத்து உறங்கச்செய்து விட்டு அதன் பின்னும் அம்மா இருட்டிலேயே கிணற்றில் தண்ணீர் இறைத்துக் கொண்டிருப்பார்கள். சமையல் அறையில்தான் உறக்கம். அப்போதும் கைகள் அசைந்தபடியேதான் இருக்கும். எங்கள் மூவரையும் பள்ளிக்கூடம் அழைத்துப் போகையில் யார் அம்மாவின் கைகளைப் பிடித்துக்கொண்டு நடப்பது என்பதில் போட்டியே இருக்கும்.

அந்தக் கைகளைப் பிடித்துக் கொள்வதில் அப்படி ஒரு நெருக்கம், நம்பிக்கை கிடைக்கும். அதுபோலவே உடல் நலம் இல்லாத நாட்களில் அம்மாவின் கைகள் மாறி மாறி நெற்றியைத் தடவியபடியே இருக்கும். அம்மா நிதானமாகச் சாப்பிட்டு நான் பார்த்ததே இல்லை. தனது சகல சிரமங்களையும் அம்மா தன் கைகளின் வழியே முறியடித்து எங்களை வளர்த்தபடியே இருந்தார். மருத்துவரின் வீட்டில் அம்மா ஒருநாள் ஊறுகாய் ஜாடியை உடைத்துவிட்டார் என்று அடி வாங்குவதைப் பார்த்தேன். அம்மாவின் கன்னத்தில் மருத்துவரின் மனைவி மாறி மாறி அறைந்து கொண்டிருந்தார். அம்மா அழவே இல்லை.

ஆனால், நாங்கள் பார்த்துக் கொண்டிருப்பதைத் தாங்க முடியாமல், விடுவிடுவென எங்களை இழுத்துக்கொண்டு அந்த வீட்டில் இருந்து வெளியேறினாள். வழியில் பேசவே இல்லை. அம்மாவை எந்தக் கைகளும் ஆறுதல்படுத்தவோ, அணைத்துக்கொள்ளவோ இல்லை. அவள் கடவுள் மீதுகூட அதிக நம்பிக்கை கொண்டிருந்தாள் என்று தோன்றவில்லை. வீட்டில் சாமி கும்பிடவோ, கோயிலுக்குப் போய் வழிபடவோ, அதிக ஈடுபாடு காட்டியதே இல்லை. வேலை... வேலை... அது மட்டுமே தன் பிள்ளைகளை முன்னேற்றும் என்று அலுப்பின்றி இயங்கிக் கொண்டிருந்தார்.

சிறு வயதில் அந்தக் கைகளின் முக்கியத்துவத்தை நான் புரிந்துகொள்ளவே இல்லை. ஆசையாகச் சமைத்துத் தந்த உணவைப் பிடிக்கவில்லை என்று தூக்கி வீசி இருக்கிறேன். கஷ்டப்பட்டுப் பள்ளியில் இடம் வாங்கித் தந்தபோது படிக்கப் பிடிக்கவில்லை என்று போகாமல் இருந்திருக்கிறேன். கை

செலவுக்குத் தந்த காசு போதவில்லை என்று அம்மாவுக்குத் தெரியாமல் வீட்டில் திருடி இருக்கிறேன். மற்ற சிறுவர்களைப் போல சைக்கிள் வாங்கித் தரமாட்டேன் என்கிறாள் என்று கடுமையான வசைகளால் திட்டி இருக்கிறேன். அம்மா எதற்கும் கோபித்துக் கொண்டதே இல்லை.

அம்மா கஷ்டப்படுகிறாள் என்று தெரிந்தபோதும், 'யார் அவளை இப்படிக் கஷ்டப்படச் சொன்னது?' என்று தான் அந்த நாளில் தோன்றியது. கல்லூரி வயதில் நண்பர்களோடு சேர்ந்து சுற்றவும், புதுப்புது ஆடைகள் வாங்கவும், குடிக்கவும் எத்தனையோ பொய்கள் சொல்லி இருக்கிறேன். என் அண்ணனும் தங்கையும்கூட இப்படித்தான் செய்திருக்கிறார்கள். ஆனால், அம்மா அதற்காக எவரையும் கோபித்துக்கொள்ளவே இல்லை.

கல்லூரி இறுதி ஆண்டில் மஞ்சள் காமாலை வந்து, நோயாளி யாக மருத்துவமனையில் அனுமதிக்கப்பட்டிருந்தார் அம்மா. அப்போதுதான் அவர் எங்களை எவ்வளவு அக்கறையோடு, ஆதரவோடு காப்பாற்றி வந்திருக்கிறார் என்பது புரிந்தது. அதன்பிறகு, என்னைத் திருத்திக்கொண்டு தீவிரமாகப் படிக்கத் துவங்கி, ராணுவத்தில் வேலைக்குச் சேர்ந்து கடுமையாக உழைத்துப் பதவி உயர்வு பெற்றேன். அம்மாவை என்னுடனே வைத்துக்கொண்டேன். நான் சம்பாதிக்கத் துவங்கியபோதும், அவர் என்னிடம் எதையும் கேட்டதே இல்லை. நானாக அவருக்கு எதையாவது வாங்கித்தர வேண்டும் என்று நினைத்து, தங்க வளையல் வாங்கித் தருகிறேன் என்று அழைத்துப் போனேன்.

முதிய வயதில் அம்மா மிகுந்த கூச்சத்துடன், 'எனக்கு ஒரே ஒரு வாட்ச் வேண்டும். சின்ன வயதில் வாட்ச் கட்டிக்கொண்டு வேலைக்குப் போக வேண்டும் என்று ஆசைப்பட்டேன். ஆனால், அது நடக்கவே இல்லை. அதன்பிறகு, எனக்குள் இருந்த கடிகாரம் ஓடு... ஓடு... என்று என்னை விரட்டத் துவங்கியது. அலாரம் இல்லாமலே எழுந்துகொள்ளப் பழகிவிட்டேன். இப்போது வயதாகிவிட்டது. சில நாள்கள் என்னை அறியாமல் ஆறு மணி வரை உறங்கிவிடுகிறேன். இரவு உணவை ஏழு மணிக்குச் சாப்பிட்டுவிடுகிறேன். ஒரு வாட்ச் வாங்கித் தருவாயா?' என்று கேட்டார்.

அம்மா விரும்பியபடி ஒரு வாட்ச் வாங்கித் தந்தேன். ஒரு பள்ளிச் சிறுமியைப் போல அதை ஆசையாக அம்மா எல்லோரிடமும் காட்டினாள். அதை அணிந்து கொள்வதில் அம்மா காட்டிய ஆர்வம் என்னை நெகிழ்வூட்டியது. அதன்பிறகு அம்மா, நான் திருமணம் செய்து டெல்லி, பெங்களூரு என்று வேலையாக அலைந்தபோது கூடவே இருந்தார். டெல்லியில் எதிர்பாராத நெஞ்சுவலி ஏற்பட்டு மருத்துவமனையில் அனுமதிக்கப்பட்டிருந்தார். நான் கூடவே இருந்தேன்.

'நாங்கள் ஏமாற்றியபோதெல்லாம் ஏன் நீங்கள் எங்களை ஒரு வார்த்தைகூடத் திட்டவே இல்லை?' என்றேன்.

அம்மா, 'அதற்காக நான் எவ்வளவு அழுதிருக்கிறேன் என்று உங்களுக்குத் தெரியாது. ஆனால், அன்று நான் கோபப்பட்டு இருந்தால், என் பிள்ளைகள் என்னைவிட்டுப் போயிருப்பார்கள்' என்று சொல்லி, தன் கையை என்னுடன் சேர்த்து வைத்துக் கொண்டார்.

அப்போதுதான் அந்த முதிய கைகளைப் பார்த்தேன். அது எவ்வளவு உழைத்திருக்கிறது. எவ்வளவு தூய்மைப்படுத்தி இருக்கிறது. எவ்வளவு அன்பைப் பகிர்ந்து தந்திருக்கிறது. அதை ஒரு புகைப்படம் எடுத்துக்கொள்ள வேண்டும் என்று தோன்றியது. பிறகு ஒருநாள், எனது கேமராவை எடுத்து வந்து, புகைப்படம் எடுத்துக்கொண்டேன். இன்று அம்மா என்னோடு இல்லை. ஆனால், இந்தக் கைகள் என்னை வழிநடத்துகின்றன. ஒவ்வொரு நாளும் நான் எப்படி வளர்க்கப்பட்டேன் என்பதை இந்தக் கைகள் நினைவு படுத்துகின்றன. இதை வணங்குவதைத் தவிர, வேறு நான் என்ன செய்துவிட முடியும்?" என்றார்.

ராணுவ அதிகாரியினுடைய முகம் தெரியாத அந்தத் தாயின் கைகளை நானும் தொட்டு வணங்கினேன். அந்தக் கைகள் யாரோ ஒருவரின் தாயின் கைகள் மட்டுமல்ல. உலகெங்கும் உழைத்து ஓய்ந்து போன தாயின் கைகள் யாவும் ஒன்று போலத்தான் இருக்கின்றன. அவை எதையும் யாசிக்கவில்லை. அணைத்துக்கொள்ளவும், ஆதரவு தரவும், அன்பு காட்டவுமே நீளுகின்றன. அதை நாம் புறந்தள்ளிப் போயிருக்கிறோம். அலட்சியமாகத் தவிர்த்து இருக்கிறோம்.

இலக்கு இல்லாத எனது பயணத்தில் யார் யார் வீடுகளிலோ தங்கியிருக்கிறேன். சாப்பிட்டு இருக்கிறேன். எனது உடைகளைத் துவைத்து வாங்கி அணிந்து இருக்கிறேன். அந்தக் கைகளுக்கு நான் என்ன நன்றி செய்திருக்கிறேன். ஒரு நிமிடம் என் மனம் அத்தனை கைகளையும் வணங்கி, தீராத நன்றி சொன்னது.

'கை விரல்களுக்கு இடையில் இடைவெளி இருப்பது இன்னொரு கைகள் நம்மோடு சேர்ந்து கொள்ளத்தான்' என்று எங்கோ படித்தேன். அதை நிறைய நேரங்களில் நாம் உணர்வதே இல்லை. நம் மீது அன்பு காட்டும் கைகளுக்கு நாம் என்ன செய்யப்போகிறோம்?

முடிவு நம்மிடமே இருக்கிறது!

மரங்களைப் பராமரிக்கும் மாமனிதர்!

ஈரோடு மாவட்டத்தில் உள்ள காஞ்சி கோவிலில் வசிக்கும் நாகராஜன் என்பவர், தனது 17 வயது முதல் இன்று வரை மரங்கள் வைத்துப் பராமரிப்பதைத் தனது பணியாகச் செய்து வருகிறார். இதுவரை 10,000–க்கும் மேற்பட்ட மரங்களை நட்டு இருக்கிறார். காஞ்சி கோவில் அருகில் உள்ள மலை ஒன்றைச் சுற்றி இவர் வைத்துள்ள மரங்கள் இன்று வளர்ந்து பெரிய சோலையாகி இருக்கின்றன. தனது பிள்ளைகளை வளர்ப்பதைப்போல், தண்ணீர் ஊற்றி மரங்களைப் பராமரிப்பதுடன், பள்ளி மாணவர்களின் உதவியோடு அருகில் உள்ள ஊர்கள் எங்கும் மரங்களை வளர்க்க வைக்கிறார் இந்தச் சாதனை நாயகர்!